సలాం హైద్రాబాద్

(తెలంగాణ నవల)

(తెలుగు విశ్వ విద్యాలయం పురస్కారం పొందిన నవల)

లోకేశ్వర్

సాహితి

SALAAM HYDERABAD

(Telangana novel)

by

P.LOKESHWAR

H.No. 12-2-709/5/1/C

Navodaya Colony, Mehidipatnam

Hyderabad - 500 028

Cell : 91606 80847

First Edition December, 2014

(Printed in 2005, 2010, 2012)

Price : Rs. **125/-**

Published by :

SAHITHI PRACHURANALU

29-13-53, Kaleswararao Road,

Suryaraopet, VIJAYAWADA - 520 002.

Ph : 0866 - 2436643, 6460633

అంకితం

తమ శ్రమశక్తితోటి సుందరమైన నగరాన్ని
నిర్మించి, చరిత్రను లిఖించి, చరిత్రకు
అందకుండ అనామకంగ తెర వెనుకకు
వెళ్లిపోయిన హైద్రాబాద్ ప్రజలకు.....

ప్రస్తావన

"బిష్ను అజ్ నై చూం హికాయత్ మీకునద్"

"పిల్లనగ్రోవి ఏదో కథ చెప్తున్నది. విను." అంటూ జగత్ప్రసిద్ధమైన తన మస్నవీ కథలు చెప్పటం మొదలు పెట్టినాడు మోలానా రూమీ. వెదురుపొదలోంచి వేరు చేయబడిన వెదురుముక్క మూగగా పడి వున్నది. ఉలుకదు - పలుకదు. ఎవరైనా పలికించాలని ఊదితే బర్ - బర్ అనే సవ్వడే కాని ఒక్క సుస్వరం వెలువడదు. అన్నీ అపస్వరాలే. ఎవరైనా వెక్కిరిస్తే, పరిహసిస్తే సహించుకుంటుంది. సర్దుకుపోయి పడివుండటం అలవాటయింది దానికి. సహించటం ఎంతకాలం? సర్దుకుపోవటమైనా ఎంత కాలం? తన మూలాన్నే తనకు కాకుండా చేసిరి కదా అని లోలోపలే కుమిలికుమిలి ఏడ్చింది. ఎంతగా ఏడ్చిందంటే ఎడద చిల్లులు పడింది. అప్పుడు పలికిందయ్యా! అన్నీ సుస్వరాలే. సప్తస్వరాల సరాగాలతో తన సంగతులు పలికింది. పదిలంగా వున్న తన పొదను చూసుకొని పరవశించి కథలు చెప్పింది. ఆ కథలే మోలానా రూమీ మస్నవీ.

'సలాం హైదరాబాద్' అనే ఈ కమ్మల్లో 'పైదాయిషీ హైదరాబాదీ పరవస్తు లోకేశ్వర్' ఏవో కథలు చెప్తున్నాడు వినండి.

తాను పుట్టిపెరిగింది పల్లెటూరే అయినా, పట్టణమైనా దాని మట్టిని, మట్టివాసనను, ఆ మట్టిలో పుట్టి పెరిగినవాళ్లను, మనిషైనవాడు మనసు నిండా ప్రేమిస్తాడు. లోకేశ్వర్‌కు ప్రేమించటం, ఆదరించటం, గౌరవించటం తెలుసు. అసలు హైదరాబాద్ నగరం నిర్మాణమే ప్రేమ మీద ఆధారపడి వున్నది. కులీకుతుబ్షా తన ప్రేయసి భాగ్‌మతి పేర నిర్మించిన నగరం భాగ్యనగరం. 'హైదర్ మహెల్' అనే గౌరవనామంతో భాగ్‌మతి కులీకుతుబ్షా జనానాలో చేరిన తరువాత భాగ్యనగరం హైదరాబాద్ అయింది. చార్‌మినార్ హైదరాబాద్‌కు అలంకారం. లోకేశ్వర్ చిన్నప్పుడే చార్‌మినార్‌ను చూసి సంబరపడ్డాడు. దాని ఆకారం అతని మనోమస్తిష్కాల్లో నిలిచిపోయింది. హైదరాబాద్‌లో ఏ ముషాయిరా జరిగినా జహాందార్ అఫ్సర్ అనే సుప్రసిద్ధ ఉర్దూకవి తాను రాసిన 'చార్‌మినార్' అనే కవిత తప్పక వినిపించేవాడు. అతడు వినిపించకపోతే శ్రోతలు ఫర్మాయిష్ చేసి వినేవాళ్లు.

"చార్‌మినార్ కే ఇస్ షహర్ మె రహనే వాలో
చార్‌మినార్ కా మత్లబ్ క్యా హై?"

ఈ ప్రశ్నతో మొదలవుతుంది ఆ కవిత. చార్మినార్ అంటే దాని భావమేమి? అని కవి ప్రశ్న. లోకేశ్వర్ చార్మినార్ అంటే ఏమిటో ఈ కమ్మల్లో చెప్పే ప్రయత్నం చేసినాడు. హైదరాబాద్ అన్నపూర్ణ. ఎక్కడెక్కడి వాళ్లో వచ్చినారిక్కడికి. వచ్చి స్థిరపడ్డారు. భారతదేశంలోని పలు ప్రాంతాల్లోంచే కాక హబ్షీలు, నీగ్రోలు, అరబ్బులు – ఇలా ఎన్నో జాతులవాళ్లు వచ్చినారు. వాళ్ల సంతానమిప్పటికీ హైదరాబాదులో స్థిరపడి వున్నది. ఎవరి వృత్తిలో వాళ్లు వృద్ధి పొందుతూ హైదరాబాద్ నగరాన్నే కాక హైదరాబాద్ రాష్ట్రాన్ని సంపన్నం చేసినారు. తాము బాగుపడ్డారు. సాధ్యమైనంత వరకు నగరాన్ని, రాష్ట్రాన్ని బాగుపరిచే ప్రయత్నం చేసినారు. ఇక్కడి మూలవాసుల్లో కలిసిపోయినారు. మూలవాసుల ఉద్యమాలన్నిట్లో పాల్గొన్నారు. ఉత్తరాది నుంచి వచ్చిన కొందరు ఉర్దూ కవులు, పండితులు మాత్రం ఇక్కడి ఉర్దూను ఈసడించుకున్నారు. అప్పుడే హైదరాబాదులో "నాన్ ముల్కీ గో బ్యాక్" అనే నినాదం మొదటిసారి వెలువడింది. తరువాత వచ్చినవాళ్లు కొందరు ఇక్కడివాళ్ల సంస్కారాన్ని, భాషను, యాసను పరిహసించి తామే గొప్పవాళ్లమన్నట్లు ప్రవర్తించినారు.

అదిగో, ఆ కొందరి కారణంగానే అందరిపట్ల పరాయి భావం యేర్పడింది. ఆ తరువాత జరిగిన కథంతా తెలిసిందే. ఈ కమ్మల్లో లోకేశ్వర్ ఆ ముచ్చట్లన్నీ వైనం వారీగా చెప్పుకువచ్చినాడు. మాటిమాటికీ నేను కమ్మలు అంటున్నా ఇది ఒక దీర్ఘ నవల. ఇందులో హైదరాబాదు నగర పూర్వసంస్కృతి; ఈ తరంవాళ్లకు తెలియని అనేక విషయాలు ప్రస్తుతీకరించబడినవి. లోకేశ్వర్ చూచిన హైదరాబాదును మన కళ్ల ముందుంచినాడు. అతని తొలి బాల్యం, మలి బాల్యం హైదరాబాదు గల్లీల్లోనే గడిచింది గనుక అప్పటి ఆటలు, పాటలు, ఆచారవ్యవహారాలు, ఇరానీ హోటల్లు, సర్వర్లు వంగివంగి 'క్యా హుకుమ్ హై సర్కార్?' అని వినయంగా ప్రశ్నించే సంప్రదాయం – 'ఏక్ చాయ్, ఏక్ మె దో చాయ్, దో మె తీన్ చాయ్, మలైదార్ పౌనా, పాయ్, పాయేకా షోర్బా, నిహారీ ఔర్ కుల్చా, ఖిచిడీ ఔర్ ఖీమా, బిర్యానీ, తందూరి రోటి – ఇవన్నీ లోకేశ్వర్‌కు ఇప్పటికీ నోరూరిస్తాయి. ఇవన్నీ తిన్న మాలాంటివారికీ నోరూరిస్తాయి.

ఇవే కాక అనేక చారిత్రకాంశాలు, మహలఖా బాయీ చందా వ్యక్తిత్వము, జాన్ మాల్కమ్‌తో ఆమె ప్రేమవ్యవహారం, పాట్రిక్ ఖైరున్నిసా ప్రేమవ్యవహారం కూడా వున్నాయి ఇందులో. ఇదంతా హైదరాబాదు చరిత్ర. ఇవన్నీ లోకేశ్వర్ చిన్ననాటి తీయని జ్ఞాపకాలు.

హైదరాబాదును చాలా ప్రేమించినాడు లోకేశ్వర్. బాధ్యతగల పెద్ద మనిషి ఎవరో “మా కారణంగా హైదరాబాదు నగరం అంత సుందరంగా తయారయింది. అంతకు ముందు అక్కడేమి వుండేది? సిమెంటు కాంక్రీటు భవనాలుండేవా? ఆకాశహర్మ్యాలుండేవా? మట్టిగోడల భవనాల గోడలే కదా!” అని యెద్దేవా చేస్తూ వుంటే హైదరాబాదు నగరంలోనే కాదు, హైదరాబాదు రాష్ట్రంలో పుట్టిపెరిగిన వాళ్లందరికీ ఆవేదన కలిగిస్తుంది. ఆనాటి మట్టిగోడల సౌధాలను, ఆ సౌధాల ముందుండే విశాలమైన ప్రాంగణాలు, అందమైన చెట్లను చూసినవాళ్లకు ఆ పెద్ద మనిషి మాటలు బాధ కలిగిస్తాయి.

ఒకప్పుడు మన దేశానికి ప్రధానమంత్రిగా వున్న ఇంద్రకుమార్ గుజ్రాల్ హైదరాబాదుకు వచ్చి “నేను చూచిన అందమైన హైదరాబాదేమయింది? ఇప్పుడున్నది సిమెంటు కాంక్రీటు భవనాల అరణ్యమే” అని తన విచారాన్ని వ్యక్తం చేసినాడు.

డా. గోవర్ధనశాస్త్రి సియాసత్’ ఉర్దూ పత్రికలో ‘హైదరాబాద్ కా ఆంగన్ గాయబ్’ అని ఒక వ్యాసం రాసినాడు. అప్పటి అందాలన్నీ లోకేశ్వర్‌కు తెలుసు. ఇప్పటి హైటెక్ వైభవాన్నీ చూస్తున్నాడు. ఈ నవలలో ఆ అందాలన్నీ పోయినవని ఆవేదన వ్యక్తమవుతున్నది.

ఎదదకు చిల్లులు పడితేనే కదా సుస్వరాలు పలికేది! నా చెవులకివన్నీ సుస్వరాలే.

ఆదిలాబాద్ — సదాశివ

7-7-2005

ముందు మీతో కొంచెంసేపు....

పురాతన హైద్రాబాద్ నగర సంస్కృతీ సంప్రదాయాలను ప్రేమించేవారందరి తరఫున ఈ నవల రాసినాను. హైద్రాబాద్ గురించి చర్చ జరుగుతున్న ఈ సందర్భంలో ఒక కర్తవ్యంగా ఒక బాధ్యతగా ఈ నవల రాసినాను. చరిత్ర రథచక్రాలు ముందుకు పోవడంలో నా వంతు ప్రయత్నమే ఈ నవల.

ఢిల్లీ, లక్నో నగరాలకు సంబంధించి బోలెడంత సాహిత్యం అనేక భాషలలో వచ్చింది. ఆ రెండు నగరాలకు ధీటైన, సమవుజ్జీ నగరమైన హైద్రాబాద్ నగరం గురించి ముఖ్యంగా తెలుగులో కొన్ని కథలు, రెండు మూడు నవలల్లో పాక్షిక ప్రస్తావనలు మాత్రమే ఉండటం నన్ను బాధపెట్టింది. అందులో ఒకరు తమిళుడు. ఆయన రాసింది కూడా సికింద్రాబాద్ గురించి. ఎవరేం రాసినా వారు హైద్రాబాద్ నగర 'జీవనాడి'ని పట్టుకోలేకపోయినారు. నగర జనజీవన చిత్రాన్ని చిత్రించలేకపోయినారు. నగరాన్ని అర్థం చేసుకొని అక్షరబద్ధం చేయలేకపోయినారు.

'ప్రాచీన లక్నో' రచించిన అబ్దుల్ హలీం షరర్ లాగానో, 'దిల్లీ' నవల రాసిన కుశ్వంత్ సింగ్ లాగానో, 'వైట్ మొగల్స్' రాసిన విలియం డార్లింపుల్‌లాగానో హైద్రాబాద్ గురించి నవల రాయాలన్న కల సుమారు పది సంవత్సరాల కిందటి నుంచి నన్ను వెంటాడుతున్నది; వేధిస్తున్నది. చదవటం సరేసరి. ఐదారు సంవత్సరాల కిందటి నుంచి 'ముడిసరుకుల సేకరణ' మొదలయ్యింది. నగర చరిత్రను లిఖించాలని, నగర సుందరి ఆత్మకు అద్దం పట్టాలని, జనజీవితాన్నే కాక నగరంలో నడిచిన ప్రజా ఉద్యమాలను రికార్డు చేయాలని, పనిలో పనిగా ఒక 'హైద్రాబాదీ' ఆత్మకథను కూడా అందులో అంతస్స్రవంతిగా మలచాలని నిర్ణయించుకున్నాను. అయితే రచయితగా నాకున్న అర్హతలేమిటని వంద సార్లు నన్ను నేను తరిచి తరిచి ప్రశ్నించుకుంటే ప్రతిసారీ ఒకేఒక సమాధానం దొరికేది. అది నేను 'పైదాయిషీ హైద్రాబాదీ'ని అని.

పందొమ్మిది వేల ఏడు వందల పది రోజుల కిందట అనగా సరిగ్గా యాభై నాలుగు సంవత్సరాల కిందట నేను హైద్రాబాద్ పాతనగరం గల్లీలలో కళ్లు తెరిచి ఈ భూమి మీద పడినాను. ఇక అప్పటి నుంచి ఇప్పటి వరకు పాతనగరం పొత్తిళ్ల నుండి ఇవతల పడనేలేదు. గండిపేట నీళ్లను వొదలనే లేదు. ఈ 'జన్మభూమి' హక్కు, అర్హతనే ఈ నవల రాయడానికి ప్రేరణను ఇచ్చింది. నేలతల్లి రుణాన్ని అక్షరాభిషేకం ద్వారా తీర్చుకోవాలన్న తపన ఫలితమే ఈ నవల.

మాట వరుసకు కాదు - సాహిత్యం సామూహిక సృష్టి అని నేను నిజాయితీగా నమ్ముతాను. నిజమైన నగర ప్రేమికులందరి తరఫున బాధ్యత అప్పగించబడిన ఒక 'ప్రతినిధి'గా మాత్రమే నేను ఈ నవలా యజ్ఞాన్ని నిర్వహించినాను. నగర సంకీర్తనను గానం చేసినాను. ఈ గూటి పక్షిగా ఇక్కడి పాటనే పాడినాను. ఆడినా పాడినా ఓడినా గెలిచినా ఇక ఇక్కడే. జీనా యహాఁ మర్నా యహాఁ. చివరాఖరికి పురానాపూల్ చితిమంటల చిటపటలలో నుండి ఫీనిక్స్ మాదిరి లేచి చార్ సౌ సాల్ పురానా షహర్ గల్లీలలో రెపరెపలాడుతూ మళ్లీ మళ్లీ విహరిస్తాను. మళ్లీ మళ్లీ జీవిస్తాను.

భ్రమరం పలు రకాల పుష్పాల నుండి మకరంద బిందువులను సేకరించినట్లు ఈ నవల కోసం పలు గ్రంథాల నుండి అనేక విషయాలను ముడిసరుకులుగా సేకరించుకున్నాను. ఆ గ్రంథ రచయితలందరికీ నేను రుణపడి వుంటాను. వారందరికీ పేరుపేరునా కృతజ్ఞతలు. అనేక దినపత్రికలకు కూడా కృతజ్ఞతలు.

ఈ నవలకు తీసుకున్న కాలం 1578-1970 జులై 10. ముందే చెప్పినట్లు జడపాయలాగా ఈ నవలను మూడు విషయాలతో అల్లినాను.

1. హైదరాబాద్ చరిత్ర, సంస్కృతీ సాంప్రదాయాలు, నగర జనజీవితం, నగర సమాజ చిత్రణ.

2. ఈ నగరం నేల మీద నడిచిన రాజకీయాలు, ఉద్యమాలు. 1578 నుంచి 1970 - ప్రత్యేక తెలంగాణ ఉద్యమం, నక్సలైట్ ఉద్యమం, దిగంబరోద్యమం, విరసం ఆవిర్భావం వరకు.

3. నవలలో ప్రధాన పాత్రధారి (Protogonist) స్వామి ఆత్మకథ.

ఈ 'సామూహిక సృష్టి'లో నేను మొట్టమొదట స్మరించుకునేది ప్రముఖ పాత్రికేయులు స్వర్గీయ జి. కృష్ణగారిని. హైద్రాబాద్ నగరం మీద నవల రాస్తున్నట్లు చెప్పంగనే 'శుభం' అని సంతోషంతో ఆశీర్వదించినారు. నగరం గురించి అనేక ముచ్చట్లు చెప్పుతానని వాగ్దానం చేసి తిరిగి రాని లోకాలకు వెళ్లిపోయినారు. ఆ తర్వాత నేను గౌరవించేది పూజ్యనీయులు, పెద్దలు, తెలంగాణకు పెద్ద దిక్కు అయిన శ్రీ సామల సదాశివగారిని. 'నీ వచనం బాగుంటది. ఇంకా, నువ్వు మాత్రమే హైద్రాబాద్ గురించి రాయగలవు' అని ధైర్యాన్ని, విశ్వాసాన్ని ప్రసాదించింది ఆ పెద్దాయనే. శిరసు వొంచి భక్తితో ఆయనకు నమస్కారం చేస్తున్నాను. ఇక రెండవ వారు ప్రముఖ చలన చిత్ర దర్శకులు శ్రీ బి. నరసింగరావుగారు. నిజానికి నాచే ఈ నవలా రచనకు అక్షరాభ్యాసం చేయించింది ఆయనే. కొన్ని సంవత్సరాల కిందటే నగరానికి సంబంధించిన అనేక గ్రంథాలను, అపురూపమైన ఫొటో ఆల్బమ్‌లను అందజేసినారు. కలిసిన ప్రతిసారీ 'ఆలస్యమైనా

ఫరవాలేదు కాని మంచిగ రాయి' అని నాకు భరోసాను కలిగించేవారు. ఆయన సహకారం, స్ఫూర్తి లేకపోతే ఈ నవల వెలుగు చూసేది కాదు. ఆయనకు కూడా శిరసు వొంచి నమస్కారం చేస్తున్నాను. ఇంకా ఎందరెందరో మహానుభావులు. పుస్తకాల సేకరణలో నాతో పాటు ఓపికగా ఖమ్మం అంతా తిరిగిన శ్రీ గుడిపూడి సుబ్బారావుగారు, అడిగిన వెంటనే అనేకసార్లు పుస్తకాలను కొరియర్‌లో పంపిన శ్రీ దేవులపల్లి కృష్ణమూర్తిగారు, నవలాశిల్ప రహస్యాలను విప్పి చెప్పిన నోముల సత్యనారాయణగారు.... వీరందరూ 'సామూహిక నవలా యజ్ఞం'లో పాలు పొంగించినవాళ్లే. ఆ ముగ్గురు మూలపురుషులకు పరిపరి దండాలు.

ఇక ఈ 'ముసాఫిర్'కు హమేషా కుడి ఎడమల నిల్చున్నది ఇద్దరే ఇద్దరు. ఒకరు నా అర్థాంగి శోభ. మరొకరు నా దోస్త్ వేణు సంకోజు. నేను రాసే ప్రతీ అక్షరానికీ ఒకరు తొలి పాఠకులైతే, మరొకరు మలి పాఠకులు. నన్ను 'సవరించిన ' ఆ ఇద్దరికి కృతజ్ఞతలు చెప్పడమంటే అద్దంలో నా ప్రతిబింబానికి నేనే కృతజ్ఞతలు చెప్పుకోవడం.

"ఇంకొంచెం సువర్ణం పూసి మరికొంచెం సుగంధం రాసి" అన్నట్లు, "ఇంకొన్ని నగిషీలు చెక్కమని" చక్కని సలహాలను అందించిన ప్రియ మిత్రుడు డాక్టర్ ఎ.కె. ప్రభాకర్‌కు కృతజ్ఞతలు.

అట్ట మీది బొమ్మ కోసం రాతలు రాసి, గీతలు గీసిచ్చిన తమ్ముడు ఏలె లక్ష్మణ్‌కు బహుత్ బహుత్ షుక్రియా. అలనాటి లక్ష్మణుడు రాజ్యాన్ని ఏలకున్నా ఈనాటి లక్ష్మణుడు చిత్రప్రపంచాన్ని 'ఏలే' లక్ష్మణ్‌గా అవతరిస్తాడని ఆశిస్తూ....

ఈ నవలలో నేను మాట్లాడే హైదరాబాద్ 'యాసబాసలు' వాడినాను. అయితే 150, 200 సంవత్సరాల కిందటి రెండు రెసిడెన్సీ కథలను రాసేటప్పుడు మాత్రం ఆ రోజులకు సంబంధించిన యాసబాసలు తెలియవు కావున పత్రికా భాషను పాటించాను.

బాణామతి మీద అభిప్రాయాలు నావి కావు. అదంతా మా అమ్మ 'గోస'. తాంత్రికులకు సంబంధించి 'సేకరించిన' సమాచారం, జాతకచక్రానికి సంబంధించిన అభిప్రాయాలు కూడా నావి కావు.

నా తప్పులన్నీ ఒప్పులుగా డిటిపి చేసిచ్చిన చెల్లి సరస్వతికి ధన్యవాదాలు అర్పిస్తూ... కొన్ని సంవత్సరాల నుండి నా మానాన నన్ను వదిలేసి, నన్ను తీరికగా రాసుకోనిచ్చిన నా పిల్లలు సమత, గాంధీ 'రాజా'లకు ఆశీస్సులు అందిస్తూ... ఈ సాగుతున్న సాహిత్య 'యాత్ర' ఇంతటితో అయిపోలేదని, త్వరలోనే మళ్లీ కలుస్తానని 'వాదా' చేస్తూ....

హైదరాబాద్ — మీ-

15-7-2005 — పరవస్తు లోకేశ్వర్ హైద్రాబాదీ

2005 జూన్ 10 శుక్రవారం. మధ్యాహ్నసమయం.

మక్కా మసీదుల నమాజ్‌లు చదువుతున్న సమయం.

నాలుగు వందల సంవత్సరాల నగరచరిత్రకు ప్రత్యక్షసాక్షిగ, ప్రథమసాక్షిగ నిలుచున్న 'చార్‌మినార్'.

'చార్‌మినార్'కు ఎదురుంగ లార్డ్ బజార్ సందు మలుపుల 'ఇక్బాల్' హోటల్ల స్వామి. కాలం శూలం దాడికి గురి కాక అట్లనే నిలుచున్న నైజాం కాలంనాటి అతి పురాతన ఇక్బాల్ హోటల్. అండ్ల ఎంతసేపట్నుంచి కూచున్నడో ఆయనకే తెలుస్తలేదు. చాయ్‌ల మీద చాయ్‌లు తాగుకుంట ఎదురుంగ నిలబడ్డ 'జిగ్రీ దోస్తు చార్‌మినార్'తోటి అంతులేని ముచ్చట్లు. ఎడతెగని నిరంతర సంభాషణ. గుఫ్తగూ. గతించని జ్ఞాపకాలు. వైభవోజ్వల కాలానికి సంబంధించిన మెరుపుల మరకలు.

చికాకు. చీదర. చుట్టుముట్టు జనంజాతర. రణగొణధ్వనులు. వాహనాల కాలుష్యం. ఇవేవీ వారిద్దరి ముచ్చట్లకు అడ్డొస్తలేవు. ఆటంకం కలిగిస్తలేవు. తమ అస్తిత్వాలనే మరిచిపోయిన వారిద్దరి ఏకాంత నిశ్శబ్ద మౌనరాగాల సంభాషణ.

ప్రపంచంల ఏ నగరం కూడ ప్రేమకోసం, ప్రేమకు గుర్తుగ స్థాపించబడలేదు- ఒక హైద్రాబాద్ నగరం తప్ప. రెండు విభిన్న మతాలకు మధ్య సమైక్యతకు, స్నేహానికి హైద్రాబాద్ ఒక సంకేతం. అటువంటి హైద్రాబాద్ నగరంల వారిద్దరిది 'లంగోటీ యార్ దోస్తానా'. ఒకల్ల భుజాల మీద మరొకల్లు చేతులేసుకొని 'చార్ సౌ సాల్ పురానా షహర్' ఇరుకిరుకు గల్లీలల్ల, మొహల్లాలల్ల చక్కర్లు కొడుతున్నరు. ఆత్మల అంతరంగ లోకాలను ఆవిష్కరించుకుంటున్నరు.

వాళ్లిద్దరు గతించని జ్ఞాపకాలను తవ్వుకొని తవ్వుకొని ఆ తలపోతలల్ల తలమునకలైపోతున్నరు. నిండ మునిగి కొట్టుకపోతున్నరు.

"గుజ్రే జమానే యాద్ ఆతీ హై
దర్ద్ పురానే యాద్ ఆతీ హై"

1

1969 జనవరి 15 సోమవారం

అన్ని సోమవారాల్లాగనే ఆ సోమవారం కూడ ఎప్పటి లాగనే దిగులుగ మొదలైంది. స్వామికి మెలకువ వచ్చిందిగని కళ్లిప్పటానికి ఇష్టం లేక గడిచిపోయిన ఆదివారంలోని తియ్యదనాన్ని ఇంకోసారి జ్ఞాపకం చేసుకున్నడు. ఆదివారం సగం గడిచిపోంగనే దిగులు ప్రారంభమయితది. మిగిలిన సగం ఆదివారాన్ని ఆనందించటమేందోగని 'అయ్యో ఆదివారం అయిపోతుందే' అన్న బెంగతోనే ఆ దినం గడిచిపోతది. ఇక ఆనందించడమెక్కడ? దేవుడు వారానికి రెండు ఆదివారాలు ఎందుకు పెట్టలేదో! అన్నుకున్నడు స్వామి.

పదిహేడేళ్ల స్వామి సిటీ కాలేజీల పి.యు.సి. చదువుతున్న విద్యార్థి. ఇంక స్కూలు విద్యార్థి మనస్తత్వం పోనేలేదు. కాలేజీ అంటే స్కూలు లాగ భయం లేకున్నా, చదువంటే శ్రద్ధ లేదు. కావున కాలేజీ బరువుగనే, బాధగనే అనిపిస్తది. అటెండెన్సు పట్టింపులు లేకపోవటం, క్లాసులల్లకు ఎప్పుడంటే అప్పుడు వెళ్లటం, నచ్చకపోతే ఇవతలికి వచ్చే అవకాశం ఉన్నందున స్కూలంత బరువుగ కాలేజీ లేదు. ఇష్టం లేకపోతే క్లాసులకు హాజరు కాకుండా చెట్ల కింద కూచుని దోస్తులతో గప్పాలు కొట్టొచ్చు. పైసలుంటే కాలేజీ ఎదురుగ వున్న సిటీహోటల్ల కూచుని ఒక సమోసా, సగం కప్ ఛా తాగుతూ గోపిగాడు చెప్పే ఎడతెగని ముగింపు లేని కబుర్లు గంటలు గంటలు వినొచ్చు.

హెచ్.యస్.సి. వరకు తెలుగు మీడియంల చదివి ఈ కాలేజీ చదువు ఇంగ్లీష్ మీడియం అయ్యేసరికి తెలుగు తప్ప ఏ సబ్జక్టూ ఒక్క ముక్క కూడా అర్థం అయితలేదు. వాటి తలా తోకా తెలుస్తలేదు. సివిక్స్ మేడం ఆరిస్టాటిల్, ఆరిస్టాటిల్ అంటూ అర్థం కాని లెక్చర్ ఇస్తది. కాలేజీ ప్రారంభమై ఆరు నెలలైనా ఆ ఆరిస్టాటిల్ అన్న పదం ఎదైనా దేశానికి సంబంధించిన పేరో లేక మనిషికి సంబంధించిన పేరో చచ్చినా అర్థమయిత లేదు. ఎకనామిక్స్ దామోదరం సార్ వచ్చి తన లోపల తనే గొణుక్కుంటున్నట్లు శిలలాగ నిలబడి ఎటువంటి హావభావాలు లేకుండ పాఠం వొప్పచెబ్తడు. బహుశా ఆ పాఠాన్ని అతను ఇంట్ల బట్టీ పెట్టుకొని వస్తడేమో? కామర్స్ గ్రూపు, ఆర్ట్స్ గ్రూపు రెండూ కలిసి కామన్ క్లాసు. సుమారు రెండు వందల మంది విద్యార్థులు. ఆ క్లాసు రూం ఒక పెద్ద గ్యాలరీ లాగ కింది నుండి పైకి ఎత్తుగ వుంటది. స్వామి నాలుగో వరుసల కూచున్నా ఆయన పాఠం వినబడదు. విన్నా ఆ ఇంగ్లీష్ అర్థం కాదు. ఇక వెనుక బెంచీలవారి సంగతి దేవుడికే తెలుసు. ఆయనెప్పుడూ షుగర్ ఇండస్ట్రీ, షుగర్ ఇండస్ట్రీ అని పదే పదే ఒకే ఉదాహరణ ఇస్తాడు. అందుకే విద్యార్థులు ఆయనకు షుగర్ ఇండస్ట్రీ అని నిక్‌నేం తగిలించినారు.

పాఠాలు మొదలై ఆర్నెల్లు గడిచినా సివిక్స్‌ల మ్యాన్ ఈజ్ ఎ సోషల్ ఎనిమల్, ఎకానమిక్స్‌ల మ్యాన్ ఈజ్ ఏ బండల్ ఆఫ్ డిజైర్స్ అన్న కొటేషన్లు మాత్రం మనస్సుకు ఎక్కినై. మళ్లీ అండ్ల మ్యాన్‌ను ఎనిమల్ అని ఎందుకంటున్నరో స్వామి తనను తాను ప్రశ్నించుకుంటే జవాబు దొరకక మనస్సంతా చికాగ్గ, చీకటిగ మారిపోతుంది. లెక్చరర్లను ఏదైనా సందేహం అడుగుదామంటే భయంతోనూ సిగ్గుతోనూ నోట్లె నుండి ఒక్క ఇంగ్లీష్ ముక్క బయటికి రాదు. చీకట్ల గోడలు పట్టుకుని నడిచేవాడిలాగ అతడి జీవితంల కాలేజీ చదువు ప్రారంభమైంది. సంవత్సరం పరీక్షలకు ఇంకా టైం వుంది కావున అప్పటి వరకూ అన్ని సబ్జక్టులను అర్థం కాకున్న బట్టీ పెట్టి గండం గట్టెక్కవచ్చున్న భరోసాతోటి కాలేజీ రోజుల్ని నిష్క్రియాపరంగ, నిరాసక్తంగ గడుపుతున్నడు. అట్లాంటి అతడికి సోమవారపు ఉదయం అయిష్టంగ మొదలవక ఎట్ల మొదలవుతది?

బాపు చదివే నిత్యానుసంధానంలోని 'పెరుమాండ్లు, పెరుమాండ్లు, పెరుమాండ్లు రత్నాలు" అనే ద్రవిడ భాషా శ్లోకాలతో స్వామికి నిద్ర లేవక తప్పింది కాదు. ఆయన శ్లోకాలకు పోటీగ పక్కన జోషీ వాళ్ల ఇంట్ల నుండి రేడియో వివిధ్ భారతీల మహమ్మద్ రఫీ 'ఏక్ ముషాఫిర్, ఏక్ హసీనా' సీన్మాల జాయ్ ముఖర్జీ కోసం పాడుతున్నడు. స్వామి ఇంట్ల రేడియో లేదు. పాటలన్ని పక్కింట్ల నుండి వాళ్లింట్లకి ప్రవహిస్తుంటయి. జోషీలు కాశీ నుండి వచ్చిన బ్రాహ్మణ పండితులు. ఆబిడ్స్‌ల హనుమాన్ దేవల్ పూజారులు. వారు హిందీ పాటలు తప్ప తెలుగు పాటలు చచ్చినా పెట్టరు. అదొక నిరాశ. ఇదొక ఓదార్పు. స్వామివాళ్ల బాపు ప్రైమరీ స్కూల్ల సెకండరీ గ్రేడ్ లెక్కల టీచర్. ఆయనకు రేడియో అంటే అక్షరాలా ఒక విలాస సాధనమే. మొన్నమొన్న పాత సైకిల్ ఒకటి అప్పు చేసి కొనుక్కున్నడు. ఆ సైకిలు ఇంట్లకు వచ్చిన శుభసందర్భంల అమ్మ దానికి పూలదండ వేసి కొబ్బరికాయ కొట్టి తమ గల్లీల అందరికీ జిలేబీలు పంచింది.

స్వామి బాపు స్వంత ఊరు వరంగల్ జిల్లా మడికొండ గ్రామం. ఆయన ఉద్యోగరీత్యా స్వామి పుట్టక ముందే హైద్రాబాద్‌కు వచ్చి స్థిరపడినాడు. ఆయన ఉర్దూ మిడిల్ ట్రెయిన్డ్ టీచర్‌గ నైజాం రాజ్యం బీదర్‌ల ఉద్యోగం ప్రారంభించినాడు. ఆ ప్రాంతంల ఉండే అనేక కుగ్రామాలల్ల సింగిల్ స్కూల్ టీచర్‌గ పనిచేసి పైరవీతో హైద్రాబాద్‌కు బదిలీ చేయించుకొని పాతనగరంల స్థిరపడినాడు. ఆయన పని చేస్తున్న స్కూలు కూడ పాతనగరంలనే ఉంది. అయినా ఆయనకు మడికొండతోటి పురుటిబొడ్డు సంబంధం తెగిపోలేదు. తల్లి, చెల్లెళ్లతో సహా బంధువులందరూ అక్కడే వున్నరు. ఆయనకు మడికొండ అంటే మహా ప్రేమ. ఒకవేళ తాను చనిపోతే తనను మడికొండకు తీసుకుపోయి ఆ గడ్డమీదే అంత్యక్రియలు

జరపాలని భార్యతోటి చెప్పెటోడు. ఆయనకు ఎడమ పక్క డొక్కల ఒక కంతి ఉంది. అది ప్రతి సంవత్సరం పెరుగుతనే ఉంది. దానిని ఆపరేషన్ చేసి తీసే వీలు లేదని ఉస్మానియా దవాఖానా డాక్టర్లు నిర్ధారించినారు. ఆయనను నిరంతరం మృత్యుభయం వెన్నాడుతనే ఉండేది. నెత్తి మీద కత్తి వేలాడుతున్నట్లు భయం, భయంగనే మృత్యుచ్ఛాయలల్ల బ్రతికెటోడు. పరమ సాత్వికుడు, మృదు స్వభావి.

'ఆద్మీ మౌత్ కో సామ్నే రక్ లేఖే జీనా' అని అందరితోటి అంటుండెటోడు. మృత్యువును ముందుంచుకుని బతికితే జీవితంల విగ్రవీగమని, అందరితో స్నేహంగ, మంచిగ ఉంటమని ఆయన ఉద్దేశ్యం. వాళ్ల బాపు చెప్పిన ఇంకో సామెతను కూడ పదే పదే పిల్లలకు చెప్పెటోడు. "తిన్నా మళ్లీ తినేటట్లు ఉండాలట. కొట్లాట పెట్టుకున్నా మళ్లీ కొట్లాట పెట్టుకునేటట్లు ఉండాలట" నిజమే పెద్దల మాటలు చద్దిమూటలు. వాళ్లు చెప్పిన సామెతలు జీవితపు సారాన్ని విప్పి చెప్పే పరమసత్యాలు. కడుపు నిండా తినే బదులు మితంగ తినటమే ఆరోగ్యకరం. మళ్లీ కొట్లాట పెట్టుకునే వీలు వుండటం అంటే సంబంధాలు తెగగొట్టుకోకుండ ఉండటం. ఆయన ఏ విషయం చెబుతున్న, వివరంగ ఓపికగ, చిన్నపిల్లలకు పాఠం చెబుతున్నట్లే చెప్పెటోడు. అది వృత్తిపరంగా వచ్చిన తత్వమేమో!

మడికొండ ఖాజీపేట రైల్వేస్టేషన్ నుండి హైద్రాబాద్‌కు వెళ్లే రహదారిపై మూడు కిలోమీటర్ల తర్వాత ఉంటది. కాకతీయుల కాలంల దీనిని 'మణిగిరి' అని పిలిచేటోళ్లు. ఈ గ్రామం సరస్వతీ నిలయం. సాహిత్యానికి పుట్టినిల్లు. అభినవ పోతన వానమామలై వరదాచార్యులు, గంగిరెద్దు కావ్యకర్త పల్లా దుర్గయ్య, రసబ్రహ్మ అనుముల కృష్ణమూర్తి, ప్రముఖ జానపద పరిశోధకులు బిరుదురాజు రామరాజు, కవి 'షాద్' కాళోజీ రామేశ్వర్ రావ్, ఓరుగల్లును పోరుగల్లుగా తీర్చిదిద్దిన ప్రజాకవి కాళోజీ నారాయణరావు మొదలగువారు ఈ గ్రామానికి చెందిన ముద్దుబిడ్డలు. స్వామి బాపుకు మడికొండ పేరు వింటేనే ఒళ్లు పులకరిస్తది. ఈ మడికొండకు దగ్గరలనే 'పోతన' స్వగ్రామం 'బమ్మెర' కూడా ఉంది.

తెలంగాణాల కొన్ని ప్రాంతాలల్ల తండ్రిని బాపూ అని పిలుస్తరు. తండ్రి కూడా కొడుకును తిరిగి 'బాపూ' అని పిలుస్తడు. రెండు పదాలు ఒక్కటే. రెండు హృదయాలకు ప్రేమ ఒక్కటే అయినట్లు రెండు అర్థాలకు పదం ఒక్కటే. స్వామికి బాపూ అన్న పదం ఇష్టం. ఎందుకంటే అది 'బాపూజీ' అన్న పదానికి దగ్గరగా వున్నందుకు!

బాపు చేతి గడియారం ఆగిపోయినట్టుంది. టైము తెలుసుకోవాలనుకున్న స్వామి బద్దకంగ చాప మీద నుండి లేచి ఇంటి బయటికి వచ్చి ఎత్తయిన జాజురంగు అరుగుల

మీదకు ఎక్కి దూరంగ ఉన్న శాలిబండ మహారాజా కిషన్ పర్షాద్ దేవిడీ మీది గడియారాన్ని చూసినాడు. సమయం ఎనిమిది పది. ఆ గడియారం పాత నగరంల వున్న చార్మినార్, ముర్గీ చౌక్, క్లాక్ టవర్లలాంటిది. నైజాం కాలంల వీటిని ఇంగ్లాండు, ఫ్రెంచి దేశాల నుండి తెప్పించినారు. చేతి గడియారాలు కూడా విలాసవంతమైన వస్తువులుగ పరిగణింపబడే ఆ రోజులలో పేద ప్రజలకు టైం చూసుకునేందుకు శాలిబండా మహారాజా కిషన్‌పర్షాద్ దేవిడీ మీది గడియారమే గతి. విక్టోరియా మహారాణికి వున్నంత ఠీవితో ఆ గడియారం గర్వంగా తలెత్తుకుని ఆకాశంలకు చూస్తూ నిలబడేది.

ఇటుక పొడిరంగు లాంటి ఉదారంగు మంజన్‌ను ఎడమచేతిల గుప్పెడంత గుమ్మరించుకుని కుడిచేయి చూపుడు వేలితో కసకసా, పసపసా పండ్లుతోమి, రెండువ్రేళ్లూ కుతికలోపలికి తోసేసి ఒయిక్, ఒయిక్‌మంటూ శబ్దాలు చేసుకుంట వేళ్లతోనే నాలుకను శుభ్రం చేసుకుని ఇంట్లబాయి దగ్గరికి ఉరికినాడు. బొక్కెనతో దబదబా రెండుసార్లు చేదుకుని నెత్తిమీద నీళ్లు గుమ్మరించుకున్నడు. స్నానం అయిపాయె. స్వామి ఇంట్ల నల్లా లేదు బాయి తప్ప. తాగేనీళ్లు నాలుగు బిందెలు మాత్రం గల్లీ అవుతల మలుపుల సర్కారీ నల్లా నుండి తెచ్చుకుంటరు. మిగతా అవుసరాలకన్నీ బాయి నీళ్లే. నీళ్ల అవసరం ఎక్కువున్నప్పుడు వాళ్ల బాపు కూడా తెల్లారగట్ల ఎవరూ లేనప్పుడు, ఎవరూ చూడనప్పుడు నల్ల దగ్గర నుండి నీళ్ల బిందెలు ఇంట్లకి మోస్తుంటడు. ఎంతైనా మాస్టర్ సాబ్ గదా! ఎవరైనా చూస్తే పరువు పోదా?

శాలిబండా ఎత్తయిన ప్రాంతమే అయినా ఇంటింటికీ ఒక బాయి. అన్ని బావులల్ల నీళ్లు పైన్నే ఉంటై. నీళ్లు కూడ తియ్యగ ఉంటయి. ఆ ప్రాంతంల నీటి ఊటలు అధికం. దీనికి కారణం పాతనగరం చుట్టూ గండిపేట, హిమాయత్‌సాగర్, మీరాలం చెరువు, రాచెరువు, జల్‌పల్లి, సరూర్‌నగర్ చెరువు, బుద్వేల్ చెరువు, గోల్కొండ చెరువు లాంటి చెరువులు ఎన్నో ఉండటమే. ఈ చెరువులే కాక అనేకమైన బావులు కూడా వుండేవి. దూద్‌బౌలి, ఇమాంబౌలీ, గులాబ్ బౌలి, గచ్చిబౌలి, రాజన్నబావి లాంటివి.

తర్వాత కాలంల ఈ చెరువులు, కుంటలు అన్నీ ఎండిపోయి, మరికొన్నింటిని బలవంతంగా పూడ్చేసి, రియల్ ఎస్టేట్ల లాభాల బేహారులు వాటిని ప్లాట్లుగా మార్చిన తర్వాత ఆ బావులల్ల నీటి ప్రమాణం తగ్గుతూ వొచ్చింది. ప్రజలు కూడా నాగరీకం నేర్చుకుని నల్లాలు పెట్టించుకున్నరు. బహుశా బావులు పట్టణ సంస్కృతి కాదనుకున్నరేమో? చివరికి ప్రకృతి వరప్రసాదమైన నీరు కూడా అంగడి సరుకుగ మారింది.

హైద్రాబాద్ మూసి నదికి దక్షిణాన చార్మినార్ దాటి అలియాబాద్ వెళ్లే తోవల 'శాలిబండ' ఉంది. ఏనుగుల వీరాస్వామి అనే యాత్రికుడు 1830 ప్రాంతంల కాలినడకన కుటుంబ సమేతంగ చెన్నపట్నం నుండి కాశీయాత్రకు పోతూ రాసిన దినచర్య పుస్తకంల 'శాలిబండ పురము' ప్రసక్తి ఉన్నది. ఎత్తయిన ప్రాంతం 'చడావ్' కావున 'బండ' అన్న పదం వాడుకలకు వచ్చినా అసలు పేరు మాత్రం 'షా - అలీ - బందా'. బందా అంటే భక్తుడు. షా–అలీ–బందా ఒక సూఫీ యోగి. ఆ రోడ్డు మీద చడావ్‌ల ఒక రాగిచెట్టు కింద నివసించి అక్కడే కాలధర్మం చేసినాడు. ఆ చెట్టు కింద ఇప్పటికీ అతని దర్గా[1] ఉంది. ఏటేటా ఉర్సు ఉత్సవాలు జరుగుతై. 'పట్నంలో శాలిబండా పేరైనా గోలుకొండ' అన్న సీన్మా పాటతో శాలిబండ పేరు హోల్ ఆంధ్రప్రదేశ్‌ల మశూర్ అయిపోయింది. అట్ల స్వామి నివసించే బస్తీ పేరు శాలిబండ. దాని లోపల రూప్‌లాల్ బజార్ గల్లీల వాళ్ల ఇల్లు. ఆ శాలిబండ చుట్టుపక్కల గాజీబండ, మేకలబండ, పిసల్ బండ, రాంబక్షి బండ లాంటి మొహల్లాలు కూడా వున్నై. అర్థం చేసుకుంటే పేరులోనే పెన్నిధి కనబడుతది.

పాత చింతకాయ తొగి[2] బాగా కారం వేసిన కూర. కూరగాయలు ఎక్కువగా కొనలేరు కావున తక్కువగ వండే కూరలల్ల ఎక్కువ కారం వేస్తే కూరలు తక్కువ తింటరని అమ్మ ప్లాను. పొదుపు. శతకోటి దరిద్రాలకు అనంతకోటి ఉపాయాలు. నీళ్లచారు, నీళ్ల మజ్జిగతో పీట మీద కూచుని ముక్కులు చీదుకుంటూ, కండ్లు తుడుచుకుంటూ దబదబా ఉడుకుడుకు అన్నం తిన్నడు స్వామి. మళ్లీ సాయంత్రం దాక బేఫికర్. టిఫిన్ డబ్బాల అన్నం పెట్టుకుని కాలేజీకి పోతే నామోషీ అని ఆకలితో అట్లనే నకనకలాడేటోడు కానీ టిఫిన్ డబ్బా మాత్రం పట్టుకపోయేటోడు కాదు.

బాగా పాతబడి రంగు వెలిసిన కాటన్ పాంట్, షర్టు వేసుకున్నడు. అప్పటికింకా టెర్లినూ, టెరికాట్‌లు ధనవంతుల పిల్లలకు మాత్రమే పరిమితం. నామ్ కే వాస్తే ఏవో రెండు నోటుబుక్కులు, ఎక్కువగ చిరగకుండ కాస్త మంచిగా కనబడే టెక్స్ట్ బుక్ ఒకటి ఉత్త చేతులతోనే పట్టుకుని తెగిపోయిన స్లిప్పర్లను మరోసారి పిన్నీసుతో కుట్టుకుని 'గ్యారా నంబర్' బస్సెక్కి కాలేజీకి బయలుదేరినాడు. శాలిబండ నుండి సిటీ కాలేజీ మూడు కిలోమీటర్లు దూరం. గ్యారా నంబర్ బస్సు అంటే అదేందో బస్సు నంబరు అనుకునేరు. పేదవాళ్ల రెండు కాళ్ల నడకే గ్యారా నంబర్ బస్సు. హాస్యం వెనుక విషాదం.

అప్పటికింక శాలిబండ ఏరియాల బస్సులు తిరిగేవి కావు. పట్నం పోవాలంటే చార్మినార్‌కు వచ్చి బస్సు ఎక్కాలె. చారానా ఇస్తే రిక్షాల శాలిబండ నుండి చార్మినార్‌కు

---

1. సమాధి 2. పచ్చడి

డబుల్ సవారీ. సింగిల్ సవారీగా వెళ్లాలంటే అఠానా ఇవ్వాలె. ఆ చారానాతో చా తాగొచ్చు కదా! గుల్జార్ హౌస్ దగ్గరి క్రిష్ణా టాకీస్‌ల ఆ చారానాతో థర్డ్ క్లాసు టిక్కట్టు కొనుక్కుని దారాసింగ్ ఫైటింగ్ సీన్మా చూడొచ్చు కదా అని చాలా మంది గ్యారా నంబర్ బస్సునే నమ్ముకునేటోళ్లు.

నడక. నడక. నడక నా నేస్తం అని నమ్మేటోళ్లల్ల స్వామి కూడా ఒకడు. అతను తన బస్తీ ఇరుకిరుకు గల్లీలన్నింటినీ రూప్‌లాల్ బజార్, శివశంకర్ చమన్, నానక్ బౌడీలను దాటుకుని శాలిబండ పెద్ద రోడ్డులోని రాగిచెట్టు దర్గా దగ్గరికి వచ్చేసరికి ఎర్రటి ఎండ ఎగిసెగిసి, మిడిసి మిడిసి పడుతుంది. ముఖానికి చెమటలు. కర్చీఫ్ కల్చర్ లేదు కదా! పాత గుడ్డలు చింపి అమ్మ కుట్టిచ్చే దస్తీలంటే నామోషీ. విధి లేక పుస్తకాలని ఎడమ చేతిలోకి మార్చుకుని కుడి అరచేత్తో ముఖం తుడుచుకున్నడు. చెయ్యంతా చెమట చెమట. మళ్లీ ముఖమంతా చెమట చెమట. చేతుల చెమటలు పుస్తకాల అట్టల మీదకు బదిలీ. చెమటలతో తడిసి చీకిపోయిన పుస్తకాల అట్టలు.

దూరంగా ఏదో సందేశంలా చార్మినార్ కనబడుతుంది. మొదటిసారి చిన్నప్పుడు చార్మినార్‌ను చూసిన జ్ఞాపకం. పెద్ద తమ్ముడు జ్ఞాని పుట్టినప్పుడు వయస్సు రెండు, మూడు ఏండ్ల మధ్యనేనేమో! ఉస్మానియా దవాఖానాల వాడి జననం. అమ్మ కోసం స్వామి ఏడుస్తుంటే వాడిని కూడ దవాఖానాకు తీసుకుపోయినారు. తొట్టెలలో తమ్ముణ్ని చూసిన జ్ఞాపకం. 'తమ్ముడు, తమ్ముడు' అంటూ అందరూ వాణ్ని స్వామికి చూపించినారు. 'అమ్మా! ఇంటికి ఎప్పుడు వస్తవే' అని స్వామి ఏడుస్తుంటే వాడిని మరిపించి, మురిపించి బాపు రిక్షాల ఇంటికి వాపస్ తీసుకొస్తుంటే అగో అప్పుడు హఠాత్తుగ చార్మినార్ ఎదురుగ కనబడింది.

'హాశ్చర్యం'తో కళ్లే విచ్చుకున్నయో, చిన్ని నోరే తెరుచుకున్నదో స్వామికేం తెలుసు? కాని చార్మినార్ మాత్రం వాడి చిన్నారి హృదయంపై మొదటిసారిగ ముద్ర వేసింది. చార్మినార్ గడియారం, అండ్ల ముండ్లు వాడిని అమితంగ ఆకర్షించినాయి. అట్ల చార్మినార్ పహెలీ నజర్, పహెలా పహెలా ప్యార్ అయిపోయింది. మనిషికి ముక్కెట్ల అందమిస్తదో హైద్రాబాద్‌కు చార్మినార్ అట్ల అందమిస్తది. గత్తర వ్యాధిని అరికట్టమని అల్లాకు మొక్కుకుని అది తగ్గంగనే ఆ జ్ఞాపకార్థం చార్మినార్‌ను నిర్మించినారని ఒక కథ ప్రచారంల ఉంది. హైద్రాబాద్ నగర సుందరి ముక్కుపుడకల తళుక్కున మెరిసే మేలిమి ముత్యమే చార్మినార్. హైద్రాబాద్ కీ షాన్ ఔర్ షౌకత్ చార్మినార్.

నడక. నడక. ఆశా టాకీస్ చౌరస్తా. సత్తాజీ మాంసం దుకాణం. కూరగాయల మార్కెట్. ఐస్ దుకాణం. అహమ్మద్ కిరాణా దుకాణం. మొగల్‌పురాల మౌలానా హోటల్.

.... మొగల్‌పురా, గోలుకొండ ఖిల్లా మీద దండెత్తుకొచ్చిన ఔరంగజేబు సైన్యాలు విడిది చేసిన పురమే మొగల్‌పురా. కోట స్వాధీనమైన తర్వాత తాత్కాలికంగ ఇక్కడ్నుండే మొగల్ పరిపాలకులు రాజ్యపాలన చేసినారు. ఈ ప్రాంతంలోని కట్టడాలు, నిర్మాణాలన్నీ మొగల్ శిల్ప శైలికి సంబంధించినవే. ఆ భవనాలన్నీ, ఇప్పుడు షాదీఖానాలుగ మారిపోయినై.

మౌలానా హోటల్ల గ్రామఫోన్ రికార్డుల పాటలు, హరియాలీ ఔర్ రాస్తా, తేరే ఘర్ కే సామ్నే సీన్మా పాటలు. ఆ పాటల ఆసరాతో, ఆ పాటల బలంతో, ఆ పాటల భరోసాతో స్వామి నడక. నడక కూడా ఒక అందమైన పాటే. పాంచ్ మొహల్లా, నాజ్ ఫోటో స్టూడియో. డబుల్ రొట్టెల బేకరీ దుకాణం. మొగల్‌పురా కమాన్. దాని ఎదురుగా ఘుమఘుమల వాసనలతో 'చాక్నా' తయారు చేస్తున్న తురక హోటల్.

లట్కుం, లట్కుం, లట్కుం. చెవులకు ఇంపైన లయబద్ధ సంగీతం. వెండి, బంగారు 'వరఖ్' కాగితాల కోసం రెక్కలు ముక్కలు చేసుకునే కూలీల సమ్మెట పోట్ల నుండి ఉద్భవించే అద్భుత శ్రామిక జీవన సంగీతం. లట్కుం, లట్కుం, లట్కుం. రిథమిక్ మ్యూజిక్. మిఠాయిల మీద, బిర్యానీల మీద అతికించే వెండి, బంగారు వరఖ్ కాగితాలు. పూత రేకులు. పూలరేకులు. రుచిని పంచి, ఆరోగ్యాన్ని పెంచే వరఖ్ కాగితాల సంగీత సమ్మేళనం.

తినే పదార్థాల మీదనే గాక ఆ వరఖ్ రేకుల్ని హిందూ దేవాలయాలల్ల ఆలయ గోపురంపై, విమానం, గర్భగుడి, రథాలపై లేపనం చేస్తరు. ముందు రాగి రేకుల్ని లేపనం చేసి, తర్వాత వాటిపై బంగారపు పూత పోస్తరు. ఆ బంగారపు పూతకు పూతరేకుల్లాంటి పలుచని రేకులను మాత్రమే ఉపయోగిస్తరు. వీటిని కూడా వరక్ కాగితాలనే పిలుస్తరు. హైద్రాబాద్ పాతబస్తీకి చెందిన ముస్లిం కళాకారులు ఈ వృత్తిల నిపుణులు. వీరు దేశవిదేశాలల్ల ఆలయాలకు ఈ వరఖ్ కాగితాలు, రేకుల తయారీ కోసం పోతుంటరు. హిందూ దేవాలయాలు వీరి పనితనానికి నీరాజనాలు పట్టాయి.

వీరు ముస్లింలైనా ఆలయాలల్ల పని చేసేటప్పుడు హిందువుల ఆచారాల్ని, పద్ధతుల్ని నిష్టగా పాటిస్తరు. పని చేస్తున్న కాలంల శాకాహారం మాత్రమే తీసుకుంటరు. ప్రతిరోజు దైవదర్శనం చేసుకుని ప్రసాదం ఆరగించిన తర్వాతే పనిలకు దిగుతరు. తిరుత్తణి, శ్రీకాళహస్తి, రాజమండ్రి, అన్నవరం దేవాలయాలల్ల వీరు పని చేసినారు. పాండిచ్చేరిలోని వినాయక ఆలయానికి డెబ్బై లక్షల విలువ గల వరఖ్‌లను తయారు చేసి అందించినారు. కంచి కామకోటి పీఠాధిపతి కూడా వీరి నైపుణ్యాన్ని మెచ్చుకున్నరు.

మేం భారతీయులం. మాకు మందిర్, మసీద్ రెండూ సమానమే. ఏ మతకల్లోలాలు మా విశ్వాసాన్ని సడలించలేవు అని గర్వంగ అంటరు. లార్డ్ బజార్, ముర్గీకా చౌక్‌లలో మరికొంత మంది ముస్లిం కార్మికులు బ్లాక్ మెటల్ అల్యూమినియంతో హిందూ

దేవుళ్లదేవతల విగ్రహాలను చాలా కళాత్మకంగా తయారు చేస్తరు. కూటి కోసం కోటి విద్యలు. పాపీ పేట్ హై. పైసా హీ పరమాత్మా హై. వీరందరికీ అన్నం పెట్టే వృత్తి ముఖ్యం కాని, శవాల మీద పేలాలు ఏరుకుని తినే రాజకీయ రాబందుల మతకల్లోలాలు, మారణహోమాలు ముఖ్యం కాదు.

కాశీ విశ్వనాథుని ఆలయంల ప్రతిరోజూ బిస్మిల్లా ఖాన్ షెహనాయితో పూజలు ప్రారంభమవుతై. హైద్రాబాద్ వరఖ్ కార్మికుల చేతుల మీదుగ దేవాలయాలల్ల బంగారపు జిలుగువెలుగులు విరజిమ్ముతై. దేవుళ్లు, దేవతలు మెరిసిపోతుంటరు. మరి అట్లాంటప్పుడు ఈ దేశంల మతకల్లోలాలు ఎందుకు జరుగుతున్నయో!

కర్ర్ కర్ర్ కర్ర్. కత్తులకు, కటార్లకు, కత్తెర్లకు సానబట్టి మెరిపించే మెసిన్ల చప్పుడు. వాటిని సానబట్టేటప్పుడు మిరుమిట్లు గొల్పే నిప్పులరవ్వలు. దీపావళి పండుగ రాత్రి పూల్ చెడీలు. పువ్వుల రవ్వలు. నడక. నడక ఒక నడుస్తున్న చదువు. నడక ఒక నడుస్తున్న చరిత్ర. కంటికి దూరమైతే కాలికి దూరమా అనుకుని అన్నింటినీ చూసుకుంట, దాటుకుంట అడుగులేస్తుంటే మక్కా మసీదు. నల్లరాతి బండల మీద తెలతెల్లని శాంతి కపోతాలు. వీటికి గింజలు వెదజల్లే చిన్న పిల్లలు.

లార్డ్ బజార్ గాజుల దుకాణాల మలుపుల నైజాం కాలంనాటి అదే పురాతన ఇక్బాల్ హోటల్. "బోలో సాబ్! క్యా హుకుం హై?" అంటూ వొంగి వొంగి సలాములు చేసే సర్వర్లు, చార్మినార్ ఛత్రచ్ఛాయల నుండి ముందుకు వెళ్తే శివాలయం. కుడి ఎడమల కాపలా కాసే సింహాలు. చార్ కమాన్. మార్వాడీ అగర్వాల్‌ల వెండి, బంగారు దుకాణాలు. చౌరస్తాల గుల్జార్ హౌస్. నీళ్లు లేనందున పేరు మారిన సూఖాహౌస్. కృష్ణా టాకీస్ అందుల నడుస్తున్న రాజ్‌కపూర్ తీస్రీ కసమ్ సీన్మా. మచిలీ కమాన్ షెహరాన్ హోటల్. "సాబ్ కా జబాన్ నికాలో, సాబ్ కా భేజా నికాలో" అంటున్న సర్వర్ల ద్వంద్వార్థాల జోక్‌లు. ఆనందించే కస్టమర్లు. మసీదు మలుపుల జి. మల్లయ్య బట్టల దుకాణం. పత్తర్‌గట్టీ కపడా గట్టీ. రంగురంగుల జండాల్లా రెపరెపలాడుతూ గాలికి ఎగురుతున్న సిల్కు చీరెలు. చీరెల కోసం కొంత మంది ఆడవాళ్లు బట్టల దుకాణంలోకి పోంగనే కొంతమంది కొంటె కుర్రాళ్లు 'అమ్మగార్లొచ్చింండ్రు, బట్టలిప్పి చూపియ్యండ్రా' అని డబుల్ మీనింగ్ జోకులు.

మీరాలం మండీ కూరగాయల మార్కెట్. దాని లోపల ఇరానీలు నివసించే ఇరానీ గల్లీ. పత్తర్‌గట్టీ కమాన్ లోపల నానక్‌రాం భగ్వాన్ దాస్ కాలేజీ. కమాన్ పక్కన జుబ్లీ టపాఖానా. దాని ఎదురుగ ఆర్.ఆర్. గోపాల్ బట్టల దుకాణం. ముందుకు, మున్ముందుకు వెళ్తే మదీనా హోటల్. కమ్మటి బిర్యానీ వాసన, గుభాళించే సమోసాల వాసన. చార్మినార్

భరండీ మదీనా బిర్యానీ చల్నేదో బాల్‌కిషన్. లెఫ్ట్ టర్న్, రైట్ సైడ్‌ల కుతుబ్ షాహీలు కట్టించిన అషుర్‌ఖానా. మొహర్రంకు ముందు అండ్ల పీర్లను నిలబెడతరు. హైకోర్టు. కోర్టు పక్షులు. నల్లకోట్లు. అచ్చట న్యాయం అన్యాయంగ అమ్మబడును. దమ్ములుంటే, డబ్బులుంటే కొనుక్కోవచ్చును. సత్యమే శవం. హైకోర్టుకు ఎదురుగ తమిళ బ్రాహ్మణ సాపాటు నిలయం. నాలుగు అడుగులేస్తే ఎడమ వైపు మెహబూబ్ కీ మెహందీ. వసంతసేనల వేశ్యావాటిక. షమాలు, ముజ్రాలు. ఘుంఘురూలు. దివానా పర్వానాలు. కొండకచో మృచ్ఛకటికంలోని చారుదత్తులు. కుడివైపున ఘనత వహించిన సిటీ కాలేజీ.

అవిశ్రాంత పథికుడు స్వామి. మంజిల్‌కు చేరుకున్న ముసాఫిర్ స్వామి. స్వామి కాలేజీ ఆవరణలకు అడుగుపెట్టినాడు.

❖ ❖ ❖

జై తెలంగాణా, జై జై తెలంగాణా. దిక్కులు దద్దరిల్లేలా తెలంగాణా నినాదాలు. విద్యార్థులంత కాలేజీ ఆవరణల చెట్ల కింద మైదానంల గుంపులు గుంపులుగ నిలుచున్నరు. ఎవళ్లూ క్లాసులకు పోయినట్లు లేదు. అక్కడి వాతావరణంల ఏదో తెలియని ఉద్రిక్తత. అందరి ముఖాలల్ల ఆవేశం, ఆందోళన. ఆ గుంపుల వికసించిన విద్యుత్తేజం. విషయం ఏమీ అర్థం కాకున్నా సహజసిద్ధ ఉద్రిక్త స్వభావి అయిన స్వామి మెదడు, శరీరంల వెయ్యి వోల్టుల విద్యుత్తీగలు జిలజిలా ప్రసరించినాయి. తనకు తెలియకుండనే గుంపుల దగ్గరికి చేరుకున్నడు.

ఎత్తయిన ఒక హౌజ్ గోడ మీద నిలబడి తను ఎన్నడూ చూడని ఒక యువకుడు ఆవేశంగ కుడిచెయ్యి ఎత్తి బిగించిన పిడికిలి గాలిల ఊపుతూ ఏదో ఉపన్యాసమిస్తున్నడు. అతను చక్కని టెరికాట్ పాంట్, టెర్లిన్ షర్టు వేసుకుని అందంగ, లావుగ, ఎత్తుగ వున్నడు. అతని ఉపన్యాసంల సంగతి ఏందో అర్థం కాకున్న ఆయన తరచుగ పదే పదే ప్రస్తావిస్తున్న తెలంగాణా తెలంగాణా, ఆంధ్రా ఆంధ్రా అన్న పదాలు మాత్రం స్వామి బుర్రలకు ఎక్కుతున్నయి. 'ఆయన ఎవరు?' అని తన పక్కనున్న విద్యార్థిని అడిగితే ఆయన పేరు వీరన్న అని, ఉస్మానియా యూనివర్శిటీ లా కాలేజీ యూనియన్ లీడర్ అని చెప్పినాడు. పి.యు.సి. చదివే స్వామికి ఆ లా కాలేజీ విద్యార్థి నాయకుడి పట్ల ఆరాధనా భావం కలిగింది. ఇంతల ఆ ఉపన్యాసం ముగిసినట్టుంది.

మళ్ల ఆకాశం బద్దలయ్యి తల మీద పడ్డట్టుగ జై తెలంగాణా, జై జై తెలంగాణా నినాదాలు. ఎండాకాలం గాలిదుమారం నాటి ఉరుములు. పిడుగులు. చీకటి తుఫాను రాత్రి చెట్ల కొమ్మల నుండి వీచే హోరుగాలి చప్పుడు. స్వామికి ఒళ్లంతా జ్వరం వొచ్చినట్లయ్యింది. ఆవేశపు పెనుగాలిలో గడ్డిపోచలాగ ఊగిపోయినాడు. వొణికిపోయినాడు.

వీరన్న ఉపన్యాసం అయిపోంగనే కాలేజీ విద్యార్థి సంఘం అధ్యక్షుడు గాంధీశ్వర్ మాట్లాడటం ప్రారంభించినాడు. అతను వీరన్నలాగ చక్కగ ఉపన్యసించకపోయినా మామూలుగ మాట్లాడుతున్నట్లే ప్రసంగించినాడు. ఈ రోజు అందరూ క్లాసుల్ని బహిష్కరించాలని, క్లాసులకు వెళ్లవద్దనీ, అందరూ ఊరేగింపుగ నిజాం కాలేజీకి వెళ్లాలని, అక్కడ అన్ని కాలేజీల నుండి వచ్చిన విద్యార్థులు జమ అవుతరని, పెద్ద సభ జరుగుతుందని ప్రకటించినాడు. ఆ ప్రకటనతో విద్యార్థులల్ల ఉత్సాహం పెల్లుబుకి, క్లాసులు లేవన్న ఆనందంతో వాళ్లు కెవ్వు, కెవ్వున కేకలేసినారు. చప్పట్లు చరిచినారు. ఈలలు, ఊళలు వేసినారు. స్వామి గుంపుల గోవిందా అన్నట్లు వారితో కలిసిపోయినాడు.

ఊరేగింపు మొదలయ్యింది. విద్యార్థులంత గుంపులు గుంపులుగ నడుచుకుంట రోడ్డు ఎక్కినారు. హైకోర్టుకు పొయ్యే రోడ్డుల ట్రాఫిక్ అటుఇటు జామ్ అయ్యింది. జై తెలంగాణా, ఆంధ్రాస్ గో బ్యాక్, ఇడ్లీ సాంబార్ గోబ్యాక్, గోంగూర పచ్చడి గో బ్యాక్ నినాదాలు భూమి, ఆకాశాన్ని ఒకటి చేస్తున్నయి. ఊరేగింపు ముందు భాగాన 'వీరన్న, గాంధీశ్వర్, మధుసూదన్‌రెడ్డి, ఇంద్రసేనారెడ్డి, జగతయ్య మొదలైన విద్యార్థి నాయకులు నడుస్తున్నరు. వారిచ్చే నినాదాలను వెనుక వున్న విద్యార్థులంత కోరస్‌గ అందుకుంటున్నరు. రొటీన్ జీవితాన్ని బద్దలు కొట్టిన ఈ ఉద్యమం వల్ల స్వామి హుషారుగ వున్నడు.

ఇంతల అతని మిత్రులు గోపి, అశోక్, జెఫ్రీ ఆ ఊరేగింపుల కలిసేసరికి ఆవేశం, ఆనందం ఇనుమడించినాయి. అందరూ కలిసి నినాదాలని హోరెత్తిస్తున్నరు. నయాపూల్ దగ్గరికి వచ్చేసరికి స్కూలు పిల్లలు కూడ ఊరేగింపుల కలిసి పిల్లకాలువ పెద్ద నదిలాగ మారింది. ఎక్కడ్నుంచో వచ్చిన పోలీసు వ్యానుల నుండి దిగిన ఇనుపటోపీ పోలీసులు బిలబిలా వ్యాన్ దిగి ఊరేగింపుకు కుడిఎడమల నడువసాగినారు. నయాపూల్ మీద ట్రాఫిక్ జామ్ అయ్యి బస్సులు, మోటారు కార్ల హారన్ల మోతలతోటి వాతావరణం మారుమోగుతున్నది. ఉస్మానియా హాస్పిటల్ గేట్, అఫ్జల్‌గంజ్ పోలీసుస్టేషన్ దాటి గౌలిగుడా దిక్కు ఊరేగింపు ప్రవాహంలాగ కదిలిపోతున్నది. ఆఫీసులకు, ఉద్యోగాలకు, వ్యాపారాలకు వెళ్లే ప్రజలంత ఉత్సాహం తోటి ఊరేగింపును చూస్తున్నరు. తామిచ్చే నినాదాల పట్ల వారికి కూడ ఏదో సానుభూతి వున్నట్లే అనిపించింది.

గౌలిగుడా చౌరస్తాకు ఊరేగింపు చేరుకోంగనే సికింద్రాబాద్ వైపు పోయే డబుల్ డెక్కర్ బస్సు ఇంకా ఒకటి రెండు సింగిల్ బస్సులు కనబడినాయి. విద్యార్థులంతా రెట్టింపు నినాదాలు చేసుకుంట నడిరోడ్డున బస్సుల్ని ఆపేసి వాటిలోకి ఎక్కేసినారు. బస్సులల్ల కూడా నినాదాలు ఆపలేదు. టిక్కెట్, టిక్కెట్ అని కండక్టరు దగ్గరికి వస్తే నినాదాలే సమాధానాలు. మొండిగా టికట్టు తీసుకోవాలన్న కండక్టరును కొట్టినంత పని చేసినారు.

చివరికి పాపం కండక్టరు ప్రేక్షకుడిలాగ చూసుకుంట ఓ మూల నిలబడిపోయినాడు. బస్సు ఆబిడ్స్ చౌరస్తాకు చేరుకోంగనే మరికొంత మంది అందులోకి ఎక్కినారు. బస్సు ఆలియా స్కూలు దగ్గర ఆగింది. విద్యార్థులంతా బిలబిలా బస్సుల నుండి కిందికి దూకేసినారు.

ఎదురుగ నిజాం కాలేజీ. స్వామి నిజాం కాలేజీని చూడటం అదే ప్రథమం. అది చాలా గొప్ప కాలేజీ అని, గొప్పవాళ్లందరూ ఆ కాలేజీల చదువుతరని, నైజాం జమానా నాటి పాత కాలేజీ అని, ఆ కాలేజీల చదివే కొందరు కొంటె పిల్లలు బస్సులల్ల ఆడపిల్లల్ని ఏడిపిస్తుంటరనీ తన చిన్నక్క చెపుతుంటే చాలాసార్లు విన్నడు. తమ ఇంటి దగ్గరి మైదాన్‌ల ఫుట్‌బాల్ ఆడే ఒకరిద్దరు ముస్లిం యువకులు కూడ ఆ కాలేజీ విద్యార్థులేనని స్వామికి తెలుసు.

స్వామికి మరో ప్రపంచంలకు వచ్చినట్లుంది. కాలేజీని బాయ్‌కాట్ చేయడం, టిక్కట్ లేకుండ బస్సుల ప్రయాణించడం, నిజాం కాలేజీని చూడటం అతనికి సాహస కార్యాలుగ తోస్తున్నై. ఉద్యమం, నినాదాలు అతనికి తను చదివిన స్వాతంత్ర్య పోరాటాన్ని గుర్తు చేస్తున్నై. విద్యార్థులంత రోడ్డు దాటి అవతలివైపునున్న నిజాం కాలేజీ దిక్కు నడుస్తున్నరు. ఇంతల గాంధీశ్వర్ ఊరేగింపు ముందు భాగాన డాన్స్ చేయడం ప్రారంభించినాడు. చాలా అందంగ డాన్సు చేసినాడు. అది ఏదో ఇంగ్లీష్ సీన్మాల రాక్ అండ్ రోల్ డాన్స్ అట. అందరూ చప్పట్లు కొట్టుకుంట అతడ్ని ఉత్సాహపరుస్తూ తాము కూడ ఆ డాన్సును అనుకరించినారు. ఊరేగింపు నిజాం కాలేజీ గేటు నుండి లోపలకు ప్రవేశించింది. రాజుల భవనంలా, అంతఃపురంలా నిజాం కాలేజీ బిల్డింగ్ స్వామిని ఆకర్షించింది. లెక్చరర్లందరూ సాలార్‌జంగ్ హాల్ ఎత్తయిన మెట్లపై నిలబడి ఊరేగింపును చూస్తూ, నవ్వుకుంటూ మాట్లాడుకుంటున్నరు. తమపై వారికేమీ వ్యతిరేకత లేనట్లు అనిపించింది.

కాలేజీ గేటుకు అవుతల రోడ్డు మీద తండోపతండాలుగ ఇనుపటోపీలు, లాఠీలు ధరించిన పోలీసులు. కొందరి చేతులల్ల తుపాకులు. పోలీసు బలగాలని చూసేసరికి స్వామికి ముచ్చెమటలు పోసినై. భయంతో గుండె దడదడలాడింది. ఒక లాఠీదెబ్బ తన ఒంటిపై పడితే తన బక్క శరీరంల బొక్కలు విరగటం ఖాయం అన్న భయం స్వామి బుర్రల ప్రవేశించంగనే ఒళ్లంతా వొణికిపోయింది.

ఇంతలనే గోపి కలిసి తనను ఆ కాలేజీ బిల్డింగ్ వెనుక వైపు గుంజుకుని పోయినాడు. అక్కడ విశాలమైన ప్లేగ్రౌండ్. జంటనగరాల విద్యార్థులందరూ అక్కడే జమ అయినట్లు కనిపిస్తున్నది. మైకుల హిందీ దేశభక్తి పాటలు వేస్తున్నరు. "గంగా మేరా మా కా నామ్. బాప్ కా నామ్ హిమాలయ్" అన్న పాట స్వామికెంతో నచ్చింది. ఇంతల స్టేజీ మీద

నుండి విద్యార్థి నాయకుల ఉపన్యాసాలు ప్రారంభమైనాయి. ఉర్దూ, తెలుగు, హిందీలల్ల ఉపన్యాసాలు ఇస్తున్నరు. గోపాల్ అనే నాయకుడు అందరికీ అర్థం అయ్యే ఉర్దూల, తెలుగుల అద్భుతంగ, ఆవేశంగ ఉపన్యాసమిచ్చినాడు. సందర్భానుసారంగ అనేకసార్లు నవ్వించినాడు.

స్వామికి అతని ఉపన్యాసం చాలా నచ్చింది. ఉద్యోగాలన్ని ఆంధ్రావాళ్లే చేస్తున్నరని, తెలంగాణా ఉద్యోగాలన్ని తెలంగాణావాళ్లకే ఇవ్వాలని స్వామికి అర్థం అయింది. వాళ్ల ఇంట్ల ఎప్పుడూ ఇడ్లీలు, గోంగూర పచ్చడి తినరు కావున అవి తినే ఆంధ్రోళ్లు తమకు పరాయివారని కూడా అర్థమైపోయింది. ఏది ఏమైనా కాలేజీ ఎగ్గొట్టి ఫ్రీగ బస్సుల తిరిగే ఈ ఉద్యమం మరికొన్ని రోజులు ఇట్లనే కొనసాగాలని స్వామి లోలోపల మనస్సుల దేవుడికి మొక్కుకున్నడు.

ఇంతల హఠాత్తుగ సభల కలకలం మొదలయ్యింది. ఉపన్యాసాలు ఆగిపోయినయి. విద్యార్థులంతా కట్ట తెగిన ప్రవాహంలాగ అక్కడ్నుండి కాలేజీ గేటు వైపు దూసుకుపోతున్నరు. గోపి తన చేయి పట్టుకుని అటువైపు గుంజుకపోయినాడు. గేటుకు అవతలి వైపు రోడ్డు మీద చిప్పటోపీ పోలీసులు. ఇవతల కాలేజీ ఆవరణల విద్యార్థుల గుంపులు. ఇతర కాలేజీల నుండి సమావేశానికి వచ్చే విద్యార్థులను పోలీసులు రోడ్డు మీదనే ఆపి లోపలికి రానిస్తలేదు. వారిని లాఠీలతో వెనుకకు తరిమికొడుతున్నరు. గేటును మూసేసినారు. 'పోలీస్ జులుం డౌన్ డౌన్' అంటూ విద్యార్థులు నినాదాలు చేస్తున్నరు. వారిని లోనికి రానివ్వమని అరుస్తున్నరు. పోలీసులు ఆ కేకల్ని లెక్క చేస్తలేదు. కాలేజీ లోపలి నుండి విద్యార్థులు పోలీసులపై రాళ్లవర్షం కురిపించడం ప్రారంభించినారు.

స్వామి మనస్సు ఏదో కీడును శంకించింది. కాని గుంపుల చిక్కుకుపోయినాడు. అటు నుండి పోలీసులు బాష్పవాయువు ప్రయోగించినారు. ఆ టియర్ గ్యాస్ గోళాలు దూసుకొచ్చి తమ గుంపులపై పడసాగినాయి. తెల్లని పొగ. ఎవరూ కనబడటం లేదు. స్వామికి దగ్గు, కళ్ల మంటలు, కళ్లనీళ్లు రాసాగినై. భయం ముంచుకొచ్చింది. రాళ్ల వర్షం ఆగినందున పోలీసులు గేట్లు తీసుకుని కాలేజీ ఆవరణలకు దూసుకొచ్చినారు. చేతికి అందినవారినల్లా గొడ్లను బాదినట్లు బాదుతున్నరు. ఏడుపులు, హాహాకారాలు, నినాదాలు. క్షణాలల్ల కాలేజీ ఆవరణంత యుద్ధభూమిలాగ మారిపోయింది. కొంత మంది ధైర్యవంతులు దస్తీలతో ముఖాలు కప్పుకుని ఆ రాలిపడే టియర్ గ్యాస్ గోళాలను చేతులతోటి పట్టుకొని పక్కనే వున్న నీళ్ల తొట్లల్ల వేయసాగినారు. మరికొంత మంది వాటిని తిరిగి పోలీసుల పైన్నే విసిరివేస్తున్నరు.

పోలీసు మూకలు గేటు తెరిచి కాలేజీ భవనం లోపలికి దూసుకొచ్చి లెక్చరర్లు, సిబ్బంది అని చూడకుండ అందర్నీ చితకబాదుతున్నరు. పెటీల్ పెటీల్మని తలలు పగిలిపోతున్నై. కాళ్లు, చేతులు విరిగిపోతున్నై. పెడబొబ్బలు, ఆర్తనాదాలు, అయినా జై తెలంగాణా నినాదాలు మిన్నంటుతూనే ఉన్నై. స్వామి ప్రవాహంల కొట్టుకుపోతున్నడు. ఎటు వైపు పరుగెత్తుతున్నడో తెలుస్తనే లేదు. పరుగెత్తుతుంటే హఠాత్తుగ ముళ్ల కంచె అడ్డం వచ్చింది. దానికి తట్టుకుని విద్యార్థులంత దభీదభీమని కింద పడుతున్నరు. అక్కడ తోవ లేదు. వెనక నుండి వచ్చే వారంతా తోసుకుంట వచ్చి వారి మీదనే పడుతున్నరు. అడుగున కింద పడిన వారికి లేచే చాన్స్ లేదు. వెనక నుండి లాఠీలతో యమదూతల్లాగ తరుముకొస్తున్నరు పోలీసులు. ముందు ముళ్ల కంచె. వెనక యమదూతలు.

ఇంతల గోపి ఆపద్బాంధవుడిలాగ ఎక్కడ్నుంచి వచ్చినాడో తన చేయి పట్టుకుని మరో వైపు పరిగెత్తినాడు. చెప్పులు ఎక్కడో, ఎప్పుడో ఊడిపోయినై. పుస్తకాలు జారిపోయినై. బరికాళ్లతోనే పరుగులు. తుప్పలల్ల పరిగెత్తుతున్నందున రాళ్లురప్పలు, ముండ్లు పాదాలను గాయపరుస్తున్నై. భయంల ఏ బాధ తెలుస్తలేదు. ఇంతల ఒక పసుపుపచ్చ పిట్టగోడ అడ్డం వచ్చింది. అది కాలేజీ కాంపౌండ్ వాల్. గోపి ఒక్క గెంతుల ఆ గోడను ఎక్కి కూచున్నడు. స్వామికి గోడలు ఎక్కడం, దుంకడం రానే రాదు. చిన్నప్పటి నుండి ఆటలకు ఆమడదూరం. గోపీగాడే ఓ చెయ్యి అందించి గోడ మీదికి లాక్కున్నడు. మోకాళ్లు గోడకు కొట్టుకుపోయి రక్తం కారుతున్నది. గోడనైతే ఎక్కినాడు గాని కిందకు దుంకాలంటే భయం. అవుతలి వైపున లోతెక్కువ. తటపటాయిస్తున్న స్వామిని గోపి ఒక్క తోపు తోసినాడు. దభీమని నేల మీద పడినాడు. మళ్ళీ దెబ్బలు. నొప్పి, బాధ. గోపి కూడా దుంకి మళ్లీ స్వామి చేయి పట్టుకుని పరుగో పరుగు. కాని అక్కడ రోడ్డు మీద పోలీసులు లేరు.

అది బషీర్బాగ్ నుండి పాత ఎమ్మెల్యే క్వార్టర్స్ హైదర్గుడాకు వెళ్లే రోడ్డు. పరుగెత్తుతనే ఎమ్మెల్యే క్వార్టర్స్ చౌరస్తాకు చేరుకున్నరు. వాళ్లతో పాటు చాలా మంది విద్యార్థులు పరుగెత్తుకొచ్చి అక్కడే జమ అయినారు. చూస్తుండంగనే కొద్ది సేపట్లనే అక్కడ పెద్ద గుంపు పోగయ్యింది. మనుషులందరూ విడివిడిగా వుంటే ఒకటి అంకెలే కాని వారందరూ ఒక్కటైతేనే వ్యక్తులు శక్తులుగా మారుతరు. మాబ్ సైకాలజీ. అక్కడ పోలీసులు ఎవరూ లేరు. వారందరికీ బాధ, కోపం, దెబ్బలు తిన్న అవమానం. తెలంగాణా ఆశయం పట్ల ప్రేమ. మళ్లీ వాళ్లల్ల అగ్నిని రాజుకునేలా చేసినాయి.

జై తెలంగాణా, జై జై తెలంగాణా నినాదాలు ప్రారంభమైనాయి. ఇంతల ఎదురుగ ఒకటి రెండు బస్సులు వచ్చినై. విద్యార్థులకు తమ ఆగ్రహం ఎవరి మీద చూపించాల్నో తెలియక రోడ్డు మీది రాళ్లను ఏరుకుని బస్సు అద్దాలపై గురి చూసి విసరటం ప్రారంభించినారు. స్వామి, గోపి కూడా అందులో చేరిపోయినారు. బస్సు అద్దాలు భళ్లుభళ్లున

బద్దలైపోతుంటే ఏదో తెలియని తృప్తి, ఆనందం. తీరుతున్న కసి. చౌరస్తాల అందరూ ఈ గడబడలకు భయపడి తత్తరబిత్తరగా 'తీన్ తేరా నౌ అఠారాగా' నాలుగు మూలలకు పరుగెత్తుతున్నరు. దుకాణాల షట్టర్లన్నీ ధన్‌ధన్‌న మూసుకుంటున్నయి పక్కనే వున్న ఇరానీ హోటల్ యజమాని భయంతోటి షట్టర్‌ను మూసేసే ప్రయత్నంలో వుండంగనే స్వామి, గోపీ మరికొందరు అండ్లకు చొచ్చుకపోయినారు. నినాదాలు, చేతిలో రాళ్లు. ఇరానీ హోటల్ అద్దాలన్ని రాళ్లదెబ్బలకు పగిలిపోతున్నై.

స్వామికి భయం పోయి ఉత్సాహం ఇనుమడించింది. యజమాని కౌంటర్‌పై పెద్ద పెద్ద సీసం జాడీలు. అందులో బిస్కట్లు, చాక్లెట్లు, కేకులు వగైరా. స్వామి దృష్టి వాటి మీదకు పోయింది. హఠాత్తుగ అటువైపు పరుగెత్తి ఆ సీసాలను రోడ్డు మీదికి విసరటం ప్రారంభించినాడు. బళ్లుబళ్లుమనే చిత్రవిచిత్ర చప్పుళ్లతో రోడ్డు మీద పడి పగిలిపోయే సీసాలు. బిస్కట్లు, చాక్లెట్లన్నీ మట్టిపాలు. ఆ గడబడతోటి హోటల్‌లోని గిరాకీలందరూ బిల్లులు చెల్లించకుండనే సందట్లో సడేమియాగా పారిపోయినారు. ఇరానీ వాడి గోలగోల. ఇంతల పోలీసు వ్యాన్ సైరన్. పోలీసుల విజిల్స్. పకడో, పకడో, మారో మారో అని పోలీసుల కేకలు. మళ్లీ టియర్ గ్యాస్. మళ్లీ లాఠీఛార్జి. ఈసారి భయం లేదు, తెగింపు, చొరవ. కట్టలు తెగిన దుస్సాహసం. కోల్పోయిన విచక్షణ. స్వామి, గోపీ తెలివిగ ఆ పోలీసుల పద్మవ్యూహం నుండి బయటపడి విఠల్‌వాడీ దిక్కు మళ్లీ పరుగు. గోపి ఇల్లు విఠల్‌వాడీలనే.

2

ప్రతి పిల్లగాలి తెమ్మెరకు చిగురాకు వోలె చలించిపోయే హృదయం స్వామిది. ప్రతి చిన్న సంఘటనకు 'అసంకల్పిత ప్రతీకారచర్య' వోలె స్పందించే హృదయం స్వామికి ఎక్కడి నుండి వచ్చింది? బహుశా పాలు తాగే పసిడి ప్రాయంలోనే స్వామికి ఆ గుణం అమ్మ ఒడిలనే అబ్బిందేమొ!

❖ ❖ ❖

అమ్మ పక్కల వెచ్చగ నిద్రపోతున్న స్వామి కళ్లు తెరిచినాడు. అమ్మ చీరె కొంగు వాడి ముఖంపై పడి ఉక్కిరిబిక్కిరై కాళ్లు చేతులు తసబిసా కొట్టుకున్నడు. హమ్మయ్య కొంగు తొలిగింది. గాలి ఆడుతుంది. ఆపద తొలిగిపోయిందని హాయిగా నవ్వినా అమ్మ ముఖంలోకి చూసేసరికి అందమైన అమ్మ ముఖం. పచ్చని ముఖం. నుదుట ఎర్రని గుండ్రని కుంకుమ బొట్టు వాడి దృష్టిని ఆకర్షించింది. వాడి కళ్ల నిండ ఎరుపుదనం నిండిపోయింది. మళ్లీ చూపుల్ని మళ్లించినాడు. ఈసారి కళ్లలో ఆకుపచ్చదనం అలుముకుని

పరవశించిపోయినాడు. ఆకుపచ్చ రంగు అమ్మ చీరె కొంగు. చేతుల్తో పట్టుకుని కాసేపు ఆడుకున్నడు. ఆకలయ్యిందేమో అంతలనే ఏడుపు. అంత వరకు చందమామ కథల పత్రిక చదువుకుంటున్న అమ్మ కొంచెం కదిలి వాడికి స్తన్యం అందించింది. ధార, తియ్యని ధార, పాలధార, ప్రాణధార, పంచదార. తృప్తిగా చప్పరిస్తూ పాలు తాగుతున్న స్వామి మళ్లీ తలెత్తి అమ్మ వైపు చూస్తే అమ్మ చేతిల రంగురంగుల బొమ్మల పత్రిక. ఎన్ని రంగులు, ఎరుపు, ఆకుపచ్చ, పసుపుపచ్చ, తెలుపు, నలుపు, అమ్మ ముఖం లాంటి పసుపుపచ్చ రంగు. చీరె కొంగులాంటి చిలకపచ్చ రంగు, నుదుట బొట్టులాంటి ఎరుపురంగు, రంగుల బొమ్మలు. రకరకాల మనుషుల బొమ్మలు, చెట్లు, ఆకులు, పువ్వులు, పక్షులు జంతువుల బొమ్మలు, రంగురంగుల ఆకాశం, కొండలు, గుట్టలు, నదులు, సముద్రాలు, రంగులమయం. అంతా హరివిల్లు మయం. అమ్మ-అమ్మకు సంబంధించిన రంగులు. పుస్తకం - పుస్తకంల రంగులు. అమ్మ సామీప్యపు వెచ్చదనం. పాలధారల తియ్యదనం. సంతోషం, ఆనందం, కేరింతలు.

అట్ల ఎవళ్లకు తెలియకుండనే వాడికి కూడ తెలియకుండనే అక్షరాభ్యాసం జరిగిపోయింది. పాలతో పాటు పుస్తకం కూడ ఏకకాలంల పరిచయం అయ్యింది. చాలా సహజంగ పుస్తకం, పుస్తకంలోపలి రంగులు, బొమ్మలు పరిచయమైనాయి. పాలు తాగినంత సహజంగ పాలు, పుస్తకం, అమ్మ ఈ మూడు ఒక్కటే అనుకున్నడు ఆ బంగారు సమయంలో.

❖ ❖ ❖

కాలం స్తంభించినట్టు ఇల్లంత ఏకాంత నిశ్శబ్దం. మధ్యాహ్నసమయం. ఇంట్ల ఎవళ్లూ లేరు అమ్మా స్వామి తప్ప. కడుపు నిండి నిశ్శబ్ద సంగీతాన్ని ఆస్వాదిస్తున్నడు. ఎక్కడ్నుంచో కోయిల కూ - కూ కూతలు. ఆగి ఆగి లయబద్ధంగ ఆ ప్రశాంత వాతావరణంల సుతారమైన ఏక్‌తారా నాదంలాగ. ప్రతీరోజూ ఇదే మాదిరి మధ్యాహ్న ఏకాంత నిశ్శబ్ద సమయాలల్ల స్వామి కోకిలమ్మ కూకూలని వింటూ రాగాల లోకాలల్ల అనుకోకుండనే అడుగు పెట్టినాడు. అట్ల సంగీతం కూడ వాడికి సహజంగనే పరిచయం అయ్యింది.

అమ్మ పుస్తక ప్రపంచాన్ని పరిచయం చేస్తే బాపు పాటల లోకాలను, రాగాల ఆలాపనలను ఆవిష్కరించినాడు. పాట-పుస్తకం రెండు వాడి స్వప్నప్రపంచంల సంతోష చంద్రశాలలుగ స్థిరపడినాయి.

ప్రతి రాత్రి బాపు తన ఎదమీద పండబెట్టుకుని కమ్మని పాటలు పాడేటోడు. చిన్ని కృష్ణా, వెన్న కృష్ణా, వన్నెల కృష్ణా అంటూ రాగమాలాపించి దూరతీరాలకు నిద్రలోకాలకు తీసుకపోయెటోడు. పాటలు పాటలు. ప్రవాహంలాగ పాటలు. పాడుతూ పాడుతూ నిద్రపోయిండని పాట ఆపంగనే ఇంకా నిద్రపోని స్వామి తలెత్తి బాపు ముఖంలకు

చూసేటోడు 'పాట ఆపినవేంది' అని ప్రశ్నించినట్టు. మళ్లీ ఇంకో పాట. అట్ల వాడు పాటలల్ల తేలిపోతూ ప్రపంచపు పొలిమేరలు దాటి స్వప్న లోకాలకు చేరుకునేటోడు.

❖ ❖ ❖

అమ్మ అటు వైపు తిరిగి పండుకుని 'చందమామ' చదువుకుంటుంది. అమ్మ ముఖం చూద్దామనుకుంటే వీలు కాలేదు. పుస్తకం కనబడింది. కొత్త బొమ్మ, కొత్త రంగులు. చూపులు బాణాలై వాటిలోపలికి దూసుకపోయినై. భయం కల్గించే బొమ్మ. అయినా కుతూహలంతో వాని కళ్లు అల్చిప్పల్లాగ విచ్చుకున్నయి. ఎవరో నడుస్తున్న మనిషి భుజం మీద మరో మనిషి నిద్రపోతున్నట్లు పండుకుని వేలాడుతున్నడు. ఆ వేలాడే మనిషి వంటి మీద ఎటువంటి బట్టలు లేవు, ఒక చిన్న గోచీ తప్ప. ఆ గోచీ వాణ్ణి చాలా ఆకర్షించింది. వాడెందుకట్ల పండుకున్నడో, ఆ నడుస్తున్న మనిషి వాడిని ఎందుకు అట్ల మోస్తూ ఎక్కడికి తీసుకపోతున్నడో వానికి అర్థం కాలేదు. అయినా ఆ బొమ్మ వాణ్ణి అమితంగ ఆకర్షించింది. ఇంక కొంచెం పరిశీలించి చూసినాడు.

అది రాత్రికి సంబంధించిన దృశ్యం. అంతా చీకటి చీకటిగ వుంది. ఆ చిక్కని చీకట్ల బక్కచిక్కిన ఒక చెట్టు ఒంటరిగ, దిగులు దిగులుగ, భయం భయంగ నిలబడి వుంది. ఆ చెట్టు తొర్రలల్ల, ఆ చెట్టు వెనకనున్న చీకటి ఆకాశంల అక్కడక్కడ మనుషుల పుర్రెలు. నల్లటి చీకటిల తెల్లగ మెరిసే పుర్రెలు. అండ్ల ఖాళీగ ఉన్న గుంటకళ్లు. నవ్వుతున్నట్లు కనబడుతున్న కోరపండ్లు. ఆ నడుస్తున్న మనిషి చేతిలున్న పొడుగు కత్తి వానికి నచ్చింది. ఆ కత్తి తెల్లగ ధగధగలాడుతుంది. దాని కొన సన్నగ మొనదేలి పదునుగ మెరిసిపోతున్నది. ఆ మెరుపుతో వాడికి చీకటి భయం తొలగిపోయింది. మనస్సు తేలికయ్యింది. కని అంతలనే మళ్లీ దిగులావరించింది. కింద నేల మీద నల్లగ మెలికలు మెలికలుగ మసలుతున్న ఓ పొడుగైన పాము. అది వంకరటింకరగ పాకుతుంది. దాని వ్యవహారం వానికేం నచ్చ లేదు. దాని ముందు మనిషి కాలి ఎముక ఎవళ్ల కోసమో నిరీక్షిస్తున్నట్లు పడి ఉంది. ఆ బొమ్మల వున్న విడివిడి భాగాలు వానికి నచ్చలేదు గదిని ఆ బొమ్మకు సంబంధించిన మొత్తం దృశ్యం మాత్రం వాణ్ణి ఆకర్షించింది.

అమ్మ చందమామ చదివే ప్రతిసారీ వాడు ఆ బొమ్మ కోసం వెదికెటోడు. ఆ పేజీ కోసం మూగగా ఎదురు చూసెటోడు. ఆ బొమ్మ ఉన్న పేజీ రాంగనే అండ్ల లీనమయ్యేటోడు. ఆ నడుస్తున్న మనిషి, వాడి చురుకు చూపులు, కోరమీసాలు, మొన తేలిన కత్తి అంచు, భుజం మీద వేలాడే మనిషి, వాడి చిన్న గోచీ, చీకటి రాత్రి, భయం గొల్పే దయ్యాల పుర్రెలు, మెలికలు తిరిగే నల్లని పాము, నిరీక్షించే కాలి ఎముక వాని చిన్న సృజనాత్మక ఊహాప్రపంచంలో స్థిరంగ అట్లనే ఫొటో ప్రింట్‌లాగ నిలిచిపోయినై.

ఆ నడుస్తున్న మనిషి పట్టువదలని రాజు విక్రమాదిత్యుడనీ, అతని భుజం మీద వేలాడుతున్నది శవంలోపలి భేతాళుడని వానికి తెలియదు కదా – పాపం !

తొందరగనే వాడు మరో ప్రపంచం గురించి తెలుసుకున్నడు. అదే 'కథా ప్రపంచం'. కథలు వాని ఊహా ప్రపంచాన్ని విస్తృతపరుస్తున్నయి. ఉత్తేజపరుస్తున్నయి. కథల కోసం అమ్మాబాపుల్ని సతాయిస్తున్నడు. అన్నం తినమంటే కథ చెప్తుతెనే తింటనని కండీషన్లు. ఒక కథతోటి సరిపుచ్చుకోడు. ముద్దముద్దకు కథ వినిపించాలని గొడవ. చివరికి కథ విన్పిస్తరంటేనే స్నానానికి హాజరు. మధ్యమధ్యల సందేహాలు. సమాధానాలు. ఒక కథ నుండి మరో కథకు వెళ్లిపోవడాలు. గొలుసు కథలు. కాశీమజిలీ కథలు. బాలనాగమ్మ కథలు. వాడు కథల కాబూలివాలాగ మారుతున్నడు.

పాపం అమ్మాబాపులు కథలు చెప్పే విషయంలో వానికి బాకీదారులైపోయినారు. ఏ మాత్రం వీలు చిక్కినా వాడు వారిద్దరినీ కథల కోసం నక్షత్రకుడిలాగ వేధిస్తున్నడు. జబర్దస్తీగ కథలు వసూలు చేసుకుంటున్నడు. వాళ్లు స్వంతపనులల్ల సీరియస్‌గ, బిజీగ ఉంటే హఠాత్తుగ వెనక నుండి వచ్చి వీపు మీద వాలి మెడచుట్టూ చేతులేసి 'ఒక కథ చెప్పవా?' అని బ్రతిమాలుతడు లేదా డిమాండ్ చేస్తడు. వాని వ్యవహారం చూస్తుంటే 'తెలిసీ చెప్పకపోయావో జాగ్రత్త' అని బెదిరించే భేతాళుడే జ్ఞాపకం వస్తడు. వాడు ద్విపాత్రాభినయం చేస్తున్నడు. కథల కోసం బెదిరించే భేతాళుడు వాడే, పాటల కోసం పట్టు వదలని విక్రమాదిత్యుడూ వాడే.

పిల్లలకు ఆస్తుల్ని ఇచ్చిన ఇవ్వకున్న ఫరవాలేదు. కథలను, పాటలను మాత్రం వారసత్వంగ ఇచ్చి తీరాల్సిందే.

❖ ❖ ❖

అప్పుడే తెల్లవారింది. ఇంక ఎండ రాలేదు. ప్రతీ రోజు లేవంగనే, నిద్రకళ్లతోటే ఇంటి ముంగిట్లకు పోయి అక్కడున్న చెట్టు కింది సిమెంటు అరుగు మీద కూచుండి ఉదయాన్ని, చల్లగాలులను ఆస్వాదించడం స్వామికి అలవాటు. ఆ రోజు కూడా చెట్టు కింద అరుగు మీద ధ్యానంల ఉన్న 'లిటిల్ బుద్ధా'లాగ కూచున్నడు.

శ్రావణమాసం. చల్లటి గాలులు ఆగకుండా వీస్తున్నాయి. తెల్లటి ఆకాశంల నల్లటి మేఘాలు గుంపులు గుంపులుగ పోతున్నయి. తెల్లటి ఆకాశాన్ని చూసి ఆనందిస్తున్న వాని కళ్లు భూతాల్లాగ కదిలి పోతున్న నల్లని మేఘాలను చూసినాయి. కదిలిపోతున్న ఆ మేఘాలు క్షణక్షణానికి తమ ఆకారాలను మార్చుకుంటున్నయి. దీక్షగ చూస్తున్న వాని కండ్లకు ఆ మేఘాలు రూపం మార్చుకుంటున్న కామరూప పిశాచాల్లాగ, దేవతల మీద యుద్ధానికి దండెత్తి పోతున్న దయ్యాల గుంపులుగ కనిపించసాగినాయి. అట్ల వాడొక

భ్రమాన్విత భయానికి లోనైనాడు. మొత్తం ఆకాశమే కదులుతున్నట్లు, దాంట్లె ఉన్న మేఘాలన్నీ స్థానభ్రంశం చెంది, చివరికి ఆ ఆకాశం నుండి ఊడిపోయి తన తలమీద పడబోతున్నట్లు ఊహించుకుని భయంతో ఇంట్లకు పరుగెత్తినాడు.

ఆ కదిలే ఆకాశం కూలే మేఘాల భయం వాణ్ణి తొందరగనే వదిలిపోయింది. మళ్లీ కొద్ది రోజులకు రాత్రి అన్నాలు తిన్న తర్వాత బాపుతోటి అదే అరుగుమీద కూచోని ఆకాశం దిక్కు చూస్తే అది పాపం ఏదో పోగొట్టుకున్నట్లుగ కన్పించింది. అటువంటి ఆకాశంమీద వానికి అకస్మాత్తుగ జాలి, ప్రేమా దయా ముంచుకొచ్చినాయి. ఇంకా పరీక్షించి ఆకాశాన్ని మళ్లీ చూసినాడు. అక్కడక్కడ మిణుకుమిణుకుమంటున్న చుక్కలు. అబ్బో ఎన్నెన్ని చుక్కలో, కొన్ని మసకమసకగ మరికొన్ని ప్రకాశవంతంగ, ఆకాశం నలుమూలల ఎటు చూస్తే అటు చుక్కలే చుక్కలు.

“బాపూ! ఆకాశంల చుక్కలు ఎక్కడ్నుంచి వచ్చినై?” రపీమని ప్రశ్నించినాడు.

బాపు ఒక్క క్షణమాగి ఆలోచించి “రాత్రిపూట చీకటిగ ఉంటది కదా! మనం నడిచేటప్పుడు తోవ కనపడాలని దేవుడు తన దగ్గరున్న స్విచ్ వేయంగనే వెలిగే చిన్న చిన్న దీపాలే ఆ నక్షత్రాలు” అన్నడు. ఆ జవాబుతో వానికి చాలా సంతోషం వేసి ఆ రోజు నుండీ ఆకాశాన్ని మళ్లీ ఎప్పటిలాగనే ప్రేమించసాగినాడు.

జీవితంల జడత్వాన్ని పొందిన పెద్దవాళ్ల మనస్సులు నిశ్చలనిశ్చితాలకు కేంద్రాలు. కాని స్వామికి అన్నీ సందేహాలే. అన్నీ సమస్యలే. మనస్సంతా ప్రశ్నల మయమే.

“బాపూ! ఆవు శాకాహారా? మాంసాహారా?”

“అదేం ప్రశ్నరా? ఆవు ఉత్త శాకాహారే!”

“ఆకులు, పువ్వులక్కూడ ప్రాణముంటదని, అవి కూడ మనలాగనే బాధపడతవని, సంతోషిస్తవనీ చెప్పినవు కదా! ప్రాణమున్న ఆకులను, చెట్లను తినే ఆవు శాకాహారి ఎట్ల అవుతది?”

జవాబు చెప్పలేక దిక్కుతోచని బాపు దిక్కులు చూసినాడు.

ఇంకోసారి “బాపూ! నీళ్లు పలుచగా ఎందుకుంటయి?” అని ప్రశ్నించినాడు.

సమాధానం లేని బాపు నీళ్లు నమిలినాడు.

“బాపూ! మా బడికి పెద్దపులి వస్తే ఏం అవుతది? సరిగ్గ మనింట్లకు ఇక్కడికే వస్తే ఏం అవుతది?” లాంటి యక్షప్రశ్నలు.

ఇంకోసారి “బాపూ! మన భారతదేశం పటం ఎట్ల ఉంటదో నీకు తెలుసా?” అని అడిగాడు.

"ఎట్ల ఉండటం ఏందిరా? అదేమన్న మనిషా?"

"అవును మరి. తల పైకెత్తుకోని రెండు చేతులూ విశాలంగ చాపుకొని నిలబడ్డ మనిషిలాగ ఉండదా!"

"అవును సుమా, నిజమే. మనిషి ఆకారం లాగనే ఉంటది."

"మరి దాని గుండె ఎక్కడుంటది?"

"మళ్లీ అదేం ప్రశ్నరా?"

"మన రాజధాని ఢిల్లీ సరిగ్గ దేశం మధ్యల ఉంటది కదా! అదే దాని గుండె."

"సరేసరే" అనుకుంట చల్లగ అక్కడ్నుండి బాపు జారుకున్నడు మళ్లీ ఏం ప్రశ్నలు అడుగుతడో అన్న భయంతోటి.

❖ ❖ ❖

ఎగ్జిబిషన్‌కు పోయినప్పుడు స్వామికి బొమ్మ రిస్ట్‌వాచీ కొనిచ్చినారు. అది వానికెంతో నచ్చింది. నీలిరంగు బెల్టు, ఎర్రఫ్రేము, తెల్ల డయల్‌పై నల్లని అంకెలు, కీ ఇస్తే తిరిగే ముల్లూ వాడికి అద్భుతంగ కనిపించసాగినై. ఇంటికి వచ్చినంక రాత్రి పండుకునేటప్పుడు నిద్రల మెలకువ వస్తే దాన్నొకసారి తనివితీరా చూసుకొని మళ్లీ నిద్రపోయినాడు.

తెల్లారి వానికో పెద్ద సందేహం వచ్చింది. కీ ఇవ్వంగనే ఆ ముండ్లు ఎట్ల తిరుగుతున్నయా అని. తెల్లటి డయల్ కింద ఇంక ఏమైన అద్భుతాలు ఉన్నయా అని. అట్ల ఆలోచించంగ, ఆలోచించంగ ఆ వాచీల ఏదో బ్రహ్మరహస్యం దాక్కున్నదని వానికి తోచసాగింది. ఆ రహస్యం ఏమై ఉంటదా అన్న అన్వేషణకు సంబంధించిన ఆలోచనలతోటి వాని బుర్ర వేడెక్కసాగింది. చివరికి ఆ నిగూఢ రహస్యమేందో తెలుసుకోవాలంటే ఆ వాచీని పగులకొట్టక తప్పదనే నిర్ణయానికి వచ్చి ఓ రాయిని సంపాదించి దానితోటి ఆ వాచీని ముక్కలు ముక్కలు చేసినాడు. అంతవరకు కనబడని వాచీ లోపల స్ప్రింగుల్ని చూసినంక వాడి జిజ్ఞాస చల్లబడింది.

ఏదైనా వస్తువు లోపలి రహస్యాన్ని తెలుసుకోవాలనుకుంటే ముందు దానిని పగులకొట్టక తప్పదనే సత్యాన్ని కనుగొన్నడు. ఒకసారి బ్యాటరీ సెల్స్ చూసినాడు. అవి నలుపు ఎరుపు రంగులతోని తళతళా మెరుస్తున్నై. అవి ఎవరెడీ బ్యాటరీలు. ఆ బ్యాటరీలతోనే ఆ టార్చిలైటు బల్బు వెలుగుతున్నదనే సత్యాన్ని గమనించి అంత అద్భుతమైన సెల్స్ లోపల ఇంక ఏ రహస్యాలు దాక్కున్నయో తెలుసుకోవాలని చాలా కష్టపడి రాయితో చచ్చీచెడి పగులకొట్టితే చివరికి అండ్ల నుండి నల్లటి బొగ్గుపొడి బయటపడి వానికి బోలెడంత నిరాశ కలిగింది.

బాలల్లో ఆలోచించే మెదడు, స్పందించే హృదయమూ, బాలవాక్కు బ్రహ్మవాక్కులాగ సత్యాన్ని మాత్రమే పలికే నోరూ, ప్రకృతిలోని అందాలను చూసే కళ్లూ, సంగీతాన్ని ఆస్వాదించే చెవులూ ఉంటై. కాని పెద్దవాళ్లకు తలస్థానంలో ఒక గుండ్రటి డబ్బా, దాని లోపల అంతా ఖాళీ ప్రదేశం, స్పందించక ఎప్పుడో చాలా కాలం కిందనే చనిపోయిన హృదయం, చూపు తప్ప దృష్టి లేని కండ్లు, అసత్యాలు మాట్లాడే నోరు, అబద్ధాలు మాత్రమే వినే చెవులూ ఉంటై. వాళ్లల్ల సత్యాన్వేషణ ఆగిపోయి గానుగెద్దు జీవితం మాత్రమే మిగిలిపోతుంది.

చివరికి మనిషిలో మిగిలేది మరమనిషి మాత్రమే. మరణించిన మనసు మాత్రమే.

3

చిరుగాలికి చలించే చిగురాకువంటి స్వామి తనకు తెలియకుండనే, తన ప్రమేయం లేకుండనే ఇప్పుడు **1969**ల మొదలైన ప్రత్యేక తెలంగాణ ఉద్యమం ఉప్పెనల తలనిండా మునిగి కొట్టుకపోతున్నడు.

స్వామి ఆ రోజు ఉత్సాహంగ నిద్ర లేచినాడు. "ఇంత పొద్దున్నే ఎందుకు లేచినవురా?" అని అమ్మ ఆశ్చర్యపోయింది. ఆమె అప్పటికే నిద్ర లేచి వంటింట్ల మట్టిపొయ్యిని ఎర్రమన్నుతోటి చక్కగ అలికి, దానికి తెల్లటి ముగ్గు పిండితోటి వంకీలు వంకీలుగ ముగ్గులేసి వాటి మధ్య చుక్కల ముగ్గులేసింది. బొగ్గులు రాజేసి దాని మీద 'చా' కోసం డికాషన్ మస్లబెడుతుంది. నిద్ర మబ్బుతో, బరువు ముఖంతో నిద్రలేచిన స్వామి చెక్కపీట వాల్చుకొని అమ్మ పక్కనే సక్లంముక్లంగ కూచున్నడు. ఎర్రటి మట్టి పొయ్యిల ఎర్రెర్రగ మండుతున్న భగభగల భుగభుగల బొగ్గు కణికలు, ఆ ఎరుపు మంటల మధ్య నీలినీలి జ్వాలలు. అతని నిద్ర కండ్లకు హాయిని కల్గిస్తున్నై. మసులుతున్న డికాషన్ వాసన అతని ముక్కుపుటాలకు కమ్మగ సోకుతుంది. జనవరి చలి కాలంల వెచ్చగ అమ్మ పక్కన, మండే పొయ్యి దగ్గర కూచున్న స్వామికి లోకమంతా అందంగ, ఆ ఉదయం ఆనందంగ మొదలయ్యింది. నిన్నటి ఉద్యమ ఉత్సాహం మళ్లీ అతన్ని మెల్లమెల్లగ కమ్ముకుంటున్నది. కమ్మటి డికాషన్ ఆవిరి వాసనతోటి ఆవరించుకుంటున్నది.

"లే నానీ! పోయి ముఖం కడుగు" అంది అమ్మ.

అమ్మకు నిన్నటి వార్తలు ఏమీ తెలిసినట్లు లేవు. ఇంటికి పేపరు రాదు. ఇంట్ల వార్తలు వినడానికి రేడియో లేదు. బాపుకు తీరిక దొరికినప్పుడు తమందరికీ బోలెడన్ని సంగతులు, విశేషాలు వర్ణించి చెప్పుతుంటడు. ఆయన ఉర్దూ మీడియం స్కూల్ల లెక్కలు చెప్పే మాష్టర్ సాబ్. ఆయనకు స్కూల్ల 'సియాసత్' ఉర్దూ పేపరు వస్తది. అక్కడ వార్తలన్ని

చదివి ఇంట్ల అవన్నీ చెప్తడు. స్వామికి వినికిడి జ్ఞానం, వినాలన్న జిజ్ఞాస ఎక్కువ. ఇంటాబయటా ఎవరేం మాట్లాడుతున్నా, ఏది మాట్లాడుతున్నా, ఎట్లా మాట్లాడుతున్నా జాగ్రత్తగ వింటడు. విన్న విషయాలను ఆకళింపు చేసుకునే ప్రయత్నం చేస్తడు. వినేవాళ్లు ఎవరైనా దొరికితే తను దానికి చిలవలు, పలువలు జోడించి, వర్ణించి చెబుతడు. విషయం తారుమారైనా సరే. పత్రికలు, పుస్తకాలు, రేడియో, టీవీలు లేని ఆ అమాయక కాలంల మనుషులు, మనుషుల మాటలే ప్రచార సాధనాలు. లోకజ్ఞానంల ప్రధానమైన భాగం వినికిడి జ్ఞానం.

శాలిబండ రూప్‌లాల్ బజార్‌ల స్వామివాళ్లకు స్వంత ఇల్లుంది. పాత గూనపెంకుల ఇల్లే అయినా పెద్ద ఇల్లే. తాము ఉండటానికి ఒక మనసాల మరో నాలుగు అర్రలు ఉంచుకుని మిగతా ఇల్లంతా కిరాయలకు ఇచ్చినారు. ఆ అతి స్వల్ప కిరాయలు ఆ కాలంల వేణ్ణీళ్లకు చన్నీళ్లు. చిన్నచిన్న చిల్లర ఖర్చులకు ఆ కిరాయలు సరిపోయేవి. కిరాయదార్లు కన్నడిగులు, మరాఠీలు. తెలుగు వారు అరుదే. శాలిబండ రూప్‌లాల్ బజార్, చందూలాల్ బేలా, గౌలిపురా, లాల్ దర్వాజాలల్ల మరాఠీలు, కన్నడిగులతో పాటు కాయస్థులు కూడా అధికమే.

కుతుబ్‌షాహీల కాలంల 'శివాజీ మహారాజా'తో వున్న సఖ్యత కారణంగ సర్దేశ్ ముఖి, చౌత్ పన్నుల వసూళ్లకు శివాజీ మహారాష్ట్రులను హైద్రాబాద్, తెలంగాణాలోని ముఖ్యపట్టణాలకు తన ప్రతినిధులుగ నియమించినాడు. కుతుబ్‌షాహీలకు, మహారాష్ట్రులకు ఇద్దరికీ ఔరంగజేబు ఉమ్మడి శత్రువు. అతడి దండయాత్రలను ఎదిరించడానికి కుతుబ్‌షాహీ రాజులు మహారాష్ట్రుల సైనిక సహాయం పొందేవారు. ప్రతిఫలంగ మహారాష్ట్రులు చౌత్ పన్నుల వసూళ్లకు తెలంగాణాలోని అనేక పట్టణాలలో స్థిరపడినారు. తర్వాత నైజాం కాలంల మరాఠా ప్రాంతాలు ఔరంగాబాద్, పర్బనీ, భీడ్, నాందేడ్, హైద్రాబాద్ సంస్థానంల భాగం కాబట్టి మహారాష్ట్రులు పెద్ద సంఖ్యలో హైద్రాబాద్‌ల స్థిరపడినారు.

కర్ణాటక ప్రాంతాలైన బీదర్, గుల్బర్గా, రాయచూర్‌లు నైజాం సంస్థానంల అంతర్భాగాలు కావున కన్నడిగులు కూడా పెద్దసంఖ్యలో హైద్రాబాద్‌ల నివాసాలు ఏర్పాటు చేసుకున్నరు. ముచికుందానది దక్షిణభాగంలోని నేటి పాతనగరం నైజాం పరిపాలకుల ముఖ్య కేంద్రం కావున దేశంలోని ఇతర ప్రాంతాల నుండి వచ్చిన వాళ్లందరూ నేటి పాతనగరంల స్థిరపడినారు. నేటి హైద్రాబాద్ నగరం మూసీకి దక్షిణం నుండి మూసీకి ఇవతల ఉన్న ఉత్తరం వైపు ఖైర్తాబాద్, అమీర్‌పేట్, సుల్తాన్‌బజార్‌ల దిక్కు వ్యాపించింది.

కుతుబ్‌షాహీల పాలన అంతమొంది ఆసఫ్‌జాహీ నైజాం రాజుల పరిపాలన ప్రారంభం కాంగనే వారి వెంబడి ఉత్తర భారతదేశం నుండి కాయస్థులు వలస వచ్చినారు. వీరు యమధర్మ రాజు వద్ద 'చిట్టాలు–ఆవర్జాలు' రాసే 'చిత్రగుప్తుని' సంతానమని సగర్వంగ

చెప్పుకుంటరు. వీరి ఉనికి చరిత్రల మొదటిసారిగ పృథ్వీరాజ్ 'చౌహానుల' కాలంలి వెలుగులకు వచ్చింది. బానిస ప్రభువులు, ఖిల్జీలు, లోడీల కాలం నుండి మొగల్ పరిపాలకుల కాలం వరకూ వాళ్లందరి ఆస్థానాలల్ల వీళ్లు గుమాస్తాలుగ పని చేసెటోళ్లు. లెక్కపత్రాలు, మహాజర్లు[1], మిసళ్లు[2] రాయటమే వీరి వృత్తి, ప్రవృత్తి, బతుకనేర్చి బాగుపడటం వీరి స్వభావం. తమకు సంబంధం లేని విషయాలల్ల తలదూర్చటం, ప్రధాన స్రవంతికి వ్యతిరేకంగ వెళ్లటం వీరు కనీసం కలల కూడ చేయరు. భారత ప్రజలంత ముస్లిం విదేశీ పాలకులను ఎదిరించే రోజులల్ల కూడ వీళ్లు ఆ రాజుల అడుగులకు మడుగులొత్తే ఉద్యోగాలు చేసెటోళ్లు. 'కాయస్థ్' అంటే శరీరానికి లేదా భౌతిక విషయ వాంఛలకే అధిక ప్రాధాన్యత ఇచ్చేవాళ్లని కూడా అర్థం.

కుతుబ్‌షాహీల రాజ్యం గోల్కొండను గెలిచిన తర్వాత ఔరంగజేబు ఢిల్లీ నుండి తన సుబేదారుగ చిన్ ఖులిచ్ ఖాన్‌కు ఆసఫ్‌జాహీ బిరుదునిచ్చి 1724ల దక్కన్‌కు పంపినాడు. ఇతనే మొదటి నైజాం రాజు. ఇతని వెంబడే కాయస్థులు ఉద్యోగస్థులుగ ఔరంగాబాద్, హైద్రాబాద్‌లకు తరలివచ్చినారు. తర్వాత కాలంల నైజాముల ఆస్థానంల వీళ్లు పేష్కార్లుగా[3] దివాన్‌లుగా[4] పని చేసినారు. ఉన్నతోద్యోగులుగా కూడా పనిచేసినారు. మహారాజా చందూలాల్, మహారాజా కిషన్ పర్షాద్ వీళ్లల్ల ప్రముఖులు. అట్ల హైద్రాబాద్‌ల కాయస్థుల సంతతి తామరతంపరగ పెరిగింది. హైద్రాబాద్ పాతనగరంల ఉన్న ఉప్పుగుడా కందికల్ గేట్ వద్ద చిత్రగుప్తుని దేవాలయం వీళ్లు కట్టించిందే. భారతదేశం మొత్తంగ చిత్రగుప్తునికున్న ఏకైక ఆలయం ఇదొక్కటే. దీనితో హైద్రాబాద్ నగరంల కాయస్థుల పాత్రను, ప్రాధాన్యతను గమనించవచ్చు.

వీళ్లే కాక వర్తక, వాణిజ్యాల కోసం వచ్చినవాళ్లు మార్వాడీలు, అగర్వాల్‌లు, జైన్‌లు, పార్సీలు, కచ్ ముస్లింలు, బోహ్రా ముస్లింలు. నేటి జైన్, మార్వాడీ వెండి, బంగారం, ముత్యాల వ్యాపారులందరూ ఒకప్పుడు రాజస్థాన్, గుజరాత్‌ల నుండి 'అన్నమో రామచంద్రా' అంటూ ఉత్త చేతులతో కాలినడకన వలస వచ్చినవాళ్లే. అక్కడి కరువులను, విదేశీ దండయాత్రలను తట్టుకోలేక ఇక్కడికి కాందిశీకులుగ వచ్చినారు. కుతుబ్‌షాహీల రాజ్యంల గోల్కొండ వజ్రాలగనులకు ప్రసిద్ధి. కార్వాన్, పురానాపూల్‌లు ముత్యాలు, వజ్రాల వ్యాపారానికి ముఖ్యమైన బజార్లు. మార్వాడీలు, జైనులంతా వీటితో పాటు బంగారం, వెండి ఆభరణాల వ్యాపారాన్ని చేసేవాళ్లు. వీరు మొదట గోల్కొండకోటలో, తర్వాత కార్వాన్, పురానాపూల్‌లకు వ్యాపారాలను విస్తరించినారు. కార్వాన్ బజార్లలో ముత్యాలు, రత్నాలని రాశులుగ పోసి కూరగాయల వోలె అమ్మేవాళ్లు.

---

1. వినతిపత్రాలు 2. ఫైళ్లు 3. ఆర్థికమంత్రులు 4. ప్రధానమంత్రులు

ఆసఫ్‌జాహీ నైజాంల పరిపాలన గోల్కొండ నుండి నేటి పాతనగరంలకు మారి ప్రారంభం కాంగనే వీరందరూ చార్మినార్, గుల్జార్ హౌజ్, పత్తర్‌గట్టిలకు చేరుకొని కొత్తగ దుకాణాలు తెరిచినారు. తర్వాత కాలంల నైజాం పాలన అంతమయ్యి ఆంధ్రప్రదేశ్ ఏర్పడంగనే వీళ్లందరు న్యూసిటీకి అంటే కోఠీ, ఆబిడ్స్, అమీర్‌పేటలకు చేరుకొని షాపింగ్ కాంప్లెక్సులు, షాపింగ్ మాల్‌లు ప్రారంభించినారు. ఎన్‌క్లేవ్‌లలో, ఎస్టేట్‌లల్ల నివాసాలు ఏర్పరచుకున్నరు.

పోలీస్ యాక్షన్ జరిగి నైజాం రాజ్యం అంతం కాంగనే వాళ్ల వారసుల వద్ద 'అడ్డికి పావుసేరు'గ వజ్రాలు, ఆభరణాలు, విలువైన పురాతన అపురూపమైన వస్తువులను కొని విదేశాలకు దొంగతనంగ ఎగుమతి చేసి ఈ వ్యాపారస్థులందరూ కోట్లకు పడగలెత్తినారు. నైజాం భవనాలల్ల పనిచేసే నౌకర్లు చాకర్లు దొంగతనంగ ఎత్తుకొచ్చిన సామానులను కూడా వాళ్లు అతి తక్కువకు కొని మారుబేరాలు చేసేవాళ్లు. జైన్ వ్యాపారస్థుల ఇళ్లల్ల బోషాణాలల్ల, త్రిజోడీలల్ల ఇప్పటికీ వాళ్ల పూర్వీకులు రాసిన చేతిరాత ప్రతులు ఉన్నై. అండ్ల వారు రాజస్థాన్, గుజరాత్ ప్రాంతాల నుండి తాము కాలినడకన ఎట్ల వచ్చినారో, వారి అనుభవాలేమిటో, అప్పటి సామాజిక స్థితిగతులేమిటో గ్రంథస్థం చేసినారు. ఇప్పటి తరం వారు ఆ గ్రంథాలను పవిత్ర మతగ్రంథాలుగ పూజాగదులల్ల పెట్టుకుని పూజిస్తరు గని చరిత్రను గ్రంథస్థం చేయడంల వాటి ప్రాముఖ్యతను గుర్తించరు.

దేశ విభజన కాంగనే వాయవ్య భారతదేశం నుండి పంజాబీలు, సిక్కులు కట్టుబట్టలతోటి హైద్రాబాద్ చేరుకొని కాలక్రమంల వ్యాపారాలల్ల, పరిశ్రమలల్ల స్థిరపడినారు. తమ శ్రమ, సాహసాలతో వాళ్లు శూన్యం నుండి అద్భుతాలను సృష్టించుకున్నరు. మొజంజాహీ మార్కెట్టుల కరాచీ బేకరీ, నాంపల్లిల డన్‌లప్ టైర్స్ వీళ్లవే. గౌలిగూడా, బహద్దూర్‌పురాలలో పెద్ద పెద్ద గురుద్వారాలను నిర్మించుకున్నరు. పంజాబీ దాబాలల్ల భోజనాన్ని ఇష్టపడని వాళ్లు ఎవరూ ఉండరు. పంజాబీలు, సిక్కులు హైద్రాబాద్ సంస్కృతిల పాలల్ల నీళ్లలాగ కలిసిపోయినారు.

బెంగాలీలు కూడా అంతే. వీళ్ల ముద్దుబిడ్డలే 'నైటింగేల్ ఆఫ్ హైద్రాబాద్' సరోజినీ నాయుడు, బహుముఖ ప్రజ్ఞాశాలి, కళాకారుడు, కవి హరీంద్రనాథ్ ఛటోపాధ్యాయ్. వీళ్లిద్దరి వల్ల హైద్రాబాద్ అంతర్జాతీయ దృష్టిని ఆకర్షించింది. బ్రిటిష్ రెసిడెన్సీ కాలంల తమిళులు సికింద్రాబాద్‌ల స్థిరపడి ఉద్యోగాలల్ల, న్యాయవాద వృత్తిల రాణించినారు. రైల్వేలు బ్రిటిష్ పరిపాలనల ఉన్నందున సికింద్రాబాద్ రైల్వే ఆఫీసులల్ల వీళ్లు అత్యధిక ఉద్యోగాలను ఆక్రమించుకున్నరు. స్థానిక హైద్రాబాదీయులకు ఉర్దూ అధికారభాష కావున వాళ్లకు ఇంగ్లీషు భాష వచ్చేది కాదు. ఈ కారణం వల్ల తమిళులు రైల్వేలో ఉద్యోగాలు సంపాదించి సికింద్రాబాద్ ప్రాంతంల ఎక్కువగ స్థిరపడినారు.

వీళ్లే గాక చిన్న చిన్న జాతులవాళ్లు కూడ వున్నరు. రూహేల్‌ఖండ్ నుండి వచ్చినవాళ్లే రోహిల్లాలు. వీరు నైజాం సైన్యంల ఒక ప్రత్యేకమైన పటాలం. 1857 సిపాయిల తిరుగుబాటు హైద్రాబాద్‌ల కూడా జరిగినప్పుడు కోఠీలోని బ్రిటిష్ రెసిడెన్సీపై దాడి చేసిన తిరుగుబాటు నాయకుడు తుర్రేబాజ్‌ఖాన్ ఈ రోహిల్లా జాతికి చెందినవాడు. కోఠీ ఆంధ్రాబాంకు నుండి సుల్తాన్‌బజార్‌కు పోయే గల్లీకి తుర్రేబాజ్‌ఖాన్ రోడ్ అని పేరు.

మధ్యప్రదేశ్ బుందేల్‌ఖండ్ నుండి వచ్చిన వాళ్లే బోందిలీలు. వీళ్లను బొందిలోళ్లు అని కూడా పిలుస్తరు. వీళ్ల సంఖ్య చాలా స్వల్పం. హైద్రాబాద్‌లో పార్సీలున్నా వీరి సంఖ్య కూడా చాలా స్వల్పం. అట్లనే ఆంగ్లో ఇండియన్స్. ఖాజీపేట, సికింద్రాబాద్ రైల్వేలల్ల ఇంజన్‌డ్రైవర్స్‌గా, గార్డ్స్‌గా వీళ్లు పెద్దసంఖ్యలో పనిచేసెటోళ్లు. సికింద్రాబాద్‌లోని చిలకలగుడా, మారేడ్‌పల్లిలలో ఆంగ్లో ఇండియన్స్ సంస్కృతి బాగా కనబడుతది.

కేవలం హైద్రాబాద్ పట్టణంలనే స్థిరపడిన లోథ్‌లు, పార్ధీల గురించి ప్రత్యేకంగా తెలుసుకోవాలె. గోల్కొండకోట మీద ఔరంగజేబు దండయాత్రకు వచ్చినప్పుడు వెంట వచ్చిన సైనికులల్ల ఒక జాతి లోథ్ రాజపూత్ క్షత్రియులు. బహుశా వీరి మూలాలు గుజరాత్‌ల 'లోథాల్' ప్రాంతానివి కావచ్చు. హరప్పా, మొహెంజోదారో నాగరికత ఆనవాళ్లు, అవశేషాలు ఈ లోథాల్ ప్రాంతంల కూడ లభించినాయి. ఔరంగజేబు సైన్యం విజయం సాధించి వెనకకు పోయినా ఈ లోథ్‌లు మాత్రం ఇక్కడే పురానాపూల్, ధూల్‌పేటలల్ల స్థిరపడినారు. కాలక్రమంల వీళ్లను లోథోళ్లుగా పిలువసాగినారు.

ధూల్‌పేట అసలు పేరు 'ధూళిపేట'. నైజాం కాలంల లోథ్ క్షత్రియుల సైనిక కవాతులతో, ఏనుగులు, ఒంటెలు, గుర్రాల డెక్కల చప్పుళ్లతో, ధూళితో పరిసరాలు నిండి వుండేవి కావున ధూళిపేట, దూల్‌పేటగ మారింది. ఆ రోజులలో సైనికుల శరీర బడలికను తీర్చేందుకు ద్రాక్షసారాయిని తయారు చేసి విక్రయించే వృత్తిలో వీళ్లలో కొంతమంది స్థిరపడినారు. మరికొంత మంది సహజంగ కళాకారులు కావున పతంగులు తయారు చేసే వృత్తి చేపట్టినారు. పతంగుల ఆట, సంస్కృతి ఉత్తర భారతదేశానికి సంబంధించింది. యూరప్ నుండి వచ్చిన జిప్సీలు, దేశద్రిమ్మరులు మనదేశానికి పతంగులను పరిచయం చేసినారు. తిరిగి హైద్రాబాద్‌కు పతంగులను, మాంజాదారాన్ని పరిచయం చేసినవాళ్లు ఈ లోథ్ క్షత్రియులు. కాలక్రమేణా నగరంల విశాలమైన ఆటస్థలాలు, మైదాన్‌లు రియల్ ఎస్టేట్‌లకు, అపార్ట్‌మెంట్లకు బలైన తర్వాత ఈ పతంగుల ఆట క్రమక్రమంగ కనుమరుగవుతుంది. ఎన్ని రకాల పతంగులో! ఎన్ని రకాల మాంజాలో!! అవన్నీ ఇంద్రధనుస్సులోని రంగుల్లాగ మాయమైనాయి.

ఆటపాటలతో, శారీరక వ్యాయామంతోటి పువ్వులాగ వికసించవలసిన బాల్యం, హరివిల్లులాగ మెరియవలసిన బాల్యాన్ని కంప్యూటర్ గేములకు, టీవీలలోని బూతప్రేత

పిశాచాల సీరియళ్లకు అప్పగిస్తున్నరు. ఒక తరం మరుగుజ్జుల తరంగ మారే ప్రమాదం ముంచుకొస్తుంది.

పతంగులు, మాంజాల తయారీలనే గాక మరికొంత మంది వినాయకులు, దుర్గామాత, కాళీమాత మొదలగు దేవతల, దేవుళ్ల విగ్రహాలను తయారుచేసే వృత్తిల స్థిరపడినారు. అయితే అవి సీజనల్ వృత్తులు కావున నికర ఆదాయానికి వీలు లేదు. పుట్టుక రీత్యా క్షత్రియులు కావున సాముగరిడీలు, మల్లయుద్ధాలు, తాలీం ఖానాలల్ల ప్రవేశించి మరికొంతమంది పహిల్వాన్లుగ ప్రసిద్ధి గాంచినారు.

నైజాం వ్యతిరేక పోరాటంల నేపథ్యంగ ప్రధాన భూమికలు వహించినవి గ్రంథాలయాలు, తాలింఖానాలు. ఈ రెండు రంగాల నుండి అనేకమంది వీరులు సృష్టించబడినారు. సమరశీల తత్వం కలిగిన ఈ లోథ్‌లు తాలీంఖానాల నుండి ఆర్యసమాజం ఉద్యమంలకు, స్టేట్ కాంగ్రెస్ ఉద్యమంలకు ప్రవేశించి నైజాంకు వ్యతిరేకంగ పోరాడినారు. ఈ ధూల్‌పేట పేరు వింటే రజాకారుల గుండెలల్ల గుబులు పుట్టేది. 1939ల హైద్రాబాద్ పట్టణంల మొదటిసారిగా మతకల్లోలాలు జరిగినప్పుడు ఈ ధూల్‌పేట యోధులు వాళ్లకు వ్యతిరేకంగా పోరాడినారు.

కాలక్రమేణా వృత్తులన్నీ మట్టికొట్టుకపోయి, సృజనాత్మకత, కళాత్మకత మూలబడి, బతుకులన్ని బజారున పడిన తర్వాత ఒకప్పుడు మేలిమి ద్రాక్షసారాయిని తయారుచేసి ప్రభువులచేత, సైనికులచేత శభాష్ అనిపించుకున్న వీళ్లే చివరికి గతి లేక దొంగ గుడుంబాను సారాయి బట్టీలల్ల రహస్యంగ తయారుచేసి విక్రయించే వృత్తిని స్వీకరించి రౌడీలుగ, మాఫియాలుగ ముద్రపడి, పాలకులు, ఎక్సైజ్ శాఖ అధికారులు కోటీశ్వరులుగ, లక్షాధికారులుగ మారేందుకు నిచ్చెనమెట్లయినారు. తమ బ్రతుకులను గుడుంబా బట్టీలల్ల కాల్చేసుకున్నరు. ధూల్‌పేట ఇరుకిరుకు మురికి గల్లీల్ల మట్టిల మట్టిగ మారుతున్నరు. సైనికులుగ, కళాకారులుగ, పహిల్వాన్లుగ ఒకప్పుడు రాణించిన వాళ్లు ప్రస్తుతం ధూల్‌పేట దుమ్ముల ధూళిగ మారుతున్నరు. 'లోథాల్' మొహెంజోదారో నుండి మొదలైన వారి మహాప్రస్థానం పురానాపూల్ స్మశానవాటికల చరమగీతం పాడుతున్నది.

ఇటువంటి ఇంకో విషాదగాథే పార్ధీలది. వాళ్ల గోస పిట్టగోస. వీరిని పార్ధీలు, పిట్టలోళ్లు అని కూడ అంటరు. వీరు నైజామ్‌ల కాలంలనే హైద్రాబాద్‌కు దేశద్రిమ్మరులుగ వచ్చినారు. లంబాడీల మాదిరిగనే వీరు కూడా మహారాణా ప్రతాప్ వంశానికి చెందిన వారమని, ముస్లిం రాజులతో ఆయన యుద్ధంల ఓడిన తర్వాత తాము ప్రాణరక్షణతో దేశద్రిమ్మరులమైనామని చెప్పుకుంటరు. వీరి భాష ప్రత్యేకం కాని లిపి మాత్రం లేదు. తొలుత హైద్రాబాద్ వచ్చినప్పుడు వీరిని నగరంలకు రానీయకుండ నగర దర్వాజాలకు

అవుతలనే అడవిల దూరంగ వుంచినారు. ఆ రోజులల్ల నగరం చుట్టూ రక్షణగా ఒక ఫసీల్[1] 13 దర్వాజాలు, 13 కిటికీలు ఉండేవి. ప్రస్తుతం రెండు దర్వాజాలు మాత్రమే మిగిలి వున్నయి. శాంతిభద్రతల కారణంతోటి కోత్వాలు[2] వీరికి ప్రవేశానుమతిని ఇవ్వలేదు. కొన్ని నెలల పాటు నగరం వెలుపల అడవిలనే నివసించినారు. పిట్టల్ని, పక్షులను వేటాడెటోళ్లు కావున పిట్టలోళ్లు అని పేరు వచ్చింది. వేట తమ వృత్తి కావున తాము ఏకలవ్యుని సంతానమని కూడా చెప్పుకుంటరు. అట్ల కొన్ని నెలలు గడిచిన తర్వాత తమలోని ఒక అందమైన కన్యను ఒక అధికారికి అలవాటు చేసినారు. ఆ అధికారి ఆమె అందానికి లొంగిపోయి వారి నగర ప్రవేశం కోసం నైజాం నవాబు వద్ద అనుమతి పొందినాడు.

ఫలక్‌నుమా గుట్ట వెనుక దిక్కున్న జల్‌పల్లి గ్రామాన్ని నిజాం వారికి దత్తతనిచ్చినాడు. అట్ల వాళ్లు తొలుత జల్‌పల్లిలో నివాసాలు ఏర్పాటు చేసుకొని క్రమక్రమంగ నగరంల ఉన్న అలియాబాద్, శక్కర్‌గంజ్, గాజీబండలకు వ్యాపించినారు. కొండజాతి ప్రజలు కావున మాతృస్వామిక సంఘం ఆచారాల ప్రకారం ఆ అందమైన కన్యనే తమ వంశానికి మూలమని భావించి ఆమె మరణించంగనే జల్‌పల్లి గ్రామంలనే ఆమెను సమాధి చేసినారు. అట్ల ఆమె అమ్మలగన్న అమ్మ, మూలపుటమ్మగ అవతరించింది. పార్ధీలు నేటికి కూడ తమ వాళ్లు నగరంల ఏ మూలల చనిపోయినా ఆ జల్‌పల్లి స్మశానంలనే ఖననం చేస్తరు. ఆ కన్యను దేవతగ కొలుస్తూ ప్రతి సంవత్సరం హోలీ, కాముని పున్నమి పండుగ అయిన మూడో నాడు జల్‌పల్లి గ్రామంల ఒక పెద్ద జాతర చేస్తరు. వారం రోజుల పాటు ఈ జాతర ఘనంగ సాగుతది. సారా, బ్రాందీలు ఏరులై పారుతయి. తెగిన యాటల తలలతోటి, కారిన రక్తంతోటి దేవతకు అభిషేకాలు జరుగుతయి. స్త్రీలను అమ్మవారు పూనుతది. జోస్యాలు, వరాలు, దీవనలతో పాటు బగ్గ తాగిన స్త్రీ పురుషుల కొట్లాటలతో జాతర ఘనంగ ముగుస్తది.

వీరి ప్రధాన వృత్తి పండ్లు, పూలు, కూరగాయలు అమ్ముకొనటం. పురుషులతో పాటు స్త్రీలు సమానంగ వ్యాపారాలు చేసి డబ్బులు సంపాదిస్తరు. వీరి స్త్రీలకు స్వాతంత్ర్యం ఎక్కువ. తమలో తాము గాని, పరాయివాళ్లతోటి గాని తన్నులాటలు, కొట్లాటలు వస్తే పురుషుల కన్నా స్త్రీలే సివంగులుగ మారుతరు. కూరగాయలు బేరం చేసేటప్పుడు వీరితో కొసరి కొసరి బేరం చేయటానికి చాలామంది భయపడతరు. పాతనగరంలోని షక్కర్‌గంజ్, గాజీబండ, పురానాపూల్‌లలో వీరి నివాసాలు ఎక్కువ. మతకల్లోలాలల్ల వీళ్లకు అధికంగ ప్రాణనష్టం, ఆస్తి నష్టం సంభవించి వీళ్ల ఇళ్లను అగ్గువగ్గువకు కొని, ఆక్రమించుకున్న

---

1. నగర ప్రాకారం, గోడ 2. పోలీస్ కమీషనర్

తర్వాత ఈ పిట్టలోళ్లు గూడు చెదిరిన పక్షుల వోలె పుట్టకొకరు చెట్టుకొకరి మాదిరిగ నగరంలోని ఇతర ప్రాంతాలకు తరలిపోయినారు.

లంబాడోళ్లు అనగా బంజారాలది కూడా ఇంచుమించు ఇట్లాంటి కథే. వీరు కూడ రాజస్థాన్ నుండి దేశద్రిమ్మరులుగ బయలుదేరినవాళ్లే. రాణా ప్రతాప్ అనుచరులమని చెప్పుకుంటరు. రాజపుత్రుల పతనం తర్వాత వీరు ఉప్పు అమ్ముకుంటూ దేశసంచారం చేస్తూ హైద్రాబాద్‌కు వచ్చినారు. నేటి బంజారాహిల్స్ ప్రాంతాలు వీరి తొలి నివాసాలు. వ్యవసాయంల ప్రవేశించి స్థిరనివాసాలు ఏర్పాటు చేసుకున్నందున సాంఘికంగ, ఆర్థికంగ పార్థీలకంటే మెరుగైన స్థితిలో వున్నరు.

దేశంలోని ఇతర జాతులవాళ్లు, ఇతర ప్రాంతాలవాళ్లు గాక మధ్య ఆసియా, ఆఫ్రికా నుండి వచ్చిన విదేశీయులెందరో హైద్రాబాద్‌ల స్థిరపడినారు. బహమనీ సుల్తాన్‌లు, కుతుబ్ షాహీల కాలంలనే ఇరాన్, ఇరాక్, అరబ్, టర్కీ దేశాల నుండి ఎందరో దక్కనుకు చేరుకొని స్థిరపడినారు. వీళ్లందరినీ 'ఆపాకీలు' అనగా విదేశీయులు అనేవారు. స్థానికులను 'ముల్కీ'లనేవాళ్లు. ముల్క్ అనగా దేశం. ముల్కీలనగా దేశీయులు అని కూడా అర్థం.

నైజాం రాజుల కాలంల పఠానులు, అఫ్ఘనులు, టర్కీలు, అరబ్బులు, చావూష్‌లు హైద్రాబాద్ పాతనగరంల స్థిరపడినారు. పఠాన్‌లు అఫ్ఘనిస్థాన్ నుండి వచ్చిన కొండజాతి వాళ్లు. సమరశీల పోరాట యోధులు కావున నైజాం సైన్యంల చేరినారు. పాతనగరంల పఠాన్‌వాడీ అనే బస్తీ కూడ ఉంది. అఫ్ఘనిస్తాన్ రాజధాని కాబూల్ నుండి వచ్చినవాళ్లే కాబూలీవాలాలు. వీళ్లు సైన్యంల కాక వడ్డీ వ్యాపారాలల్ల ఇతర వ్యాపారాలల్ల స్థిరపడినారు. అరబ్బులు కూడా పోరాటయోధులే కావున నైజాం వారికి ఒక ప్రత్యేక సైనిక పటాలాన్ని ఏర్పాటు చేసినాడు. పాతనగరంల చంద్రాయణగుట్ట దాటిన తర్వాత 'బార్కాస్' వీరి స్థావరాలు. బారకాసులు అంటే సైనిక స్థావరాలు అని అర్థం. బహుశా మక్కా మదీనాల నుండి వచ్చారని కాబోలు. నైజాంకు అరబ్బు సైనికుల మీద ప్రత్యేకమైన ప్రేమ కావున వీరికి ప్రత్యేకమైన సైనిక పటాలాన్ని ఏర్పాటు చేయటమే గాక సైన్యంలోని కీలక స్థానాలల్ల వీళ్లను నియమించినారు. పఠానులు, అరబ్బులు, చావూష్‌లు వేరువేరు దేశాలకు చెందిన వేరువేరు జాతులు కావున వారి మధ్య వైరం తలెత్తకుండ ప్రత్యేక సైనిక పటాలాలను ఏర్పాటు చేసినాడు. అరబ్బుల్ని ప్రత్యేకంగా ఖజానాల వద్ద కాపలాకు నియమించేవారు. వీరికి కామతృష్ణ అధికం కావున జనానాఖానాల వద్ద మాత్రం వీరిని నియమించక కొజ్జాలను కాపలాకు నియమించేవారు.

టర్కీ పాత పేరు తుర్కెనిస్తాన్. ఇక్కడ్నుండి వచ్చినవాళ్లనే తెలుగులో తురకలు లేదా తుర్కోళ్లు అన్నరు. వీళ్లు మాట్లాడే భాషను 'తురకం' అన్నరు. ఇందులో నుండి దక్కనీ ఉర్దూ ఆవిర్భవించింది.

ఇక చావూష్‌ల గురించి ప్రత్యేకంగనే చెప్పుకోవాలె. వీళ్లందరూ ఆఫ్రికాకు సంబంధించిన ముస్లింలు. వీరు ప్రధానంగ రెండు దేశాలకు ఎమెన్, అబిసీనియాలకు చెందినవాళ్లు. అబిసీనియా కొత్త పేరు ఇథియోపియా. అబిసీనియా వాళ్లను 'హబ్సీ'లు అని కూడ అంటరు. నగరంలోని హబ్సిగుడా వీళ్లకు సంబంధించినదే. వీళ్లను చూడంగనే నీగ్రోలని సులభంగ గుర్తించవచ్చు. ఈ హబ్సీలు అనగా చావూష్‌లు హైద్రాబాద్ నగరానికి చేరుకున్న వైనం ఒక ఇతిహాస గాథ.

రెండు వందల సంవత్సరాల క్రింద వనపర్తి సంస్థానం నైజాం సంస్థానంల ఒక ముఖ్యమైన ఉపసంస్థానం. దీని మొదటి రాజు 'రాజా రామేశ్వర్రావ్' తన సంస్థానం పకడ్బందీ రక్షణ కోసం పటిష్టమైన సైన్యాన్ని రూపొందించుకోవాలని బొంబాయి బానిసల సంత నుండి కొంత మంది స్త్రీపురుష నీగ్రో బానిసలను కొనుగోలు చేసి వనపర్తికి బందీలుగ పట్టుకొచ్చి వారితో ప్రత్యేక సైనిక పటాలాన్ని తయారు చేసినాడు. ఆ నీగ్రో బానిసలంత ఆఫ్రికా అశ్వాల వలె బలిష్ఠులు, ఆఫ్రికా సింహాల వలె ధైర్యవంతులు. కాలక్రమంల వారి సంతతి తామరతంపరగ అభివృద్ధి చెంది వారి జనాభా కొన్ని వందలకు చేరుకున్నది. మొదటి దశల సంస్థాన రక్షణకు వాళ్లు బాగా ఉపయోగపడినా తర్వాత కాలంల వాళ్లు తలనొప్పిగా మారినారు. ఆ చిన్న సంస్థానంల వారిని పోషించడం, అదుపుల పెట్టడం తర్వాత వచ్చిన సంస్థానాధీశులకు తలకు మించిన భారమయ్యింది. గుర్రాల వలె బలిష్ఠులైన వారికి కామతృష్ణ హెచ్చు కావున స్థానికులకు వారు ప్రమాదంగ పరిణమించినారు. చివరికి విధిలేక వనపర్తి రాజావారు వాళ్లందరినీ ఒక శుభముహూర్తంల నైజాంకు నజరానాగ సమర్పించుకుని చేతులు దులుపుకున్నడు. నైజాం వాళ్లందరితోటి ప్రత్యేకమైన ఆశ్వికదళాన్ని రూపొందించినాడు. వాళ్లనే తరువాత ఆఫ్రికన్ కావల్రీ గార్డ్స్ అన్నరు. వాళ్ల కోసం నైజాం ప్రత్యేక నివాసస్థలాన్ని ఏర్పాటు చేసినాడు. అదే ఈనాటి ఎ.సి. గార్డ్స్ ఏరియా. మాసాబ్‌టాంక్‌లోని మహావీర్ హాస్పిటల్ వెనుక భాగమే ఈ ఎ.సి.గార్డ్స్ బస్తీ. వారి సంతతి ఇప్పటికీ అక్కడనే నివసిస్తున్నరు.

ఈ చావూష్‌లు హైద్రాబాద్ నగరానికి అందించిన తమదైన విలక్షణ సంస్కృతిల ముఖ్యమైంది 'తీన్ మార్ వాయిద్య సంగీతం'. అది ఒక రకమైన డప్పు. ఆఫ్రికాకు మాత్రమే పరిమితమైన వాయిద్య పరికరం. ఇప్పటికీ పెండ్లిండ్లలో ఉత్సవాలలో, శుభసంతోష సందర్భాలలో ఈ 'టుమ్కీ'ని బజాయిస్తుంటరు. దీని శబ్దం భీకరంగ, ఉత్తేజంగ ఉంటది. వినేవారిని పరవశుల్ని గావించి వారిచే చిందులు వేయిస్తది. హిందువులు కూడ ఈ తీన్‌మార్ వాయిద్యాన్ని ఆరాధిస్తరు. దీపావళి పండుగ తెల్లారి యాదవులు 'సదర్'[1] మేళాను

---

1. యాదవుల కులసభ

జరిపే సందర్భంల ఈ తీన్‌మార్ దప్పులకు అనుగుణంగ తలలకు శమ్లాలు చుట్టుకుని, చేతులల్ల పొడుగైన లాఠీలను పట్టుకొని రకరకాల సాముగరిడీలు, విన్యాసాలు చేసుకుంట చిందులు తొక్కుకుంట అందంగ అడుగులు వేసుకుంట 'దద్దడ్ కీ దద్దడా, దద్దడ్ కీ దద్దడా' అని నాట్యం చేస్తరు. హిందీ సినిమాలకు కూడ ఈ తీన్‌మార్ సంగీతం ప్రాకడం విశేషం.

ఎక్కడి ఆఫ్రికా? ఎక్కడి బొంబాయి బానిసల సంత? ఎక్కడి వనపర్తి సంస్థానం? ఎక్కడి హైద్రాబాద్? చావూష్‌లు హైద్రాబాద్ నగర సంస్కృతిలో పాన్‌సుపారీ లాగ కలిసిపోయినారు.

ఢిల్లీ మీద అహమ్మద్ షా అబ్దాలీ, నాదిర్‌షాలు దండెత్తి నగరాన్ని నేలమట్టం చేసి జనజీవనాన్ని అల్లకల్లోలం చేసినప్పుడు, 1857లో సిపాయిల తిరుగుబాటు విఫలమైనప్పుడు అనేకమంది ప్రజలు కాందిశీకులుగ వింధ్య పర్వతాలు, నర్మదానదిని దాటి దక్షిణ ముఖద్వారంలో ఉన్న హైద్రాబాద్ నగరానికి చేరుకుని ఆశ్రయం పొందినారు. హైద్రాబాద్‌లోని శాంతిసుస్థిరతలు వారిని ఆకర్షించినాయి.

అట్ల హైద్రాబాద్ నగరం ప్రపంచ నాగరికతల విభిన్న సమ్మేళనానికి చౌరస్తాగ నిలబడింది. చార్‌మినార్‌గ అవతరించింది. అందరికీ అమ్మగ, అన్నపూర్ణగ మారింది. అనేక జాతుల వారికి అనేక ప్రాంతాలవారికి ఆశ్రయమిచ్చింది. అక్కున చేర్చుకుంది. 'సల్లగ బతుకుండ్రి బిడ్డా' అని దీవనార్తెలు ఇచ్చింది. ఏ దేశమైతేనేం? ఏ జాతి ఏ మతమైతేనేం? 'మానవుడా, మానవుడా' అంటూ అందరినీ తన చల్లని ఒడిలకు తీసుకుంది. హైద్రాబాద్ ఒక మినీ భారతదేశంగ రూపొందింది. 'జో జిస్సే మిలా సీఖా హమ్‌నే - గైరోంకో భీ అప్నాయా హమ్‌నే' (ఎవర్ని కలిసినా వారి నుండి నేర్చుకున్నం - పరాయివారిని కూడా మా వారిగా చేసుకున్నం) అని ఆనంద గీతికలు పాడింది. ఇది హైద్రాబాద్ గొప్పతనం!

ఉత్తర భారతదేశంలోని ఢిల్లీ, లాహోర్, లక్నో నగరాల నుండి దక్కన్ నగరాలైన బీదర్, బీజాపూర్, అహమ్మద్‌నగర్‌లకు వచ్చే ముసాఫిర్లకు హైద్రాబాద్ నగరం ఒక ప్రవేశమార్గంగ, ప్రధాన గవాక్షంగ వెలిసింది. నానా జాతులు వచ్చి స్థిరపడిన కారణంగ నూతన సంస్కృతి ఆవిర్భవించింది. జీవనవైవిధ్యంల హైద్రాబాద్ తన ప్రత్యేకతను నిలుపుకుంది.

షానే షహర్ హైద్రాబాద్ దక్కన్
ప్యారే షహర్ హైద్రాబాద్ దక్కన్
చార్ సౌ సాల్ పురానా షహర్

ఏ షహర్ హమారా, ఏ షౌకత్ హమారా

ఏ హమారా షహర్ హైద్రాబాద్ దక్కన్

1948 సెప్టెంబర్ 13న హైద్రాబాద్ సంస్థానంపై నెహ్రూ ప్రభుత్వం పోలీస్ యాక్షన్ జరిపించి నిజాంను గద్దె దించి జె.ఎన్. చౌదరీ మిలటరీ గవర్నర్‌గ ఒక పౌర ప్రభుత్వాన్ని ఏర్పరిచింది. ఆ సమయంలో ఆంధ్రులు సివిల్ అధికారులుగ సైన్యంతో పాటు హైద్రాబాద్‌కు వలస వచ్చినారు. ఉర్దూను కించపరిచి ఇంగ్లీషు భాషా పెత్తనంతో విద్య ఉద్యోగాలలో చొరబడినారు. 1956లో విలీనానికి ముందే అనగా ఆంధ్రప్రదేశ్ ఏర్పడక ముందే ఈ వలసలు ఉధృతంగా జరిగినాయి. తమ ఆధిపత్యంతో స్థానికులను అవమానించినారు. దానికి వ్యతిరేకంగా 1952లనే 'గైర్ ముల్కీ గోబ్యాక్' ఉద్యమం విద్యార్థుల నాయకత్వంల జరిగింది. జంటనగరాలతో సహా తెలంగాణల వున్న అన్ని ముఖ్యపట్టణాలకు ఆ ఉద్యమం వ్యాపించింది. జంటనగరాలల్ల నిరవధికంగ 16 గంటల కర్ఫ్యూ విధించబడింది. 18 మంది ప్రజలు చనిపోయినారు. వందలాది అరెస్టులు జరిగి ఉద్యమం ఆగిపోయింది.

1952 నాటి మొదటి దశ ఉద్యమంల స్వామి జన్మించినాడు. 1969ల రెండవ దశ ప్రారంభం కాంగనే స్వామి అందులో భాగస్వామి అయినాడు. అట్ల ఆ ఉద్యమ పోరాట వారసత్వం రెండవ తరానికి కూడ అందించబడింది. బహుశా 1952 పోలీసు కాల్పులల్ల చనిపోయిన ఎవరైనా ఒక విద్యార్థి మరుజన్మల స్వామిగ జన్మించినాడేమో!

4

పదిహేడు సంవత్సరాలు గడిచిన తర్వాత మళ్లీ ఇప్పుడు 1969ల ప్రత్యేక తెలంగాణ ఉద్యమం 'పునరుత్తానంగ' ప్రారంభమయ్యింది.

ఆ రోజు స్వామి సరిగ్గ కాలేజీకి పోకుండ నారాయణగుడా విఠల్‌వాడీల వున్న గోపి ఇంటికి బయలుదేరినాడు. విఠల్‌వాడీల రాగిచెట్టు కింద అమ్మవారి గుడి ఎదురుంగ వాళ్ల ఇల్లు. వాళ్ల నాన్న ఎలక్ట్రిసిటీ బోర్డులో ఉద్యోగం చేస్తడు. వాళ్లది స్వంత ఇల్లే అయినా చాలా ఇరుకు. వాళ్ల ఇంట్ల సిటీ కల్చర్ స్పష్టంగ కనబడుతది. దక్కన్ క్రానికల్, ఆంధ్రభూమి దినపత్రికలు రెండూ తెప్పిస్తరు. పైగా భోషాణమంత పెద్ద పాత రేడియో ఒకటి ఉంది. గోపి నాన్న హైద్రాబాద్, ఢిల్లీ వార్తలే కాక సిలోన్, పాకిస్తాన్, చైనా వార్తల్ని కూడా రాత్రి పగలు అనక అతిశ్రద్ధగ వింటడు. ఇంట్ల మిగిలినోళ్లు హమేషా సీన్మా పాటలు వింటుంటే ఆయనకో రోజు కోపం వచ్చి ఆ రేడియోను రెండు చేతులతో ఎత్తి పట్టుకుని వీధిలోకి విసిరేసినాడు. కింద పడినా అది ఆగకుండ చక్కగ పాడుతనే ఉందట. అది 'మేడిన్ జపాన్' అని ఆయన ఇప్పటికీ అందరితోటి సగర్వంగ చెప్పుతుంటడట.

ఆయన ఎప్పుడైనా మూడ్‌లో వున్నప్పుడు సైగల్ పాటలను రేడియోకు చెవ్వు ఆనించి మరీ వింటడట. అవి ఎంత బోర్‌గ, ఎంత జోక్‌గ ఉంటయో గోపి సైగల్ గొంతును అనుకరిస్తూ ముక్కుతో 'జబ్ దిల్ హీ టూట్ గయా' అని వెక్కిరిస్తూ పాడుతుంటే తనూ అశోక్ కడుపు పగిలేటట్లు నవ్వుతరు. అట్లనే భానుమతి పాటలంటే గోపికి మరీ చులకన.

స్వామి గోపి ఇంటికి పొయ్యేసరికి అక్కడ అశోక్, జెఫ్రీలు కూడ తయారుగా ఉన్నరు. స్వామిని చూడంగనే సంతోషంతోటి కావలించుకున్నంత పని చేసినారు.

అశోక్‌ది కరీంనగర్ జిల్లా మెట్‌పల్లి. వాడు తన క్లాస్‌మేట్. వెలమవాళ్లు. వాడి నాన్న రాజకీయాలు, వ్యవసాయంతో పాటు కాంట్రాక్టు పనులు కూడా చేస్తాడట. బాగా దండోళ్లు. అశోక్ నలుపే అయినా నిండైన గుండ్రటి ముఖం. తీర్చిదిద్దిన కనుబొమ్మలతో పెద్ద పెద్ద కండ్లతో అందంగ ఉంటడు. పెదవి మీద మీసం చివర్లను నాలిక చివరితోటి సుతారంగ అద్దుకుంట ఉంటడు. అది వాడి మేనరిజం. ఎప్పుడూ ఇస్త్రీ మడతలు నలగని టెర్లిన్, టెరికాట్ బట్టలు వేసుకొని, నల్లటి మెరిసే బెల్టుతో ఇన్‌షర్టు లేకుండా సాధారణంగా కనిపించడు. ఇసామియా బజారుల ఇల్లు కిరాయకు తీసుకుని, ఊరి నుండే వంటవాణ్ని తెచ్చుకొని తమ్ముళ్లతో సహా చదువుకుంటున్నడు. సంవత్సరానికి ఓసారి పంట అమ్మిన డబ్బులు రాంగనే వాడి నాన్న ఇంట్ల అందరికీ ఒకేసారి రెండు వేల రూపాయలు పెట్టి బట్టలు కొంటడని అశోక్ చెప్పినప్పుడు స్వామి బోలెడంత ఆశ్చర్యపోయినాడు. స్వామి బాపు నెల జీతం నెలకు మూడు వందలు. తమ మిత్ర బృందానికి ఫైనాన్సియర్ అశోక్. సినిమాలు, హోటళ్ల ఖర్చులన్నీ వాడే భరిస్తడు. అయినా ఎప్పుడూ 'ఫోజు' కొట్టడు. అదే స్వామికి నచ్చిన సంగతి.

జెఫ్రీ నల్లగ, పీలగ, పొట్టిగ ఉంటడు. దళిత క్రిస్టియన్. నింబోలి అడ్డల మసీదు ఎదురుంగ గల్లీల వాళ్ల ఇల్లు. ఇల్లు స్వంతం కాదు కిరాయది. వాడు ఇది వరకే ఓసారి పి.యు.సి. డిమ్కీ కొట్టినాడు. గజనీ మహమ్మద్ దండయాత్రలు. సప్లిమెంటరీ రాస్తున్నడు. అయినా చదువుతున్న వాలకం కనబడదు. జీవితం అంటే కేరేపిన్, కేరేజాట్. ఎంత సేపూ మార్నింగ్ షో సీన్మాలు, ఇరానీ చాయ్‌లు, పాన్ డబ్బాల కాడ సిగరెట్లు, దొరికిన దోస్తులతో పాంఖనాలు[1]. గోపి వాడికి 'బాతాల పోతురెడ్డి' అని బిరుదు ఇచ్చేసినాడు. వాడి షర్టు కాలర్ ఎప్పుడూ పైకి లేపే ఉంటది. అది హిందీ సీన్మా హీరో దేవానంద్ స్టైయిల్ అట. అమ్మాయిలకు లైట్ కొట్టాలంటే ఆ కాలర్ ఎప్పుడూ అట్ల పైకి లేపే ఉంచాలట. వాళ్లను ఆకర్షించడానికి నిరంతరం సిగరెట్లు కాల్చడమే గాక ఆ పొగను రింగులురింగులుగ గాల్లోకి వదులుతూ ఉంటడు. 'పరీలను' ఆకర్షించటానికి తన వ్యక్తిత్వం,

---

1. కబుర్లు

ఉనికి, ప్రత్యేకత అంతా ఆ రింగురింగుల పొగలనే ఉందని వాడి నిశ్చితాభిప్రాయం. వాడికి చదువు లేకున్నా ప్రతి ఆదివారం చర్చికి పోతడు కావున ఇంగ్లీష్ స్టయిల్‌గ మాట్లాడతడు.

అశోక్‌గాడ్ని పట్టుకుని ఆ రోజు శాంతి టాకీస్‌ల మార్నింగ్ షో సీన్మా 'తోటలో పిల్ల కోటలో రాణి' పుకట్‌గ చూడాలన్న ప్లానుతోటి వాడు గోపి ఇంటికి వచ్చినాడు. స్వామికి వానిల నచ్చింది మ్యూజిక్ సెన్స్. వానికి ముఖేష్ పాటలన్నా, శంకర్ జై కిషన్ సంగీతమన్నా, రాజకపూర్ సీన్మాలన్నా బలే పిచ్చి. వానికి రాత్రుళ్లు నిద్ర పట్టనప్పుడు, ఏమీ తోచనప్పుడు నగరం నిశ్శబ్దపు నిశా రోడ్ల మీద ఏకాంతంగ నడుచుకుంట రాజకపూర్ పాటల్ని పెద్దగ పాడుకుంట తిరుగుతడు. వాడొక నిశాచరుడు.

గోపికి చదువు తప్ప ప్రపంచంలో వున్న జనరల్ నాలెడ్జి అంతా తెలుసన్నట్లు నిరంతరం గంటలు గంటలు నాన్‌స్టాప్‌గ మాట్లాడుతూ వుంటడు. వాడొక గొప్ప స్టోరీ టెల్లర్. ఎంత పనికి రాని చెత్త సంగతైనా కతలు కతలుగ అల్లి గొప్పగ చెప్పుతడు. పోయిన ఎండాకాలం సెలవులల్ల తను ఒక్కడే నగర శివార్లలోని తమ ఫాంహౌజ్‌ల ఎట్ల గడిపిందీ, పొలంల వున్న గుడిసెల తను వంట ఎట్ల చేసుకున్నదీ, కౌబాయ్ స్టయిల్లో తను తమ దున్నపోతు మీద ఎక్కి ఇంటి నుండి పొలానికి ఎట్ల పొయ్యిందీ, గాలి రాని ఇరుకిరుకు విఠల్‌వాడీ గల్లీలల్ల నివసించే తను ఆరుబయలు పొలంల వెన్నెల రాత్రుళ్లలో చంద్రుణ్ని చూస్తూ, చుక్కల్ని లెక్కపెట్టుకుంట ఎట్ల నిద్రపోయిందీ, మందంగా మీగడ పేరుకుపోయిన గడ్డ పెరుగు రుచి ఎట్ల ఉందీ, కొంత మంది ఆ ఊరి పోరీలు తనను ఎట్ల అభిమానంతో చూసిందీ వర్ణించి వర్ణించి చెప్పేటోడు. వాడు దక్కన్ క్రానికల్ పేపరు రోజూ చూస్తడు. అందుకే ఇంగ్లీషు తడబాటు లేకుండ మాట్లాడెటోడు. అండ్ల గ్రామర్ తప్పుల సంగతి పెరుమాళ్లకెరుక! వాడింట్ల వానికి స్వేచ్ఛ ఎక్కువ. అర్ధరాత్రి దాటిన తర్వాత వచ్చినా, అసలు రాత్రంతా రాకపోయినా ఎవరూ ఏమీ అనరు. వాడి పిచ్చిల ఉన్న ఏదో క్రమబద్ధత స్వామిని ఆకర్షించి సన్నిహితుణ్ని చేసింది.

చేతిల ఆనాటి క్రానికల్, ఆంధ్రభూమి పేపర్లు పట్టుకుని గోపి తన దోస్తులను న్యూసైన్స్ కాలేజీ చౌరస్తాల వున్న ఇరానీ హోటల్‌కు తీసుకపోయినాడు. ఎవరూ డిస్టర్బ్ చేయని ఓ మూల బల్లని ఆక్రమించినారు. 'దో బై చార్ చాయ్ లావ్' అని అశోక్ కేకేసినాడు. 'బిస్కట్ భీ సాత్ లావో' అని జెఫ్రీ వంతపాట. 'గరం గరం సమోసా' అని గోపి ముక్తాయింపు ఇచ్చినాడు. వాటన్నింటికంటే ముందు నాలుగు సీసపు గ్లాసులల్ల ఐదు వేళ్లూ ముంచి 'పానీ' పట్టుకొచ్చినాడు హోటల్ సర్వర్. టపీమని ఆ గ్లాసులన్నీ టేబిల్‌పై గట్టిగా శబ్దం వచ్చేటట్లు పెట్టంగనే ఆ గ్లాసుల్లోని నీళ్లు కొన్ని టేబిల్‌పై ఒలికిపోయినై. గ్లాసులు పగిలినంత పని అయ్యింది.

"ఈ తెలంగాణ ఉద్యమం ఎట్ల స్టార్ట్ అయ్యిందో తెలుసా?" అని గోపి జెఫ్రీని ప్రశ్నించినాడు. జెఫ్రీగాడు పదహారు పండ్లు కనబడేటట్లు ఇకిలించి 'నాకేం తెల్సు? శాంతి టాకీసుల మార్నింగ్ షో తోటలో పిల్ల కోటలో రాణి" అని అశోక్ ముఖంలకు ప్రశ్నార్థకంగ చూసినాడు.

"అభే సాలే, కమీనే. మన తోటోళ్లేమో తెలంగాణ కోసం పోలీసోళ్లతోని తన్నులు తింటున్నరు. తలలు పగులగొట్టుకుంటున్నరు. కాల్జేతులు ఇరుగగొట్టుకుంటున్నరు. నీకేమో ఆ రాజశ్రీ పోరిని చూడాలని ఉంది. నీకేమన్న సిగ్గు శరమూ ఉందారా?" అని అశోక్ క్లాసు పీకిండు. ఆ దెబ్బతో జెఫ్రీ తలొంచుకుని బిస్కట్లు కొరుకబట్టిండు. గోపి హుషారుగ తను పేపర్ల చదివిన వార్తలన్నింటిని కలిపి కతలాగా చెప్పటం మొదలు పెట్టినాడు. అశోక్, స్వామిలు గోపిని ముచ్చటగ చూస్తూ వాడు చెప్పేది శ్రద్ధగా వినసాగినారు.

ఖమ్మం జిల్లా పాల్వ[illegible]ర్ స్టేషన్‌ల ఈ నెల ఐదో తారీఖున (1969 జనవరి) ఈ ఎజిటేషన్ శురువయ్యింది. సింగరేణి బొగ్గు, గోదావరి జలాలు ఆధారంతో నిర్మించిన ఆ విద్యుత్ కేంద్రంల ఆంధ్రోళ్లదే మెజారిటీ. ఆఫీసర్లు, ఇంజినీర్లు, క్లర్కులు వాళ్లు. మనోళ్లేమో చెప్రాసీలు, స్వీపర్లు, కార్మికులు. ఉద్యోగులల్ల తెలంగాణా కాని వాళ్లందరినీ వెనుకకు పంపాలనీ, తెలంగాణా వాళ్లకే ఉద్యోగాలు ఇవ్వాలనీ, తెలంగాణ రక్షణలు అమలు చేయాలనీ కృష్ణ అనే కార్మిక నాయకుడు నిరాహారదీక్ష మొదలు పెట్టినాడు. అయితే ఆ ఎజిటేషన్ ఖమ్మం జిల్లా ముఖ్యకేంద్రానికి చేరుకుంది.

రవీంద్రనాథ్ అనే స్టూడెంట్ లీడర్ 'భూక్ హర్తాల్'కు కూచున్నడు. ఆయనతో పాటు ఇంకా చానా మంది కూచున్నరు. మొన్న తొమ్మిదో తారీఖున పెద్ద జులూస్ భీ తీసినారు. ఆంధ్రాస్ గోబ్యాక్, తెలంగాణ రక్షణలు అమలు చేయాలని స్లోగన్లు ఇచ్చినారు. 'ఆంధ్ర' అని కన్పించిన బోర్డులన్నీ పీకేసినారు. కాళ్ల కింద పడేసి తొక్కేసినారు. ఆంధ్రా బ్యాంక్ మీద అటాక్ అయ్యింది. బస్సుల మీద పత్రం బాజీ అయ్యింది. ఖమ్మం రైల్వే స్టేషన్ల బెజ్వాడకు పొయ్యే రైళ్లన్నింటినీ ఆపేసినారు. అండ్ల వున్న ఆంధ్రోళ్లంతా పరేషాన్. కాని మీదికి మాత్రం బింకంగ కూసున్నరు.

నిజాంబాద్‌ల భీ ఎజిటేషన్ శురవయ్యింది. స్టూడెంట్లు ప్రొసెషన్లు తీసినారు. 'నారా'లిచ్చినారు. ఖర్మల్ మామాలు లాఠీఛార్జీ జరిపినారు. చాలా మంది పోరలు జఖం అయినారు. పోరలకాల్జేతులు కట్టెపుల్లల లెక్క ఇరిగిపోయినయి. తలకాయలు పుచ్చపండ్లోలె పగిలిపోయినయి. ఇంక దాంతోని ఈడ హైద్రాబాద్‌ల ఉస్మానియా యూనివర్శిటీల భీ కాక తగిలింది. మొన్న తేరా తారీఖునాడు మనోళ్లు "తెలంగాణా విద్యార్థుల కార్యాచరణ సమితి"ని ఏర్పాటు చేసినారు. మల్లికార్జున్ దానికి ప్రధాన కార్యదర్శి. ఆయన మెడికల్ కాలేజీల స్టూడెంట్ లీడర్.

'బహుత్ అచ్చా బోల్ రైc దోస్త్' అని ఇద్దరు ముగ్గురు ముస్లిం స్టూడెంట్స్ తమ కుర్చీలను గోపి కుర్చీ దగ్గరకు లాక్కున్నరు. వాళ్లు పక్కనే ఉన్న న్యూసైన్స్ కాలేజీల బియస్‌సి చదువుతున్నరట. ఐ యామ్ సో అండ్ సో అని పరిచయాలు చేసుకున్నరు. సైన్స్ విద్యార్థులకు జనరల్ నాలెడ్జ్ తక్కువ అని మరోసారి తెల్సింది. అయినా వాళ్లు అతి శ్రద్ధగ గోపి మాటల్ని, సింపతితో వింటున్నరు.

అశోక్‌కు ఆవేశం ముంచుకొచ్చింది. వాడి పెద్ద పెద్ద కండ్లు నిప్పు కణికలుగ మారిపోయినై. గోపి మాటల ప్రవాహానికి అడ్డుపడి వాడు చెప్పటం మొదలు పెట్టినాడు. ప్రతీదాన్ని ఈజీగా తీసుకునే జెఫ్రీ కూడా సిగరెట్ అంటించడం మరిచిపోయి దానిని అట్లనే వేళ్ల సందున ఇరికించుకుని అందరి మాటలను సీరియస్‌గ వింటున్నడు. తన లోపల తనే ఏదో సీరియస్‌గ ఆలోచిస్తున్నడు.

"అరే భై ఎంత సేపూ చదువులు, ఉద్యోగాలు అనే మాట్లాడుతరు గని మా ఊళ్ల గురించి, భూములు వ్యవసాయం గురించి ఎవరూ మాట్లడరేంది? ఇండియా లివ్స్ ఇన్ విలేజేస్ అని గాంధీ మహాత్ముడు చెప్పలే? ఆంధ్రోళ్లతోని మేమెంత నుక్సానయినమొ, ఎంత పరేషానయినమో, ఎంత బద్నామ్ అయినమొ, మీ పట్నపోళ్లకు ఏమైనా ఎరికేనా? మీరు ఆరామ్‌గ నజాకత్‌లు చేసుకుంట, నాజూక్‌లు చేసుకుంట పంకల కింద కూసోని, చాలు తాక్కుంట, సిగరెట్లు పీక్కుంట, లెక్చర్ బాజీలు చేస్తుంటరు గని" అని నిష్ఠూరాలు పోబట్టిండు అశోక్.

"ఏమైందిరా అశోక్?" అని నవ్వుతూ అడిగినాడు స్వామి. అశోక్ తన 'గోస' విన్పించటం మొదలుపెట్టినాడు.

"1956లో ఆంధ్రప్రదేశ్ ఏర్పడక పూర్వమే 1948 పోలీసు యాక్షన్ నుండి ఆంధ్రోళ్లు తెలంగాణల గుసాయించడం మొదలు పెట్టిండ్రు. నీళ్లున్న చోట, తరి భూములున్న చోట కొడుకులు అడ్డా బిఠాయించిండ్రు. 1950 కౌల్దారీ చట్టం ప్రకారం తెలంగాణా భూముల్ని తెలంగాణా వోళ్లే కొనాలె. అమ్మాలె. కాని 1956ల ఆంధ్రప్రదేశ్ ఏర్పడక ముందే ఆ చట్టాన్ని బేఖాతర్ చేసి ఆంధ్రోళ్లు తెలంగాణాల భూముల్ని అగ్గువసగ్గువకు కొన్నరు. ఇక ఆంధ్రప్రదేశ్ ఏర్పడంగనే కోతికి కొబ్బరికాయ దొరికినట్లు అయ్యింది. ఏకు మేకై పోయిండ్రు. ఏలు బెట్టే సందైతే కాలు బెట్టేటందుకు వొచ్చినోళ్లు వొచ్చినట్లు ఊకుండకుండ తమ చుట్టపక్కాల్ని, దోస్తుల్ని, అందర్నీ దావత్ ఇచ్చినట్లు పిలుసుకున్నరు. కొత్త కొత్త ఊర్లు. కొత్త కొత్త పేర్లు. మనోళ్లేమో ఉన్న భూములమ్ముకోని కూలోళ్లయ్యిండ్రు. పట్నాలల్ల హమాలీలయ్యిండ్రు. అయితే కత ఇంతటితోటి అయిపోలే. వాళ్లకు నీల్గుడెక్కువయ్యింది. షానతనమెక్కువయ్యింది. మనకు తెలుగు రాదట. తెలివి లేదట. సోమరిపోతులమట. నాగరీకం అనేదే తెల్వదంట" అని ఆయాసంతో, ఉద్రేకంతో ఆగిపోయిండు.

"అపన్ హాలే నహీఁ హై దోస్త్. వోహీ మత్‌లబీ హై. బద్మాష్ హై. సాలోంకో భగాదో యహాఁ సే" అని ముస్లిం దోస్తులు అశోక్‌ను సముదాయించబట్టింద్రు. అందుల ఒకతను "చే బన్ మస్కా లావ్ భై" అని ఆర్డర్ ఇచ్చిండు. బన్ మస్కా పేరు వినగానే స్వామికి నోట్లో నీళ్లూరటం ప్రారంభించినై. కేక్ పేస్ట్రీలు, బన్ మస్కాలంటే స్వామికి బలే ఇష్టం.

"మరి ఉస్మానియా యూనివర్శిటీ స్టూడెంట్లల్ల రెండు గ్రూపులు ఎందుకు ఏర్పడినయ్?" జెఫ్రీ తెలివైన ప్రశ్న వేసిండు.

"అవును. సేఫ్ గార్డులు, సపరేటిస్టులు అని రెండు గ్రూపులుగా మనోళ్లు చీలిపోయినారు. సేఫ్ గార్డ్స్ గ్రూపుల కమ్యూనిస్టు పార్టీకి చెందిన స్టూడెంట్ ఫెడరేషన్ వాళ్లున్నరు. సదానంద్ వాళ్ల నాయకుడు. అతను లా స్టూడెంట్. వెరీ డైనమిక్. ఇంక ఆ గ్రూపుల కాంగ్రెస్ పార్టీలోని సమైక్య వాదానికి సంబంధించిన విద్యార్థులు కూడ ఉన్నరు. తెలంగాణాకు అన్యాయం జరిగిందని ఈ సేఫ్ గార్డ్సు కూడ ఒప్పుకుంటరు కాని రాష్ట్రాన్ని చీల్చకుండా తెలంగాణకు రక్షణలు కల్పించాలని, అభివృద్ధి చేయాలని రాష్ట్ర సమైక్యతను కాపాడాలని వారి వాదన. సపరేటిస్టు విద్యార్థుల గ్రూపుకు మల్లికార్జున్, శ్రీధర్ రెడ్డి నాయకులు. ప్రత్యేక రాష్ట్రం ఏర్పడితేనే అన్ని కష్టాలు తీరుతయని, నిజమైన అభివృద్ధి జరుగుతుందని వారి అభిప్రాయం" అని వివరించినాడు గోపి.

"మరి ఈ రోజు ప్రోగ్రామ్ ఏంటిదీ?" అని ప్రశ్నించినాడు స్వామి.

"మనం సపరేటిస్టులం. నిజాం కాలేజీ నుండి సెక్రెట్రేట్ దాకా జులూస్ తీస్తం. అక్కడ మీటింగ్. మన అప్పోజిషనోళ్లు అదే సేఫ్‌గార్డ్సు వివేక్ వర్ధనీ కాలేజీ గ్రౌండ్స్‌ల జమయితరట. వాళ్లు ఎక్కడిక పోతరో, ఏం చేస్తరో మనకయితే తెల్వదు" అన్నడు గోపి.

ఇంతల బన్‌మస్కాలొచ్చినై, అందరూ కలిసి వాటిని లాగించినారు. ముస్లిం దోస్తులు వొద్దన్నా వినకుండ అన్ని బిల్లులు మొత్తం కట్టేసినారు. తర్వాత చలో అంటే చలో అని హోటల్ నుండి అందరూ గుంపుగ బయలుదేరినారు. న్యూసైన్స్ కాలేజీ ముందు మరికొంత మంది కలిసినారు. జై తెలంగాణా నినాదాలతో అనుకోని ఊరేగింపు బయలుదేరింది. కింగ్‌కోఠీ, ఓల్డ్ ఎమ్మెల్యే క్వార్టర్స్, హైదర్‌గుడా, బషీర్‌బాగ్ చౌరస్తాల నుండి గుజ్రాయించి నిజాం కాలేజీ మైదానం చేరుకున్నరు. అన్ని కాలేజీల విద్యార్థులు అక్కడికే చేరుకున్నట్లుంది. మల్లికార్జున్, శ్రీధర్‌రెడ్డిలు అక్కడే తిరుగుతున్నరు. స్వామి మల్లికార్జున్‌ను చూడటం అదే ప్రథమం. అతను విద్యార్థి లాగ లేనేలేడు. నల్లగ, లావుగ వున్నడు. కొంచెం పొట్ట కూడ ఉంది. మీసాలు తాంద్ర పాపారాయుడి మీసాల్లాగ ఉన్నయి. మాటిమాటికి వాటిని రింగులురింగులుగ మెలి పెడుతున్నడు. శ్రీధర్ రెడ్డి మాత్రం తెల్లగ, పొడుగ్గ, సన్నగ

ఉన్నడు. పల్చటి గడ్డం. బాగ ఎమోషనల్‌గ కనబడుతున్నడు. ఆ ఇద్దరూ ప్రతి ఒక్కరితో షేక్‌హాండ్లు ఇచ్చుకుంట హలో అనే బదులు 'జై తెలంగాణా' అంటున్నరు. మిగతా వారు బదులుగా జై జై తెలంగాణా అంటున్నరు.

సాంప్రదాయిక నమస్కారానికి ఓ నమస్కారం పెట్టి ఈ కొత్త పోరాట సంస్కృతిని అలవాటు చేసుకున్నట్లుంది. ఫోను ఎత్తంగనే కొందరు జై తెలంగాణా అనే అంటున్నరట. మొన్న ఒక పెండ్లి కొడుకు "జై తెలంగాణా" అని మంత్రం లాగ నినాదమిస్తూ పెండ్లి పిల్ల మెడల పుస్తె కట్టిండట. ప్రజలు చేసే పోరాటాలల్ల నూతన సంప్రదాయాలు ఇట్లనే వ్యాపిస్తుంటవి.

నిజాం కాలేజీ నుండి ఊరేగింపు బయలుదేరింది. ఎంత పొడుగైన ఊరేగింపో! నినాదాలే నినాదాలు. ఆకాశం విరిగి మీద పడుతున్నదా అన్నట్లు! స్వామి గొంతు రెండు మూడు నినాదాలకే కీచుగొంతుగ మారింది. ఊరేగింపు బషీర్‌బాగ్ ఎల్.బి. స్టేడియం, బాగేఆం, రవీంద్రభారతి నుండి సెక్రటేరియట్‌కు సాగిపోతుంది. మలబార్ స్పెషల్ పోలీసులు చిన్న టోపీలతో, మెషిన్‌గన్, లాఠీలతో జాగ్రత్తగ డేగకళ్లతోటి కాపలా కాస్తున్నరు. కవర్ చేస్తున్నరు. నగరం అంతటా 144 సెక్షన్. అయినా ఎవరికీ భయం లేదు.

స్వామికి ఫుట్‌పాత్‌పై ఒక కంకరరాళ్ల గుట్ట కన్పించింది. ఆ పక్కనే మున్సిపల్ లైట్‌బుడ్లు గుండ్రంగ తెల్లగ మెరిసిపోతూ కన్పిస్తున్నయి. స్వామి ఆ రాళ్ల గుట్టవైపు పరిగెత్తి ఒక రాయి చేతిలకు తీసుకోబోయినాడు. ఊరేగింపు లైనునంతా మల్లికార్జున్ పర్యవేక్షిస్తున్నట్లుంది. ఎక్కడ్నుండి చూసిండో దబ్బ దబ్బ స్వామి దగ్గరికి ఉరుక్కుంట వచ్చి "తమ్మీ! అదేం పని?" అని గద్దించినాడు. చటుక్కున రాయి విడిచిపెట్టి లటుక్కున గుంపులకు మాయమైనాడు స్వామి.

ఊరేగింపు సెక్రటేరియట్‌కు చేరుకుంది. దాని గేట్ల ముందు గంటల తరబడి నిలబడి ధర్నా చేసినారు. ఉపన్యాసాలిచ్చినారు. ముఖ్యమంత్రి కాసు బ్రహ్మానందరెడ్డి గడ్డిబొమ్మను దహనం చేసినారు. నినాదాలు చేసుకుంట ఇండ్లల్లకు తిరుగుముఖం పట్టినారు.

ఆ తర్వాత కొన్ని రోజులకే స్వామి పంచముఖి హనుమాన్ గల్లీలల్ల ఒక స్కూల్‌ను బాయ్‌కాట్ చేయిస్తున్నప్పుడు మల్లికార్జున్ ఇంకో దోస్తుతో కల్సి బుల్లెట్ మోటార్ సైకిల్‌పై తిరుగుతూ ఆ స్కూలుకు వచ్చినాడు. పాతనగరంల పాఠశాలలు బాయ్‌కాట్ చేయిస్తున్న లీడర్ అని తెల్సి శభాష్ అని మెచ్చుకుని షేక్‌హాండ్ కూడా ఇచ్చినాడు. 'ఏమైనా ప్రాబ్లెమ్ వుంటే ఈ ఫోన్ నంబరుకు ఫోన్ చేయండి' అని ఒక కాగితంపై నంబరు రాసిచ్చినాడు. స్వామి గొప్పగా పొంగిపోయినాడు. నిజాం కాలేజీ మైదానంల వేలాది మంది ముందు ఉపన్యాసమిచ్చే మల్లికార్జున్ తనతో ఒంటరిగా మాట్లాడి తనకు ఫోను నంబరు రాసిచ్చినందుకు. అయితే కొద్ది రోజులకే ఆ ఫోన్ నంబరుతో పనిబడింది.

పాతనగరంల అనేక స్కూళ్లను బాయ్‌కాట్ చేయించినాడు. దూద్‌బౌలీలోని కస్తూర్‌బా పాఠశాలల క్లాసులు నడుస్తున్నవని ఇన్‌ఫర్‌మేషన్ వచ్చింది. స్వామి, సీతారాం, ఓంప్రకాశ్ బస్తీ మిత్రులు మరికొంత మంది కల్సి ఆ స్కూలుకు పోయినారు. గేట్లు బిగించి లోపల క్లాసులు నడిపిస్తున్నరు. వాళ్లంతా జై తెలంగాణా, జైజై తెలంగాణా అని గేట్లను దబ్బ దబ్బ కొట్టడం మొదలుపెట్టంగనే చప్రాసీ భయపడి గేటు తెరిచినాడు. అందరూ నినాదాలు ఇస్తూ లోపలికి గుసాయించి స్కూలు గంట గణగణా కొట్టేసినారు. పిల్లలంతా గట్లు తెగిన ప్రవాహంలాగ తమ చుట్టూ చేరిపోయినారు. వాళ్ల కోసమే చూస్తున్నరట – ఎవరైనా వచ్చి క్లాసులు బాయ్‌కాట్ చేయిస్తే బాగుండునని. తను వాళ్లతో జై తెలంగాణా నినాదాలు ఇప్పిస్తున్నడు.

ఇంతల ఆ స్కూల్ హెడ్ మిస్ట్రెస్ తన దగ్గరికి వచ్చి ఆర్గ్యుమెంట్ మొదలు పెట్టింది. ప్రత్యేక తెలంగాణా రాజకీయ ఉద్యమమనీ, విద్యార్థులకు రాజకీయాలతో ఏం పని అనీ, చదువులెందుకు చెడగొట్టుకుంటరని హెచ్చరికలు, హితబోధలు మొదలు పెట్టింది. స్వామి తీవ్రస్వరంతో స్వాతంత్ర్య పోరాటంల కూడ విద్యార్థులు పాల్గొన్నరనీ, మరి ఆనాడు వాళ్లు కూడ మీ మాదిరే ఆలోచిస్తే మరి ఈనాడు మనకు ఈ స్వాతంత్ర్యం ఉండేదా అని అడిగినాడు. ఆ ప్రశ్నతో ఆమెకు గొంతుల వెలక్కాయ ఇరుక్కున్నంత పని ఐంది. ఏం జవాబు ఇవ్వాలో తోచక మిర్రిమిర్రి చూసింది. ఇంతల పోలీసులు స్కూలు ముందుకు గస్తీ తిరుగుతూ వచ్చినారు. స్కూలు లోపల గడబడ అవుతుందని తెలిసి లాఠీలు తిప్పుతూ లోపలికొచ్చినారు. పోలీసులను చూడంగనే వెంట వచ్చిన దోస్తులందరూ 'దాగుడు మూతలు దండాకోర్. పిల్లీ వచ్చే ఎలకా పాయె' అన్నట్లు ఎక్కడి వాళ్లక్కడే పరార్.

స్వామికి పారిపోవటం, అదీ ఆ హెడ్ మిస్ట్రెస్ ముందు అవమానం అనిపించింది. ధైర్యంగ అట్లనే నిలుచుండిపోయినాడు. ఎర్ర పట్టీ జమేదార్ వచ్చి 'చలో పోలీస్ స్టేషన్' అన్నడు. తనూ 'చలో' అన్నడు. ఓ ముసలిబక్క పోలీసు తనను పాత సైకిల్ హాండిల్‌బార్ మీద కూచోబెట్టుకొని చత్రినాకా పోలీస్‌స్టేషన్‌కు తీసుకపోయినాడు. పోలీసు స్టేషన్‌కు పోవుడు స్వామికి అదే మొదటిసారి. లాకప్ లోపల ఎవరో దొంగలున్నరు. పోలీస్‌స్టేషన్ హౌజ్ మాస్టర్ తన ఎర్రటోపీ పక్కన బెట్టి టేబుల్‌పై తలవాల్చి మాంచి నిద్రల ఉన్నడు. వాళ్ల చప్పుడుకు నిద్ర లేచి ఎగాదిగా చూసి పేరు, తండ్రి పేరు, బస్తీ, ఇంటి నెంబరు, కాలేజీ వివరాలన్ని రిజిష్టర్‌లో ఓపికగా ఎక్కించుకుని "మళ్లీ ఇంకోసారి ఇట్లనే చేస్తే అరెస్టు చేసి లాకప్‌ల పడేస్త. జైలుకు పంపిస్త. కబర్దార్" అని వార్నింగ్ ఇచ్చి "జావ్" అని హుంకరించినాడు.

స్వామి వీరుడిలాగ పోలీసు స్టేషన్ నుండి ఇవతలికి వచ్చి మండే ఎండలల్ల కాళ్లీడ్చుకుంట అప్సరా టాకీస్, లాల్ దర్వాజాల నుండి బస్తీకి చేరుకున్నడు. అక్కడ

దోస్తులంతా పరేషాన్ ముఖాలతో నిల్చున్నరు. స్వామిని చూడంగనే వాళ్ల ముఖాలల్ల దీపావళీ పూల్‌చెడీలు. సంక్రాంతి నాడు ఎగురుతున్న పతంగుల్లాగ వారి ముఖాలు. అప్పటికి శాలిబండల ఫోన్లు లేవు, ఒక్క పోస్టు ఆఫీసులో తప్ప. సీతారాం పోస్టాఫీసుకు పోయి మల్లికార్జున్ ఇచ్చిన నంబరుకు ఫోను చేసి స్వామిని పోలీసోళ్లు పట్టుకుపోయినట్లు చెప్పినారట. "ఒక గంట ఆగి చూడండి. అప్పటికీ విడవకపోతే మేం చత్రినాక పోలీసులతో మాట్లాడుతం" అని ఎవరో సమాధానమిచ్చినారట.

చరిత్ర రథచక్రాలు వడివడిగ కదులుతుంటే ప్రత్యేక తెలంగాణా ఉద్యమం రక్తసిక్తమైన మలుపులకు, ఎవ్వరూ ఊహించని దారులకు తరలిపోయింది. అడుగడుగునా రక్తతర్పణలు. ప్రాణ త్యాగాలు. బలిదానాలు. అయినా విద్యార్థులు, యువకులు ఆ పోరాటాన్ని ముందుకు, మున్ముందుకే తీస్కపోయినారు గని ఎన్కకు తిరగలె! తెలంగాణా వీధులలో నవయువకుల ఉడుకురక్తం ఏరులై పారింది. తల్లి తెలంగాణా కోసం అడుగడుగున ఆత్మార్పణలు. రక్తాభిషేకాలు. అశ్రుసిక్త నయనాల నైవేద్యాలు. మళ్లీ మరొకసారి తెలంగాణా పోరాటాల పోతుగడ్డ, ఆరాటాల పురిటిగడ్డ అని ప్రపంచానికి తెలిసిపోయింది. పుడమి తల్లి పురిటినొప్పులే ప్రత్యేక తెలంగాణా పోరాట ఉద్యమం.

❖ ❖ ❖

ఆ రోజు జనవరి 18, 1969.

ఆ ఉదయం స్వామి తొందరగ తయారయ్యి అమ్మ పెట్టిన ఉప్పుడు పిండిల శక్కర కలుపుకుని కడుపు నిండా తిని కోపు నిండా చాయ్ పోసుకొని, అమ్మను బతిమిలాడి అందులో స్పెషల్‌గ మీగడ వేయించుకొని తృప్తిగా నాస్తా ముగించినాడు. 'అమ్మా ఈ రోజు నేను గోపి వాళ్లింటికి పోతున్నా సాయంత్రం ఆలస్యమైతదేమో ఎదిరి చూడకు' అని అమ్మకు చెప్పి వంటింట్ల నుండి మనసాలలకు వచ్చేసరికి బాపు కనబడ్డడు. ఆ రోజు ఆయనకు బడి హడావిడి లేనట్లుంది. చాయ్ తాగినట్లుంది. తీరికగ చాప మీద కూచుని పాన్‌దాన్ ముందు పెట్టుకుని దానిని తెరుస్తున్నడు. ఆయన స్వామిని చూడంగనే "అరే బాపూ! ఇట్ల రారా!!" అని ఆదేశించినాడు.

"ఏం బాపూ?" అని దగ్గరకొచ్చిండు స్వామి.

"కూచో" అని చేతిల ఉన్న కత్తెరతోటి సైగ చేసినాడు బాపు. స్వామి చాప మీద కూచున్నడు. ఒక వైపు ప్రాణం పీకుతనే ఉంది. నిజాం కాలేజీకి పోవాలె. ఈ రోజు అక్కడికి తెలంగాణా అంతటి నుండి విద్యార్థులు వస్తున్నరు. పెద్ద ఊరేగింపు. టైముకు పోకుంటే ఆ జనసముద్రంల తమ మిత్రబృందం 'కాట్' అయిపోతరని భయం.

బాపు పాన్‌దాన్ తెరిచినాడు. ఆయన తన తాంబూలం పెట్టె తెరిచినాడు అంటే చిన్న సైజు యజ్ఞానికి ఉపక్రమించినాడనే అర్థం. ఆ కాలంల ఇంట్ల ఫోన్ ఉండుడు ఎట్ల ఒక హోదానో, అంతస్తుకు సంబంధించిన సంగతో అట్లనే నోట్లో పాన్ వుండుడు కూడ ఒక హోదాకు, అంతస్తుకు సంబంధించిన విషయం. అందుకే హైద్రాబాద్ పాతనగరంల 'నోట్లె పాన్ - ఇంట్లె ఫోన్' అనే సామెత చెలామణిల ఉంది. పాన్ హీ షాన్ హై. పాన్ నైజాం నవాబుల దర్జాకి ఒక ప్రతీకగ నిలిచిపోయింది. బాపూ నైజాం కాలంనాటి మనిషి కావున నిరంతరం పాన్ నమలడం ఒక వ్యసనంగ మారింది.

ఆయన తన పాన్‌ను తయారు చేసుకునే పద్ధతిని గమనిస్తే అదొక కళాత్మకమైన, రసాత్మకమైన పని అని తెలిసిపోతుంది. అయితే పాన్ తాలూకు తయారీ కంటే ముందు ఆ పాన్‌దాన్ వైభోగాన్ని మనం తెలుసుకోవాలె. నైజాం కాలంల పాన్ తినేవారి ఆర్థిక, సామాజిక స్థాయిని బట్టి రకరకాల పాన్‌దాన్‌లు వివిధ ఆకారాలల్ల వుండేవి. బంగారం, వెండి, ఇత్తడివి. బాపు పాన్‌దాన్ సుమారు ఒక కిలోబరువుతో చిన్న సైజు క్యాష్ బాక్సు లాగనో, పెద్ద సైజు బొగ్గుల ఇస్త్రీ పెట్టె లాగనో వుండేది. అది ఇత్తడిది. ప్రతివారం పాత చింతపండుతో గట్టిగ తోమటం వల్ల బంగారంలాగ తళతళా మెరుస్తూ దానిని సృష్టించిన కళాకారుడి నైపుణ్యాన్ని నగిషీ పనితనాన్ని ఆ పాన్‌దాన్ తెలియపరిచేది. అవసరం అనుకుంటే దానికి తాళం వేయటానికి ఒక కొక్కెం వుండేది. చిన్న పిల్లలెవరూ దానిని తెరువరాదని, తెరిస్తే అందులోని సుగంధ వస్తువుల్ని చిందరవందర చేస్తరని, పాన్ తినడం అలవాటు చేసుకుంటరనే భయంతో పెద్దవారు దానికి తాళం కూడ వేసెటోళ్లు. అది చూడంగనే ఎంత ముచ్చటగ ఉండేదంటే చిన్నప్పుడు దానిని ఒక బండిలాగనో ఒక బస్సులాగనో ఊహించి నేలపై గీకుతూ అడుకునెటోళ్లు. దాని గలగలల శబ్దం వింతగా విచిత్రంగా వుండేది.

దానిని తెరవంగనే అండ్ల రెండు అరలుండేవి. కింది అరలో నాణ్యమైన లేత తమలపాకుల బొత్తి వుండేది. ప్రతి బొత్తిల పచ్చీస్ పాన్లు వుండేవి. వాటి ధర కూడ పచ్చీస్ ప్రకారంగానే వుండేది. కూరగాయల కోసం బజారుకు లేదా మండీకి వెళ్ళినప్పుడల్లా పాన్‌లు కూడా తప్పనిసరిగ కొనుక్కొని రావాలె. మరిచిపోతే పెద్దల అక్షింతలు తప్పకపోయేవి. పచ్చీస్ పాన్ ధర సుమారు చారానా ఉండేది. నాణ్యత, రుచి విషయంల తాండూర్ లేదా బెంగుళూరు తమలపాకులు చాలా ప్రసిద్ధి చెందినవి.

ఆ తమలపాకుల బొత్తిపై ఒక ఖైంచీ – కత్తెర కూడా వుండేది. ఆ కత్తెర పాన్‌దాన్‌ల ఒక ప్రధానమైన ఉపాంగం. అవి కూడా రకరకాల ఆకారాలల్ల వుండేవి. కొన్ని కత్తెరలు పక్షులు, జంతువుల ఆకారాలతోటి వుండేవి. మరికొన్ని స్త్రీ పురుష సంభోగ శృంగార భంగిమలల్ల వుండేవి. బహుశా వాటిని కేవలం రాత్రుళ్లు పడక గదుల్లనే వాడటానికి

తయారు చేసేటోళ్లేమో! ఆ కత్తెర్లతో గుండ్రని పోకల్ని చిన్న చిన్న ముక్కలుగా కత్తిరించుకునేవాళ్లు. తెలంగాణాలో పోకచెక్కల్ని 'భాగాలు' అని కూడా అంటరు. చిన్న చిన్న ముక్కలుగా కత్తిరించబడేవి కావున భాగాలు అని అర్థం కావొచ్చు. పెద్దవాళ్లని సతాయించటానికి అప్పుడప్పుడూ పిల్లలు కత్తెరను మాయం చేసెటోళ్లు. ఎక్కడ్నో దాచిపెట్టి వారితోటి ఇల్లంతా వెతికించి లోపల్లోపల కిసకిస నవ్వుకునెటోళ్లు.

పాన్‌దాన్ల కింద అరకాక మరో పై అర కూడ వుండేది. ఆ అరల ఆరు ప్రత్యేకమైన విడివిడి డబ్బాలు వుండేవి. వాటిల పోకచెక్కలు, కాసు, సున్నం, యాలకులు, లవంగాలు, సోంపు, జాఫ్రానీ, జాజీ, జాపత్రీ వగైరాలుండేవి. ఉత్తర భారతదేశంల ఇంటికి వచ్చిన అతిథుల ముందు హుక్కా పెట్టినట్లు అప్పటి నైజాం రాజ్యంల వాళ్ల ముందు పాన్‌దాన్ పెట్టెను పెట్టెటోళ్లు. అతిథికి పాన్‌బీడా చుట్టి యివ్వడం ఒక ఫ్యూడల్ మర్యాద. ఇట్ల ప్రతి ఇంట్ల వుండే పాన్‌దాన్ ఆ ఇంటి అంతస్తును, హోదాను, గౌరవాన్ని, సామాజిక స్థాయిని నిర్ణయించేది కావున 'పాన్‌దాన్ - ఖాన్‌దాన్' అనే సామెత కూడా చెలామణిల ఉండేది.

మరి పాన్‌దాన్ గురించి ఇంత వివరంగ మాట్లాడుకున్నప్పుడు ఒగల్‌దాన్ గురించి కొంతైనా చెప్పుకోకపోతే న్యాయంగ వుండదు. ఒగల్‌దాన్ అంటే ఉమ్మే పాత్ర. నిరంతరం తాంబూల సేవన ప్రియులు ఎక్కడంటే అక్కడ ఎల్లప్పుడూ ఉమ్మటం కుదరదు కావున పాన్‌దాన్ పక్కనే ఒగల్‌దాన్ కూడ హమేషా హాజరుగ వుండేది. ఆ ఒగల్‌దాన్ వగల గురించి కూడ వైనవైనాలుగ వర్ణించవచ్చు. పొడుగువి, పొట్టివి, ఒంపుసొంపుల వంకరటింకరవీ, సాదాసీదావీ, ఆడంబరానివీ ఇత్తడీ, వెండీ, బంగారాలవీ వగైరా వగైరా. నవాబుల దర్బారులల్ల విధేయులైన సేవకులు ఆ ఒగల్‌దాన్‌లను పట్టుకొని ప్రభువుల వెనకనే నీడలాగ తిరుగుతూ వుండెటోళ్లు. అది నిండిన ప్రతిసారీ శుభ్రం చేయడానికి ప్రత్యేకమైన సేవకులు వుండేవాళ్లు.

స్వామి బాపుకు తన పాన్ తయారు చేసుకోవటానికి పక్కా ఓ అరగంట పట్టేది. ముందే చెప్పినట్లు అదొక కళాత్మకమైన పని. తమలపాకులను పెట్టెల నుండి తీసి కళ్ల ముందు పెట్టుకొని వెలుగుల వాటిని కళ్లు చిట్లించి పరీక్షగ రోగిని పరిశీలించే వైద్యుడిలాగ చూసెటోడు. అవి లేతగ వున్నయా లేక పండిపోయినయా అని నిర్ధారించుకున్న తర్వాత పనికొచ్చేవి పక్కన పెట్టుకొని పండిపోయినవి కిందపడేసెటోడు. ఎన్నిక చేసుకున్న ఆకుల్ని అతి జాగ్రత్తగ పసిపాపలను ఎత్తిపట్టుకున్నట్లు పట్టుకుని ఒక శుభ్రమైన తెల్లని బట్టతోటి వాటిని తుడిచెటోడు. ఆ తర్వాత వాటి ఈనెల్ని తన గోళ్ల కొసలతోటి నాజూకుగ తీసెటోడు. కాచి వడబోసిన వెన్నముద్దలాంటి తెల్లసున్నం ముద్దను చూపుడు వేలితో సుతారంగ తీసుకొని అంతే సుతారంగా ఆ ఆకు వెనుకభాగం మీద పై నుండి కిందికి పసిపిల్లల వీపును నిమురుతున్నట్లు ప్రేమగ రాసెటోడు. ఆ సున్నంపూత పూర్తయిన తర్వాత పొడిపొడిగ

నూరిన నాణ్యమైన కలకత్తా ఖత్తాను ఆకు మీద పుప్పొడిలాగ వెదజల్లెటోడు. యాలకులను, లవంగాలను, జాఫ్రానీ జర్దాను తగుపాళ్లల్ల మిశ్రమం చేసి పాన్ మధ్యల అమర్చెటోడు.

చివరికి ఆ పాన్‌ను నాలుగు మడతలుగ మలిచి 'బీడా'గ మార్చి వీలుంటే దానికి ఒక లవంగాన్ని గుచ్చి వేళ్లతో అలవోకగ పట్టుకుని పరవశత్వంతో కళ్లు మూసి, నోరు తెరిచి ఆ పాన్ 'బీడా'ను నోట్లెకు నెట్టేసెటోడు. నోట్లె పాన్ వున్నంత వరకూ మాట్లాడే వీలు వుండదు కావున ఆ క్షణంల ఆయన్నెవరూ పలకరించే అవకాశం వుండదు. దానిని కొంత నమిలి కొంత ఉమ్మిన తర్వాతే ఆయన ఇహలోకంలోకి వచ్చెటోడు. ఎదురంగ ఉన్న వాళ్లతోటి సంభాషణలకు దిగెటోడు.

బాపు పాన్ యజ్ఞం పూర్తయిన తర్వాత స్వామితోటి మాట్లాడసాగినాడు. "అరే బాపూ! వీళ్లు వాళ్లు మాట్లాడుకోంగ వింటిని. సియాసత్ అక్బార్‌ల రోజూ వార్తలు చదువుతనే వుంటిని. తెలంగాణాల గడ్‌బడ్‌లవుతున్నవట. పట్నంల కాలేజీలు నడుస్తలేవని తెలిసింది. పిల్లలు క్లాసులకు పోతలేరని కూడ తెలిసింది. మరి రోజూ నువ్వు ఏం చేస్తున్నట్లు? ఎక్కడ గాలికి తిరుగుతున్నట్లు?" క్లాసు మొదలయ్యింది.

"లే బాపూ! నేను గోపి ఇంటికి పోయి కంబైన్డ్ స్టడీస్ చేస్తున్న."

"ఉత్తప్పుడే చదువవ్. ఇగ ఇప్పుడు చదువుతవా? ఏం చేస్తున్నవో ఏమొ నాకైతే నమ్మకం లేదు. గడ్‌బడ్‌లల్ల షరీక్ కావొద్దు. కుఫియాలు[1] ఉంటరు. వాళ్లు గిన రిపోర్ట్ ఇస్తే పోలీస్ గిరఫ్తార్ చేసి ఖైద్‌ఖానాల పెడ్తది. ఒక సంగతి గుర్తు పెట్టుకో. సర్కార్‌కే సామ్నే, ఔర్ గధే కే పీచే నహీం చల్‌నా. అట్ల నడిచినవనుకో రెండు కూడా మూతిపండ్లు రాలి కింద పడేటట్లు ఈడ్చి తంతవి. ఒక్కసారి పోలీస్ నజర్‌ల పడ్తివో ఇక ఈ జన్మల సర్కారీ నౌఖరీలు దొరుకవు. చెప్పేది ఏమన్న తలకాయలకు ఎక్కుతున్నదా? అఖల్‌మంద్ కో ఇషారా కాఫీ అన్నరు పెద్దలు."

అమ్మ సంగతులన్నీ విన్నట్లుంది. గాలి రాని వంటింట్ల ఉనుకపొయ్యిల కాలుతున్న కట్టెల పొగల వల్ల మండుతున్న కండ్లతో, కండ్లల్ల నీళ్లతో ఇవతలికి వచ్చింది. ముఖమంతా, వళ్లంతా చెమటలు, నుదుట కుంకుమబొట్టు కారిపోయి ఎర్రగ నుదురంత పాకింది. జుట్టంత బుట్టోలె తయారయ్యింది. వచ్చీ రాంగనే "అరే పెద్ద నానీ బాపూ, నేను చెప్పినట్లు వింటివా సరే. లేకపోతే నేను బతుక. ఇంట్లనే బాయి ఉంది. అండ్ల పడి చస్త. లేకపోతే ఈ చీరె కొంగుతోనే ఉరి పెట్టుకోని చస్త. ఎట్లనన్న నాకు బలిమి చావే రాసిపెట్టినట్లుంది. నా 'పేరార! ఎందుకు కన్నదో మా అమ్మ. నిన్ను పోలీసులు పట్టుకుంటే ఎట్ల? అసలే

1. గూఢచారులు

బక్కోనివి. ఒక్క దెబ్బతో ప్రాణం పోతది" అనుకుంట అమ్మ ఏడుపుతో రాగాలు మొదలుపెట్టింది.

"అయ్యయ్యో నేను ఇట్ల పోయి అట్లొస్త. ఎక్కడికి పోను. ఎక్కడికి తిరగను. నోట్సు తీసుకుని తొందరగనే వస్త" అనుకుంట స్వామి ఇంట్లె నుండి బయటపడ్డడు.

"భద్రం రా బాపూ!" అని వెనుక నుండి హెచ్చరిస్తున్నడు బాపు.

5

స్వామి ఆలియా స్కూలు వద్ద బస్సు దిగంగనే నిజాం కాలేజీలకు ఉరికినాడు. ఇంకా నయం. ఊరేగింపు బయలుదేరనే లేదు. సాలార్‌జంగ్ హాలు ఎదురుంగ ఉన్న చెట్ల దగ్గరికి చేరుకున్నడు. ఈ ఉద్యమ సందర్భంల సిటీ కాలేజీ విద్యార్థులంతా కలుసుకునే సంకేత స్థలం అదే. తన మిత్రబృందం అంతా అక్కడనే వుంది.

"ఏం రా లేట్ లతీఫ్! ఇంత ఆలస్యంగ వచ్చినవ్?" అని గోపి విసుక్కున్నడు. "ఆప్‌కే ఇంతజార్ మే హమ్ ఇంతెఖాల్ హోగయే" అని అశోక్ ఆట పట్టించినాడు. జెఫ్రీ చెట్ల కొమ్మల మీద కూచోని కోతిలాగా పల్లీలు ఏరుకుని తినుకుంట కొన్ని తనకిచ్చి 'ఇవి నీ కోసమే దాచి పెట్టినరా! తిను. దానే దానే పే లిఖా హై ఖానేవాలే కా నామ్' అన్నడు. 'అరే స్వామీ! ఈ రోజు మనం ఊరేగింపుల ముందు వరుసల్నె నడవాలె. మనం నలుగురం విడిపోవద్దు' అని గోపి ఆదేశించినాడు. అందరూ సరే అంటే సరే అనుకున్నరు.

ఇంతట్ల విద్యార్థి నాయకుడు గోపాల్ ఒక ఇనుప పుంగీ పట్టుకొని ఇక ఊరేగింపు బయలుదేరాలని, అందరూ నలుగురు నలుగురుగా చేతులు పట్టుకుని నడవాలని, సాలార్‌జంగ్ హాల్ గేట్ వద్ద నుండి ఆబిడ్స్ దిక్కు ఊరేగింపు పోవాలని, కోఠీ సెంటర్‌ల బహిరంగ సభ ఉంటదని పదే పదే ప్రకటించినాడు. ఊరేగింపు అగ్రభాగాన మల్లికార్జున్, శ్రీధర్‌రెడ్డి, పులి వీరన్న, రమాకాంత్, గోపాల్, మధుసూదన్‌రెడ్డి, ఇంద్రసేనారెడ్డి మొదలగు విద్యార్థి నాయకులు ఇంకా ఇతర జిల్లాల విద్యార్థి నాయకులు వున్నరు. వారి వెనుకనే స్వామి మిత్రబృందం నలుగురూ చేతులు పట్టుకొని ఒక గొలుసులాగ నడవడం ప్రారంభించినారు. వెనుక వాళ్లందరూ అదే పద్ధతిల కదులుతున్నరు. ముందుకే మున్ముందుకే కదులుతున్న మానవహారాలు. సంకల్పం కోసం కదులుతున్న కాళ్ళబలం.

లేపాక్షి హస్తకళల దుకాణం ముందుకు రాంగనే 'జై తెలంగాణా' నినాదాలు మన్నూ మిన్నును ఏకం చేస్తున్నయి. గన్‌ఫౌండ్రీల లైట్‌హౌస్ సీన్మా టాకీస్. చిన్నగ చూడముచ్చటగ వుంటది. హాలు బయట డ్రాక్యులా బోర్డు వేలాడుతుంది. అండ్ల సీన్మా చూస్తే ఇంట్ల కూచొని సీన్మా చూసిన అనుభూతి కలుగుతది.

గన్‌ఫౌండ్రీ పాత పేరు తోపులబట్టీ. ఇంగ్లీష్ వాళ్ల కంటె ముందు ఫ్రెంచివాళ్లు నైజాం వద్ద ప్రాబల్యం సంపాదించిన రోజులల్ల ఇక్కడ ఫిరంగులు తయారు చేసే ఫ్యాక్టరీ నడిపినారు. ఇప్పటికీ లేపాక్షి ఎంపోరియం వెనుక దాని అవశేషాలను, ఆనవాళ్లను పురావస్తుశాఖ వాళ్లు రక్షిత ప్రాంతంగ ప్రకటించి భద్రపరిచినారు. ఫ్రెంచివాళ్లు ఎక్కువగా గన్‌ఫౌండ్రీ ప్రాంతంల, ట్రూప్ బజార్‌ల నివసించెటోళ్లు. వాళ్ల సైన్యం విడిది చేసినందుకే ట్రూప్ బజార్ అని పేరు వచ్చింది. తర్వాత వచ్చిన ఇంగ్లీషువాళ్లు తమ వినోదం కోసం నిర్మించుకున్న సీన్మా హాలు పేరు లైట్‌హౌజ్. కాలక్రమంల అది కూడ కనుమరుగైపోయింది. దానికి సంబంధించిన మధుర జ్ఞాపకాలు మాత్రం హైద్రాబాదీయుల గుండెలల్ల గూడు కట్టుకుని పదిలంగ వున్నయి.

లైట్‌హౌజ్‌కెదురుంగ మహబూబియా గర్ల్స్ హైస్కూల్. ఆరవ నిజాం మీర్ మహబూబ్ అలీ పాషా ఆడపిల్లల కోసం ఈ పాఠశాలను 1910లో స్థాపించినాడు. ముస్లిం స్త్రీలకు ఘోషా, పర్దా కావున బాలికలు గుర్రంబగ్గీలల్ల, ఎద్దుల బండ్లల్ల పాఠశాలకు వచ్చెటోళ్లు. ఈ బగ్గీలకు, బండ్లకు పూర్తిగ పర్దాలు కట్టెటోళ్లు. లోపల గడ్డి పరిచిన జంపఖానాలపై అమ్మాయిలు సుఖాసీనులయ్యెటోళ్లు. ధనవంతులు మెత్తటి దూదిపరుపులు వేసుకునెటోళ్లు. ఆ వాహనాలు రోడ్డు మీంచి పోతుంటే కొంటె పోరలు సైకిళ్ల మీద వాటిని వెంబడించుకుంట 'సర్కారీ బగ్గీ మే కిత్నే చువ్వే?' అని పెద్దగా అరిచెటోళ్లు. వెక్కిరించెటోళ్లు. లోపలున్న ఆడపిల్లల సంఖ్యను బట్టి మిగతా పోరలు 'సాత్ చువ్వే, చార్ చువ్వే' అని కోరస్‌గ జవాబిచ్చెటోళ్లు. లోపల గువ్వపిట్టలోలె ముడుచుకొని కూచున్న ముసుగు సుందరీమణులు ఉడుక్కునేవాళ్లు. బగ్గీ నడిపెటోడు తన కమ్చీని ఝుళిపించి మొగపిల్లల్ని బెదిరించెటోడు. అయినా ఆ సైకిళ్లు బగ్గీల చుట్టూ చక్కర్లు కొడుతనే ఉండేవి - పువ్వుల చుట్టూ తిరిగే తుమ్మెదల వోలె.

కొద్దిగ ముందుకు పోతే స్టేట్ బ్యాంక్ ఆఫ్ హైద్రాబాద్ మెయిన్ బిల్డింగ్. ఇంక కొంచెం ఉతార్‌ల దిగుతే ఎడమ దిక్కు చెల్లారామ్స్ బట్టల దుకాణం. అది తర్వాత కాలంల చెర్మాస్ అని సోకుల పేరు తగిలించుకుంది. సెయింట్ జార్జి గ్రామర్ స్కూలు, తాజ్‌మహల్ హోటల్ చౌరస్తా. మరో దిక్కు శాంతాబాయి నర్సింగ్ హోమ్. స్వామికి ఊరేగింపు ఎంత పొడుగ్గ ఉందో చూడాలన్న బలమైన కోరిక కలిగింది. గోపిని బతిమిలాడి గొలుసుకట్టును విడిపించుకొని చౌరస్తాల ఎత్తు అరుగుల మీద ఉన్న ఒబెరాయ్ స్టోర్స్ షాప్ తంతెల మీద నిలబడి గన్‌ఫౌండ్రీ దిక్కు దృష్టి సారించినాడు. అబ్బ, ఎంత పెద్ద ఊరేగింపో!

ఊరేగింపు కనుచూపు మేరా కదిలివస్తనే ఉంది. వెయ్యి కాళ్ల జెర్రోలె దూసుకపోతనే ఉంది. ట్రాఫిక్ అంతా జామ్ జామ్. జన ప్రవాహం. పోటెత్తిన సప్తసముద్రాల్. జనసముద్రాల్. అలలు అలలుగ కెరటాలు కెరటాలుగ కదిలి వచ్చే విద్యార్థి సమూహాలు.

తుఫాను కటిక చీకటి రాత్రి సముద్ర ఘోషోలె జనఘోష నినాదాల వెల్లువ. "లేకే రహేంగే లేకే రహెంగే తెలంగాణా లేకే రహేంగే", "లాఠీ గోలీ ఖాయింగే తెలంగాణా లాయేంగే". స్వామికి ఒళ్లు పులకరించింది. ధన్‌మని తంతెల మీద నుండి కిందికి దుంకి మళ్లా తన జిగ్రీ దోస్తులతోని కలిసిపోయిందు. ఊరేగింపు జమ్రుద్ టాకీస్ దగ్గరికి రాంగనే హఠాత్తుగ ఆగిపోయింది. ఇరానీ ఓరియంటల్ హోటల్. తిలక్ రోడ్ చౌరస్తా. చౌరస్తాలో కుప్పలు కుప్పలుగ ఇనుపటోపీల కర్మల్‌లు. లారీలు, లారీలు అడ్డంగ పెట్టి జులూస్‌ను ఆపేసినారు. గడ్‌బడ్ మొదలయ్యింది. వెనుకనుండి వస్తున్న మానవ ప్రవాహం ముందుకు తోస్తుంది. ముందు నుండి పోలీసులు వెనుకకు నూకేస్తున్నరు.

స్వామి బక్క ప్రాణం కత్తెర మధ్యల పోక చెక్కోలె ఇరికిపోయింది. అప్పటి వరకూ వున్న హుషారంత ఒక్క మినిట్ల గుట్నల[1] కాడికి దిగిపోయింది. బాపు యాదికొచ్చినాడు. 'భద్రంరా' బాపు మాటలు యాదికొచ్చినయి. క్యా పరేషానీ. క్యా పరేషానీ. మల్లికార్జున్, శ్రీధర్ రెడ్డిలు పోలీసు ఆఫీసర్లతోని బహెస్[2] పెట్టుకున్నరు. ముందుకు పోనివ్వాలని డిమాండ్ చేస్తున్నరు. 'పోలీసు జులుం బంద్ కరో' కొత్త నినాదం ఇస్తున్నరు. దానితోని తోపులాటలు, తొక్కులాటలు మొదలయినయి. ఆ తసబిసల జెఫ్రీగాడు తపుక్కున కింద పడ్డడు. వెంటనే వాని మీద మరికొంత మంది పడ్డరు. వాడు కింది నుండి అమ్మో అమ్మో అని గావరగావరగ ఒర్లుతున్నడు. అప్పటి దాక సక్కగ గొలుసోలె సీదాగ నడుస్తున్న గుంపు గూడు చెదిరిన పక్షుల గుంపులోలె తీన్‌తేరా అయ్యింది. అశోక్ గోపీలు కండ్ల బడుత లేరు.

కోఠీ నుండి సేఫ్‌గార్డ్స్ ఊరేగింపు వస్తుందట. ఆ దినం వాళ్లుభీ జిల్లాల నుండి విద్యార్థులను సమీకరించుకున్నరట. ఈ రెండు వ్యతిరేక వర్గాల ఊరేగింపులు ఆబిద్ షాపు చౌరస్తల కలుసుకుంటే సంకుల సమరం జరుగుతదని పోలీసులు తమ ఊరేగింపును తిలక్ రోడ్‌లకు, వాళ్ల ఊరేగింపును నాంపల్లి స్టేషన్ రోడ్లకు మళ్లించాలని, రెండు ఊరేగింపులు ఢీకొనే ప్రయత్నాన్ని తప్పించాలని కష్టపడుతున్నరు. ఆ సేఫ్‌గార్డ్స్‌ను ఇట్లనే తమను ఆపినట్లే సాగర్ టాకీస్ ముందు ఆపేసినారట. కాని వాళ్లు కూడ పోలీసుల మాట వినటం లేదట.

స్వామికి అంతా "అయోమయం జగన్నాథం" అన్నట్టుగ ఉంది. ఇంతల ఏమైందో ఏమో ఊరేగింపు పోలీసుల్ని పక్కకు తోసేసి ఆబిద్ షాప్ చౌరస్తలకు ఉరకబట్టింది. నాయకులతో సహా అందరూ జై తెలంగాణా, తెలంగాణా జిందాబాద్ అనుకుంట ముందుకు తోసుకపోతున్నరు. స్వామి ఆ ప్రవాహంల కొట్టుకపోయి ఆబిద్ చౌరస్తలకు చేరుకున్నడు.

---

1. మోకాళ్లు 2. చర్చ

దుకాణాల షట్టర్లన్నీ, పెద్ద పెద్ద చప్పుళ్లతో కిందికి దిగుతున్నయి. జైన్ మార్వాడీ సేట్లు హైబత్‌తోని గభరాయించి పోతున్నరు. బహురాన్, బహురాన్ అయిపోతున్నరు. భారీ శరీరాలు చెమటలు కారి గజగజా వణుకుతున్నవి. కొంచెం వీలు చిక్కంగనే గుంపుల నుండి విడివడి ఎడమవైపు ప్యాలెస్ టాకీసు వైపు ఉరికి ఆ మెట్లన్నీ చకచకా ఎక్కి మీదికి చేరుకుని ఒక పెద్ద స్తంభం వెనుక దాక్కున్నడు. అక్కడ్నుండి ఆబిద్ చౌరస్త అంతా అద్దంల బొమ్మోలె స్పష్టంగ కనబడుతుంది. 'చుప్‌చుప్ కే దేఖూఁ మై దునియా కా మేలా!'

ఆబిడ్స్ చౌరస్తా కంఠాభరణం మధ్యల మిలమిలా మెరిసే శీర్ష మాణిక్యమే ప్యాలెస్ టాకీస్. అది నేల మీద నిర్మించిన ఒక ఫలక్‌నుమా ప్యాలెస్. పూర్తిగ ఇటలీ వాస్తుశిల్ప నిర్మాణం. ఆ టాకీస్ చాలా ఎత్తుల ఉండేది. ఎక్కటానికి బోలెడన్ని, విశాలమైన పాలరాతి మెట్లు. పెద్ద పెద్ద స్తంభాలు. ఆ మొత్తం భవనమంతా శ్వేత సౌధంలాగ మిలమిలా మెరిసిపోతూ ఉండేది. అది ఆ చౌరస్తాల తలెత్తుకొని ఠీవిగ తాజ్‌మహల్‌లోలె నిలబడి వుండేది. హైద్రాబాద్ కీ షాన్ ప్యాలెస్ టాకీస్. పాత కళాత్మకమైన ఎన్నో హిందీ సీన్మాలు అందులో ఆడేవి. మొగల్-ఎ-ఆజం సీన్మా ఒక సంవత్సరం పైగా ఆ టాకీసులో నిరవధికంగ నడిచిందంటే ఎవరైనా నమ్మగలరా? అట్లనే దేవానంద్ సీన్మా గైడ్.

అటువంటి చారిత్రక వారసత్వ కట్టడాలన్నింటినీ తర్వాత కాలంల కూలగొట్టి కనుమరుగు చేసి బడాబడా షాపింగ్ మాల్‌లను, షాపింగ్ కాంప్లెక్సులను నిర్మించినారు. కాసుల గలగలలను మాత్రమే అర్థం చేసుకునే లాభాల బేహారులు. ఆబిడ్స్ చౌరస్తాల ప్యాలెస్ టాకీస్ భూస్థాపితం అయ్యి బిగ్ బజార్ వెలిసింది.

స్వామి ఒక స్తంభం వెనుక దాక్కొని ఆ చౌరస్తాల జరుగుతున్న సంఘటనలను స్పష్టంగ చూస్తున్నడు. సాగర్ టాకీస్ నుండి సేఫ్‌గార్డ్స్ ఊరేగింపు వేలాది మంది విద్యార్థులతోటి వస్తుంది. ప్రతి ఒక్కరి చేతిల ఎరుపు నీలి రంగు కలగలసిన పంచరంగుల నక్షత్రాలున్న జండాలు. వాటికి ఆలంబనగ పట్టుకునేందుకు పొడవైన కట్టెలు ఉన్నాయి. అవి స్టూడెంట్ ఫెడరేషన్, యూత్ ఫెడరేషన్ ఫ్లాగ్‌లు. ఆ రెండు సంఘాలు సిపిఐ పార్టీకి అనుబంధ సంస్థలు. కమ్యూనిస్టు పార్టీ క్రమశిక్షణకు లోబడి పనిచేస్తయి. ఆ ఊరేగింపు కోసం సిటీ నుండే గాక కమ్యూనిస్టులకు కంచుకోటలైన ఇతర జిల్లాల నుండి కూడా వారు విద్యార్థి యువజనులను సమీకరించినారు. ఆ ఊరేగింపుకు స్టూడెంట్ ఫెడరేషన్ రాష్ట్ర నాయకుడు సదానంద్ నాయకత్వం వహిస్తున్నడు. అతను ఊరేగింపుకు ముందు నిలబడి నడుస్తున్నడు. విశాలాంధ్ర వర్ధిల్లాలి, తెలంగాణా రక్షణలు అమలు చేయాలి అని నినాదాలు ఇస్తున్నడు.

స్వామికి సదానంద్ ఇంతకు ముందే తెలుసు. తను సిటీ కాలేజీల చేరిన కొత్తల ఇంకా అడ్మిషన్లు నడుస్తనే వున్నవి. తను ఏదో పనుండి ప్రిన్సిపాల్ రూం ముందు నిలబడ్డడు.

చప్రాసీ ఇద్దరు ముగ్గురు విద్యార్థులను ప్రిన్సిపాల్ రూంలకు పోనిస్తలేడు. వాళ్లు గొడవ పెట్టుకుంటున్నరు. ఆ చప్పుడుకు ప్రిన్సిపాల్ గారే ఇవతలికి వచ్చి ఏమవుతుందీ అని చప్రాసీని ప్రశ్నించినాడు. ఆ తర్వాత ప్రిన్సిపాల్‌కు ఆ విద్యార్థులకు అక్కడ్నే చాలా సేపు వాగ్యుద్ధం జరిగింది. ఆ ముగ్గురు విద్యార్థులల్ల ఒకతను ఇంగ్లీషుల ఏకధాటిగ ప్రిన్సిపాల్‌తోటి వాదిస్తున్నడు. అతని వాదన స్వామికి ముచ్చటేసింది. ఇంగ్లీషుల అంతసేపు వాదించెటోళ్లను తను మొదటిసారి చూసినాడు. పైగా ప్రిన్సిపాల్ అంటే ఏ మాత్రం భయం లేకుండ ఒక స్నేహితుడితో మాట్లాడుతున్నట్లే మాట్లాడుతున్నడు. విషయం ఏమిటో అర్థం కాక తన పక్కనున్న రమేష్‌గౌడ్‌ను 'అతను ఏం వాదిస్తున్నడు?' అని అడిగినాడు.

"అతని పేరు సదానంద్. లా కాలేజీ స్టూడెంట్. స్టూడెంట్ ఫెడరేషన్ స్టేట్ లీడర్. ఆ పక్కనున్న విద్యార్థికి ప్రిన్సిపాల్ అడ్మిషన్ ఇవ్వలేదట. వాడికి కచ్చితంగ అడ్మిషన్ ఇచ్చి తీరాల్సిందేనని వాదిస్తున్నడు" అని స్వామికి రమేష్‌గౌడ్ వివరించినాడు. తను కూడా స్టూడెంట్ ఫెడరేషన్ సభ్యుడేనట. సదానంద్ పేరు కూడా స్వామికి నచ్చింది. కాని అతను సదా ఆనందంగ లేకుండ అంత ఉద్రేకంగ ఎందుకున్నడో, అతని కండ్లు నిప్పులు ఎందుకు కురిపిస్తున్నయో అర్థం కాలే. అయినా అతను అందంగనే కనబడుతున్నడు. సూదిలాంటి ముక్కు, చురుకైన కండ్లు, తీర్చిదిద్దిన పెదాలు, వాటి మీద మీసాలు, చామనఛాయ ముఖం, రాజకపూర్ జుట్టు అతని అందాన్ని రెట్టింపు చేస్తున్నయి. పైగా ఖరీదైన టెర్లిన్ చొక్కా, టెరికాట్ ప్యాంట్ వేసుకున్నడు. నిజానికి అతని ధైర్యమే అతని అందమేమో! ఫలితం ఏమైందో తెల్వదు. కని విద్యార్థులంతా గుంపుగ సదానంద్‌తో కలిసి బయటకు పోతున్నరు.

రమేష్‌గౌడ్ స్వామి చేయి పట్టుకుని వాళ్లతో పాటు కాలేజీ మైదానంలకు తీసుకొచ్చినాడు. అక్కడ బూడిద రంగు జావా మోటారు సైకిలు ఉంది. సదానంద్ దాని మీద కూచోని బర్కలీ సిగరెట్ వెలిగించి వెంట వచ్చిన విద్యార్థులతో మాట్లాడుతున్నడు. ఈసారి అతను తెలుగు, ఉర్దూలల్ల మాట్లాడుతున్నడు. అందరూ ఎస్.ఎఫ్.లో సభ్యులు కావాలని చెప్పి సభ్యత్వం పుస్తకాలు రమేష్‌గౌడ్‌కు ఇచ్చినాడు. రమేష్ స్వామిని సదానంద్‌కు పరిచయం చేసినాడు. హలో అని చిరునవ్వు నవ్వి తనకు గట్టిగా షేక్‌హాండ్ ఇచ్చినాడు. చక్కటి ఇంగ్లీషు మాట్లాడే ఒక స్టూడెంట్ లీడర్ తనకు షేక్‌హాండ్ ఇచ్చుడు చాలా గొప్ప అనిపించింది స్వామికి.

సదానంద్ జావా ఎక్కి పోయిన తర్వాత రమేష్ సభ్యత్వం రసీదు పుస్తకంల స్వామి పేరు రాసి దాన్ని చింపి ఇచ్చినాడు. అది సభ్యత్వ రుసుం అట. రమేష్ ఎదురుగా ఉన్న సిటీ కేఫ్ లోపలికి తీసుకుపోయి చాయ్ తాగించినాడు. వాళ్ల ఇల్లు బార్కస్ దగ్గరి ఉడంగడ్డ. జల్‌పల్లి కూడా దాని పక్కనే ఉంటదట. అంత దూరం నుండి ఎట్ల వస్తవ్ అని అడిగితే

తనకు కూడా ఒక మోటారు సైకిల్ ఉంది. అప్పుడప్పుడూ దాని మీద అది లేకపోతే బస్సు మీద వస్తనని చెప్పినాడు. వాళ్లు కల్లు మామ్లాలు పడ్తరంట. కల్లు కంపౌండ్లు వున్నవట. బాగా పైసగల్లోళ్లు.

స్వామి ఆ సాయంత్రం ఇంటికి పోంగనే చిన్నక్కకు సదానంద్ గురించీ, అతని ఇంగ్లీషు వాగ్ధాటి గురించి వివరంగ చెప్పి ఎస్.ఎఫ్.లో తన సభ్యత్వానికి సంబంధించిన రసీదు కాగితాన్ని కూడ చూపించినాడు. కాలేజీ చదువుకు చిన్నక్కే కారణం. స్వామిని టీచర్స్ ట్రేయినింగ్ కోర్సుకు పంపిస్తనని బాపు అంటే చాలా చిన్నోదు. అప్పుడే ఉద్యోగం వొద్దు. ఇంకా చదువుకోనియ్యి బాపూ అని నచ్చజెప్పి కాలేజీ చదువుకు స్వామిని ఆమెనే పంపించింది. చిన్నక్క అప్పటికే టి.టి.సి. కంప్లీటు చేసుకొని టీచర్‌గ పనిచేస్తుంది. పెండ్లి కూడా అయిపోయింది.

స్వామికి అట్ల సదానంద్ ఇది వరకే తెలుసు. ఉత్త సదానంద్‌గ కాదు. కామ్రేడ్ సదానంద్‌గ. స్వామి తన ఆలోచనల నుండి ఇవతలికి వచ్చి రోడ్డు మీదికి చూసిండు. ఆబిడ్స్ చౌరస్తల సంకుల సమరం మొదలయ్యింది. రామరావణ యుద్ధం జరుగుతుంది.

పోలీసులు ఆపినా 'సపరేటిస్టు గ్రూపు' విద్యార్థులు ఆబిడ్స్ చౌరస్తా దాక వచ్చినారని 'సేఫ్‌గార్డ్' విద్యార్థులకు తెలిసి రెచ్చిపోయినారు. పంతంతోటి మొండిగ వాళ్లు కూడా పోలీసు వలయాన్ని ఛేదించుకొని ఆవేశంగ ముందుకు పరిగెత్తుకుంట వచ్చి చౌరస్తాల వైరి వర్గ 'సపరేటిస్టులను' ఢీకొన్నరు. మధ్యయుగాల నాటి యుద్ధాలల్ల రెండు శత్రువుల కాల్బలాలు ఎదురెదురుగా వచ్చి ఢీకొన్న దృశ్యం. పోలీసులు రెండు వర్గాలను ఎంత ఆపడానికి ప్రయత్నించినా విఫలమైనారు. సేఫ్‌గార్డ్స్ చేతులల్ల జెండాకర్రలున్నయి. వాటినే ఆయుధాలుగా మార్చి సపరేటిస్టులను కొట్టుడు ప్రారంభించిండ్రు. సపరేటిస్టులు నిరాయుధులు కావున వారు పోలీసుల చేతిలో వున్న లాఠీలను బలవంతంగ గుంజుకొని ప్రతిదాడికి దిగినారు. రాళ్లు కూడ రువ్వుతున్నరు. వియ్ వాంట్ సపరేట్ తెలంగాణా, విశాలాంధ్ర వర్ధిల్లాలి అనే పరస్పర విరుద్ధ నినాదాలతో ఆబిడ్స్ చౌరస్తా దద్ధరిల్లుతుంది. పోలీసులు బలవంతంగ ఇరు వర్గాల నాయకులను చేతులతో ఎత్తి పట్టుకుని వ్యాన్‌లల్లకు విసిరేసినారు. ఆ తర్వాత విచ్చలవిడిగ పశువులను బాదినట్లు లాఠీలతో కొట్టటం మొదలుపెట్టినారు. బాష్పవాయువు వొదిలినారు. పులివీరన్న, రమాకాంత్‌లకు తలలు పగిలి రోడ్డు మీదే స్పృహ తప్పి పడిపోయినారు. కాల్జేతులు విరిగిన వారి రోదనవేదనలతో రోడ్డు దద్ధరిల్లుతుంది.

పారిపోతున్న విద్యార్థులను పోలీసులు అటు రెడ్డి హాస్టల్ రోడ్డు దిక్కు ఇటు మొజంజాహీ, నాంపల్లి స్టేషన్ రోడ్డు దిక్కు దూరదూరంగ తరిమికొట్టిండ్రు. గడ్‌బడ్‌లు చల్లబడిన తర్వాత స్వామి ప్యాలెస్ టాకీసు నుండి ఇవతలికొచ్చినాడు. రోడ్డు మీద

తెగిపోయిన చెప్పులు, విరిగిపడిన లాఠీలు, రాళ్లురప్పలు, రక్తం మరకలు. అంతా యుద్ధరంగ బీభత్సం. ఒక కారువాలా దయతో లిఫ్ట్ ఇస్తే చార్మినార్ చేరుకున్నడు. ఆ తర్వాత గ్యారా నంబరు బస్సు జిందాబాద్. చల్నా జీవన్ కీ కహానీ. రుఖ్నా మౌత్ కీ నిషానీ.

❖ ❖ ❖

ఆ తెల్లవారి నుండి తెలంగాణా జగన్నాథ రథ చక్రాలు వేగవంతంగ ముందుకు కదలసాగినై. ప్రతిరోజు ఉత్కంఠభరిత, ఊపిరి సలపని సంఘటనలే. పరిణామాలే. తెలంగాణా ఎన్.జి.వో.లు కె.ఆర్.అమోస్, రామకృష్ణా రెడ్డిల నాయకత్వంల సమావేశం జరిపి, తెలంగాణాల పనిచేస్తున్న ఆరువేల మంది నాన్ ముల్కీలను ఆంధ్రాకు వెనుకకు పంపకపోతే ప్రత్యక్ష కార్యాచరణకు దిగుతామని అల్టిమేటం ఇచ్చినాడు. ప్రతిపక్ష పార్టీలైన జనసంఘ్, మజ్లిస్, సంయుక్త సోషలిస్టు పార్టీ, సిపిఐ, సిపియంలు ఒక ప్రకటన చేస్తూ ముఖ్యమంత్రి చొరవ చూపకపోతే తాము కూడా విద్యార్థులతో కలిసి తెలంగాణా రక్షణల అమలు కోసం పోరాడుతామని హెచ్చరించినై.

జనవరి ఇరవై రెండు సోమవారం నాడు ప్రత్యేక తెలంగాణా ఉద్యమంల మొదటిసారిగ శంషాబాద్‌ల పాఠశాల విద్యార్థుల మీద పోలీసులు కాల్పులు జరిపినారు. రైల్వేస్టేషన్ మీద దాడి చేసిన విద్యార్థుల గుంపులను చెదరగొట్టడానికి కాల్పులు జరపగ ఐదుగురు విద్యార్థులు తీవ్రంగ గాయపడినారు. వారి వయస్సు 11-16 సంవత్సరాల మధ్య ఉంటది. దీనితో కోపోద్రిక్తులైన హైద్రాబాద్ నగర విద్యార్థులు ఆ కాల్పుల్ని ఖండించడానికి నిజాం కాలేజీల నిరసనసభ జరిపినారు. దానికి వేల మంది విద్యార్థులు హాజరైనారు. సభ అయిపోంగనే మళ్లీ రోడ్ల మీద పోలీసులకు, విద్యార్థులకు మధ్య ఘర్షణలు జరిగినై. మరునాడు ఉస్మానియా యూనివర్శిటీ నాన్ టీచింగ్ సిబ్బంది విద్యార్థులకు మద్దతుగ ఒక రోజు సమ్మె చేసినారు. వైస్ చాన్సలర్ హెచ్చరికలను బేఖాతరు చేసినారు. వైస్ చాన్సలర్ పరిపాలనా భవనం ముందు పెద్ద ఎత్తున ప్రదర్శనలు జరిగినై. అట్ల విద్యార్థులు, ఉద్యోగుల ఐక్యత వర్ధిల్లింది. ఆ రోజు నుండి ఉద్యమ వేదిక నిజాం కాలేజీ నుండి ఉస్మానియా యూనివర్శిటీ క్యాంపస్‌కు శాశ్వతంగ మారింది.

స్వామి ఉస్మానియా యూనివర్శిటీని చూడటం అదే మొదటిసారి. విద్యానగర్, శివం రోడ్లను దాటి యూనివర్శిటీ క్యాంపస్ ఆవరణలకు అడుగుపెట్టంగనే అంతవరకూ తనకు తెలియని అద్భుత లోకంలకు, ఒక మంత్రనగరిలకు ప్రవేశించినట్లు భావించినాడు. విశాలమైన నున్నటి నల్లటి డాంబరు రోడ్లు, రోడ్డుకు రెండు వైపుల రకరకాల చెట్లు, ఆ చెట్లపై రంగురంగుల పువ్వులు, చల్లగ మెల్లగ వీచే జనవరి శీతాకాలం చలిగాలి తెమ్మెరలు స్వామి మనస్సుకు హాయిని, శాంతిని ఇచ్చినై.

ఇంజినీరింగ్ కాలేజీ భవనాలను చూడంగనే ఇంజినీరింగ్ విద్యపై గౌరవభావం కలిగింది. లెక్కలలో తెలివైనవారే ఇంజినీరింగ్ కోర్సులు చదువుతరని స్వామి నమ్మకం. సాధారణ సగటు విద్యార్థులకు ఇంజినీరింగ్ విద్య గగనకుసుమం. అప్పటికింకా ప్రైవేట్ ఇంజినీరింగ్ కాలేజీలు ప్రారంభం కాలేదు. మొత్తం తెలంగాణల ఉస్మానియా యూనివర్శిటీల మాత్రమే ఒక ఇంజినీరింగ్ కాలేజీ ఉండేది. తక్కువ సీట్లు ఎక్కువ పోటీ. మళ్లా అండ్ల ఆంధ్రోళ్ల దొడ్డిదారి ప్రవేశాలు.

స్వామి హైస్కూలుకు వచ్చేవరకు లెక్కలలో ఫస్టు. బాపు దగ్గర కూచోబెట్టుకుని స్వయంగా లెక్కలు చెప్పెటోడు. అన్నీ అర్థమైపోయేవి. ఆయన బోధనా పద్ధతి చాలా గొప్పది. లెక్కలు చేయడం అంటే స్వామికి శెనగలు బుక్కినట్లే బహు సులభంగా ఉండేది. అయితే హైస్కూలుకు రాంగనే ఆప్షనల్‌గ లెక్కలు తీసుకునే సరికి పరిస్థితి తలకిందులైంది. లాభం – నష్టం, కాలం–దూరం లెక్కల మాదిరిగ గాక అంకగణితం, బీజగణితం, రేఖాగణితం అని లావు, లావు లెక్కల పుస్తకాలు తాటకి, మారీచ, సుబాహువు రాక్షసుల్లాగా ప్రత్యక్షమైనాయి. అవేగాక మీది నుండి కంపాస్ బాక్స్ ఒకటి. ఆ దొడ్డు దొడ్డు లెక్కల పుస్తకాలను చూడంగనే స్వామికి తలనొప్పి వచ్చేది. పాపం బాపుకు కూడ ఆ లెక్కలు చెప్పరాలేదు. 'మా కాలంల ఈ కొత్త లెక్కలు లేవురా. వీటిని నేను చెప్పలేను' అని ఆయన నిజం ఒప్పేసుకున్నడు.

స్వామి చదివేది సర్కారీ స్కూలు, చారానా ఫీజు – అదీ ప్రతి మూణ్నెళ్లకు. ఇక ఆ స్కూలు భూలోకంల యమలోకం. టీచర్ల కొరత. సైన్సు సారు చరిత్ర పాఠాలు చెప్పెటోడు. చెప్పెటోడు అనటం కన్నా ఆ పాఠాన్ని చూసుకుంట చదివెటోడు అనటం సబబు. తెలుగుసారు తెలుగుతో పాటు లెక్కలు కూడ చెప్పెటోడు. ఇక ఆ క్లాసు గోకులాష్టమి, పీర్ల పండుగ కలిసి చేసుకున్నట్లే ఉండేది. ఒక్క హిందీ సారు మాత్రం తెలుగులో మాట్లాడలేదు కావున తను హిందీ పాఠాలకే పరిమితమై బతికిపోయిండు.

ఆ స్కూలు ఎంత ప్రతిభావంతమైందంటే స్కూలు ఫైనల్ హెచ్.యస్.సి. పరీక్షలల్ల స్కూలు మొత్తానికి ఒకరు లేదా ఇద్దరు పాస్ అయ్యేవాళ్లు. అదీ తర్డు క్లాసులో. మరికొంత మంది రెండు మూడుసార్లు సప్లిమెంటరీ పరీక్షలకు కూచుని కంపార్ట్‌మెంటుగా పాస్ అయ్యేవాళ్లు. అంటే ఒకసారి లెక్కలు ఇంకోసారి ఇంగ్లీషు. దాంతో గండం గడిచి పిండం బయటపడేది. ఈ వ్యవహారమంతా పరిశీలించిన స్వామికి తాను హెచ్.యస్.సి. పరీక్ష పాస్ కానేమో అని ఇన్‌ఫీరియారిటీ కాంప్లెక్సు బలంగ నాటుకుంది.

'నాకు బాల్యం లేదు' అని రష్యన్ రచయిత గోర్కీ చెప్పినట్లు స్వామికి పాఠశాల జీవితానికి సంబంధించిన మధురమైన జ్ఞాపకాలు మరిచిపోలేని టీచర్లు అంటూ ఏమీ

లేవు. ఎవరూ లేరు. అతను చదివిన పాఠశాల పాతనగరంల సుల్తాన్ షాహీ మారుమూల బస్తీల వుండేది. ఆ బస్తీల ఎక్కువ మంది మేతర్లు[1], బెస్తలు ఉండెటోళ్లు. విద్యార్థులంతా నిరుపేద అట్టడుగు కులాలవారు. నిరక్షరాస్యులే కాదు నిర్లక్ష్యరాసులు కూడ. చదువు ప్రాధాన్యత ఎవరికీ తెలియదు. ఏ టీచరు కూడ వాళ్లకు చదువు రుచి చూపించలేదు. కాళ్లకు చెప్పులు లేని పిల్లలు, కడుపు నిండా తిండి లేని పిల్లలు, క్లాసు పుస్తకాలు కొనలేని పిల్లలు, గ్యాసు నూనె బుడ్డీ దీపం గుడ్డి వెలుతురుల చదువుకునే బీద పిల్లలు స్వామి క్లాసులో ఉండెటోళ్లు. వారు ప్రతిభావంతులైన విద్యార్థులుగ ఎదగటానికి అదేమైనా హైదరాబాద్ జాగీర్దార్ల స్కూలా?

స్వామికి ఆ స్కూలు వాతావరణం, ఆ టీచర్లు అట్ల నష్టం కలిగిస్తే ట్యూషన్ సార్ ఇంకా ఎక్కువ నష్టం కలిగించినాడు. అతని పేరు శివరాం. యువకుడు. స్వామి బస్తీలనే ఉండెటోడు. ఏదో ప్రభుత్వ కార్యాలయంల చిన్న గుమస్తాగా పనిచేసేటోడు. ఐతే అతను తెలివైనవాడిగ బాపు ముందు ఫోజులు కొట్టెటోడు. స్వామి తొమ్మిదో తరగతిలకు రాంగనే లెక్కల ట్యూషన్ కోసం అతని వద్దకు పంపినారు. చిన్న పిల్లలకు ఎట్ల బోధించాలో, ఎట్ల అర్థం అయ్యేటట్లు చెప్పాల్నో మెథడాలజీ అతనికి తెలియదు. స్వతహాగా ఆయన స్కూలు టీచర్ కాదు. చాలా గందరగోళంగ పెద్దగ అరుచుకుంట చెప్పేటోడు. స్వామికి ఏమీ అర్థం కాక తెల్లముఖం వేసేసరికి ఆయన కోపంతో విసుక్కునేటోడు. “ఇట్లయితే నువ్వు హెచ్.యస్.సి. పరీక్ష పదిసార్లు రాసినా పాస్ కావు” అని ప్రతి రోజూ బెదిరించేటోడు. నిజమే కావొచ్చనుకొని స్వామి మనస్సులో ఇన్‌ఫిరియారిటీ కాంప్లెక్సు టన్నుల కొద్దీ పేరుకుని పోయింది.

ఆ ట్యూషన్ సార్‌కు కథల పుస్తకాలు నవలలంటే సరిపడదు. క్లాసు పుస్తకాలకు తప్ప ఇతర పుస్తకాలకు అతను పెద్ద ‘దుష్మన్’. స్వామి పుస్తకపఠనాన్ని, ప్రియత్వాన్ని గమనించి ఎందుకూ పనికి రాకుండ పోతవని బెదిరించెటోడు, శపించెటోడు. స్కూలు చూస్తే అట్ల - ట్యూషన్ చూస్తే ఇట్ల, నిజంగనే తను ఎందుకూ పనికిరాని వాడినని స్వామి స్థిర నిశ్చయానికి వచ్చేసినాడు.

స్వామి ట్యూషన్ సంగతి గమనించిన బాపు ఇక లెక్కలు లాభం లేదని ఆప్షనల్ సబ్జక్టు మాన్పించి ‘బ్రిటిష్ హిస్టరీ’లో చేర్పించినాడు. ఆ గ్రూపులో మొత్తం స్కూలుకు నలుగురే విద్యార్థులు. మామూలు చరిత్ర సబ్జక్టుకే టీచర్ లేదు, ఇక బ్రిటిష్ హిస్టరీ కోసం టీచర్‌ను ఎక్కడ్నుంచి పట్టుకొస్తరు? ఎవరో ఖాళీగ వున్న సార్‌కు ఆ బ్రిటిష్ హిస్టరీ బాధ్యతను అప్పగించినారు. ఆయన కూడా ఆ పాఠాలను ఒక అక్షరం కూడా పొల్లు

---

1. పాకీపనివారు

పోకుండ తు.చ తప్పకుండా చదువుడు మొదలు పెట్టేసరికి స్వామి పరిస్థితి పెనం మీద నుంచి పొయ్యిలోనికి దుంకినట్లయ్యింది.

చివరికి చదువు మీదే శ్రద్ధ పోయి నిర్లిప్తత ఆవరించింది. ఆత్మన్యూనతా భావంతో ఒక రకమైన మానసిక మాంద్యానికి చేరుకున్నడు. వయస్సులో అందరికంటే చిన్నవాడు కావున క్లాసులో ఓ మూల బెంచీల నక్కి కూచుని అర్థం కాని పాఠాల్ని గాలికొదిలేసి తను చదివిన పుస్తకాల కథల ప్రపంచంలకు, కలల ప్రపంచంలకు పోయి గంటలు గంటలు విహరించేటోడు. మళ్లా స్కూలు గంట అతడిని బాహ్య ప్రపంచంలకు తీసుకొచ్చేది.

తర్వాత కాలంల గ్రంథాలయాలల్ల చదివిన పుస్తకాల విజ్ఞానమూ, ఉద్యమాలల్ల పాల్గొన్న అనుభవాలు, నిరంతర సంచారతత్వంతో చూసి వచ్చిన ప్రదేశాలు, స్వామికి 'లోకమే ఒక విశ్వవిద్యాలయంగ' మారినై.

6

జనవరి ఇరవై నాలుగున సదాశివపేటల పోలీసులు కాల్పులు జరిపినారు. పధ్నాలుగు మందికి దెబ్బలు తగిలినాయి. ఆ కాల్పులలో శంకర్ అనే పదిహేడు సంవత్సరాల యువకుడు మరణించినాడు. 1969 ప్రత్యేక తెలంగాణ ఉద్యమంల శంకర్ తొలి అమరవీరుడు. శంకర్ అంత్యక్రియలలో మూడు వేల మంది విద్యార్థులు పాల్గొన్నరు. మిగిలిన క్షతగాత్రులందరినీ సికింద్రాబాదులోని గాంధీ దవాఖానాకు తరలించినారు. అక్కడ వాళ్లు కొనప్రాణాలతో మృత్యువుతో పోరాటం చేస్తున్నరు. శంకర్ సంస్మరణ సభ ఆ రోజు హైద్రాబాద్‌ల ఆర్ట్స్ కాలేజీ ముందు మైదానంల జరుగుతున్నది.

స్వామి ఆర్ట్స్ కళాశాల భవనం ముందు మహాకాయుడి ముందు మరుగుజ్జులాగ నిలబడినాడు. ఎత్తుగ, గంభీరంగ ఆకాశం అంచుల్ని ముద్దాడుతూ నిలబడిన ఆ భవనాన్ని చూస్తుంటే ఈజిప్టులోని పిరమిడ్ల ముందు నిలబడ్డట్లో లేదా రోమ్‌లోని చారిత్రక కట్టడాల ముందు నిలబడ్డట్లో ఒక మాయాజనిత భ్రాంతి కలుగుతుంది. ఉస్మానియా విశ్వవిద్యాలయం 1917 ఆగస్టు 28న కింగ్‌కోఠిల ప్రాణం పోసుకుంది. ఉర్దూ భాషలో విద్యను బోధించేటోళ్లు. ఉర్దూ మీడియంల బోధించే విశ్వవిద్యాలయం దేశంలో ఇదే మొదటిది. లాహోర్, లక్నోల నుండి ఆచార్యులు వచ్చి ఇక్కడ పనిచేసేటోళ్లు. లక్నవీ ఉర్దూ ముందు దక్కనీ ఉర్దూ చాలా ముతక అని, మోటు అని వారి దురభిప్రాయం. యాస, భాషలలో దక్కనీ ఉర్దూ ప్రత్యేకతను సాధించింది. దీనిని లష్కరీ ఉర్దూ లేదా లష్కరీ అని కూడా వ్యవహరించెటోళ్లు. లష్కర్ అనగా సైనికుల దండు అని అర్థం. సికింద్రాబాదు పూర్వనామం లష్కర్. పాతతరం వారు సికింద్రాబాదు అనకుండా లష్కర్ అనే పిలుస్తరు. ఆంగ్లేయుల పటాలాలు వున్నందున లష్కర్ అని పేరు వచ్చింది.

ఈ లష్కరీ ఉర్దూ ఉత్తర భారతదేశం నుండి దక్కన్‌కు వచ్చిన సైనికులు తీసుకు వచ్చింది. మొహమ్మద్ బిన్ తుగ్లక్ ఢిల్లీ నుండి ఔరంగాబాద్ మీద దండెత్తినప్పుడు, రాజధానిని ఢిల్లీ నుండి దేవగిరికి మార్చినప్పుడు, అల్లావుద్దీన్ ఖిల్జీ కాలంల మాలిక్ కాఫర్ కాకతీయుల రాజ్యం వరంగల్లు మీద దండెత్తినప్పుడు, ఔరంగజేబు ఇటు గోల్కొండ మీద, అటు బీజాపూర్, అహమ్మద్‌నగర్‌ల మీద దండెత్తినప్పుడు వేలవేల సైన్యం ఉత్తరభాగతం నుండి దక్షిణానికి వలస వచ్చింది. యుద్ధాలు అయిపోయినా, విజయాలు సాధించినా వాళ్లు ఇక్కడే స్థిరపడి స్థానికులతో పాలలో నీళ్ల లెక్క కలిసిపోయినారు. వాళ్లు తెచ్చిన భాషనే ఉర్దూ భాష, లష్కరీ భాష. కాలక్రమంల ఇది ప్రజల భాషగ మారింది. ఉత్తర భారతంలోని ఉర్దూ మీద హిందీ, సంస్కృత భాషల ప్రభావం హెచ్చు. కాని ఈ దక్కనీ ఉర్దూపై ఆ రెండు భాషలు కాక ఫార్సీ, అరబ్బీ భాషల ఆధిక్యత అధికం. దక్కన్‌ల బహమనీ సుల్తాన్‌లు కాని, కుతుబ్‌షాహీలు కానీ ఉత్తర భారతంలోని లాహోర్, లక్నో, ఢిల్లీ, ఆగ్రాలతో సంబంధం లేకుండ సక్కగ అరబ్, టర్కీ, ఇరాన్, ఇరాక్, ఆఫ్ఘనిస్తాన్‌ల నుండి సముద్ర మార్గం ద్వారా దక్కన్‌కు వచ్చినారు. పాలకవర్గం మొత్తం అక్కడి నుండి దిగుమతి లేదా వలస వచ్చిందే. కావున దక్కనీ ఉర్దూ ప్రత్యేకతను సాధించడమే కాక సంపద్వంతంగ మారింది. వినూత్న పోకడలతో వింత వింత అందాలను సంతరించుకుంది.

ఉత్తర భారతంల 1857లో సిపాయిల తిరుగుబాటు జరిగిన తర్వాత, మొగల్ సామ్రాజ్య వైభవం అంతరించిన తర్వాత అనేకమంది కవులు, కళాకారులు, ఉన్నతోద్యోగులు నైజాం ప్రభువుల ఆస్థానానికి వచ్చి ఇక్కడే వున్నారు. వారంతా దక్కనీ ఉర్దూను కీర్తించినవాళ్లే. ఫైజ్ అహమ్మద్ ఫైజ్, ఫిరాక్ గోరక్‌పూరీ, అక్బర్ ఇలాహాబాదీ, కైఫే ఆజ్మీ మొదలగు కవులందరూ హైద్రాబాద్‌ల వుండి దక్కనీ ఉర్దూను తలకెత్తుకున్న వాళ్లే. ఉర్దూ భాష ప్రామాణిక విలువల పట్ల ఉస్మానియా విశ్వవిద్యాలయంలోని స్థానిక ఆచార్యులకు, స్థానికేతర ఆచార్యులకు మధ్య వాగ్వివాదాలు కొనసాగుతుండేవి. అయితే ఆ పండిత చర్చలు భాష సుసంపన్నతకు దోహదపడినయే గాని దూషణ భూషణలకు, అవమానాలకు, తిరస్కారాలకు గురి కాలేదు. అదొక ఆరోగ్యకరమైన మిత్రపూరిత సంఘర్షణ. ఈ ధోరణి ఉత్తరోత్తరా ఆంధ్ర – తెలంగాణా యాస, భాషలలో కొనసాగలేదు. ప్రత్యేక తెలంగాణా ఉద్యమం తలెత్తటానికి ఈ 'యాస–భాషలు' కూడా ఒక ప్రధాన కారణం. తెలంగాణా ప్రజల యాస–భాషలను అవమానపరిచినారు. అగర్ కిసీ ఖౌమ్ కో బర్బాద్ కర్నాహైతో పహెలే ఉస్‌కీ జబాన్ కీంచ్‌లో అన్న నానుడిని తెలంగాణలో నిజం చేసినారు.

ఉస్మానియా విశ్వవిద్యాలయానికి తొలి రోజులల్ల స్వంత భవనం లేనందున ఆనాటి అధికమెట్ట[1] అడవిలో ఏడవ నిజాం నవాబ్ మీర్ ఉస్మాన్ అలీ ఖాన్ 1934 జూన్ 5న

---

1. అడిక్‌మెట్

విశ్వవిద్యాలయాల భవనానికి శంకుస్థాపన చేసినారు. నిర్మించబోయే భవనసముదాయ నిర్మాణశైలిని, వాస్తును పరిశీలించి అధ్యయనం చేయటం కోసం ఆనాటి సుప్రసిద్ధ వాస్తు శిల్పులు – ఇంజినీర్లయిన నవాబ్ జైన్ యార్ జంగ్‌ను, అలీ రాజాలను ఇంగ్లాండు, ఫ్రాన్స్, ఇటలీ, టర్కీ, జపాన్, అమెరికా దేశాల పర్యటనకు పంపినాడు. వాళ్లు ఆ దేశాలలోని విశ్వవిద్యాలయాల నిర్మాణశైలిని, వాస్తును పరిశీలించినారు. సుప్రసిద్ధ బెల్జియన్ వాస్తుశిల్పి మోనియర్ జస్వర్‌ను ఈజిప్టుల కలిసినారు. అతను ఈజిప్టు విశ్వవిద్యాలయం కోసం రూపొందిస్తున్న నమూనాను చూసి ఆశ్చర్య చకితులయినారు. వాళ్లు హైద్రాబాద్‌కు తిరిగి రాంగనే జస్వర్ పేరును నైజాం నవాబుకు సూచించినారు. జస్వర్‌ను నిజాం హైద్రాబాద్‌కు రప్పించి నూతన విశ్వవిద్యాలయ భవనాన్ని నిర్మించాలని వేడుకొన్నడు. జస్వర్ అజంతా, ఎల్లోరా, గోల్కొండ, చార్మినార్ మొదలగు కట్టడాలను, నిర్మాణాలను పరిశీలించి, భారతీయ వాస్తు వైభవాన్ని గమనించి, ఈజిప్షియన్ నిర్మాణశైలిని జోడించి, ఆర్ట్స్ కళాశాల భవనాన్ని నిర్మించినాడు. 1934 జులైలో ప్రారంభమైన ఈ భవనం 1939 డిసెంబర్‌లో పూర్తయ్యింది.

గత చరిత్ర పుటలల్ల చక్కర్లు కొడుతున్న స్వామి ఇహలోకంలకు జారి పడినాడు.

ఆర్ట్స్ కళాశాల ముందు వందలాది మంది విద్యార్థులు జమైనారు. కిందటి రోజు సదాశివపేటల చనిపోయిన అమరవీరుడు శంకర్ సంతాపసభ జరుగుతుంది. 'అమరవీరుడు శంకర్‌కు జోహార్లు', 'శంకర్ అమర్ హై' నినాదాలు నింగిని తాకుతున్నాయి. అమర వీరుల ఆశయాలు సాధిస్తాం! సాధిస్తాం!! అని ప్రతినలు పూనుతున్నారు. 'లాఠీ గోలీ ఖాయింగే, తెలంగాణా లేయింగే' అని మరికొంత మంది అంటున్నరు. స్వామికి తను చదివిన చరిత్ర, తనకు తెలిసిన చరిత్ర జ్ఞాపకం వస్తుంది. జ్ఞాపకాల వెల్లువల మళ్లీ మునిగి తేలుతున్నడు.

ఉస్మానియా విశ్వవిద్యాలయం ప్రారంభం నుండే పోరాటాల పురిటిబిడ్డ. 1938లో ఇక్కడ 'వందేమాతరం' పోరాటాన్ని విద్యార్థులు చేపట్టినారు. అప్పటికే యూనివర్శిటీ క్యాంపస్‌ల మూడు హాస్టల్స్ ఉండేవి. ప్రతి హాస్టలుకు ఒక మసీదు, ఒక మందిరం ఉండేది. సెప్టెంబర్‌ల ముస్లింలీగు అధ్యక్షుడు మహమ్మద్ అలీ జిన్నా క్యాంపస్‌లో ఉపన్యాసం ఇచ్చి పోయిన తర్వాత ముస్లిం విద్యార్థులలో మతాభిమానం హెచ్చింది. హిందూ విద్యార్థులు వందేమాతరం గీతాన్ని పాడుతూ తమ నమాజులను భగ్నం చేస్తున్నారని కొంతమంది ముస్లిం విద్యార్థులు వార్డెన్‌కు ఫిర్యాదు చేయగా ఆయన ఆ వందేమాతరం గీతాన్ని పాడటం నిషేధించినాడు. హిందూ విద్యార్థులు ఈ నిషేధాన్ని ఎత్తివేయాలని వైస్ చాన్స్‌లర్‌కు విజ్ఞప్తులు చేసుకున్నరు. కాని ఫలితం కనబడలేదు. పైగా ఆయన కొంత మంది హిందూ విద్యార్థులను సస్పెండ్ చేసినాడు. దానికి నిరసనగా విద్యార్థులు సమ్మె చేసేసరికి హాస్టల్స్‌ను

మూసేసి విద్యార్థులను బలవంతంగా రాత్రికి రాత్రే ఖాళీ చేయించినారు. విద్యార్థుల సమ్మె నగరమంతటా పాకింది. వందేమాతరం గీతం నగరం అంత మార్మోగింది.

"ప్రాణమైనా పోనీ గాని పాట మాత్రం మానుకోం" అని విద్యార్థులు విజృంభించినారు. వందేమాతరం గీతం దశదిశలా వ్యాపించింది. ఆ రోజులలో విశ్వవిద్యాలయం విద్యార్థులకు నీలిషేర్వానీ, పైజామా యూనిఫారంగ ధరించాలని ఒక నియమం ఉండేది. ఈ వందేమాతరం ఉద్యమం సందర్భంగ వారు ఆ ముస్లిం సంస్కృతిని ప్రదర్శించే షేర్వానీ, పైజామాలను ధరించబోమని, హిందూ సంస్కృతికి సంబంధించిన తెల్లటి లాల్చీ, పంచెలను ధరిస్తామని డిమాండుచేసినారు. వారి డిమాండును వైస్ చాన్సలర్ తిరస్కరిస్తూ పాలకుల సంస్కృతి ఆచారవ్యవహారాలనే పాలితులు పాటించాలని ఆదేశించినాడు. ఇష్టం లేనివారు కళాశాలను విడిచి వెళ్లాలని సూచించినాడు. విశ్వవిద్యాలయంలో అరబిక్, ఉర్దూ, పర్షియన్ భాషలకు ప్రత్యేక శాఖలున్నట్లే తెలుగు, మరాఠీ, కన్నడ, సంస్కృత భాషలకు కూడా ప్రత్యేక శాఖలు ఉండాలని విద్యార్థులు డిమాండ్ చేసినారు. ఆ డిమాండ్లను కూడా వైస్ చాన్సలర్ బేఖాతరు చేసినారు.

ఈ వందేమాతరం ఉద్యమం 1938 నవంబరు, డిసెంబరు నెలల్ల జరిగింది. తొందరగనే తెలంగాణ అంతట వ్యాపించింది. ఈ సమ్మె సందర్భంల ఉస్మానియా విశ్వవిద్యాలయం నుండి 350 మందిని, సిటీ కాలేజీ నుండి 7గురిని, మహబూబ్‌నగర్ హైస్కూలు నుండి 120 మందిని బహిష్కరించినారు. రాష్ట్రం వెలుపల వున్న ఇతర విశ్వవిద్యాలయాలు కూడా వీరిని చేర్చుకోరాదని ఆజ్ఞలు జారీ చేసినారు. నిజాం ఇచ్చే గ్రాంటుకు ఆశపడి వైజాగు ఆంధ్రా యూనివర్శిటీ హైద్రాబాద్ విద్యార్థులకు అడ్మిషన్లు నిరాకరించింది. చివరికి నాగ్‌పూర్ విశ్వవిద్యాలయం నిజాంను ధిక్కరించి కొంత మంది విద్యార్థులకు ప్రవేశానుమతి ఇచ్చింది. ఉస్మానియా విశ్వవిద్యాలయం నుండి బహిష్కరణకు గురైన వాళ్లల్ల పి.వి. నర్సింహారావు, హయగ్రీవాచారి, ఆరుట్ల రామచంద్రారెడ్డి, దేవులపల్లి వెంకటేశ్వరరావు మొదలగు వారున్నారు. ఆ వందేమాతరం ఉద్యమాన్ని ప్రోత్సహిస్తూ పండిత్ జవహర్‌లాల్ నెహ్రూ, సుభాష్ చంద్రబోస్, వి.డి. సావర్కార్ మొదలగువారు విద్యార్థులకు లేఖలు రాసినారు. మహాత్మాగాంధీ కూడా విద్యార్థులకు సందేశాన్ని పంపినాడు.

ఈ ఉద్యమం జరుగుతున్నప్పుడు రామచంద్రారావు యూనివర్శిటీ విద్యార్థి. హాస్టల్‌లో వుండి చదువుకునేటోడు. అతనిపై ఆర్యసమాజం, స్వామీ రామానంద తీర్థ, పండిత్ నరేంద్రజీల ప్రభావంతో పాటు జాతీయోద్యమ ప్రభావం కూడా అధికంగ ఉండేది. సమ్మె సందర్భంగ అతను 'వందేమాతరం' నినాదం ఇచ్చినందుకు నైజాం పోలీసులు అతడిని బెత్తాలతో కొట్టసాగినారు. ప్రతి దెబ్బకూ అతను వందేమాతరం అని నినదిస్తూనే వున్నాడు.

పోలీసులు కొడుతనే వున్నరు. నలభై సార్లు వందేమాతరం అని నినదించి నలభై లాఠీ దెబ్బలు తిని స్పృహ తప్పి కింద పడిపోయినాడు. అప్పట్నుంచే అతడిని వందేమాతరం రామచంద్రరావు అని పిలువసాగినారు. ఆ వందేమాతరం అతని ఇంటి పేరైపోయింది. తర్వాత కాలంల అతను ప్రముఖ ఆర్యసమాజిస్టుగ, రాజకీయ నాయకుడిగ రాణించినాడు.

1938ల జరిగిన వందేమాతరం ఉద్యమానికి నేపథ్యంగ ఆర్యసమాజం, స్టేట్ కాంగ్రెస్ ఉద్యమాలు మాత్రమే గాక కమ్యూనిస్టు ఉద్యమం కూడ దోహదపడింది. అప్పటికే మగ్దూం మొహియుద్దీన్ సిటీ కాలేజీల తను పనిచేస్తున్న ఇంగ్లీష్ లెక్చరర్ ఉద్యోగాన్ని వదిలివేసి కమ్యూనిస్టు పార్టీ పూర్తి కాలం కార్యకర్తగ పనిచేస్తున్నాడు. అప్పటికే అతను ప్రముఖ కవి, రచయిత. ఆ రోజులల్ల కామ్రేడ్సు అసోసియేషన్ విద్యార్థులల్ల రహస్యంగ పనిచేస్తుండేది. ఉస్మానియా విశ్వవిద్యాలయం విద్యార్థులైన ఆలంఖుంద్ మీరీ, జవ్వాద్ రజ్వీ, దేవులపల్లి వెంకటేశ్వరరావు, సిహెచ్. రాజేశ్వరరావు, రావి నారాయణరెడ్డి, సర్వదేవభట్ల రామనాథం మొదలగువారే గాక వైద్య విద్యార్థి అయిన రాజ్‌బహద్దూర్ గౌర్ కూడా అందులో చురుకైన కార్యకర్తలు. వందేమాతరం ఉద్యమం ముగియగానే వీరు ఆల్ హైద్రాబాద్ స్టూడెంట్స్ యూనియన్‌ను ఏర్పరిచారు. ఇది కమ్యూనిస్టు పార్టీకి అనుబంధ సంస్థగా పనిచేసింది.

"శంకర్ అమర్ హై" నినాదాలతో స్వామి ఈ లోకంలకు వచ్చినాడు. ఆర్ట్స్ కళాశాల ఆవరణమంతా ఇసుక వేస్తే కిందికి రాలనంతగ విద్యార్థులతో నిండి ఉంది. ఎవరెవరో ఉపన్యాసాలిస్తున్నరు. ఇంతల ఒక తెల్లటి అంబాసిడర్ కారు పెద్దగ చప్పుడు చేసుకుంట ఆ సమావేశస్థలికి చేరుకుంది. అండ్ల నుండి తెల్లకోట్లు, మెడల స్టెతస్కోపులు వేసుకున్న మెడికోలు కిందికి దిగి దబ్బదబ్బ స్టేజీ వైపు పరిగెత్తుకొచ్చినారు. వారి ముఖాలల్ల ఆందోళన. వారిలో ఒకతను మైకు ముందు నిల్చుని హడావిడిగ ఒక ప్రకటన చేసినాడు. అందరూ నిశ్శబ్దంగ ఆ ప్రకటనని విన్నారు. "నిన్న సదాశివపేటల గాయపడినవారు సికింద్రాబాదులోని గాంధీ దవాఖానాల చావుబతుకుల మధ్య కొట్టుకుంటున్నరు. ఆపరేషన్లు చేస్తే వారికి ఎక్కించడానికి ఆసుపత్రిలో రక్తం లేదు. ఏ మాత్రం ఆలస్యం చేసినా వారి ప్రాణాలు గాలిలో కలిసిపోతయి. కొంతమంది మెడికోలు రక్తమిచ్చినా వారి బ్లడ్ గ్రూపులు పేషంట్లకు సరిపోతలేవు. ఉత్తుత్త ఉపన్యాసాలు కాదు. రక్తాన్ని ధారపోసి తెలంగాణాను సాధించాలనుకునే వారు రక్తదానానికి కూడా సిద్ధం కావాల"ని ఆ డాక్టరు ఆవేశంగా ఉపన్యసించినాడు. అతని పేరు డాక్టర్ గోపాల్‌కిషన్.

ఆ ఉపన్యాసం విన్న విద్యార్థులందరికీ 'సిగ' మొచ్చినట్లయింది. ఆవేశంతో, బాధతో, దయతో వారి శరీరాలు వణికిపోయినై. ఉప్పొంగిపోయినై. 'ఖూన్ కా బద్‌లా ఖూన్‌సే లేంగే' అని నినాదాలిచ్చే ఆ యువతరం రక్తదానం కోసం నడుం కట్టింది. సికింద్రాబాద్ గాంధీ దవాఖాన అక్కడ్నుంచి చాలా దూరమే వుంటది. ఆ అంబాసిడర్ కార్ వచ్చిన

వారికే సరిపోతది. ఉద్యమం వల్ల క్యాంపస్‌ల బస్సులు భీ తిరగటం లేదు. అప్పటికింక రోడ్ల మీద ఆటోలు రాలేదు. రిక్షాలే గతి. ఐతే రిక్షాలు క్యాంపస్‌ల తిరగవు. విద్యార్థులకు స్కూటర్లు, మోటారు సైకిళ్లు, కార్ల లాంటివి లేవు. చాలామంది సైకిళ్లపైన్నే తిరిగెటోళ్లు. ఉద్యమ సందర్భంగ విద్యార్థులెవరూ సైకిళ్లను తీసుకొస్తలేరు. ఊరేగింపులల్ల పాల్గొనేటందుకు అవి ఆటంకమని, పోలీసులు లాఠీచార్జీ చేస్తే సులభంగ ఉరకలేమని సైకిళ్లను తీసుకొస్తలేరు.

ఎట్ల ఎట్ల. అవుతల టైం అయిపోతుంది. ఆపరేషన్ టేబుళ్ల మీద గోలి దెబ్బలు తిని రెక్కలు విరిగిన పక్షులోలె ఎగశ్వాస దిగశ్వాసలతో తండ్లాడుతున్న తెలంగాణా తమ్ముండ్లు, చెల్లెండ్లు కండ్లల్ల కదులుతున్నరు, మెదులుతున్నరు. తమను బతికించే వాళ్లే లేరా అని మూగచూపులతో, ఎదురుచూపులతో ఆఖరి శ్వాసలతో అడుగుతున్నట్లనిపిస్తుంది. ఏం చేయాల్నో అర్థం కాక అందరూ తలలు పట్టుకున్నరు. చేతులు పిసుక్కుంటున్నరు. కాళ్లు తొక్కుకుంటున్నరు. తసబిస అవుతున్నరు. ఇంతల మైకుల ఎవరో “జయంబు నిశ్చయంబురా” అనే రికార్డు వేసినారు. తలకాయలల్ల చకచకా మెరుపులు మెరిసినయ్. “గ్యారా నంబర్ బస్ జిందాబాద్” అనిఎవరో గట్టిగ అరిచినారు. గ్యారా నంబర్ బస్ పక్‌డో ఔర్ భాగో. భాగో” అని మరెవరో వంత పాట పాడినారు. అంతే ‘ది గ్రేట్ మారథాన్ మొదలయ్యింది. హ్యూమన్ రేస్ ఫర్ హ్యూమన్ బీయింగ్స్ షురువయ్యింది. మానవత్వం కోసం పరుగు. తెలంగాణా కోసం పరుగు. వందలాది మంది విద్యార్థులు పరిగెత్తటం ప్రారంభించినారు. ఒకర్ని చూసి మరొకరు. ఆ మరొకర్ని చూసి వేరొకరు. అందర్ని చూసి అందరు. అది పరుగుల పందెం కాదు. ప్రాణాలు బలిపెట్టి పోరాడే సోదరుల ప్రాణాలను రక్షించడం కోసం పరుగులు ప్రారంభమయినై. ఆ పరుగుల కోసం ఎవరూ జండాలు ఊపలేదు. వేరెవరూ సీటీలు కొట్టలేదు. వారి లక్ష్యం – గమ్యం తెలంగాణ. తెలంగాణా వారి చోదకశక్తి. “ఛాత్రశక్తి–దేశభక్తి”. తల్లి తెలంగాణా చావు బతుకులల్ల తండ్లాడుతుంది. దాన్ని ఎట్లనన్న బతికించుకోవాలె. ఎట్లనన్న కాపాడుకోవాలె. ‘సిరిమల్లె చెట్టు కింద లచ్చుమమ్మో లచ్చుమమ్మా, నువ్వు సిన్నాబోయి కూసున్నవ్ లచ్చుమమ్మో లచ్చుమమ్మా’ దమ్ నిక్‌లే ఇస్ దేశ్ కీ ఖాతిర్ బస్ ఇత్నా అర్మాన్ హై. ప్రాణాలు బలిపెట్టి పోరాడు సోదరులు – తెలంగాణా సోదరులు. చలో చలో చల్తే చలో ఏ వక్త్ కీ ఆవాజ్ హై చల్తె చలో. కర్బలా మైదానంల అసువులు బాసిన ఆశన్న ఊశన్నల ఆత్మశక్తులన్నీ వాళ్లల్ల ప్రవేశించినయ్. వారిని మొహర్రం పండగనాటి పీర్ల లాగా ఉరికిస్తున్నయ్. ఊగిస్తున్నయ్. ఊపేస్తున్నయ్. పాల్కూర్కి సోమన కాలం నాడు పేరిణీ శివతాండవం చేస్తున్న శివశక్తులు వాళ్లు. రుద్రవీణలు వాళ్లు. జటాఝూటధారి, గరళకంఠుడు శివుని దమరుకం వాళ్లు. చురకత్తులతో, పదునైన శూలాలతో, చెర్నాకోలాలతో ఒళ్లంతా రక్తాలు కారేలాగ గాయాలు చేసుకుంట వాటిపై పసుపు కుంకుమల బండారు పొడులు

అద్దుకుంట 'హరోం హరోం హర – హరహర హరహర' అని హాహాకారాలు చేసే మైలారు దేవుండ్లు వాళ్లు. మైలారుభటులు వాళ్లు. యాదగిరిగుట్ట మీది ఉగ్రనరసింహులు వాళ్లు. కాకతీయులతో యుద్ధం చేస్తూ జంపన్నవాగుల మాయమైన పగిడిగిద్ద రాజు వారసులు వాళ్లు. ధర్మ యుద్ధంల పరాజయం పాలై చిలుకలగుట్ట మీదికి మాయమైన సమ్మక్క సారక్కల సంతానం వాళ్లు. గోల్కొండ ఖిల్లా మీద దాడి చేసి ఏడు గడియలు రాజ్యమేలిన సర్వాయి పాపడి ముద్దుబిడ్డలు వాళ్లు. ఇప్పపువ్వుల నిప్పురవ్వలను రగిలించిన కొమురం భీంకు చిన్న తమ్ముండ్లు వాళ్లు. విరామమెరగక ఒంటరి పోరాటం చేసిన బందగీ ఆత్మశక్తికి ఆనవాళ్లు వాళ్లు. పురాతన తెలంగాణా ఆత్మశక్తులన్నీ ఆ క్షణాలల్ల వాళ్లను ఆవాహన చేసినయ్. వాళ్లల్ల పరకాయ ప్రవేశం చేసినయ్. ప్రతి ఒకడూ ఒక జ్వలించే కాగడా. మండుతున్న మషాల్. ముందుకు ముందుకు మున్ముందుకు. మేం ముందుకు పోతాం ప్రపంచం మా వెంట వస్తుంది. జుకానే వాలా హైతో సారీ దునియా భీ జుక్తీ హై అంటూ ఆత్మవిశ్వాసంతో ముందుకు పరిగెత్తుతున్న యువతరం. యువతరం శిరమెత్తితే నవతరం గళమెత్తితే ఈ లోకమే మారిపోదా? ఈ చీకటే మాసిపోదా? చెమటలు కారుతూ ఎగపోస్తూ పరిగెత్తే ఆ విద్యార్థి లోకాన్ని చూసి ప్రజలంత విస్తుపోతున్నరు. దారి తొలిగి వారికి దారి ఇస్తున్నరు. కనపడని దేవతలు వారిని దీవిస్తున్నరు. వారిపై పువ్వుల వర్షం కురిపిస్తున్నరు. ఉక్కపోతలకు, చెమటలకు తడిసి ముద్దవుతున్నందున అంగీలనువిప్పి విసిరేసి బనీన్ల మీదనే పరుగు పెడుతున్నరు. పాంటు పాదాలకు అడ్డం పడుతున్నందున వాటిని మోకాళ్ల వరకు మడిచి మరికొందరు దౌడు తీస్తున్నరు. పరుల ప్రాణాలను కాపాడాలన్న వారి చైతన్యమే వారి చోదకశక్తి. వారిని చూస్తున్న ప్రజలు జేజేలు కొడుతున్నరు. జై తెలంగాణా జైజై తెలంగాణా అంటున్నరు. ప్రతి చౌరస్తాల ట్రాఫిక్ ఆగిపోయింది. ఆశయం కోసం పరిగెత్తే వారి మార్గం సుగమం అవుతుంది. కంటికి దూరమైతే కాలికి దూరమా పరిగెత్తు భాయీ పరిగెత్తు. గాలి ఆగిపోయింది. కాలం కదలకుండా స్తంభించిపోయింది. కాలం కత్తుల వంతెన మీద తెలంగాణా కోసం పరిగెత్తుతున్నవాళ్లు. అదిగదిగో గాంధీ.... గాంధీ... గాంధీ దవాఖానా. విద్యార్థుల ఊరేగింపు. ఉత్సవం ఊరేగింపు. ఉత్సవ సంరంభం వస్తుందని తెల్సిన డాక్టర్ సాబ్‌లందరూ దవాఖాన్ల నుండి ఇవతలికి వచ్చి గేట్ల దగ్గరే నిలబడి ఎదుర్కోళ్లు పలుకుతున్నరు. డాక్టర్ గోపాల్ కిషన్ వారిల ముందున్నడు. ప్రజా ఉద్యమాలు మట్టి మనుషుల్ని మహా మనుషులుగ తయారు చేస్తయి. రోగి మీది కంటే రూపాయి మీద ప్రేమ వున్న డాక్టర్లు కాదు వాళ్లు... డాక్టర్లు తయ్యార్. విద్యార్థులు తయ్యార్. స్ట్రెచర్లు తయ్యార్. బెడ్లు తయ్యార్. తెలతెల్లటి గాజు సీసాలల్ల టపటప రాలుతున్న రక్తం సినుకులు వాడివేడి రక్తం సినుకులు. "సినుకు సినుకుల వాన ఉయ్యాలో, సిత్తారి వానల్ల ఉయ్యాలో". తెలంగాణా బిడ్డల ఎర్రెర్రని రక్తపు

బిందువులు. బిందువు బిందువు సింధువగును. రేపటి సింధువు తెలంగాణా. తల్లి తెలంగాణా నొసట సింధూరం తెలంగాణా.

తెల్లారి దినపత్రికలన్నీ పతాక శీర్షికలతో విద్యార్థులను అభినందించినై. మానవత్వం పూల పరిమళంలాగ వెల్లివిరిసిందని ప్రశంసించినై, శ్లాఘించినై.

తెలంగాణల ఉన్న నాన్ ముల్కీ ఉద్యోగులను వెనుకకు ఆంధ్రా ప్రాంతానికి పంపాలన్న ప్రభుత్వ జీ.వో. పై హైకోర్టుల రిట్ దాఖలయ్యి వాదప్రతివాదనలు మొదలయినై. తెలంగాణా అంతటా నిరాహారదీక్షలు, సమ్మెలు కొనసాగుతున్నై. జమ్మికుంటల ఆంధ్రా ఉద్యోగులను విద్యార్థులు ఘెరావ్ చేసినారు. ఉద్యమానికి మద్దతు తెలుపని తెలంగాణా మంత్రులందరికీ గాజులను బహుమతిగా పంపినారు. మార్చి నెలల హైద్రాబాద్‌ల తెలంగాణా సదస్సు ఏర్పాటు చేయాలని విద్యార్థి కార్యాచరణ సమితి నిర్ణయించింది. దాన్ని జయప్రదం చేయటానికి విద్యార్థి నాయకులంతా తెలంగాణా జిల్లాల్ల విస్తృత పర్యటనలకు బయలుదేరినారు.

ఆంధ్రోళ్లు భయంతో గజగజా వణికిపోతున్నరు. కుటుంబాలను, పిల్లలను తట్టాబుట్టా తపేలాలతో సహా ఆంధ్రాకు పంపించివేసినారు. తాము మాత్రం బిక్కుబిక్కుమంటూ ప్రాణాలను అరచేతిలో పెట్టుకుని దినదినగండంగ బతుకుతున్నరు. ఆఫీసులల్ల పనిచేసెటోళ్లకు తెలంగాణా ఉద్యోగులచే అవమానాలు, దూషణలు తప్పలేదు. ప్రభుత్వం విడుదల చేసిన జీ.వో.కు వ్యతిరేకంగ ఆంధ్రా ప్రాంతంల కౌంటర్ ఉద్యమం బయలుదేరింది. నందిగామ ప్రజలు గుంపులు గుంపులుగ లారీలల్ల బయలుదేరి రాళ్లురప్పలు, కట్టెలతో కోదాడ ప్రజల మీదికి దాడి చేసినారు. ఆ రెండు గ్రామాల ప్రజలు ముఖాముఖి యుద్ధం చేసుకున్నరు. రైళ్లలో ప్రయాణం చేసే ఇటు ఆంధ్రా ప్రయాణికులపై, అటు తెలంగాణా ప్రయాణికులపై దాడులు జరిగినై. వారిని రైళ్ల నుండి దింపి అవమానాలకు గురి చేసినారు. తెలంగాణా ప్రజలు తీర్థయాత్రల కోసం తిరుపతి, అన్నవరం, సింహాచలం పోవుడు మానుకున్నరు. ఆంధ్రోళ్లు యాదగిరిగుట్టకు, వేములవాడకు, బాసరకు వచ్చుడు బందు అయ్యింది. దేవుండ్లకు కూడా ప్రత్యేక రాష్ట్రం బెడద తప్పలేదు. వీళ్లు కూడ రెండుగ చీలిపోయినారు.

రాజధానిని హైద్రాబాద్ నుండి ఆంధ్రాకు మార్చాలని కొత్త డిమాండ్ ఆంధ్రోళ్లు లేవనెత్తినారు. హైద్రాబాద్ హైద్రాబాదీయులదేనని ఈ నగరం అభివృద్ధికి ఆంధ్రా సర్కారు ఏమీ చేయలేదని పైగా నష్టం చేసిందని మేధావులు సరికొత్త వాదనలు చేసినారు. ఆందోళన శృతి మించి నాగార్జునసాగర్, విజయపురిలలో కాల్పులు జరిగి ఒక విద్యార్థి మృతి చెందగ మరొకరు గాయపడినారు. అక్కడ కూడ సరిహద్దు ప్రాంతాల ప్రజలు పరస్పరం దాడులు చేసుకున్నరు.

పాలుపొంగు మన తెలుగుగడ్డను పగులగొట్టవద్దు అని సి.నారాయణరెడ్డి ఒక సీన్మా కోసం పాట రాస్తే "నా తెలంగాణ కోటి రత్నాల వీణ. తీగలను తెంపినారు అగ్నిలో దింపినారు" అని మరికొంత మంది దాశరథిని కోట్ చేసినారు. అది వర్తమానానికి కూడా ప్రతీక అన్నారు. ప్రజాకవి, ప్రజల మనిషి కాళోజీ నారాయణరావు ప్రత్యేక తెలంగాణా ఉద్యమంల అగ్రభాగాన నిలిచినారు.

"దోపిడి చేసే ప్రాంతేతరులను

దూరం దాకా తన్ని తరుముతాం

ప్రాంతం వాడే దోపిడి చేస్తే

ప్రాణంతోనే పాతర వేస్తాం" అని ఆయన అన్నరు. కాళోజీ ఆధ్వర్యంల వరంగల్లుల తెలంగాణా విమోచనోద్యమ సమితి సదస్సు జరిగింది. ఆ సదస్సు ముఖ్యమంత్రి రాజీనామా చేయాలని, రాష్ట్రంలో రాష్ట్రపతి పాలన విధించాలని తీర్మానాలు చేసింది. మరునాడు వరంగల్, నిజామాబాద్‌లల్ల పెద్ద ఎత్తున అల్లర్లు జరిగినై. వరంగల్లుల ఆంధ్రా ప్రాంతంవారి దుకాణాలను, మిల్లులను ప్రజలు అగ్నికి ఆహుతిచ్చినారు. గ్రామాలల్ల వారి క్యాంపులపై దాడులు జరిగినై. 1956 విలీనానికి ముందే ఎక్కువగా వలసలు జరిగిన జిల్లాలు ఇవే.

వరంగల్, హన్మకొండ పట్నాలల్ల మంటలను ఆర్పటానికి ఫైర్ ఇంజన్లు వచ్చినై. కాని తాగునీటికే కొరత వున్న, ఆ పట్నాలల్ల మంటలను ఆర్పటానికి నీళ్లు దొరుకక ఆ ఫైరింజన్లు వాపసు పోయినై. తెలంగాణా ఆంధ్రా అంతటా అల్లర్లు వ్యాపించినై. అన్ని ప్రాంతాలకు సైన్యాన్ని పంపించి ఫ్లాగ్ మార్చ్‌లను చేయించినారు. ప్రజల గుండెలల్ల గుబులు రేపాలని సైన్యం ఆలోచన. జనవరి ముప్పైన గజ్వేల్‌లో కాల్పులు జరిగి నర్సింహులు అనే ఏడవ తరగతి విద్యార్థి అమరుడైనాడు. పసిపిల్లల లేతరక్తం వీధులల్ల పారింది. తెలంగాణా ప్రజలు తమ రక్తాన్ని సాకబోయటం మొదలయ్యింది. ఫిబ్రవరి 18న సుప్రీంకోర్టు రాష్ట్ర ప్రభుత్వ జీ.వో. అమలును నిలుపు చేస్తూ స్టే జారీ చేసింది. దాని మీద తెలంగాణా ఉద్యోగులు తీవ్రంగ నిరసన వ్యక్తం చేసినారు. అటు ఆంధ్రా ప్రాంతంల అసలు ముల్కీ నిబంధనలనే పూర్తిగా ఎత్తివేయాలని విద్యార్థులు సమ్మె చేసినారు. ఫిబ్రవరి 25న తాండూరుల పోలీసు కాల్పులు జరిగినై.

ఉద్యమాన్ని ఉధృతం చేయటానికి ఫిబ్రవరి 28న తెలంగాణా ప్రజాసమితిని ఏర్పాటు చేసినారు. విద్యార్థులు, యువకులు, మేధావులే ఇందుల సభ్యులు. తొలిదశల ఈ సంస్థల రాజకీయ నాయకులు ఎవరూ లేరు. దానికి అధ్యక్షులుగ మదన్‌మోహన్ నియమితులైనారు. సిద్ధిపేటల ఆయన ఒక యువ లాయర్. మార్చి 3న తెలంగాణా బంద్ సంపూర్ణంగ అమలు జరిగింది. బంద్ సందర్భంగ బొల్లారం రైల్వేస్టేషన్ మీద దాడి చేసినారు. ఆ

సంఘటనతో తెలంగాణా మంత్రులల్ల, శాసనసభ్యులల్ల కదలిక వచ్చింది. మార్చి 15 లోగా తెలంగాణా రక్షణలు అమలు చేయకపోతే అసెంబ్లీల సహాయ నిరాకరణ చేస్తామని 52 మంది తెలంగాణా శాసనసభ్యులు ప్రభుత్వాన్ని హెచ్చరించినారు.

7

ఆ రోజు పొద్దుపొద్దున్నే స్వామి ఇంకా నిద్ర లేవకముందే గోపి సైకిలేసుకుని, చెమటలు కారంగ, దమ్ములు పోసుకుంట శాలీబండాకు వచ్చినాడు. శాలీబండా చడావ్ మీద సైకిల్ తొక్కడమంటే మజాక్ కాదు. కాళ్ల పిక్కలల్ల మస్తుగ బలం ఉండాలె. శరీరానికి తాఖత్ గావాలె. కలేజాల ఖువ్వత్ ఉండాలె. అమ్మ వాడిని దివాన్‌ఖానాల ఉన్న ఆరామ్ కుర్చీల కూచుండబెట్టి కాశీ నుండి తెచ్చిన రాగిచెంబుల చల్లటి మంచి నీళ్లు, గుండ్రటి తెల్లటి కోపుల పొగలు గక్కే గరం గరం ఛా ఇచ్చింది. దివాన్‌ఖానా పక్కనే బాయి ఉంది. ఇనుప బొక్కెన చప్పుడు, దాని గొలుసు, గిరిక చేసే వింత వింత చప్పుళ్లతో గమ్మత్తు సంగీతాన్ని వింటూ వాడు ఛాను ఊదుకుంటూ, చప్పరిస్తూ గుటకలు మింగుతూ ఆనందిస్తున్నడు. బాయి గిరికకు నూనె పోయనట్టుంది. అది కీసుకీసుమని శబ్దం చేస్తుంది.

గోపిగాడి మరో హాబీ సైకిల్ రిపేరింగ్. తీరిక సమయాలల్ల ఏమీ తోచనప్పుడు సైకిల్‌లోని అన్ని పార్టులను పూర్తిగా విప్పేసి ప్రతీదాన్ని శుభ్రంగా తుడిచి, ఓవర్ ఆయిలింగ్ చేసి మళ్లీ జాగ్రత్తగ వాటిని బిగిస్తడు. నూనె వేసిన సైకిల్ గంట గణగణా మోగుతుంటే, కొత్తగ ముస్తాబై, సింగారించుకున్న సైకిలు మళ్లీ గజ్జెల గుర్రంలా తయారవుతది. రయ్యిరయ్యిన పరిగెత్తుతది. ఆ మెకానిక్ పనికి మొత్తం ఒకరోజు పడుతది. ఆ పని పూర్తయేసరికి నూనె మరకలతో, నల్లటి జిడ్డు మురికితో వాని ఆకారం మోటారు మెకానిక్‌గ మారుతది. వాడు దినపత్రిక తప్ప మరేమీ చదవడు. ఇతర పుస్తకాల పఠనానికి వాడు 'అకల్ కే దుష్మన్'. వాడి కళాత్మకత, సృజనాత్మకత అంతా ఆ సైకిల్ రిపేరింగ్‌లనే బయటపడుతది. లేదా గాలి కబుర్లను కథలుకథలుగ మలిచి వర్ణించి చెప్పడంల బయటపడుతది.

ఇంతల బొక్కెన గొలుసు తెగి బాయిలో పడినట్టుంది. 'దబ్బుమని' పెద్దగ చప్పుడైంది. గోపి ఆ చప్పుడుకు దడుసుకొని చా కొంత కిందికి ఒలకపోసుకున్నడు. ఇంట్ల ఉన్న కిరాయి వాళ్లతో సహా పిల్లా పీచు అంతా బాయిలకు తొంగిచూస్తున్నరు. బొక్కెన రహస్యోద్యమ విప్లవకారుడిలాగ అండర్‌గ్రౌండ్‌లకు వెళ్లిపోయింది. పానీ, పానీ, జల్దీ, జల్దీ అంటూ మరాఠోళ్లు, కన్నడావోళ్లు గోలగోలగ అరుస్తున్నరు.

ఇంతల 'శంకర్ మామ' ఒక పెద్ద పాతాళగరిగెకు పొడుగ్గ ఉండే కొబ్బరి తాడును కట్టిండు. ఆ పాతాళగరిగె వింత ఆకారంతో ఉంగరాల ఉంగరాల గొలుసులతో, ముండ్లతో,

కొండ్లతో గలగల చప్పుళ్లతో వెయ్యి కాళ్ళ జెర్రోలె, వొంద చేతుల ఆక్టోపసోలె కనబడుతుంది. తాడును బిగించి కట్టుడు పూర్తి కాంగనే బాయి గోడను ఆనుకుని లోపలికి వొంగి జాగ్రత్తగ పాతాళగరిగెను లోపలికి జారవిడిచినాడు. దాని గలగలల చప్పుడు, పోరల కిలకిలల నవ్వులతో వాతావరణం గడ్‌బడ్‌గ తయారయ్యింది. గోపి కూడ ఇవతలికి వచ్చి బాయి లోపలికి తొంగి చూస్తున్నడు. ఆ పట్నం పిల్లగాడికి ఆ దృశ్యం వండర్‌ఫుల్‌గ ఉంది. శంకర్‌మామ చేతులు ఇటు అటూ జల్లెడ పడుతున్నట్లు ఊపుతూ తాడును గిరగిరా తిప్పుతున్నడు. తాడును పై వరకూ లాగి పాతాళగరిగె పైకి రాంగనే తపుక్కున లోపలికి విసిరేస్తున్నడు. బాయి లోపల బొక్కెనా, పాతాళగరిగె దాగుడుమూతలు, దొంగాపోలీసు ఆట ఆడుకుంటున్నట్లుంది. పాతాళగరిగె కొండ్లకు ముండ్లకు బొక్కెన చిక్కుత లేదు. 'బొక్కెన బోర్ల పడిందేమో! అందుకనే దొరుకత లేదు' అని ఎవరిదో కామెంట్.

శంకర్ మామకు చెమటలు. చికాకు. అటూ ఇటూ తిప్పి తిప్పి చేతులు నొప్పి. భుజాలు గుంజుతున్నయి. పానీ, పానీ, జల్దీ, జల్దీ ఆయన పెండ్లాం రుక్కుంబాయి మారాఠీగోల. ఇక లాభం లేదు బాయిలకు దిగాల్సిందే అని ఎవరిదో ఉచిత సలహా. మధ్యాహ్నం ఎండపొడ బాగా వొచ్చినప్పుడు, అది నీళ్ల మీద పడినప్పుడు అడుగు భాగం స్పష్టంగ కనబడుతది. అప్పుడు తీరికగ తీద్దాం అని పాన్ నములుకుంట బాపు ఆలోచన. మరి ఇప్పుడు వొంటకు నీళ్లెట్ల, స్నానాలకు నీళ్లెట్ల అని అమ్మ ఆరాటం. పరేషాన్.

శంకర్‌మామ ఆల్ ఇన్ ఆల్. ఇంట బయట హీరో, హీరోయిన్ రెండూ ఆయనే. సింగిల్ మనిషి డబుల్ యాక్షన్. భార్య రుక్కుంబాయి ఉత్త నామ్ కే వాస్తే. ఆయన కొద్దిగ ఆడంగి రేకుల మనిషి. సార్థక నామధేయుడు. కాని చాలా మంచోడు. స్నేహశీలి, పరోపకారి పాపన్న. అందర్నీ అన్న, అక్క అని వరుస పెట్టి పిలుస్తడు. అతనొక ఆలిండియా రేడియో. ఆయనకు తెలియని ముచ్చట్లు, ఆయన చెప్పని ముచ్చట్లు ఏమీ లేవు. చైనా వాడు భారతదేశంపై ఎందుకు హమ్లా చేసిండో దగ్గర్నించి, బస్తీల ఎవరింట్లో కాన్పు అయ్యిందీ, ఏ పిల్ల పెద్దమనిషి అయ్యిందీ అనే దాకా అన్ని సంగతులు అందరితో చెప్పుతడు. ఆయన ఆడా, మగాకే కాదు, చిన్న పిల్లలందరికి కూడా సన్నిహితుడే, స్నేహితుడే. తన తీరిక సమయాలల్ల వారికి గరం గరం సమోసాలు, కచోరీలు చేసి పెడతడు. ఇంట్ల వంటంతా ఆయనదే. ఏ కూర ఎన్ని రకాలుగ వండచ్చో వైనవైనాలుగ వర్ణించి ఆడవాళ్లతో చెప్తుంటడు. అతని చేతి వంట ఆడవాళ్లను కూడా మెప్పిస్తది.

దసుర పండగ దేవీనవరాత్రులప్పుడు ఆయన చేసే పూజలు, సంబరాలు చూడవలసినవే. వినవలసినవే. ప్రతి రోజు రాత్రి పిల్లలందర్ని పోగేసి నవరాత్రి ఉత్సవాల సందర్భంగ అమ్మవారి ముందు కంచు పళ్లెం నిండ నల్లటి మట్టి నింపి అండ్ల నవధాన్యాలు వేస్తే మొలకెత్తిన ఆకుపచ్చని గడ్డిపరకల ముందు, మంచి ఆవు నెయ్యితో దీపాలను

వెలిగించి, పూజలు చేసి, గణగణ గంటలు మోగించుకుంట, చప్పట్లు చరుచుకుంట 'ఓం జయ్ జగదీష్ హరే, స్వామి జయజగదీష్ హరే' అని భజనలు చేసుకుంట కార్యక్రమం అయిపోంగనే పిల్లలందరికీ పేడా, బర్ఫీ, మిఠాయీలు ప్రసాదంగ పంచి పెడ్తడు. బస్తీల ఉన్న పిల్లలందరూ వాటి మీది ఆశతో ఆ పూజలకు హజరైతరు, గొంతెత్తి భజన గీతాలు పాడుతరు.

బస్తీల ఎవరైనా చనిపోతే ఆడవాళ్ల కంటే ఎక్కువగ శంకర్‌మామనే సుదీర్ఘంగ, రాగయుక్తంగ శోకాలు పెట్టి ఛాతీమీద కొట్టుకుంట ఏడుస్తడు. స్పృహ కూడ తప్పిపోతడు. అది చావైనా, పెళ్లయినా, పురుడైనా, పుష్పవతి అయినా శంకర్‌మామ పాత్ర, హడావుడి వుండవలసిందే. హోలీ పండుగలు, హనుమాన్ జయంతులు, ఒక్క పొద్దు శివరాత్రులు, గణపత్ పప్పా, ఉత్సవాలన్నీ శంకర్ మామ హంగామా వల్లనే కాంతులీనుతూ వుంటై. కళకళలాడుతై. ఎవరికి ఏ ఆపద వచ్చినా కేరాఫ్ అడ్రస్ శంకర్ మామే! బోళా శంకరుడు కావుననే అర్థనారీశ్వర తత్త్వమేమో! కణ్‌కణ్ మే భగవాన్. కంకర్ కంకర్ మే శంకర్ భగవాన్!

ఆఖరికి ఎట్లనో అట్ల బొక్కెన ఇవతలికి వచ్చింది. పిల్లలంతా కేరింతలు. హమ్మయ్య అని పెద్దల నిట్టూర్పులు. గోపి మళ్లీ దివాన్‌ఖానాల ఆరాం కుర్చీల కూచోంగనే "ఏంది, పొద్దు పొద్దుగాల్నే ఇట్ల దిగబడినవ్. ఏమైనా ప్రోగ్రామ్ ఉందా ఏంది?" అని స్వామి నిద్రకళ్లను తుడుచుకుంటూ, ఆవలించుకుంటూ వచ్చి మజాక్ చేసినాడు.

"ఆఁ పోలీసోళ్లతోని తన్నులు తినే ప్రోగ్రామ్" అంటూ "అభే బేవకూఫ్ కే బచ్చే! ఏ దునియల వున్నవ్? ఎన్ని రోజులయ్యింది కనబడక, కలువక? నిన్నటి సంది ఆబిడ్స్ రెడ్డి హాస్టల్ల రెండు రోజుల తెలంగాణా సదస్సు జరుగుతుంది. నిన్న అక్కడికి వస్తవేమొ, కలుస్తవేమొనని ఎదిరి చూస్తి. ఎదిరి చూసిన కండ్లు ఎండిపోయిన చెరువులయి పాయె. ఎంత మంది వచ్చింండ్రనుకున్నవ్? హోల్ తెలంగాణా అంతట్నుంచి అందరు వచ్చింండ్రు. అశోక్, జెఫ్రీలైతే దినమంత అక్కడ్నే. వలంటీర్లుగ పనిచేస్తున్నరు. నువ్వేమొ లాడ్‌సాబ్ లెక్క ఇంట్ల పండుకున్నవ్. నిన్న పొద్దుగాల సదస్సు మొదటి సెషన్‌ల ఉస్మానియా ఫిజిక్స్ ప్రొఫెసర్ రావాడ సత్యనారాయణ ప్రారంభోపన్యాసం చేసిండు. సదాలక్ష్మి అధ్యక్షత వహించింది. ఇంకా చానా మంది చానా బాగా మాట్లాడిండ్రు. నువ్వేమొ అత్తపత్త లేకపోతివి. నువ్వు పక్కా అన్నాడీగానివి. మీ ఇంటికో పేపరు రాదు. ఇంట్ల రేడియో లేదు. ఇగ దున్య మీది ముచ్చట్లు నీకెట్ల తెలుస్తయి?" నారాజ్‌గ మాట్లాడబట్టినాడు గోపి.

తెలంగాణ ఉద్యమ వార్తలు తెలుసుకునేందుకు బాపును బతిమిలాడి ఎట్లనన్న ఆంధ్రభూమి తెలుగు దినపత్రిక తెప్పించుకోవాలని స్వామి లోలోపల నిర్ణయించుకున్నడు.

అప్పటికి గోల్కొండ పత్రిక ఆగిపోయింది. ఆంధ్ర జనత, ఆంధ్రపత్రికలు వస్తున్నయి. కాని ఆంధ్రభూమికే ఎక్కువ డిమాండ్. దాని ధర పది పైసలు. కమ్యూనిస్టుల విశాలాంధ్ర దిన పత్రిక గురించి స్వామికి తెలువదు.

"కనీసం ఈ రోజన్నా రా. ఈ రోజు సదస్సు ఆఖరు రోజు. సాయంత్రం రెడ్డి హాస్టల్ మైదాన్‌ల పబ్లిక్ మీటింగ్. మీటింగ్ ప్లేస్‌ల మనం కలుసుకోలేం. 'కాట్' అయిపోతం. మనందరం నాలుగ్గంటలకు ఆబిడ్స్ చౌరస్తా గ్రాండ్ హోటల్ల కల్సుకుందాం. అక్కడ్నుంచి మీటింగ్‌కు పోదాం. ఈ సంగతి ఇంకా అశోక్, జెఫ్రీ గాడికి కూడా చెప్పాలె. మరి నేను పోయి రానా?" అని గోపి అడిగిండు.

"సరే సాయంత్రం కలుసుకుందాం" అన్నడు స్వామి.

గోపి సైకిలెక్కి ఆకాశంలకు ఎగిరిపోయే పక్షిలాగనే, పతంగి లెక్కనే ఎగిరిపోయినాడు.

❖ ❖ ❖

స్వామి సరిగ్గ సాయంత్రం నాలుగ్గంటలకు ఆబిడ్స్ చౌరస్తాల గ్రాండ్ హోటల్‌కు చేరుకున్నడు. ఆ ఇరానీ హోటల్ కౌబాయ్ ఇంగ్లీష్ సీన్మాలల్ల చూపించే వేసైడ్ ఇన్ లాగనో, ఇటలీల జూదమాడే కేసినో లెక్కనో కనబడుతది. హోటల్ అంతా బిజీబిజీగ గడ్‌బడ్ గడ్‌బడ్‌గ ఉంది. కౌంటర్‌ల గ్రామఫోన్ రికార్డు నిర్విరామంగ మోగుతనే ఉంది. సర్వర్ల కేకలు. కస్టమర్ల ఆర్డర్లు. కప్పు సాసర్ల గ్లాసులు ప్లేట్ల గలగలల చప్పుళ్లు. హోమజ్వాలల భుగభుగల సిగరెట్ల ధూపదీపాలు. పాయా రోటీ బోటీ బిర్యానీల పరిమళాల ఆఘ్రాణింపులు. గోడలకు తగిలించిన పెద్ద పెద్ద నిలువుటెత్తు బెల్జియం అద్దాల మూలాన డబుల్ స్పేస్‌తో, డబుల్ డబుల్ మనుషులతో రెట్టింపైన వాతావరణంతో మాయాసంజనిత విభ్రాంతి దృశ్యాలు. జనం జాతరల జీవన సంగీతం. జనజీవన దృశ్యాలు.

స్వామి మిత్రబృందం కోసం వెతుకుతుంటే వాళ్లు ఓ మూలల 'మూలపురుషులు'గ దర్శనమిచ్చినారు. అప్పటికే మొదటి రౌండ్ ఛా అయిపోయినట్టుంది. జెఫ్రీగాడు సిగరెట్ల మీద సిగరెట్లు గుప్పుగుప్పున పీకుతున్నడు. గోపి దక్కన్ క్రానికల్ పేపర్ల ఇసుకల తలదూర్చిన నిప్పుకోడిలాగ ఉన్నడు. అశోకుడు కండ్లు మూసుకొని పారవశ్యంతో పాత హిందీ సీన్మా పాటల్ని లోలోపలికి ఆవాహన చేసుకుంటున్నడు. స్వామి కుర్చీ లాగిన చప్పుడుకు అందరూ అటువైపు తిరిగి "ఆయియే లేట్ లతీఫ్ సాబ్! ఆయియే" అని ఆహ్వానించినారు.

ముస్లింల ఇరానీ హోటళ్లకు, హిందువుల ఫలాహార భోజనశాలలకు భూమ్యాకాశాలకున్నంత తేడా స్పష్టంగ కనబడుతది. ఒక ముక్కల చెప్పాలంటే ఇరానీ హోటళ్లు ఎక్స్‌ట్రోవర్ట్స్. హిందువుల హోటళ్లు ఇన్‌ట్రోవర్ట్స్. తొలి దశల ఇరాన్ దేశం నుండి వచ్చిన వాళ్లే ఇరానీ హోటళ్లను స్థాపించినారు. ఆ కాలంల వీళ్లందరూ

సామూహికంగా నివసించిన గల్లీ పేరు ఇరానీ గల్లీ. ఇది షెహరాన్ హోటల్ పక్క సందు నుండి మీర్ ఆలంమండికి పోయే తోవల వుంది. ఇరానీ హోటల్స్‌ల పేర్లన్నీ ఇరాన్ ఇరాక్‌లోని చారిత్రక స్థలాలకు సంబంధించిన పేర్లే. హోటల్ టెహరాన్, హోటల్ బస్రా, హోటల్ షెహరాన్, హోటల్ తాష్కెంట్ మొదలగు పేర్లన్నీ వారి చారిత్రక మూలాలకు సంబంధించినవే. ఇవే కాక మరి కొన్ని పేర్లు కవితాత్మకంగ, కళాత్మకంగ ఉంటై. మెహఫిల్, సాంజ్ ఔర్ సవేరా, వతన్, లైట్ ఆఫ్ ఇండియా, గుల్షన్ వంటివి కొన్ని ఉదాహరణలు.

హిందువుల హోటళ్ల పేర్లు ఎక్కువగ దేవుళ్లకు సంబంధించినవే. శంకర్ విలాస్, రామా విలాస్, వెంకటేశ్వర హోటల్ వగైరా. ఇరానీ కేఫ్‌లల్ల కూచుంటే ఫుట్‌పాత్‌లపై కూచున్నట్టే ఉంటది. మేలా మధ్యల నిలుచున్నట్లే ఉంటది. జాతరల జనం మధ్య కలిసి తిరుగుతున్నట్లే ఉంటది. అవతలి ప్రపంచం మొత్తం కనపడుతది. ఒక అతి పెద్ద ఓపెన్ ఎయిర్ థియేటర్‌ల కూచోని ఎంతకూ ముగింపులేని సుదీర్ఘ జనజీవన నాటకాన్ని చూస్తున్నట్లే వుంటది. ఒక నిలువుటద్దంల మనలను మనమే స్పష్టంగ దగ్గర్నుండి చూసుకుంటున్నట్లు ఉంటది.

దీనికి విరుద్ధంగ మన ఫలాహార భోజనశాలలన్నీ నాలుగు గోడల మధ్యన కుదించుకుని పోయినవే. ఏదో రహస్యమైన, నిషిద్ధమైన కాని పనిని త్వరగ ముగించుకుని బయట పడాలన్నట్లు ఆదరాబాదరగ కుక్షి నింపుకోంగానే అక్కడ్నుండి పారిపోవాలె. లేదంటే 'సర్వరే' ఇక బయలుదేరండి గిరాకీ టైం అని అతి వినయంగ మెడపట్టి గెంటేసినంత పనిచేస్తడు. ఇరానీ హోటళ్లు అట్లా కాదు. దాని తీరే వేరు. కేవలం ఏక్ మే దో చాయ్ చప్పరించుకుంట, సిగరెట్లు ఊదుకుంట గంటలు గంటలు గప్పాలు, బాతఖానీలు కొట్టినా సర్వరే కాదు, ఓనర్ కూడ అభ్యంతరం చెప్పడు. 'దోస్తానాలకు చౌరస్తా ఇరానీ హోటళ్లు. అవి విశాల హృదయాలకు, స్నేహాలకు కూడళ్లు. సంగమ స్థలాలు. మిత్రులు కలుసుకునే సంకేత స్థలాలు.

హిందువుల హోటళ్ల వాతావరణమంత దానికి సంబంధించిన మడీ, ఆచారాల నుండి ఉద్భవించినవే కావచ్చు. ముస్లింలు దస్తర్‌ఖానాలు పరిచి అన్ని ఆహార పదార్థాలనీ అందులో అందంగా అమర్చి అందరూ దాని చుట్టూ కూచుని భోజనాన్ని కళాత్మకంగ ఆస్వాదిస్తారు. ఏం తింటున్నామో కాదు ఎట్లా తింటున్నామో అన్నది కూడా వీరికి ముఖ్యం. ఎవరైనా చూస్తున్నారనే స్పృహ కూడా వారికి ఉండదు. రైలు ప్రయాణాలల్ల సహితం దస్తర్‌ఖానాల టైపులనే భోజనాలు ముగిస్తరు.

హైద్రాబాదీలకు ఇరానీ హోటల్స్‌తో తమ నిత్య జీవితంల విడదీయలేని సంబంధం ఉంది. ప్రతిరోజు తమతమ ఉద్యోగాలూ పనులూ పూర్తి చేసుకున్న తర్వాత చల్లని

సాయంకాలాలన్నీ ఇరానీ హోటల్స్‌లో గడిపెటోళ్లు. రోజువారీ బడలిక నుండి సేద తీరెటోళ్లు. ఒక చారానా ఇస్తే కౌంటర్‌ల కూచున్న ఓనర్ మనకు కావాల్సిన పాత పాటలన్నీ వేసెటోడు. పాతకాలంల ఇంట్ల రేడియో కూడా లేని రోజులల్ల ఇరానీ హోటల్స్ ముందు నిలబడి రఫీ, ముఖేష్ పాటలన్నీ వినెటోళ్లు. మళ్లీ మళ్లీ పాడుకునెటోళ్లు.

సికింద్రాబాద్ హోటల్ ముందున్న ఆల్ఫా హోటల్ ఛాయ్ ఒక మత్తులాంటిది. ఆ చాయ్‌కు అలవాటైనవారు అక్కడ్నుండి వెళ్లేటప్పుడు ఆ హోటల్‌లోకి దూరి చాయ్ తాగకుండ ఉండలేరు. అక్కడ నిలబడే చాయ్ తాగాలి. లష్కర్‌ల సాయంత్రం రైల్వేస్టేషన్ ముందు చెలరేగే జనసముద్రాలను, జనసమూహాలను చూసుకుంట చాయ్ తాగటం ఒక అందమైన అనుభవం. అట్లనే ప్యారడైజ్ కార్నర్. గార్డెన్ రెస్టారెంట్. ప్రముఖ చిత్రకారుడు యం.యఫ్. హుస్సేన్ హైద్రాబాద్‌కు వచ్చిన ప్రతిసారీ క్లాక్ టవర్ చౌరస్తాల ఉన్న గ్రీన్ పార్క్ హోటల్‌కు పోయి కౌంటర్ ముందు నిలబడే ఓనర్‌తో బాత్‌ఖానీ కొట్టుకుంట చాయ్‌ల మీద చాయ్ తాగుతూ ఉంటడు. గన్‌ఫౌండ్రీల స్టేట్ బ్యాంక్ ఆఫ్ హైదరాబాద్ ముందు బాంబే హోటల్‌ను రోడ్లు వెడల్పు చేసే కార్యక్రమంల మున్సిపాలిటీ వాళ్లు కూలగొట్టినప్పుడు రెగ్యులర్‌గా వచ్చే కస్టమర్లందరూ కండ్ల నీళ్లు పెట్టుకున్నరు. ఇరానీ హోటళ్లతో అనుబంధం అంటే అది.

ఆబిడ్స్‌ల ఉన్న ఓరియంట్ హోటల్‌కు పెద్ద చరిత్ర ఉంది. అరవై డెబ్బై దశకాలల్ల అనేక ఉద్యమాలకు అది కూడలి. ప్రతి సాయంత్రం అక్కడ ఒక మూలల హాషీం, అంజయ్య, వెంకటస్వామి లాంటి కాంగ్రెస్ నాయకులు కూచునేవారు. తర్వాత కాలంల వాళ్లు ప్రముఖ కార్మిక నాయకులుగ, మంత్రులుగ అభివృద్ధి చెందినారు. అంజయ్య రాష్ట్ర ముఖ్యమంత్రి కూడా అయినారు. మరో మూల దిగంబర కవులైన జ్వాలాముఖి, నిఖిలేశ్వర్, నగ్నముని, మహాస్వప్న మొదలైనవాళ్లు, బైరాగి, మగ్దూం లాంటివాళ్లు కూడ కూచొని సాహిత్య చర్చలు, వామపక్ష రాజకీయాలు వేడిగా, వాడిగా చర్చించెటోళ్లు. కలకత్తా కాఫీ క్లబ్బులు సాహిత్య చర్చలకు, మేధావుల రాజకీయ చర్చలకు ఎట్లయితే మూల కేంద్రాలో అట్లనే ఆ హోటల్ కూడ. ప్రత్యేక తెలంగాణా ఉద్యమ కాలంల రెడ్డి హాస్టల్ విద్యార్థి నాయకులంత ఆ హోటల్లనే ఉద్యమ నిర్మాణానికి రూపురేఖలు రచించినారు. గతం నుండే అనేక పోరాటాలకు, ఉద్యమాలకు, లాఠీఛార్జీలకు, పోలీసు కాల్పులకు ఆ హోటల్, ఆబిడ్స్ చౌరస్తా ప్రత్యక్ష మూగసాక్షులు.

ఆ చౌరస్తాల పోలీస్ స్టేషన్ పక్కనున్న కింగ్ సర్కిల్ హోటల్ కూడా ఇట్లాంటిదే. జమ్రుద్‌కు ఎదురుగ వున్న ఓరియంటల్ హోటల్‌ను కూలగొట్టి తర్వాత కాలంల దాని పునాదుల మీద ఓరియంటల్ ఎస్టేట్ అని షాపింగ్ కాంప్లెక్సును నిర్మించినారు. పుణ్యాత్ములు కనీసం పేరైనా అదే పెట్టినారు.

గ్రాండ్ హోటల్‌ల రాజకీయ నాయకులు, కవులు, కళాకారులే గాక "ఖానాజాద్"లు కూడా కూచునేటోళ్లు. వీరంతా కింగ్‌కోఠీకి సంబంధించిన ముస్లింలు. కింగ్ కోఠీ ప్యాలెస్‌ల నిజాం నవాబుకు బోలెడంత మంది ఉంపుడుగత్తెలు ఉండేటోళ్లు. ఆ ప్యాలెస్‌ల వాళ్లకు పుట్టిన సంతానమేవీరు. మగవారిని 'ఖానాజాద్'లని, ఆడవాళ్లని 'సలాతిన్'లని పిలిచేవారు. వారి పోషణ భారమంతా నిజాం నవాబు వ్యక్తిగత ఖజానా అయిన 'సర్ఫేఖాస్' భరించేది. ఉదయం నాస్తాతో పాటు రెండు పూటలా భోజనాలు, సంవత్సరానికి సరిపడా దుస్తులు, ఇతర ఖర్చుల కోసం ప్రతినెలా పెన్షన్ వాళ్లకు లభించేది. నవాబుల సంతతి ఛోటే నవాబులమన్న అహంకారంతో చదువులకూ, ఉద్యోగాలకూ దూరమైనారు. దినమంతా సోమరిగ గడపటం, టైంపాస్ కోసం గ్రాండ్ హోటల్‌ల్ల బేకార్‌గ కూచుని చాలు తాగుకుంట, బిర్యానీలు తినుకుంట, పాన్ సిగరెట్ల తోటి కాలం వెళ్లబుచ్చేవాళ్లే 'ఖానాజాద్'లు.

ఇరానీ హోటళ్లలో మదీనా హోటల్ చరిత్ర పాతనగరం చరిత్రతో ముడిపడి ఉంది. 'చార్మినార్ భరండీ – మదీనా బిర్యానీ' అని పాతకాలం సామెత. బ్రాండీని భరండీ అని పలికెటోళ్లు. నైజాంల కాలంలో హైద్రాబాద్‌ను సందర్శించడానికి వచ్చే వారందరూ మదీనా బిర్యానీ రుచి చూడకపోతే తమ యాత్రల ఒక లోపంగ భావించెటోళ్లు. పైసలు లేకపోతే కనీసం బన్, సమోసాలన్నా తిని చాయ్ తాగెటోళ్లు. ముస్లింలకు మక్కా ఎంత పవిత్ర స్థలమో హైదరాబాదీలకు ఈ మదీనా హోటల్ అంత ముఖ్యమైన స్థలం.

ఒకప్పుడు ఈ మదీనా హోటల్ ప్రాంతంల పాత కోర్టు ఒకటి ఉండేది. 1908లో మూసీనదికి వరదలు వచ్చి అనేక కట్టడాలతో పాటు ఆ కోర్టు కూడ కొట్టుకపోయింది. మళ్లీ నూతన భవన నిర్మాణాలు జరిగినప్పుడు అదే స్థలంల ఈ మదీనా హోటల్‌ను నిర్మించినారు. దీని ఆదాయంలో కొంత ప్రతి సంవత్సరం పవిత్ర స్థలాలైన మక్కా మదీనాలకు పంపించాలని నిర్ణయించినారు. అరబ్ దేశాలల్ల నూనె బావులు బయల్పడి వారు నియోరిచ్ అయిన తర్వాత ఈ వితరణ ఆగిపోయింది.

మదీనా హోటల్‌ను ఇండో ఇరానియన్, ఈజిప్షియన్ వాస్తు ప్రకారంగా కట్టినారు. పెద్ద దర్వాజా దానిపై లతలు, పువ్వులు. బిల్డింగ్ పై భాగంల పెద్ద ఆకుపచ్చ గుంబజ్‌లు, వాటి కింద ఖురాన్ సూక్తులు. హోటల్ లోపల చాలా ఎత్తుగ వున్న రూఫ్‌ల నుండి వేలాడే రంగురంగుల షాండీలియర్లు. వాటి లోపల షమాలు. గోడలకు అంటించిన రంగురంగుల గాజు ముక్కల డిజైన్లు. సొగసైన ఫ్రేము కుర్చీలు, టేబుళ్లు. లోపల గోడలకు పెద్ద పెద్ద గ్లాసు అలమారాలు ఉండేవి. అందులో కాస్మోటిక్స్, జనరల్ సామానులను అందంగ అమర్చెటోళ్లు. ఆ వస్తువుల్ని అక్కడే కొనవచ్చు.

ఈ ఇరానీ హోటల్స్ అన్ని ఇప్పటికీ అతిస్వల్ప రేట్లకే పేదవాళ్ల కడుపు నింపే అన్నపూర్ణ నిలయాలు. బన్ – మస్కా, సమోసా, మిర్చి బజ్జీల కాంబినేషన్‌లతో కడుపు

నింపుకుని ఛా తాగవచ్చు. రెండు చాయ్‌ల ఖరీదుకే దాల్‌ఖానా దొరుకుతది. ఇంకో రెండు రూపాయలు ఎక్కువిస్తే అండా కూడా ఇస్తరు. ఇరానీ హోటల్స్ పుణ్యమా అని బీదవాళ్లు కూడ హైద్రాబాద్‌ల సుఖంగ బతుకుతరు.

అశోక్‌కు మనీ ఆర్డర్ వచ్చినట్టుంది. మహా జోరుగ ఉన్నడు. జేబు బాగ గరం గరంగ ఉన్నట్లుంది. స్వామి రాంగనే 'చార్ చికెన్ బిర్యానీ లావ్' అని అరిసినాడు. ఘుమఘుమల పొగలు గక్కే చికెన్ బిర్యానీని ఆవురావురుమని అందరూ లాగేసినారు. 'ఎగ్ పుడ్డింగ్ చెప్పరా' అని గోపి బతిమిలాడితే అవి కూడా మినట్ల మీద హాజరు. ముగింపుగ డబుల్ శక్కర్‌తో. జబర్‌దస్త్ మలాయీతో చార్ పౌనాలు. ముక్తాయింపుగ మీఠా పాన్‌లు. జెఫ్రీగాడు తన కోసం ప్రత్యేకంగ బర్కిలీ సిగరెట్ పాకెట్ కొనిపించి "తెలంగాణా వొచ్చినంక సర్కారీ నౌఖరీలు చేసి నీ రుణం తీర్చుకుంటం లేరా" అని అశోక్‌తో మజాక్ చేసినాడు.

'చల్ భే సాలా' అని అశోక్ కొట్టబోయినాడు. 'మరి నాకు అక్కలు లేరు గద బాస్' అని జెఫ్రీ చురక అంటించినాడు.

ఒకళ్ల భుజాల మీద మరొకరు చేతులేసుకుని అందరూ కలిసి సదస్సు జరుగుతున్న రెడ్డి హాస్టల్ ప్రాంగణం దిక్కు ప్రయాణం. కలుషితం కాని స్నేహాలకు సంకేతాలు వాళ్లు.

ఆ సదస్సు ఆబిడ్స్ రెడ్డి హాస్టల్ల మార్చి 8,9 రెండు రోజులు చాలా పెద్ద ఎత్తున జరిగింది. ఆ సదస్సును విజయవంతం చేసేందుకు రెండు నెలల ముందే విద్యార్థులు యువకులు, మేధావులు చాలా మంది అన్ని జిల్లాలల్ల విస్తృత పర్యటనలు చేసి, ప్రజలను సమీకరించినారు. భవిష్యత్తుల జరగబోయే ఉద్యమానికి ఆ సదస్సు మార్గదర్శకంగ పనిచేసింది. తెలంగాణ అంతట్నుంచి ముప్పై వేల మంది ప్రజలు హాజరైనారు. రెడ్డి హాస్టల్ మైదానం జనసముద్రంగ మారింది. సాయంత్రం పబ్లిక్ మీటింగ్‌ల ఉస్మానియా యూనివర్శిటీ విద్యార్థి నాయకులు, ప్రొఫెసర్లు, లెక్చరర్లే కాక లాయర్లు, జర్నలిస్టులు, డాక్టర్లు మొదలగు మేధావులెందరో పాల్గొన్నరు. ప్రసంగించినారు. వందేమాతరం రామచంద్రరావు, ఎస్.బి.గిరి. లాంటి రాజకీయ నాయకులు కూడ ప్రసంగించినారు. ప్రత్యేక తెలంగాణా ఒక్కటే ఏకైక పరిష్కారం అని అందరూ ముక్తకంఠంతో ఘోషించినారు.

బహిరంగ సభకు ఆ మైదానం సరిపోలేదు. ఇసుక వేస్తే రాలనంత తొడతొక్కిడి జనం. జై తెలంగాణ, జై జై తెలంగాణ నినాదాలతో పరిసరాలు దద్దరిల్లినై. జనం. జనం. ప్రభంజనం. జనం చోటు లేక చెట్ల కొమ్మల మీద, చుట్టుపక్కల గోడల మీద కూచొని, నిలబడి ఉపన్యాసాలు ఓపికగ విన్నరు. హాస్టల్ చుట్టుపక్కల గోడల మీద, బిల్డింగ్‌ల మీద ఎక్కడ చూసినా జనమే. జనశక్తి ఒక ప్రవాహం మాదిరిగ తెలంగాణా నలుమూలల

నుండీ కదిలి వచ్చింది. అర్ధరాత్రి దాటిన తర్వాత కూడ సభ జరుగుతనే వుంది. సభకు వచ్చిన వేలాది మంది ప్రజల చేత తెలంగాణా సాధించి తీరుతామని ప్రతిజ్ఞలు చేయించినారు.

అదొక జనఘోష. జరగబోయే జనసంగ్రామానికి ముందొక జనగానం. ఆ జనగానాలు యుద్ధ గానాలాపనలు, కదన కుతూహల రాగాలు. మల్లికార్జున్, శ్రీధర్ రెడ్డి, పులి వీరన్న, మహదేవ్ సింగ్, సదాలక్ష్మి మొదలగువారు రక్తాన్ని పరుగులు పెట్టించి ఉగ్రూతలు ·గించే ఉద్రిక్త ఉపన్యాసాలు ఇచ్చినారు. రాజకీయ పార్టీల ప్రమేయం లేకుండ, విద్యార్థుల శక్తి ఏమిటో, ప్రజా ఉద్యమం అంటే ఏమిటో ఆ రెండు రోజుల సదస్సు రుజువు చేసింది. ఆ సదస్సు పిలుపు వలన మార్చి 11 నుండి తెలంగాణా అంతట విద్యార్థుల నిరవధిక సమ్మె ప్రారంభమయ్యింది. విద్యార్థుల ఉద్యమానికి మద్దతుగ ఉద్యోగులు, ఉపాధ్యాయుల కార్యాచరణ సమితి ఏర్పడింది. కె.ఆర్. అమోస్, బాలకృష్ణారెడ్డిలు దాని నాయకులు.

ఆ తర్వాత మార్చి పదిహేనున ఉస్మానియా యూనివర్శిటీల స్వర్ణోత్సవాలు జరిగినై. ఆ సంవత్సరంల యూనివర్శిటీ అర్ధశతాబ్ది వయస్సును పూర్తి చేసుకుంది. ఆ సందర్భాన్ని పురస్కరించుకుని ఘనంగ ఉత్సవాలు జరుగుతున్నై. ఆ రోజు యూనివర్శిటీ ఠాగోర్ ఆడిటోరియంల ప్రత్యేక తపాలా బిళ్లను ఆవిష్కరించటానికి రాష్ట్ర గవర్నర్ వచ్చినారు. స్వామి తన మిత్రబృందంతో కలిసి ఆ ఉత్సవాలకు హాజరైనాడు. లా కాలేజీ బస్స్టాప్‌ల బస్ దిగి లాండ్స్కేప్ గార్డెన్ లోపల్నుండి అడ్డదారి గుండ నడిచి ఆడిటోరియానికి చేరుకోంగనే లోపల గొడవలు ప్రారంభమైనై.

గవర్నర్ వేదిక మీదికి రాంగనే శ్రీధర్ రెడ్డి నాయకత్వంల వందలాది మంది విద్యార్థులు లేచి నిలబడి వేదిక మీదికి ఉరుకొచ్చి గవర్నర్ గోబ్యాక్ అని నినాదాలు చేయసాగినారు. అనుకోని ఆ హఠాత్పరిణామానికి అందరూ నిశ్చేష్టులైనారు. అందరూ తేరుకునేలోగా మరో మూల నుండి సదానంద్ నాయకత్వంల స్టూడెంట్ ఫెడరేషన్ కార్యకర్తలు ఏకంగ వేదికపైకి ఎక్కేసి స్వర్ణోత్సవాలు అక్కరలేదు. ఉద్యోగాలైనా చూపెట్టండి లేదా తిండైనా పెట్టండి, నిరుద్యోగ భృతి ఇవ్వండి లేదా జైళ్లల్ల పెట్టండి అంటూ నినాదాలు ఇవ్వసాగినారు. వాళ్లకు వ్యతిరేకంగ జై తెలంగాణా నినాదాలు. అంతా గందరగోళం. ఎవరేం అంటున్నరో వినబడత లేదు. ఈ లోపల పోలీసులు గవర్నర్‌ను రక్షించడం కోసం లాఠీచార్జీ చేసినారు, సాక్షాత్తూ గవర్నర్ ఎదుటే చాలా మందిని అరెస్టు చేసినారు.

స్వామి మిత్రబృందం పోలీసుల వలయాన్ని తప్పించుకోలేకపోయింది. అందర్ని మూకుమ్మడిగ అరెస్టులు చేసి వ్యాన్‌లోకి ఎక్కించినారు.

వ్యాన్‌లు ఎక్కడికి బయలుదేరినయో, ఎక్కడికి తీసుకుపోతున్నరో స్వామికి అర్థం కాలేదు. వ్యాన్ కిటికీల చుట్టూ టార్పాలిన్ క్లాత్‌లను కప్పినారు. లోపలంతా ఉక్కపోత, చీకటి, చెమట. ఒక గంట ప్రయాణం చేసిన తర్వాత ఎక్కడనో ఒక చోట చాలా సేపు ఆపినారు. ఎవర్నీ కిందికి దింపలేదు. ఆఫీసర్లు మాత్రం వ్యాన్ దిగి ఒక బిల్డింగ్ లోపలికి పోయినారు. వారి బదులు మామూలు కానిస్టేబుళ్లు వ్యాన్‌లోకి ఎక్కినారు. వ్యాన్ మళ్లీ బయలుదేరింది. చీకట్లు కమ్ముకుంటున్నె. ఎటు తీసుకుపోతున్నరో అగమ్యగోచరంగ ఉంది. ఆకలి, దాహం, ఉక్క, చెమట, భయం, నీరసం. జెఫ్రీ, అశోక్ కండ్లల్ల భయం నీడలు. గోపి ముఖంల తెగింపు. స్వామికి ఇంట్ల చెప్పి రాలేదన్న దిగులు. వ్యాన్ నగరం దాటుతుందని తెలుస్తనే ఉంది. లైట్ల వెలుగులు, ట్రాఫిక్ శబ్దాలు ఏమీ లేవు. చల్లటి గాలి, కీచురాళ్ల రొదలు విన్పిస్తున్నె. ఏదో గతుకుల తోవ పొంటి వ్యాన్ కుంటుకుంట నడుస్తుంది.

ఇంతల హఠాత్తుగ వ్యాన్ ఆగింది. కాని ఇంజన్ మాత్రం ఆపలేదు. వ్యాన్‌ల వున్న పోలీసులు వెనుక తలుపు రెక్కల్ని తెరిచి నలుగురైదుగుర్ని దిగమని ఆదేశించినారు. వాళ్లు చీకట్ల ఎట్లా దిగాల్నా అని తటాపటాయిస్తుండగ లాఠీలతోటి నాలుగు బాది వాళ్లను అవతలికి తోసేసినారు. తలుపులు మళ్లీ మూసుకోంగనే వ్యాన్ బయలుదేరింది. మరో అర్ధగంట అయిన తర్వాత స్వామి మిత్రబృందాన్ని మరికొంత మందిని నడుస్తున్న వ్యాన్‌ల నుండి మూటలను విసిరేసినట్లు కిందికి విసిరేసినారు. అందరూ ఒకళ్ల తర్వాత ఒకళ్లు రోడ్డు మీద పడ్డరు. అది కచ్చా మట్టి రోడ్డు. కాళ్లకు చేతులకు చిన్న చిన్న దెబ్బలు తగిలినై. మిగతావార్ని తీసుకుని వ్యాన్ ముందుకు కదిలిపోయింది. అర్ధరాత్రి పూట అట్ల నట్టడవిల వదిలిపెట్టడం ఒక విధమైన పనిష్మెంట్ అని స్వామికి తెలిసిపోయింది.

నిండు అమావాస్య. కటిక చీకటిరాత్రి. శ్యామలాకాశంల మినుకుమినుకు మంటున్న లక్షల లక్షల నక్షత్రాలు. గుడ్డి వెలుగుల కాలిబాట వెంబడి సుదీర్ఘ ప్రయాణం. ఆ బాట ఎటు పోతదో ఎవరికి తెలియదు. చెప్పులూడిపోయిన పాదాల బొటన వ్రేళ్లకి టపటప తగులుతున్న తట్టు దెబ్బలు. చిట్లుతున్న వేళ్లు. కారుతున్న రక్తాలు, నొప్పి బాధ. అయినా ఎండాకాలం రాత్రి గాలి మనస్సుకు ఉపశమనంగ ఉంది. అందరూ కలిసి ఎనిమిది తొమ్మిది మంది ఉన్నరు. ఒకరికొకరు తోడు. భయమన్న ప్రశ్న లేదు. 'భూమి కోసమే నడు, భుక్తికోసమే నడు. విముక్తికోసమే నడు. భయం గియం విడు. నడు. నడు నడు'. భయానికి భయమేసి పారిపోయినట్టుంది. మళ్లీ మెత్తటి మట్టిరోడ్డు పాదాలగాయాలను చల్లగ ముద్దుపెట్టుకుంటుంది. నేలతల్లి చందన చర్చిత చల్లని ఓదార్పులు. రోడ్డు, రోడ్డు Every road has a friend and every friend has a road. స్వామికి చర్చిగోడ మీద చదివిన వాక్యం గుర్తుకొచ్చింది. అది తన మనస్సులోని మాట. తన మాట.

స్వామికి రోడ్ల మీద చిన్నప్పట్నుంచీ జిజ్ఞాసే. చిన్నప్పట్నుంచీ ఇష్టమే. తన జీవితంల సడక్ ఒక ముఖ్యమైన భాగం. సడక్ ఎప్పుడూ ఏదో ఒక సందేశం ఇస్తున్నట్లు, ఒక రహస్యం చెపుతున్నట్లు అనిపించేది. సడక్ తనను సూదంటు రాయిలాగ ఆకర్షించే ఒక మార్మికశక్తి. సడకాకర్షణశక్తి తన మీద బలంగ ఉండేది. చిన్నప్పుడు బాపు చిటికెన వేలిని పట్టుకుని చిన్న చిన్న అడుగులేసుకుంట సడక్ మీద నడుస్తున్నప్పుడు “బాపూ ఈ సడక్ ఇట్ల ఎంత దూరం పోతది?” అని సడన్‌గ ప్రశ్నించినాడు. ఆ హఠాత్ ప్రశ్నకు ఆయనకు ఏం సమాధానం చెప్పాలో తోచక ‘మన ఊరు వరంగల్ లేదూ! అంత వరకు పోతది’ అని జవాబు చెప్పి తాత్కాలికంగ జిజ్ఞాసను ఉపశమింపచేసినాడు. అవును చిన్నప్పుడన్నీ ఆశ్చర్యమే!

స్వామిని చిన్నప్పుడే చీకటి వెలుగు నీడలు ఆకర్షించినై. ఇంకా విద్యుత్తు దీపాలు రాని ఆ పాతకాలం రోజులల్ల రాత్రి పండుకొనే ముందు గ్యాసునూనె కందీల్ లేదా పొగలు చిమ్మే చిమ్నీల జిలుగు వెలుగులతో గోడలమీదపడే తన నీడతో తనే గంటల తరబడి ఆడుకునేటోడు. అది తన నీడ అని స్వామికే తెలియదు. తన నీడే తన తొలినేస్తం. తనతో ఆడుకోవటానికి వచ్చిన తన దోస్తు అనుకునేటోడు. తను ఎట్ల చేతులుతిప్పితే వాడు కూడ అట్లనే చేతులు తిప్పి తనను అనుకరిస్తున్నాడనుకునే టోడు. ఆ నీడనేస్తం తన వెంబడి చాలా రోజులు ఉంది. గోడల మీది నీడల్ని చూడొద్దు. జ్వరం వస్తుందని పెద్దలు భయపెట్టేటోళ్ళు. అయినా గోడ మీద నీడతో గంటలు గంటలు మాట్లాడేటోడు. తాను పెద్దయినంక పనికి మాలిన బుద్ధీ, జ్ఞానం హెచ్చి పసితనానికి పసిడితనానికి రెక్కలొచ్చి పక్షిలాగ ఎగిరిపోయిన తరవాత ఆ “గోడ నీడనేస్తం” తన బతుకు నుంచి మాయమయ్యి శ్యామ్యూల్ బక్కెట్ అసంగత నాటకంల “వెయిటింగ్ ఫర్ గోడో” పాత్రలాగ తన జీవిత నాటకం వేదికపై మళ్లీ ఎప్పుడూ కనబడనే లేదు. ఆ నీడకోసమే తన అన్వేషణ. తనలోని ఆ సగం కోసమే వెదుకులాట!

సడక్ మీద ఇంత మంది మనుషులు నడుచుకుంట, సైకిళ్లు తొక్కుకుంట, రిక్షాలల్ల, కార్లల్ల ఎక్కడికి పోతున్నరో, ఎందుకు పోతున్నరో స్వామికి తెలిసేదికాదు. వాళ్లంత ఎందుకోసమో పరిగెత్తుతున్నట్లు అనిపించేది. బాపు వాడిని సైకిలు ముందు ఎక్కించుకుని పోతున్నప్పుడు తన సందేహాలను అడిగేటోడు. ప్రశ్నలు. ప్రశ్న మీద ప్రశ్నలు. ప్రశ్నల్లోంచి ప్రశ్నలు. ఎన్ని సమాధానాలు దొరికినా చివరికి మిగిలేవి వేయిన్నొక్క శేష ప్రశ్నలు. సడక్ ఒక అన్వేషణ. దారి కాని దారులలో దారికోసం అన్వేషించే ఒంటరి బాటసారి కోసం ఎల్లప్పుడూ అభిసారికలాగ నిరీక్షించే సడక్. నగరంతో ఎంత సంబంధమో నగరంలోని సడక్‌లతో కూడా అంతే అవినాభావ సంబంధం. నగరానికి జవజీవాలనిచ్చే రక్తాన్ని సరఫరా చేసే సిరలు, ధమనులే సడక్‌లు.

మనిషి రోడ్డున పడ్డడు. స్వామి చాలా చిన్నప్పుడే రోడ్లను పట్టినాడు. అకారణంగానే తన తమ్ముడు జ్ఞానిని తీసుకుని రోడ్లవెంబడి నడుస్తూ నడుస్తూ పోయెటోడు. రోడ్ల అంతు చూడాలనే తపన. దారులు ఎక్కడ ప్రారంభమయ్యి ఎక్కడ అంతం అవుతాయో తెలుసుకోవాలనే అన్వేషణ. వాళ్లిద్దరు శాలిబండ నుండి బయలుదేరి సయ్యద్ అలీ చబుత్రా, అలియాబాద్ దర్వాజా, శంశేర్‌గంజ్, పెద్దపులి తోట, కాలువ గడ్డ, ఇంజన్‌బౌలి దాటి ఫలక్‌నుమా ప్యాలెస్ దాకా పోయెటోళ్లు. చెప్పుల్లేని చిన్న చిన్న పాదాలు కందిపోయేటివి. కాళ్ల పిక్కలకు తీపులు వచ్చేటివి. ఫలక్‌నుమాకు పోయే తోవల జహనుమా ప్యాలెస్ ఉండేది. జహాఁనుమా అనగా స్వర్గం అని అర్థం. దానిని తర్వాత కాలంల సీన్మా స్టూడియోగ మార్చినారు. అందుల లవకుశ, రహస్యంవంటి ప్రఖ్యాతి గాంచిన సీన్మాలు నిర్మించబడినాయి.

ఫలక్‌నుమా అనగా ఆకాశహర్మ్యం, గగనంలో విలసిల్లిన భవనం అని అర్థం. ఇంజన్‌బౌలీ మొదలుకుని ఫలక్‌నుమా ప్యాలెస్ వరకు రోడ్డుకు ఇరువైపుల చల్లగాలి వీచే రకరకాల చెట్లు. వాటిపై పువ్వులు, పక్షులు. అక్కడ వాతావరణం చల్లగ, హాయిగ వుండేది. జనసంచారం అంతగ లేని రహదారి. ఆ రహదారి మీద బిగ్గరగ ఏదో పాత హిందీ సిన్మా పాట పెద్దగ పాడుకుంట పోతున్న ఒక ఒంటరి బాటసారి. పాట అతణ్ణి కమ్ముకుందో, అతడే పాటను కావలించుకున్నడో తెలియనంత తన్మయత్వం. పరవశించే పాట. వాళ్ళిద్దరూ ఫలక్‌నుమా గుట్ట మీది గుండ్ల మీద ఎక్కి కూచోని కళ్ల ముందు విశాలంగ పరుచుకున్న ప్రకృతిని, పచ్చని పంటచేల మధ్య నుండి నెమ్మదిగ పోతున్న ఎర్రరంగు రైలు డబ్బాలనీ, దయ్యం లాంటి ఇంజను నుండి వెలువడే నల్లటి పొగల గుంపుల్ని కండ్లల్ల నింపుకుని, ఒంపుకుని తనివి తీరా చూసెటోళ్లు.

రైలు పొగ వాసనంటే స్వామికెంతో ఇష్టం. బొగ్గుతో నడిచే పాతకాలం, విక్టోరియా మహారాణి కాలంనాటి రైలింజన్ల అందం డీజిల్ ఇంజన్లకు ఉండదు గాక ఉండదు. తెలంగాణాల ధూమశకటం వచ్చిన కొత్తలో పల్లె ప్రజలు దానిని చూసి జడుసుకుని భయంతో జ్వరాలు తెచ్చుకున్నరట. అలవాటు అయిన తర్వాత దాని మీద పాటలు కట్టినారట, హాస్యాలు చేసినారట.

బండీర, పొగబండీర
దొరలెక్కే రైలు బండీర
దొరసానూలెక్కే
రైలు బండీర
నీళ్లూ నిప్పులు మింగుతాదీ

ముందుకు ముందుకు నడుస్తాదీ

బండీర పొగబండీర

దొరలెక్కే రైలు బండీర

పాత రైలింజన్ల పెద్ద పెద్ద చక్రాలు, దాని పొగమసి, మురికితో కనబడే ఇంజన్ డ్రైవర్లు స్వామి కంటికి హీరోలుగ కనబడెటోళ్లు. ఇంజను కొలిమిల భగభగల భుగభుగలతో రగులుతున్న రాక్షసిబొగ్గు పెద్దగ మండుతున్న సూర్యగోళం లెక్క ఉండేది. నోరు తెరుచుకున్న ఆ అగ్ని దాహానికి ఇనుప పారతో బొగ్గు ఖణికల్ని విసురుతున్నోడు సాహసవీరుడిగ కనబడెటోడు. తను పెద్దయిన తర్వాత రైలు ఇంజన్ డ్రైవర్ ఉద్యోగం తప్పనిసరిగ చేయాలని కలలు కనెటోడు. మనస్సులనే ప్రతిజ్ఞలు తీసుకునెటోడు. ఏం చదువుకుంటే ఆ ఉద్యోగం దొరుకుతుందో అని తన చిన్న బాపును అడిగి తెల్సుకున్నడు.

మధ్య రాత్రి గజ్జెల గుర్రం లాగ పోతున్న రైలు కూత తనను నిద్ర నుండి లేపేది. దాని సుదీర్ఘమైన ఈల పాట వెంబడి తను చాలా దూరం ప్రయాణించెటోడు. ఆ ఈలపాట సంగీతం రకరకాలుగ మారుతుండేది. ఒక ఈలకు మరో ఈలకు మధ్య కొంత విరామంతోటి పెట్టెల చప్పుడు, పట్టాల చప్పుడు లయబద్ధ సంగీతమోలె వినిపించేది. అర్ధరాత్రి నిశ్శబ్దంల, సగం సగం మత్తు నిద్రల రైలు ఈలపాట వినటం అద్భుతమైన అనుభవం. చివరికి జీవితంల రైలు మిగిలిపోయింది. బాల్యం వెళ్లిపోయింది. ఇంజన్ డ్రైవర్ కల కరిగిపోయింది. అన్నీ సగం సగం విరిగిన కలలే.

ఫలక్‌నుమాకు పోయే దారిల ఇంజన్‌బౌలీ నీళ్లలోతు తనకేదో మాయను, మర్మాన్ని బోధిస్తున్నట్లు తోచేది. దాని పక్కనే రాజన్నబావి. అందులో తేలే దసుర పండుగ నాటి బతుకమ్మలు. ఎండిన గునుగు పువ్వులు బావి నీళ్ల మీద ఈతలు కొడుతూ వుండేవి. స్వామికి ఈత రాదు. ఆ నీళ్లలోతుల్లోని లోపలి లోకాలను తనెప్పుడూ ఊహించుకునెటోడు. చందమామ కతల్లో మాదిరిగ నీళ్ల అడుగున నాగలోకం ఉంటదనీ, అక్కడ నాగకన్యలు నాట్యం ఆడుతరనీ, నాగస్వరాలు ఊదుతుంటరనీ, ఆ స్వరాలు విన్న సర్పాలు పెద్ద పెద్ద పడగలు విప్పి విషం కక్కుతూ తోకపై లేచి నిలబడి భీకరనృత్యాలు చేస్తయని ఊహించుకునెటోడు. నీళ్ల లోపలి కాళింది సర్పం జ్ఞాపకం వచ్చేది. నీళ్లంటే భయమూ, ఆకర్షణ రెండూ వుండేవి.

అట్లా రోడ్లు పట్టుకుని తిరిగే స్వామిని, రోడ్ల మీద కాట్ అయిపోయిన స్వామిని వెతికి పట్టుకునేటందుకు అమ్మ కోపంతో బయలుదేరేది. చేతిల కట్టె పట్టుకొని భద్రకాళిలాగ నడిరోడ్డుల ప్రత్యక్షమయ్యేది. తమ్ముడు జ్ఞాని స్వామి వెనుక పిల్లిలా దాక్కునేటోడు. అమ్మ

స్వామిని పట్టుకోని తన్నుకుంట ఇంటికి తీసుకొచ్చి కాళ్లను తాళ్లతో కట్టి పడేసేది. యశోద చేత రోలుకు రోలుకు కట్టివేబడిన బాలకృష్ణుడు స్వామి. నిజంగనే స్వామి శ్రీకృష్ణుడిలెక్క సరిగ్గా అర్ధరాత్రి పూట పుట్టినాడు.

సంచారత్వం బహుశా స్వామి రక్తం లోపలి జీవధాతువుల కణకణాల్లోనే వుందేమో! వాళ్ల పూర్వీకులు వీరవైష్ణవ మతప్రచారం చేసుకుంట తమిళదేశం నుండి తెలంగాణాకు వలస వచ్చినారు. రామానుజాచార్యుల కాలంల శ్రీ పెరంబుదూరులోని వైష్ణవులల్ల ఒక వర్గం వీరవైష్ణవ మార్గాన్ని అవలంబించింది. వైష్ణవం కేవలం ఒక మతం కాదని, అదొక జీవన విధానమని, భక్తి ఉద్యమమని వారి వాదన. జ్ఞానమార్గం, కర్మమార్గాలే గాక భక్తి మార్గం ద్వారా, ప్రేమ ద్వారా, ప్రజల్ని ప్రేమించడం ద్వారా పెరుమాండ్లకు సన్నిహితం కాగలమని వారి విశ్వాసం. మానవసేవే మాధవసేవ. వైష్ణవం అగ్రవర్ణమైన ఒక బ్రాహ్మణులకే పరిమితం కారాదని, అది సమాజంలోని అట్టడుగు ప్రజలకు కూడా చేరాలని, అందరికీ చెందాలని వారు బ్రాహ్మణాధిక్యతను ఎదిరించినారు. ధిక్కరించినారు. ఆ ఆధిపత్యానికి చిహ్నాలైన జంధ్యాన్ని, పిలకను విసర్జించి శూద్రులతో కలిసి వారిని వైష్ణవం వైపు మళ్లించినారు.

తమిళంల చాత్తాద అనగ విసర్జించినవారు అని అర్థం. కాలక్రమంల వీరిని చాత్తాద వైష్ణవులుగ మిగిలినవారిని శ్రీవైష్ణవులుగ ముద్రవేసినారు. ఈ చాత్తాద అన్న పదం తెలంగాణాల సాతానిగ, అయ్యవార్లుగ మారి ఒక కులానికి సంకేతంగ నిలిచింది. ఈ సాతాని అయ్యవార్లు శూద్రులకు పూజార్లుగ మిగిలిపోయినారు. ప్రజలల్ల వైష్ణవాన్ని విరివిగా ప్రచారం చేయటం కోసం విద్యను, వైద్యాన్ని ఒక వృత్తిగ ఎంచుకున్నరు. తెలంగాణాలో ఖానిగీ[1] వీధి బడులన్నీ ఈ సాతాని అయ్యగార్లవే.

బెంగాల్‌లోని చైతన్య ప్రభువులాగా ఈ చాత్తాద వైష్ణవులు వైష్ణవాన్ని, ఒక భక్తి ఉద్యమంగా తీర్చిదిద్ది మతప్రచారం చేసుకుంట తెలంగాణాలకు మూడు వందల సంవత్సరాల కింద ప్రవేశించి మహబూబ్‌నగర్ జిల్లా కేశవపట్నం, వరంగల్లు జిల్లాలోని మడికొండ, కరీంనగర్ జిల్లాల శనిగరం, మెదక్ జిల్లాల కంతేపాలెం మొదలగు గ్రామాలల్ల స్థిరపడినారు. వీరి ఆచార వ్యవహారాల్ల, ఆహారపు అలవాట్లల్ల తమిళ పదాలు విరివిగా చోటు చేసుకుంటై. సాపాటు, సాదం, తీర్థం, వెణ్ణె, మోరు, పుళి, కర్యాముదు, పొంగళి, ప్రదమాలు, ద్వితీయాలు, మెళుగు మొదలగు పదాలన్నీ తమిళ పదాలే. వీరు పఠించేవన్నీ ద్రావిడ ప్రబంధాలే. అందుల నిత్యానుసంధానం, తిరుప్పావై ప్రముఖమైనవి. పెరంబుదూరు, శ్రీరంగం వారి పుణ్యక్షేత్రాలు. దేవదేవీలను పెరుమాండ్లు, ఆండాళ్లు అని పిలుస్తరు.

---

1. ప్రైవేట్

నుదుట తిరుచూర్ణం, తిరునామాలు నిష్టగా దిద్దుకొని, సంజకెంజాయ రంగులవో లేక ధవళ కాంతుల శ్వేత వస్త్రాలో ధరించి, మెడలో పొగడపూల దండలతో, పువ్వులతో అలంకరించిన అక్షయపాత్రను నడినెత్తిన నిలకడగ నిలబెట్టుకొని సాతాని జియ్యర్లు, ఆళ్వార్లు, మన్నార్లు తొలితొలి వెలుగుల తెల్లవారు జామున హరిలో రంగ హరి అని భక్తి గీతాలు పాడుకుంట లోకాన్ని నిద్ర లేపేటోళ్లు. "చిన్ని కృష్ణ. వెన్నె కృష్ణ, వన్నెల కృష్ణా" అంటూ భక్తి పారవశ్యంతో ఓలలాడేటోళ్లు. తెలతెలవారింది. మునులొచ్చే వేళాయె నల్లని నా సామి మేలుకో, కృష్ణా మేలుకో అని జగత్తును సుషుప్తావస్థ నుండి చైతన్యం వైపు మేల్కొలిపేటోళ్లు. అట్లా ప్రధాన ప్రవాహానికి ఎదురీది, అగ్రకుల ఆధిక్యతను ఎదిరించి వారిని నిరాకరించి, ప్రజలతో మమేకమై, దేశ సంచారం చేసుకుంట తెలంగాణాల తొలి అడుగులు పెట్టినవారు వాళ్ల పూర్వీకులు.

స్వామి రక్తంల అందుకే ఆధిపత్యానికి వ్యతిరేకంగ ధిక్కార స్వరం, పీడిత ప్రజల పట్ల ప్రేమా, వారి కోసం నిలబడి పోరాడే తత్వం, దేశసంచార తత్వం జీర్ణించుకున్నాయేమో! ఆ జన్యుసంబంధ వారసత్వం పరంపరగ, కాలానుగుణంగ ఉత్తిష్ఠోత్తిష్టగ పరిణామం చెందుతుందేమో! ఒకప్పుడు భక్తి ఉద్యమాలకు భూమికగ ఉండిన బెంగాల్, మహారాష్ట్ర, పంజాబు రాష్ట్రాలు స్వాతంత్ర్యోద్యమ కాలంల అతివాద విప్లవోద్యమాలకు ప్రధాన కేంద్రాలుగ మారటం గమనించదగిన విషయం. ఒకప్పుడు వీరశైవ సంఘ సంస్కరణలకు కాణాచిగ నిలిచిన ఓరుగల్లు వసంతకాల మేఘ గర్జనలకు ప్రతిస్పందించటం కాకతాళీయం కాదేమో!

"వైష్ణవ జనతో తేన కహీఁయే
జో పీడ పరాయె జాణేరే"
(పేద ప్రజల పీడనను గుర్తించినవాడే నిజమైన వైష్ణవుడు)

❖ ❖ ❖

తుఫాను చీకటి రాత్రి. అల్లకల్లోల నడిసముద్రంల నావ. 'బ్రహ్మపట్నం పోదమంటే దారి తెలియదు అన్నయా. సూటిగా చుక్కాని పట్టి పడవ నడపవే చెల్లెలా', 'ఎంతెంత దూరం. చాలా చాలా దూరం." చిన్నప్పుడు ఒకళ్ల వెనుక ఒకళ్లు. ఒకళ్ల భుజాలు మరొకళ్లు పట్టుకుని అడుగుకుంట, ఆటాడుకుంట పాడిన పాట. సరిగ్గ మళ్లీ ఇప్పుడు ఈ చిమ్మచీకట్ల ఒకరి వెనుకవొకరు నడుస్తున్నరు. నడువంగ, నడువంగ నడిరాత్రి దాటింది. నడిజాము పోయింది. మట్టిబాట, కాలిబాట సాగిసాగి ఒక పెద్ద జాతీయ రహదారిని చేరుకుంది. ఎక్కడున్నారో ఎవరికీ తెల్వస్త లేదు. తూర్పు దిక్కున శుక్రగ్రహం కళగ వెలుగుతుంది. దాని ముందు చుక్కలు వెలవెలబోతున్నై. పెద్ద రోడ్డు చేరుకున్నామన్న తృప్తి, ధైర్యం

కలిగినై. ఆ తోవ వెంబడి మళ్లీ నడువంగ, నడువంగ ఒక ఊరు మధ్యల బజారును చేరుకున్నరు.

అక్కడ ఒక చిన్న ఇరానీ హోటల్ వాడు అప్పుడే నిద్రలేచి నిద్దర కండ్లతోనే బొగ్గుల పొయ్యి రాజేసి విసనకర్రతోని దానిని విసురుకుంట కూర్పాట్లు పడుకుంట కూచున్నడు. వాని దగ్గరికి పోయి ఇదేం ఊరు అని అడిగినారు. వాడు ఆ గుంపును అనుమానంగ చూసుకుంట 'కూకట్‌పల్లి' అన్నడు. ఆ రోజులల్ల కూకట్‌పల్లి నగరానికి దూరంగ విసిరేసినట్లున్న ఒక చిన్న గ్రామం. అందరికీ ఆ మాట వినంగనే ప్రాణం లేచి వచ్చింది. ఆల్ లోగ్ కోన్ హై అని వాడు అడిగినాడు. గోపి తమ గోసంత వానికి ఉర్దూల అర్థం అయ్యేటట్లు చెప్పినాడు. ఆ కథ అంతా విన్నంక వాడు 'మాఫ్ కర్నా భై. మై ఆప్ కో చోర్ సమ్‌ఝా థా' అని నిజాయితీగ అనేసరికి అందరూ ఫక్కున నవ్వినారు. వాడూ తమతో పాటు నవ్వినాడు. ఆప్ లోగ్ మేరా మెహమాన్ హై. మూంc ధోలో. మై ఆప్ కే లియే ఇస్పెషల్ అద్రక్ కా చాయ్ బనాతా హూంc అనేసరికి అందరికీ ప్రాణాలు లేచి వచ్చినై.

అందరు హుషారుగ మొఖాలు కడుక్కున్నరు. తూర్పు దిక్కున మందారం ఆర్పరాని అంగారం. చీకటిని చిదిమి వేయటానికి తూరుపు దిక్కున ఆకాశంల సనసన్నని వెలుగురేఖలు. పక్షుల కిలకిలారావాలు. చెట్ల మీది నుంచి వచ్చి పలకరించి, పులకరింపజేసే చల్లని పిల్లగాలులు. 'ఈ ఉదయం నా హృదయం' అంటూ ఒక మూల నుండి సన్నని రాగం.

స్వామి మిత్రబృందం 'దుష్టచతుష్టయం' కాక అక్కడ ఇంకో ఐదుగురు పంచ పాండవులున్నరు. అంతా కలిపి తొమ్మిది మంది. 'నవరత్నాలు'. ఆ నవరత్నాలు భోజరాజు ఆస్థానంల రత్నఖచిత సింహాసనాలల్ల కాక ఆ ఉదయం 'కూకట్లపల్లె', 'కుక్కుటాల పల్లె' కుగ్రామంల అతి బీదసాద ఇరానీ హోటల్ చెక్క బెంచీల మీద ఆసీనులై ఉన్నరు. అప్పుడప్పుడే ఆకాశంల ఉదయించిన సూర్యునికి పోటీగ చెక్క బెంచీల మీద తొమ్మిది తెలంగాణా జిల్లాలకు ప్రాతినిధ్యమోలె తొమ్మిది మంది తెలంగాణా సూర్యుళ్లు. 'నౌ జిల్లొంకా నారా హై. తెలంగాణా హమారా హై'. అప్పటికింకా రంగారెడ్డి జిల్లా ఏర్పడలేదు.

'ఈ ఉదయం నా హృదయం' అని మళ్లీ అదే కూనిరాగం. ఆ రాగం దిక్కు స్వామి దృష్టి సారించినాడు. నవరత్నాలల్ల ఒక రత్నం. సామ నలుపుతో చిన్నగా, దళసరి అద్దాలతో, పైకి ఎగదువ్వి బొంగురం లెక్క 'బుగ్గ' తీసిన జుట్టుతో, హుషారుషారు చిర్నవ్వులతో, చాలాకిగా ఐ యామ్ వేణూ సికింద్రాబాద్ ఈవినింగ్ కాలేజీలో పియుసి స్టూడెంట్‌ను. సికింద్రాబాద్ రంగ్రేజ్ బజార్‌ల మా ఇల్లు అంటూ స్వామికి షేక్‌హాండ్ ఇచ్చినాడు. అతడి స్నేహ-వేణుగానం ఆ చేతి స్పర్శతోనే తెలిసిపోయింది. స్వామి తనను తాను పరిచయం చేసుకున్నడు. మళ్లీ వేణు హీ ఈజ్ మై ఫ్రెండ్ రాజేందర్. మా గల్లీలనే ఉంటడు. అని

పక్కనున్న అతణ్ణి పరిచయం చేసినాడు. ఆ రాజేందర్ హలో అన్నట్లుగా చిన్నగ నవ్వినాడు. అతను తెల్లగ, సన్నగ, పొడుగ్గ వున్నడు. ఒక కన్ను కొద్దిగా మెల్ల. గడ్డ ముక్కు కింద అతి సన్నని పెదాలు. రాత్రి చీకట్ల ఒకళ్లనొకళ్లు సరిగ్గ చూసుకోలేదు. పరిచయాలు కూడ సరిగ్గ చేసుకోలేదు. పోలీసుల అరెస్టు పుణ్యమా అని దోస్తులైనారు. పరేషాన్ పార్ అయిపోయినంక ఇప్పుడు ఫ్రీగా మాట్లాడుకుంటున్నరు.

"నా పేరు యాదగిరి. గౌలిగూడా బస్ డిపో బస్తీల మా ఇల్లు. యాఖుత్‌పూరా ధర్మవంత్ స్కూల్‌ల ఎస్.ఎస్.సి. స్టూడెంట్‌ను" అని మరో మిత్రుడి స్వపరిచయం. అతను నల్లగా ఉన్నా కళ్లు మాత్రం విశాలంగ, తెల్లగ, తెలివిగ ఉన్నయి. కంటి కింద బుగ్గపైన కత్తితో గీసినట్లు ఒక పొడుగాటి గాటు. రాత్రి నుండి అతడిని స్వామి గమనిస్తనే వున్నడు. వసపిట్టోలె ఎవరితోనో ఒకరితో నిరంతరంగ మాట్లాడుతనే వున్నడు. ఆ మాటల్ల ఊకదంపుడు కాక సమాచార సౌరభం తెలుస్తనే వుంది. 'మాట్లాడకుండ ఉండటం కంటే మరణించడం మేలు' అన్నట్లుంది అతని తత్వం. జనరల్ నాలెడ్జి అతని వయస్సును, చదువును మించిపోయినట్లుంది. అట్లనే మిగతా వారి పరిచయాలు కూడా అయిపోయినయి.

యాదగిరి వేణుతో "మీరేదో పాట పాడుతున్నట్లుంది. కొంచెం పెద్దగ పాడి మాకు కూడా వినిపించరా" అని రిక్వెస్టింగ్‌గ అడిగిండు.

"అయ్యో అదేం పాట? అది ఉత్త సీన్మా పాట. మంచి కవిత్వం వినిపిస్తాను. వింటారా?" అన్నడు వేణు.

"వినదగునెవ్వరు చెప్పిన" అంటూ యాదగిరి చెక్క బెంచీ మీద సక్లం ముక్లంగ కూచున్నడు, వినటానికి సిద్ధం అన్న ఫోజుల.

వేణు శ్రీశ్రీ మహాప్రస్థానం 'కవితా ఓ కవితా' గేయాన్ని అలవోకగ, తడుముకోకుండ స్పష్టమైన ఉచ్చారణతో, భావయుక్తంగ మొదటి నుండి చివరి దాక వినిపించిండు. ఆ కవిత్వ ధ్వనిని వింటుంటే గలగలా పారే సెలయేరు జ్ఞాపకం వచ్చింది. అంత లాంగ్ పోయెం ఎట్ల గుర్తు పెట్టుకున్నడో అని ఆశ్చర్యమేసింది. స్వామికి కథలు, నవలలు చదవటం అలవాటే గాని కవిత్వం రుచి అప్పటికింకా తెలియదు. వేణు చదివిన ఆ పోయెంతోటి కొత్త లోకాల కవిత్వం తలుపులు తెరుచుకున్నట్లయ్యింది.

"మీరు కథలు, నవలలు కూడా చదువుతరా?" అని వేణును అడిగిండు.

"ఆఁ! ఎందుకు చదవను? చేతికి దొరికిన ప్రతి దాన్ని కరకరా పరపరా నమిలి మింగి జీర్ణించుకోవడమే మన పని" అని హాస్యంగ అన్నడు.

"కొత్తగ ఈ మధ్య ఏం పుస్తకం చదివినారు?" అడిగిండు స్వామి.

"రాచకొండ విశ్వనాథ శాస్త్రి 'రాజు–మహిషి' సీరియల్ మొన్ననే కంప్లీట్ చేసిన."

ఆ మాట వినంగనే స్వామి హృదయం సంతోషంతో గంతులు వేసింది. ఆ నవల సుదీర్ఘ వర్ణనలు, విశాఖ యాస, రచయిత శ్రామిక జన పక్షపాతం స్వామికి చాలా ఇష్టం. అప్పటికే దానిని ఒకటికి రెండు సార్లు చదివినాడు. అంకితమే మహా గొప్పగ వుంటది. ప్రత్యేకంగ నవలల కిల్లీ కొట్టు వర్ణన స్వామి మరిచిపోలేడు. రావిశాస్త్రిగారి కలకంఠి, ఆరు సారా కథలను అప్పటికే ఎన్నో సార్లు ఔపోసన పట్టినాడు. ఒంటరి బాటసారి మాదిరిగనే స్వామి ఒంటరి పాఠకుడు. అతనికి సాహితీ మిత్రులంటూ ఎవరూ లేరు. సాహిత్యంల అతను ఏకలవ్య శిష్యుడు.

"నేను రాచకొండ అభిమానిని" అన్నడు వెలుగుతున్న కళ్లతో.

"అచ్చా. ఐసా హైతో హాత్ మిలావ్" అని వేణు స్వామికి గట్టిగ షేక్‌హాండ్ ఇచ్చి హఠాత్తుగ కళింగ ప్రాంతపు పాటకజనం యాసల మాట్లాడటం మొదలు పెట్టినాడు. ఆ ప్రాంతపు సాహిత్యాన్ని సునిశితంగ చదివితేనే గాని ఆ యాస పట్టుబడదు. అతను సీరియస్ రీడర్ అన్న సంగతి స్వామికి తెలిసిపోయింది. ఆ యాసభాషలకు అందరూ నవ్వసాగినారు. ఆ నవ్వులు ఆ యాసను హేళన చేస్తూ నవ్విన నవ్వులు కావు. వేణు మిమిక్రీ కళకు సంతోషం పట్టలేక నవ్వే నవ్వులు. అయినా వేణు ఆపటమే లేదు. గంగాఝరీ ప్రవాహమోలె అచ్చు శ్రీకాకుళం అప్పల్నాయుడు మాదిరిగనే మాట్లాడుతున్నడు. అప్పటికే రేడియోల గణేష్ పాత్రో నాటికలు పావలా, కొడుకు పుట్టాల విని వున్న స్వామి ఆ యాసభాషల్ని అందరి కంటే ఎక్కువ ఆనందించినాడు.

"నేను కూడా ఒక పద్యం చదువుతను వినండి" అని యాదగిరి మధ్యల చొరబడినాడు.

"టపక్ సుపారీ" అని కిసుక్కున నవ్వినాడు జెఫ్రీ.

"ష్!" అన్నడు అశోక్ కండ్లు పెద్దగ చేసి జెఫ్రీని చూసుకుంట.

జెఫ్రీ తప్పు తెలుసుకుని 'సారీ' అన్నడు.

"క్యారీ ఆన్. క్యారీ ఆన్" అన్నరు అందరూ వేణుతో సహా.

అప్పుడు యాదగిరి గొంతు సవరించుకుని, అరచేతితో కుడిచెవి మూసుకుని నాటకం ఫక్కీల ఎడమచేయి చాపి రాగయుక్తంగా :

"బళీ బళీ మా తాత

బల్లెంబు చేబూని

పుల్లాకు తూటుగా పొడిచినాడు.

ఎద్దుచ్చు బోయంగ ఏరులై పారంగ

లంఘించి లంఘించి దుంకినాడు

కలుగులోని కప్ప గుఱ్రు గుఱ్రు మనంగ

కటారు తీసుకుని గదిమినాడు

ధర్మపురి కాడ నక్క తరుముక రాగ

కరినగురం దాకా ఉరికినాడు

నిండు వయసుల మూడేండ్లు సాము జేసి

మూలకున్న ముసలమ్మను కొట్టినాడు.

ఔరా ఎంతని చెప్పుదు, ఏమని చెప్పుదు

మా తాత పరాక్రమంబు అద్భుతంబు"

హోటల్ ఓనర్‌తో సహా అందరూ పొట్ట చెక్కలయ్యేటట్లు గొల్లుగొల్లున నవ్వులు. ఇంకా సరిగ్గా ఉదయించని ఉదయం వెలుగుల వెల్లివిరిసిన నవ్వుల పువ్వులు. ఆనందపు హరివిల్లులు. దానితోని కిందటి రాత్రి పరేషాన్ అంతా 'ఉతార్' అయిపోయింది.

"మై భీ కుచ్ సునావూఁ భై" అని హోటల్ ఓనర్ అడిగినాడు.

"జరూర్ జరూర్" అన్నడు గోపి.

"ఆషిక్ మర్‌తే నహీఁ

వో జిందా ధఫ్నాయే జాతే హైఁ

ఖబర్ ఖోద్ కర్ దేఖో

వో ఇంతెజార్ మే రహెతేఁ హై"

"బహుత్ ఖూబ్. బహుత్ ఖూబ్. ఔర్ ఏక్ పేష్ కరో" అన్నడు వేణు.

"ఆస్మాన్ కే తారే కోయీ గిన్ నహీఁ సక్తా

ముఖద్దర్ కీ రోటీ కోయీ చీన్ నహీఁ సక్తా"

"వాహ్వా. వాహ్వా" అని అందరూ ఆమోదాన్ని, ప్రమోదాన్ని తెలిపినారు.

ఇంతల ఎఱ్ఱ బస్సు ఒకటి సంగారెడ్డి వైపు నుండి వచ్చింది. అది గౌలిగుడా బస్సు డిపో వరకు పోతుంది. అందరూ హోటల్ ఓనర్‌కు షుక్రియాలు చెప్పినారు అతను కండ్లు చెమరిస్తుంటే 'అల్లా తుమ్హారే కో సలామత్ రఖేఁ' అని మనస్ఫూర్తిగ దీవించినాడు. అందరూ బస్సెక్కి సీట్లల్ల కూచున్నరు. కండక్టరు వాళ్ల దగ్గరికొచ్చి టికట్ టికట్ అనంగనే అందరూ ఒకేసారి బిగ్గరగ 'జై తెలంగాణా' అని అరిచింద్రు.

కండక్టరు ముఖమంతా ముదుచుకుని 'ఇవాళ్రేపు మీ ఇస్టూడెంట్లదే రాజ్యం నడుస్తాంది' అంటూ గొణుక్కుంటూ తన సీట్లకు వెళ్లి కూలబడ్డడు.

బస్సు నడుస్తుండంగనే వేణు స్వామి, యాదగిరిల ఇంటి అడ్రసులు రాసుకున్నడు.

"బస్సు డిపో వెనకనే మా ఇల్లని చెప్పిన గద. మా ఇంటి ముందు ఒక సర్కారీ నల్ల ఉంటది. ఆ సంగతి గుర్తు పెట్టుకో. సర్కారీ నల్లా బారా గంటా ఖుల్లా" అని మరొక్కసారి నవ్వించిండు యాదగిరి వేణును, స్వామిని. "తప్పకుండ రావాలె" అని చేతిల చేయి వేయించుకొని మాట తీసుకున్నడు స్వామి దగ్గర.

డిపోల బస్సు ఆగంగనే దిగేసి "ఫిర్ మిలేంగే, సీయూ" అని చేతులు కలుపుకుని విడిపోయినారు.

ఉద్యమం పుణ్యమా అని స్వామికి తన ప్రవృత్తికి సంబంధించిన దోస్తులు దొరికినారు.

8

స్వామి ఇంటికి చేరుకొనేసరికి ఇంట్ల 'భూకంపం' వచ్చినంత పరిస్థితిని గమనించాడు. క్రిందటి రాత్రి స్వామి ఇంటికి రాకపోయేసరికి ఇల్లంత అతలాకుతలం అయిపోయింది. పోలీసులు అరెస్టు చేసి జైల్ల పడేసినారేమో, కాకపోతే ఏదైనా టక్కర్ అయ్యి దెబ్బలు తగిలి దవాఖాన్ల పడిండేమో అని అమ్మ ఏడుపులు. అరుపులు. నెత్తి కొట్టుకొని క్రింద నేలపై పడిపోయింది. స్వామి గురించి భయమేందోగని బాపుకు అమ్మను సముదాయించడమే కష్టమైపోయింది. 'నా కొడుకును సక్కగ ఇంటికి తీసుకు రాకపోతివో నీ ముందే నా ప్రాణమిస్త' అని పెరుమాండ్ల పటాలు నిలబెట్టిన గద్దె ముందు తలకొట్టుకునేసరికి ఆమె నొసటికి దెబ్బ తగిలి బొడిపెలు వచ్చినై. ఆ తర్వాత శాంతించి తమ ఇలవేలుపు చిల్పూరుగుట్ట బుగులు వెంకటేశ్వర స్వామికి ముడుపు కట్టింది.

చిల్పూరుగుట్ట జనగామ మడికొండకు మధ్య దారిల స్టేషన్ ఘణపురం దగ్గర ఉంటది. అక్కడ దేవుడు భీకరంగ ఉంటడు. కావున బుగులు వెంకటేశ్వర్లు అని పేరొచ్చింది. కట్టిన ముడుపులు తీర్చకపోతే వెంటనే తన ప్రతాపం చూపిస్తడు. ప్రతీకారం తీర్చుకుంటడు. భక్తుల గుండెలల్ల బుగులు పుట్టిస్తడు కావుననే బుగులు వెంకటేశ్వర్లని పేరు మోసిండు.

ఇంట్లకు అడుగుబెట్టిన స్వామిని చూడంగనే అమ్మ మళ్ల శోకాలు మొదలు పెట్టింది. "మీ కోసమే బతుకుతున్నన్రా పెద్ద నాని. పోయినోళ్లు పోంగ, పోంగ జిక్కినోళ్లు మీరే. మీ మీదే ఆశలు పెట్టుకొని బతుకుతున్న. నా మాట ఇనకపోతివో ఇక నాకు బలిమి చావే గతి."

బాపుకు కోపమొస్తే ఉర్దూల తిట్టటం ప్రారంభిస్తడు. బడిల పిల్లలను తిట్టే అలవాటు కదా! "సువ్వర్ కే బచ్చే, నా లాయక్. కాళ్లు ఇంట్ల నుండి అవుతల బెట్టితివో కాళ్లు ఇరగ్గొట్టి ఇంట్ల మూలకు కూచోబెడ్త. బేవకూఫ్."

ఆ శోకాలు, ఆ హెచ్చరికలన్నీ స్వామికి ఈ చెవుల నుండి ఆ చెవులకు బయటికి పోతున్నయి. దబదబ బాయి దగ్గరకు పోయి బొక్కెనతోటి నీళ్లు చేదుకొని కాళ్లు చేతులు కడుక్కొని సాపాటుకు వంటింట్లకు చొరబడినాడు.

స్వామి అమ్మనాన్నలది కూడ తప్పేం లేదు. జీవితంల వాళ్లు పడిన కష్టాలు, చేదు అనుభవాలు స్వామి విషయంల వాళ్లు అతి జాగ్రత్త తీసుకొనేటట్టు చేసినాయి. "పోయినోళ్లు పోంగ, పోంగ జిక్కినోళ్లు మీరు" అని అమ్మ అంగలార్చటం వెనుక పెద్ద కడుపు దుఃఖం ఉంది. కన్నీటి కథ ఉంది. ఆమె మొత్తం పదిమందిని కంటే ఆరుగురు మాత్రమే ఈ భూమ్మీద బతికి బట్టకట్టినారు. అండ్ల ముగ్గురు ఆడపిల్లలు. ముగ్గురు మొగపిల్లలు. ఆడపిల్లలే పెద్దోళ్లు. మొగపిల్లలందరూ చిన్నోళ్లు. మొగపిల్లలల్ల స్వామి పెద్దోడు. స్వామి బాపు ఉద్యోగం తొలిదశ అంతా హైద్రాబాద్‌ల భాగంగ ఉన్న 'బీదర్ సుభా'ల గడిచింది. సింగల్ స్కూల్ టీచర్‌గ అనేక కుగ్రామాలల్ల పనిచేసినాడు. పదిహేను సంవత్సరాలు పనిచేసి 1948 పోలీసు యాక్షన్ జరిగిన తర్వాత సిఫారస్ మీద పట్నానికి బదిలీ అయినాడు. కాని ఏం లాభం? అప్పటికే ఆ గడ్డ మీద ఒక మొగపిల్లవాడ్ని, ఇద్దరు ఆడపిల్లలను బొందపెట్టి రావాల్సి వచ్చింది. రత్నాలవోలె, ముత్యాలవోలె అందమైన బిడ్డలు. వాళ్లెవరూ రెండు మూడు సంవత్సరాల కన్న ఎక్కువ బతుకలేదు.

నిజానికి రెండో ప్రపంచయుద్ధమే (1939-45) వాళ్లను పొట్టన పెట్టుకున్నది. కరువు, ఆకలి, అనారోగ్యం, డాక్టర్లు - ఆధునిక వైద్యం అందుబాటుల లేని పరిస్థితులు వాళ్లను బలి తీసుకున్నయి. అయితే స్వామి అమ్మ మాత్రం ఆ కన్నడ ప్రాంతాలల్ల ఉండే 'బాణామతి' తన బిడ్డలను మింగేసిందని గట్టిగ నమ్ముతది.

రెండవ ప్రపంచ యుద్ధ కాలంల దేశం మొత్తం ఆర్థిక మాంద్యానికి గురైంది. ముఖ్యంగ తిండిగింజలకు కరువొచ్చింది. ఆ దెబ్బకు హైద్రాబాద్ సంస్థానంల ఉండే ప్రజల జీవితాలు అతులాకుతలమైపోయినాయి. రేషన్ వ్యవస్థ ప్రవేశపెట్టబడింది. దానినే సామాన్య ప్రజలు 'రాషన్' అనేటోళ్లు. రాషిన్ కారట్ల మీద బియ్యం దొరకడం అపురూపమైంది. ఆ కారట్ల మీద దొడ్డు బియ్యాన్ని పరిమితంగ ఇచ్చేటోళ్లు. ఆ అన్నం ముద్ద నోట్లె పెట్టుకుంటే నోట్లె గుడాలు పోసుకున్నట్లే ఉండేది. వొయిక్ వొయిక్‌మని వోకిలింతలు వచ్చేవి. వరంగల్లు సన్నబియ్యం మల్లెపూలలాంటి పూలపూల అన్నం కమ్మగ కడుపు నిండ తిన్న స్వామి తల్లిదండ్రులు ఆ కొర్రబియ్యపు అన్నం ఒక ముద్ద కూడ తినలేకపోయేటోళ్లు. బీదర్ అసలే రొట్టెల దేశం. అది కూడ పచ్చ జొన్న రొట్టెలే. మూడు

పూటలు అవే తినాలె. అలవాటు కాక కడుపునొప్పి, అజీర్తి, దస్తులు అయ్యేటివి. అజీర్తికి విరుగుడుగా వాళ్లిద్దరు పాన్ అలవాటు చేసుకున్నరు. ఆ అలవాటు జీవితాంతం ఒక దురలవాటుగ మారింది.

మంచిరకం సన్నబియ్యం హైద్రాబాద్ పట్నంల మార్వాడీ సేట్లు చోర్‌బజార్‌ల చాల పిరియంగా[1] అమ్మెటోళ్లు. అట్ల కొన్న దొంగ బియ్యాన్ని ఒక మెత్తల రహస్యంగ దాచుకొని రైలుల బాపు బీదర్‌కు తెచ్చెటోడు. పోలీసు జవాన్లు మధ్య స్టేషన్లల చెక్ చేసి ఆ కొంచెం బియ్యాన్ని కూడ గుంజుకునేటోళ్లు. మీది నుండి జుర్మానాలు, చాలానాలు విధించెటోళ్లు. అట్ల తీసుకొచ్చేటందుకు 'ఖానూన్'కు ఖిలాఫ్‌గ పోలేని ఆ మాష్టర్ సాబ్ బాగ భయపడెటోడు. ఆ పని స్మగ్లింగ్ కిందికి వస్తది కావున ఇజ్జత్ కా సవాల్ అని ఆయన భయం.

రాషన్ కష్టకాలం గురించి చాల సంవత్సరాలు ప్రజలు మర్చిపోలేదు. దానిని ఒక పీడకలగా, కథలుకథలుగ అమ్మాబాపులు తమ పిల్లలకు చెప్పెటోళ్లు. బియ్యం దొరకకపొయ్యేవి. ఇక షక్కరనైతె ఆకాశంల అందని చందమామనే. నల్లబెల్లం 'చా'నే గతి. శనగపిండి, జొన్నలు, మక్కలు, మంచినూనె మాత్రం పుష్కలంగ దొరికేవి. స్వామి అమ్మ శనగపిండితోటి డబ్బాల కొద్ది మడుగూలు చేసేది. కర్జెలు, అరిసెలు, సకినాలు కూడ చేసేది. జొన్నరొట్టెల బదులు ఆ అప్పాలనే తినెటోళ్లు. అయినా అవి ఎన్ని తిన్నా అన్నం తిన్న తృప్తి రాకపోయేది. సగం రాత్రి అయ్యేసరికి మళ్లీ ఆకలయ్యేది, నిద్ర పట్టకపోయేది. కడుపుల పేగులు ఒర్లుతుంటే బాపు మళ్లీ లేచి మడుగూలో, సకినాలో తినెటోడు. ఆ కటకట చప్పుళ్లకు అమ్మకు నిద్ర చెదిరి మేల్కొ వచ్చేది. అర్ధాకలితో వాళ్లకు నిద్ర లేని రాత్రులు ఎన్నెన్నో.

సరియైన పౌష్టికాహారం లేక అమ్మకు పాలు రాక పిల్లలు బలహీనతతో రోగాల బారినపడి నవిసినవిసి చివరికి మృత్యువు ఒడిలకు చేరుకున్నరు. మొక్కజొన్న గింజలను ఎండబెట్టి ఇసుర్రాయిల వేసి ఇసిరి ఆ రవ్వపిండితో 'కణియ'[2] చేసుకునేటోళ్లు. కూరగాయలు దొరకకపోయేవి. పాలు, పెరుగు మాత్రం సమృద్ధి కావున ఆ కణియలో పెరుగు కలుపుకొని తినెటోళ్లు. ఆ రోజులల్ల అప్పటికి పాలు, పెరుగు అమ్మి పైసలు సంపాదించే వ్యాపార సంస్కృతి పల్లెలకు పాకలేదు. ముంత పట్టుకొని ఎవరింటికి పోయినా వాటిని ఇచ్చెటోళ్లు. రెండు గుప్పిళ్ల మంచి బియ్యంతోటి సగం కుండల గంజి కాచి, రాత్రంత చల్లారబెట్టి తెల్లారి పొద్దున అండ్ల ఉల్లిపాయలు వేసి పాత చింతకాయ తొగితోటి నంచుకుంట దానిని జుర్రెటోళ్లు. ఆ గంజిని 'తరవాణి' అనెటోళ్లు. బాపు బడికి రెండు జొన్న రొట్టెలు, ఇంత బెల్లం గడ్డ తోషాదాన్‌ల[3] పెట్టుకొని పోయేటోడు.

---

1. ప్రియంగ, ఎక్కువ ధరకు 2. గట్క 3. టిఫిన్ డబ్బా

చిన్నపిల్లలకు సరియైన తిండి, తల్లిపాలు లేక రకరకాల రోగాలు వచ్చేవి. పల్లెటూళ్ల అపరిశుభ్ర పరిస్థితుల వలన, టీకాలు వేసే సౌకర్యం లేనందున గత్తర (ప్లేగు), దొమ్మరోగం (న్యుమోనియా), పాండురోగం (ఎనిమియా), అమ్మవారు (మశూచి), కక్కుడుకాళ్లకు (కలరా), నంజుబుడ్డలు (టాన్సిల్స్), చలిజ్వరం (మలేరియా) రోగాలు వచ్చేవి. పోలియోతో ఎంతో మంది పిల్లలకు అంగవైకల్యం సంభవించేది. ఇంటింటికి పోలియో బాధితులు కనబడేటోళ్లు. ఎగిరిదుంకి ఆటలు ఆడవలసిన పిల్లలు కుంటుకుంట, దేకుకుంట కనబడేటోళ్లు. ఎండకాలం వస్తే సన్నిపాతం (టైఫాయిడ్) జ్వరం సరేసరి. ఈగలు, దోమలు, నల్లులతో పేదలు సతమతమయ్యేటోళ్లు.

ఫ్లష్ టాయిలెట్లు లేనందున ప్రతి ఇంట్ల ఈగలు జుమ్మని తిరుగుతుండేవి. పక్క బట్టలల్ల, బొంతలల్ల, గోడపొక్కలల్ల నల్లులు. అవి కుట్టుతుంటే రాత్రి పూట నిద్ర రాక దీపం వెలుగుల వాటిని చంపుకుంట కూచునెటోళ్లు. ఎలుకలతోటి గత్తర లేచేది. చంకలల్ల గడ్డలై, నోరంత పూతపూసి వారం లోపలనే రోగి చనిపోయేటోడు. గత్తర వ్యాధి తొలుత ఎలుకలకు వచ్చేది. ఇంట్ల ఎలుకలు చావటం మొదలు కాంగనే డొక్కలమ్మ (గత్తర) వచ్చిందని ఇండ్లు వదిలి పారిపోయెటోళ్లు. గత్తర రోగం తగిలి నోళ్లను అట్లనే ఇండ్లల్ల ఉంచెటోళ్లు. సర్కారోళ్లే ఇండ్లను బలవంతంగ ఖాళీ చేయించి ఊరవతల గుడిసెలు వేయించి ప్రజలను అండ్ల ఉంచెటోళ్లు. గత్తరొస్తే ప్రజలు బేగర్, బేసహారా అయ్యేటోళ్లు. ఈ గత్తర హైద్రాబాద్‌ల కూడ వ్యాపించింది.

గ్రామాలల్ల ఏ రోగమొచ్చినా డాక్టర్లు అందుబాటుల లేకపోయేది. నాటుమందులు, చెట్లమందులు, పసర్లు, లోహపు భస్మాలే గతి. రోగి చచ్చే స్థితిలో ఉన్నప్పుడు 'ఇంగ్లీకాన్ని' ఇచ్చేటోళ్లు. ధనుర్వాతానికి వాతలే మందు. ఎర్రగ కాలుతున్న చుట్టతోటి శరీరంల అనేక చోట్ల కాల్చెటోళ్లు. చిన్నపిల్లలకు మలబద్దకం వస్తే నాలుగైదు రోజులు చూసి ఒక కట్టెపుల్లకు చింతపండును బాగా ముద్దలాగ అంటించి వారి ఆసనాలల్ల బలవంతంగ దూర్చెటోళ్లు. భయంతోటి, బాధతోటి, మంటతోటి పిల్లలకు చెమటలు వచ్చి లబ్బలబ్బ మొత్తుకొన్నా చాలాసేపు ఆ కట్టెపుల్లను అట్లనే వుంచెటోళ్లు. తర్వాత 'సాఫ్'గ కాలకృత్యం జరిగేది. కాని పిల్లల మనుస్సులల్ల భయం 'ఫిక్సేషన్' అట్లనే కూచుండిపోయేది. చిన్న పిల్లల కాలకృత్యాల మీద మనస్తత్వ శాస్త్ర సిద్ధాంతాలు రాసిన సిగ్మండ్ ఫ్రాయిడ్‌కు ఈ ఘోరం తెలిస్తే తట్టుకోలేక ఆత్మహత్య చేసుకునేవాడేమో!

మామూలుగా దగ్గు, పడిశెం చేస్తే వోమను బాగ కాలిన పెనం మీద వేయించి గుడ్డల దానిని మూటగట్టి అది వేడి మీద ఉండంగనే ముక్కు దగ్గర పెట్టి గట్టిగ లోపలికి శ్వాస పీల్చుమనెటోళ్లు. ముంతపొగ శిక్షకు ఆ వైద్యం దగ్గరగ ఉండేది. దస్తులు అయ్యి

ఆసనం నొప్పి పెడితే నిప్పుల పొయ్యిల ఇటుకబెడ్డను బాగ కాల్చి దానికి గుడ్డ చుట్టి పిల్లలను దాని మీద కూచుండబెట్టెటోళ్లు. చీమిడి పోయేందుకు ముక్కుల నెయ్యి చెవిపోటు తక్కువయ్యేందుకు చెవుల నాటుసారా చుక్కలను లేదా మంచినూనె చుక్కలను వేసెటోళ్లు. డాక్టర్లు లేక, పైసలు లేక శతకోటి రోగాలకు అనంతకోటి వైద్యాలు. ఒక్కొక్కసారి అవి వికటించి పిల్లల ప్రాణాలు పోయేవి.

'మనోహరుడి' ప్రాణం అట్లనే పోయింది.

చందమామలాంటి బిడ్డ. పనసపండులాంటి అందమైన బిడ్డ. ఇంక పుట్టు వెంట్రుకలు తీయలేదు. కావున జులపాల జుట్టు భుజాల మీదికి అందంగ జాలువారుతుండేది. అమ్మాబాపులకు పుట్టిన సంతానంల మొదటి మొగబిడ్డ. రెండూ రెండున్నర సంవత్సరాల వయస్సు. వాడి వెంట్రుకలను తమ ఇలవేల్పు చిల్పూరు బుగులు వెంకటేశ్వరస్వామి గుట్ట మీద తీయాలని అనుకున్నరు. కాని అందుకోసం పెద్ద ఎత్తున అయ్యే ఖర్చుకు పైసలు చాలక ఆలస్యం చేసినారు. ఆ ఆలస్యమే వాడి ప్రాణాలను తీసిందని అమ్మ అనుమానం.

ముందు వాడికి చెవుల చీము కారటం మొదలైంది. అది తగ్గాలని చెవుల మంచినూనె, సారా చుక్కలను వేసినారు. దానితో ఇన్‌ఫెక్షన్ ఎక్కువై చీమూ రక్తం కారి కారి మొత్తం పక్కబట్టలు అన్నీ తడిచిపోతున్నయి. నొప్పితో పిల్లవాడు ఒక్కటే ఏడుపు. రాత్రిపూట నిద్రలు లేవు. ఆ మారుమూల కుగ్రామంల వైద్యుడు లేనిచోట ఏం చేయాల్నో అమ్మాబాపులకు తోస్తలేదు. హైద్రాబాద్‌కు తీసుకుపోదామంటే చేతిల పైసలు లేవు. అమ్మ ధైర్యం చేసి తన చెవులకున్న వజ్రాల దుద్దులను గిరివి[1] పెట్టమని బాపుకు అందజేసింది. ఆ పైసలతోటి పట్నం చేరుకున్నరు.

స్వామి అమ్మకు ఒక్కడే అన్నయ్య. ఆయనిల్లు యాకుత్‌పురా, రైన్‌బజార్ల ఉంది. ప్రతిరోజు అక్కణ్నించి అంత దూరం, ఎర్రటి ఎండలల్ల కాళ్లీడ్చుకుంట ఉస్మానియా దవాఖానాకు పోయెటోళ్లు. అప్పటికింకా పట్నంల సైకిల్ రిక్షాలు రాలేదు. సైకిల్ రిక్షాలు పోలీసు యాక్షన్ జరిగిన తర్వాత వచ్చినై. అప్పటికి మనిషి చేతులతోటి గుంజుకొని పోయే టాంగాలు వుండేవి. ఈ టాంగాల పోయేటందుకు పైసలు చాలక అమ్మాబాపులు ఆ రోగిష్టి కొడుకును ఒకళ్ల తర్వాత ఒకళ్లు భుజాల మీదికి ఎత్తుకొని ఉస్మానియా దవాఖానాక్కు ప్రతిరోజు తీసుకపోయెటోళ్లు. అప్పటికే ఇన్‌ఫెక్షన్ మెదడుకు కూడా పాకింది. తలంత పచ్చి పుండుగ మారిపోయింది. చీమూరక్తం కారికారి చెవుల, తలల బొయ్యారం[2] ఏర్పడింది. ఆ దవాఖానాల డాక్టర్లు పొడుగైన సీకుతోటి చెవ్వు శుభ్రం చేస్తుంటే ఆ నొప్పికి తట్టుకోలేక

1. తాకట్టు 2. ఖాళీస్థలం

వాడు ఏడ్చెటోడు. బెహోష్ అయిపోయేటోడు. ప్రతిరోజూ ఆ దవాఖానకు పోయి ఆ వైద్యం చేయించుకోవాలె. దూరం నుండి ఆ దవాఖానాను చూడంగనే వాడు 'అమ్మా వొద్దే. ఇంటికి పోదాం' అని దయనీయంగ ఏడ్చెటోడు. భయంతోటి వణికిపోయెటోడు. వాడి అవస్థను చూడలేక అమ్మాబాపులు కూడ ఏడ్చెటోళ్లు. ఎందుకనో ఆ వైద్యం సగంలనే ఆగిపోయింది. మళ్లీ వాళ్లుండే ఊరు 'సింగితానికి' వచ్చేసినారు.

ఆ ఊళ్లె 'దుద్దాల ముత్తయ్య' అని ఒక మంత్రగాడు ఉండెటోడు. మంత్రతంత్రాలతోటి రోగాలను, నొప్పులను నయం చేసెటోడు. 'బాణామతి' కూడ చేస్తడని అందరు గుసగుసగ చెప్పుకుంట వాడంటే భయపడెటోళ్లు. చేతబడి చేసే మంత్రగాళ్లు ప్రతి అమవాస్య, పున్నమి రోజులల్ల తమ విద్యను ప్రదర్శించెటోళ్లు. బాణామతి చేయటానికి చంద్రగ్రహణం చాల అనుకూలమైన రోజు. తమకు వచ్చిన క్షుద్రశక్తుల విద్యను పరీక్షించుకునేటందుకు చాల సరైన రోజు. ఎవరి మీద పగ, ప్రతీకారం లేకపోయినా సరే క్షుద్రశక్తులను సంతోషపెట్టటానికి, తమ క్షుద్రవిద్యను ప్రయోగించి దాని ఫలితాన్ని చూసి సంతృప్తి చెందటానికి బాణామతి చేసెటోళ్లు. ఆ ప్రయోగానికి లక్ష్యాలుగా చిన్న పిల్లలను ఎంచుకునెటోళ్లు. మొగపిల్లల మొదటి పుట్టు వెంట్రుకలు, చేతి, కాలివేళ్ల గోళ్లు, వారు వేసుకున్న పాతబట్టలు దొరికితే వాళ్లకు చాల సంతోషం. తమ ప్రయోగాన్ని సులభంగ అమలు చేయొచ్చు. ఆడపిల్లల తొలి రజస్వల మైలగుడ్డలు లభిస్తే వాళ్ల క్షుద్రవిద్యలకు బలం వచ్చేది. చేతబడి, బాణామతి రెండు వేర్వేరు విద్యలు. చేతబడికి గురైనవాళ్లు దీర్ఘకాలంల రకరకాల రోగాలు, నొప్పులు, మానసిక భయాలతోటి కృంగికృశించి మెల్లమెల్లగ మరణిస్తరు. కాని బాణామతి అట్ల కాదు. ఆరోగ్యంగ ఉన్నవాళ్లు కూడ మొదలు నరకబడిన పచ్చని చెట్టువోలె కుప్పకూలి మరణిస్తరు. చిత్రవిచిత్ర హింసలకు గురై ప్రాణాలు విడుస్తరు.

'మనోహరుడు' సరిగ్గ అట్లనే చనిపోయినాడు.

ఈ బాణామతి సంగతులన్ని అమ్మాబాపులకు తెలువదు. చంద్రగ్రహణం ఇంక కొన్ని రోజులుందనంగ దుద్దాల ముత్తయ్య వాళ్లింటికి వచ్చినాడు. అనుకోకుండ అకస్మాత్తుగ వచ్చిన ఆయనను చూసి వాళ్లు బీరిపోయినారు. అయినా మర్యాద కోసం 'చా' చేసి ఇచ్చినారు. చా తాగినంక వాడు చిన్నగ అసలు సంగతి చెప్పినాడు. పిల్లగాడి సుస్తీని నయం చేస్తనని దానికోసం పిల్లవాని పుట్టువెంట్రుకలు, చేతికాలివేళ్ల గోళ్లు కత్తిరించి ఇవ్వమని అడిగినాడు. అమాయకులైన ఆ తల్లిదండ్రులు కొడుకు ఆరోగ్యం బాగుపడతదనే సంతోషంల కత్తెరతోటి పుట్టువెంట్రుకలు, గోళ్లు కత్తిరించి ఇచ్చినారు. అట్లనే వాడు వేసుకొనే అంగీలాగూ కూడ ఇవ్వమని అడిగినాడు. అవి కూడ ఇచ్చినారు. అవన్నిటినీ మూట గట్టుకొని వాడు సంతోషంగ వెళ్లిపోయినాడు.

కొన్ని రోజుల తర్వాత స్వామి అమ్మ ఆ సంగతిని తన అమ్మకు చెప్పంగనే ఆ ముసలమ్మ 'అయ్యో ఎంత పనిచేసినవు బిడ్డా!' అని నెత్తినోరు కొట్టుకొని ఏడ్చింది. కాని అప్పటికే పరిస్థితి చెయ్యి జారిపోయింది.

చంద్రగ్రహణం రోజు మంత్రగాడు పొద్దటి నుంచి పచ్చి మంచినీళ్లు కూడ ముట్టడు. శుచీశుభ్రంగ ఉండి క్షుద్రశక్తులను పూజిస్తడు. చీకటి కాంగనే ఒక ఎర్ర బట్టల తన సేకరించిన పుట్టువెంట్రుకలు, గోళ్లు, పాతబట్టలను రజస్వల అయినోళ్ల మైలబట్టలను ప్రత్యేకంగ మూట కట్టుకుంటడు. ఇంకోసంచిల మాంసం, మద్యం (కల్లు లేదా సారా) ఇతర వస్తువులు సదురుకొని మంచి వయస్సుల ఉన్న 'శివసత్తి'ని వెంటబెట్టుకొని పెంజీకట్లుండంగనే స్మశానానికి చేరుకుంటడు.

దక్షిణం దిక్కు అనువైన చోటు కూచొని క్షుద్రశక్తులను ఆవాహన చేస్తడు. వాటన్నిటిని ఒక్కటొక్కటిగా రప్పిస్తడు. చివరికి ఆ దుష్టశక్తులన్ని శివసత్తి ఒంటి మీదకు వస్తయి. అది తన ఒంటి మీద ఉన్న బట్టలన్ని విప్పేసి జుట్టును జలపాతంలాగ విరబోసుకుని నగ్నంగ తాంత్రిక ముద్రల సక్లంముక్లం కూచుంటది. మంత్రగాడు దాని చుట్టు ఒక పెద్ద ముగ్గు వేస్తడు. ఆ ముగ్గు వేయడం పూర్తి కాంగనే ఆ ముగ్గు పరిధిల భూమిలోపల తొర్రలల్ల దాక్కున్న పాములు, తేళ్లు, జెర్లు లాంటి విషప్పురుగులన్ని బిలబిల బయటకు వచ్చి బిరబిర దూరదూరంగ పారిపోతై. మంత్రగాడు మైల తుత్తం, విషముష్టి గింజల పిండిని కలగలిపి నీళ్ల బదులు జిల్లేడు ఆకులు, మొక్కల రసం కలిపి ఒక బొమ్మను తయారు చేస్తడు. ఆ బొమ్మకు జాగ్రత్తగ తను తెచ్చిన పుట్టు వెంట్రుకలను, గోళ్లను అతికించి పాత బట్టలను చింపి ఆ పేలికలను బొమ్మకు చుట్టబెడతడు. ఆ ముగ్గుల ఒక మూలల దానిని నిలబెడతడు. ఇప్పుడది ఒక కీలుబొమ్మ. ఆ బొమ్మ లోపలి అంగాలను ఎట్ల చిత్రహింసలు పెడితే అవతల అక్కడ ఊళ్లె ఉన్న మనిషి అట్లనే ఆ చిత్రహింసలకు లోనైతడు.

బాణామతి చేసే మంత్రగాడు తను తెచ్చుకున్న మాంసాన్ని, మద్యాన్ని శివసత్తితో కలిసి కడుపు నిండ తిని, తాగి అక్కడే ఆ ముగ్గు పరిధిలనే చాలసేపు శివసత్తితో చిత్రవిచిత్ర భంగిమలతో రమిస్తడు. ఎంత సేపు ఆ ముగ్గు పరిధిలనే రమించినా వాడికి స్కలనం కాదు. అఘోర శాఖకు చెందిన తాంత్రికులు 'ఊర్ధ్వముఖులు' వంగదేశం తాంత్రికులకు తమ లక్ష్యాన్ని ఛేదించటానికి మద్యం, మాంసం, మగువ తప్పనిసరి అనుపానాలు. వేగుచుక్క పొడిచే 'కలికి గాంధారి' వేళల్ల రతిని ఉపసంహరించి బాణామతి ప్రయోగానికి పూనుకుంటడు.

మనోహరుడి చెవు బాధ అట్ల వుండంగనే మీది నుండి అమ్మవారు కూడ సోకింది. ఒంటి నిండ పూత పూసింది. ముత్యాల మాదిరిగ ఒళ్లంత తెల్లటి గుండ్రటి పుండ్లు. శరీరం మీద వేలుబెట్ట సందులేదు. మంటలు, మంటలు అని పొర్లుతున్నడు. ఏదో చెట్టు

బెరడును ఉడకబెట్టి ఆ కషాయాన్ని ఒంటికి పూస్తే చల్లగుంటదని ఎవళ్లో చెప్పినారు. అట్లనే చేసేసరికి మంటలు ఇంక ఎక్కువై వాడు మరింత అరిచినాడు.

తెల్లవారి చంద్రగ్రహణం.

ఇక ఆ రాత్రంత ఆ పిల్లవాడి బాధ వర్ణనాతీతం. కనుగుడ్లు సీసపు గోళీలవోలె ముందుకు పొడుచుకొచ్చినై. కాళ్లూ చేతులు ఎవరో మెలిపెడుతున్నట్లు వొంకర్లు పోతున్నయి. ఇంక మెడనైతే గుండ్రంగ బంతివోలె ఆగకుండ తిరుగుతుంది. నాలుక తస్సతస్స కొరుక్కుంటుంటె రక్తం ధారాపాతంగ నోట్లె నుండి ఇవతలికి కారుతుంది. కింద పక్క మీద అటూఇటూ పొర్లుతు ఎగిరెగిరి పడుతున్నడు. ఆ యమబాధను చూడలేక బాపు ఏడ్చుకుంట బయటికి ఉరికినాడు. అమ్మా అమ్మమ్మలు వాడి పక్కనే కూర్చున్నరు. 'అమ్మా! వాడి బాధను నేను చూడలేను. నువ్వే గొంతు పిసికి వాణ్ణి చంపెయ్యి' అని అమ్మ అమ్మమ్మ ఒడిల తల పెట్టుకొని ఏడ్చింది.

తెల్లవారేసరికి మనోహరుడు రోగాలు, నొప్పులు, బాధలు లేని లోకానికి వెళ్లిపోయినాడు.

బాణామతి సంగతి తెలిసి ఆ ఊరివాడే అయిన బాపు జిగ్రీదోస్తు 'సూగయ్య' ఒక పెద్ద లాఠీ పట్టుకొని తన అనుచరులతోటి దుద్దాల ముత్తయ్య ఇంటి మీదికి దాడి చేసినాడు. కానీ ఆ ఇంటికి తాళం కనబడింది. పెండ్లాం, పిల్లలతో సహా మాయమైనాడు. శివసత్తి స్మశానంల శవమై నగ్నంగ తేలింది. దాని చుట్టు పాములు, తేళ్లు, జెర్లు, మండ్రగబ్బలు.

దేశం కాని దేశంల తొలిచూలు కొడుకును బొందపెట్టి ఇంక ఆ ఊళ్లె ఉద్యోగం చేయటం ఇష్టం లేక మరో ఊరికి 'రేజింతలకు' బదిలీ చేయించుకున్నడు. సామానంత ఒంటెద్దు బండిల నింపుకొని తమ కొడుకు పుట్టిపెరిగిన ఇంటిని, ఆడుకొన్న ఆవరణను వెనకకు తిరిగి మర్లమర్ల చూసుకుంట స్వామి అమ్మాబాపులు బండి వెంబడి నడుస్తున్నరు.

కుక్క ఒకటి వాళ్లను వెంబడిస్తున్నది. 'పో, పో' అని ఎంత చెప్పినా అది వింటలేదు. ఆ కుక్క మనోహరుడితో కలిసి ఆడుకున్న కుక్క. బహుశా వాడి వయస్సు, దాని వయస్సు ఒక్కటేనేమో! అదీ, వాడు ఒక్కరినొక్కరు బాగ ముద్దు చేసుకునెటోళ్లు. వాని కాళ్ల దగ్గర్నే అది పండుకొని నిద్రపోయేది. వాడు దానికి రొట్టె ముక్కలు వేసెటోడు. అమ్మాబాపుల బాధ ఆ మూగజీవానికి తెలిసినట్టుంది. వద్దన్నా వినకుండ వాళ్లకు వీడ్కోలు ఇచ్చెటందుకు ఊరవతలి వరకు వచ్చింది. బండి బతుకుబాట మీదికి ఎక్కంగనే అది అక్కణ్నే ఆగిపోయింది. బండి దూరమవుతుంటే తల ఎత్తి విషాదంగ ఏడుస్తుంది. సుదీర్ఘమైన దాని ఏడుపు వాళ్లను చాలసేపు వెంబడించింది.

మూగజీవాలకు ఉండే నెనరు మనుషులకు ఎందుకుండదో అని అమ్మ మళ్ల ఏడ్చింది.

మలి చెలమ, కవేలిలాంటి ఊళ్లల్ల ఇంకో ఇద్దరు ఆడపిల్లలు చనిపోయినారు. పుష్పవల్లి మశూచితోటి, సరోజిని కలరాతోటి చనిపోయినారు. వాళ్ల వయస్సు కూడ రెండు, రెండున్నర సంవత్సరాలు మాత్రమే.

హైద్రాబాద్‌కు బదిలీ చేయించుకొని వచ్చిన తర్వాత కూడ స్వామి అమ్మాబాపులకు మూఢనమ్మకాల విషయంల ఇంకా పట్టింపు పెరిగింది. ప్రతి అమవాస్య, పున్నమి రోజులల్ల పిల్లలను బయటికి పోనియ్యకపోయేది. పిల్లల పాత బట్టలను ఎవరికీ దానం కూడ ఇచ్చెటోళ్లు కాదు. క్షవరం కోసం మంగలి 'బాబయ్య' ఇంటికే వచ్చెటోడు. వెంట్రుకలను, గోళ్లను జాగ్రత్తగ పెంట మీద పారేసెటోళ్లు. నడిచేటప్పుడు భద్రంగ తోవ మీద చూసుకుంట నడువాలని 'సత్క'లను తొక్కవద్దని హెచ్చరికలను జారీ చేసెటోళ్లు. ఎవరి కండ్లు ఎటువంటివో అన్న అనుమానంతోటి పిల్లలు ఇంటికి రాంగనే దిష్టి తీసెటోళ్లు.

అట్ల బాణామతి వల్ల అమ్మ మనస్సుల భయం బలంగ నాటుకపోయింది. మిగిలినవాళ్లను పట్నానికి వచ్చిన తర్వాత 'రెక్కల కింద పిల్లలను దాచుకునే తల్లి కోడి'లాగ కాపాడసాగింది. అయినా ఇంకో కొడుకు 'రమణుడు' ఆరేండ్ల పిల్లవాడు చనిపోయినాడు. వానిది మరో విషాదగాథ.

ఆరేండ్ల రమణుడు పోలియో బాధితుడు. ఒక్క కాలు పూర్తిగ పీలబడి చచ్చుబడి పోతే పూర్తిగ కుంటుకుంట, కాలు ఎగురేసుకుంట నడిచెటోడు. ఆధునిక వైద్యం చేయించటానికి, ఇంజక్షన్లు ఇప్పించటానికి పైసలు లేక పోలియో వచ్చి వాడు కుంటోడిగనే మిగిలిపోయినాడు. వాణ్ని పిల్లలందరు వెక్కిరించెటోళ్లు. ఎవళ్లూ స్నేహం చేసెటోళ్లు కాదు. అయినా ముసిముసి నవ్వులు నవ్వుకుంటనే బడికి పోయెటోడు. కొంటెపిల్లలు కావాలని నూకేస్తే కింద పడెటోడు. కాని ఎవళ్లనూ ఏమీ అనెటోడు కాదు. ఎవరి మీద షికాయతులు చేసెటోడు కాదు.

స్వామికి అప్పుడు రెండేళ్ల వయస్సు. స్వామితోటి బాగ ఆడుకునెటోడు. స్వామి గోడలు పట్టుకొని నడుస్తుంటె సంతోషంగ చప్పట్లు కొట్టెటోడు. సరిగ్గ నడవలేని తను సరిగ్గ నడుస్తున్న తముడ్ని చూసి 'అమ్మా! తమ్ముడు నడుస్తున్నడే!' అని అరిచెటోడు. వానికి బట్టలు సరిగ్గ లేకపోయేవి. అన్నీ చినిగిపోయిన పాత బట్టలే. వెనుక పిర్రల మీద చినిగిపోయిన పాత లాగులు. అట్ల అవే వేసుకొని బడికి పోయెటోడు. బడిల పిల్లలంత 'పోస్టాఫీసు' అని వెక్కిరించెటోళ్లు. అన్ని అవమానాలను పండ్ల బిగువున భరించుకుంట పైకి మాత్రం ముసిముసి నవ్వులు నవ్వెటోడు.

స్వామి అమ్మ తన అశాంతంతోటి తరుచుగ వాన్ని కొట్టుతుండేది. అది అమ్మ తప్పు కాదు – పరిస్థితులది.

తెల్లారితే పంద్రాగస్టు. అప్పుడప్పుడే స్వాతంత్ర్యం వచ్చిన తొలి సంవత్సరాలు. ప్రతిసారి పంద్రాగస్టు చాల గొప్పగ పండుగలాగ చేసెటోళ్లు. ఆ దినం అందరి కండ్లల్ల దీపావళి ఫూల్ చడీలు వెలుగుతుండేవి. బడిపిల్లల హడావిడి చెప్పతరం కాదు. పిల్లలందరూ మంచి బట్టలు వేసుకొని బడికి పోయి పాటలు పాడుకుంట ప్రభాతభేరీలు తీసెటోళ్లు. మిఠాయిలు పంచిపెడుతరని సంబరపడేటోళ్లు.

రమణుడికి ఏం అనిపించిందో ఏమో! తన చినిగిపోయిన లాగును బకిట్ల ముంచి సబ్బు పెట్టి హడావుడిగ ఉతుక్కుంటున్నడు. సన్నగ వర్షం కురుస్తున్నది. కొద్ది దూరంల అంట్లు తోముతున్న అమ్మ వాన్ని చూసింది. వానల తడిసి సర్ది చేస్తే మల్ల డాక్టర్ దగ్గరకు ఉరకాలని ఆమె భయం. 'లేవరా, వాన పడుతుంది' అని అరిచింది. వాడు వినిపించుకోలేదో లేక నిజంగనే వినపడలేదో! ఆ చినిగిపోయిన లాగును వాడు ఎందుకు పిండుకుంటున్నడో ఆమెకు తెలవక తెల్లవారంగనే పంద్రాగస్టు పండుగ అని మర్చిపోయిన ఆమె కోపంతోటి చేతిల ఉన్న గంటెను అట్లనే వాడి మీదికి విసిరింది. ఆ గంటె వాడి తలకు తగిలి, తల పగిలి బొలబొలమని నెత్తురు కారసాగింది. వాడు అట్లనే వానల తడుచుకుంట లేచి నిలబడి కండ్లప్పగించుకుంట అమ్మను చూసినాడు. ఏడ్వలేదు. ఒక్క మాట కూడ మాట్లాడలేదు. అయినా అమ్మ మీద వానికేం కోపం ఉండేది కాదు. ఏద్దైన పనిల ఉన్న అమ్మకు చెమటలు పోస్తుంటే విసనకర్ర తీసుకొని అమ్మకు విసురుతూ ఉండెటోడు.

స్వామి చిన్నక్క 'వెంకటమ్మ', వాడు కలిసి ఒక రోజు 'చావాట' ఆడుతున్నరు. కొన్ని రోజుల కింద బస్తీల ఎవళ్లో చనిపోయినారు. అందరూ శవం ముందు కూచొని ఏడుస్తున్న దృశ్యం ఆ పిల్లలిద్దరికి తమాషాగ అనిపించింది. అదొక ఆటలాగ అనుకొని ఆ రోజు తమ ఇంట్లనే 'చావాట' ఆడుతున్నరు. రమణుడు చనిపోయినట్లు నేల మీద పండుకున్నడు. చిన్నక్క వాని ముందు కూలబడి 'అయ్యో! తమ్ముడా! చచ్చిపోయినవా?' అని నెత్తి కొట్టుకొని గట్టిగ ఏడుస్తుంది. వంటింట్ల నుండి స్వామి అమ్మ ఉరుకొచ్చి ఆ దృశ్యాన్ని చూసి ఇద్దరినీ చేతులతోటి చెడామడా వాయించి తను ఏడ్చుకుంట కూచుంది. ఒక నెల తర్వాత ఆ 'చావాట' నిజమే అయింది. చిన్నక్క నిజంగనే 'తమ్ముడా! చచ్చిపోయినవా?' అని ఏడ్చింది. ఆ చావుముచ్చట ఆమెను జీవితంల ఇంక ఇప్పటికి కూడ ఏడిపిస్తనే ఉంది.

మంచి ఎండకాలం రోజులు. ఆఖరి పరీక్ష అయిపోయింది. బడి అవతలి రోడ్డు మీద ఐస్ ఫ్రూట్ బండి నిలబడి ఉంది. అందరూ కొనుక్కొని తింటున్నరు. మిలమిల మెరిసే ఎర్రని ఐస్‌ఫ్రూట్. రమణుడికి నోరూరింది. ఒక పైస ఇచ్చి దాన్ని చప్పరించుకుంట ఎర్రటి ఎండల ఇంటికి వచ్చినాడు. ఆ తెల్లారి గొంతు నొప్పి. ట్రాన్సిల్స్ వాచి తీవ్రంగ

జ్వరం వచ్చింది. మరో రెండు రోజులల్ల అది డిఫ్తీరియాకు దారి తీసింది. శ్వాస అందక కండ్లు తేలేసినాడు. డిఫ్తీరియాల ఉండే బాక్టీరియా గొంతుల సాలెగూడు వంటి పొరలను నిర్మిస్తది. దానితోటి శ్వాస ఆడక రోగి చనిపోతడు. దాని వైద్యం కూడ చాల ఖరీదైంది.

గుల్జార్ హౌజ్‌ల డాక్టర్ రూప్‌కరణ్ దగ్గరికి వాన్ని తీసుకొని పరుగెత్తినారు. అప్పటికే రాత్రి అయ్యింది. డాక్టరు వెంటనే ఇవ్వాలని ఇంజెక్షన్లు రాసి ఇచ్చినాడు. వాటి ధర వందలల్ల ఉంటదని ముందే హెచ్చరించినాడు.

చేతిల రిక్ష పైసలు తప్ప మరేం లేవు. స్వామి అమ్మాబాపులు ఒకరి మొఖం ఒకరు చూసుకున్నరు. అమ్మ మౌనంగ చేతికున్న బంగారు గాజులు తీసి ఇచ్చింది. బాపు వాటిని అందుకొని కిరాయికి సైకిలు తీసుకొని వడ్డీవ్యాపారి మనోహర్‌లాల్ వద్ద వాటిని గిరివి పెట్టి మూడు ఇంజెక్షన్లు కొని చెమటలు కారంగ దవాఖానాకు వచ్చినాడు. మొదటి ఇంజక్షన్‌కే పరిస్థితి కొంచెం నెమ్మదించి శ్వాస కొంచెం పీల్చుకుంట కండ్లు తెరిచి అమ్మను చూసినాడు.

రేపు ఉదయం మల్లా ఇంకో ఇంజక్షన్ కోసం దవాఖానకు రావాలెనని డాక్టర్ జాగ్రత్తలు చెప్పినాడు. కొండంత సంతోషంతోటి అమ్మాబాపులు వాన్ని ఇంటికి తీసుకొచ్చినారు.

కాసేపైన తర్వాత అమ్మ అడిగింది – 'నానీ! అయిస్‌ఫ్రూట్ గాని ఏమైన తిన్నవా?'

'అవును' అన్నట్లు తలాడించినాడు.

అమ్మకు కోపం, దుఃఖం ముంచుకొచ్చి చటుక్కున తల అటు వైపు తిప్పుకొన్నది.

ఏమనుకున్నడో వాడు! అమ్మకు తెలువదు. ఎవళ్లకు తెలువదు.

తెల్లారి ఉదయం హోలీ పండగ. రంగుల పండుగ. ఈ పున్నమినాడే వాడు పుట్టిన రోజు పండుగ కూడ. సమయం ఎనిమిదవుతున్నది. అవతల బజార్‌ల హోలీ గుంపుల ఆనందాలు. కేకలు. అరుపులు.

రమణుడికి మళ్లా తీవ్ర జ్వరం. శ్వాస అందటం లేదు. అతి కష్టంగ తీసుకుంటున్నడు. కొద్ది సేపట్లనే గుర్రు మొదలైంది. కండ్ల మీదికి తెల్ల రెప్పలు కమ్ముకొస్తున్నై. అమ్మాబాపులు వాన్ని మంచం మీద నుండి కిందికి దించి చాప మీద పండబెట్టినారు.

అవతల బజార్‌ల రంగుల పండుగ ఆనందపు హరివిల్లులు. స్వామి ఇంట్ల మృత్యుదేవత నీలినీడలు.

అప్పటికే నాలుగు చావుల అనుభవం ఉన్న అమ్మాబాపులకు అంత అర్థమైపోయింది. కాసేపటికి వాడికి చావు తెలివి వచ్చి కండ్లు తెరిచి అమ్మను చూసినాడు.

అమ్మ ఏడ్చుకుంటనే 'నానీ! దేవుడికి దండం పెట్టుకో!' అంది.

వాడు 'పెట్టను' అన్నట్లు అడ్డంగ తలూపినాడు.

ఎప్పుడూ ముసిముసి నవ్వులు నవ్వుకుంట ఎవరి మీద ఎన్నడు షికాయత్‌లు చేయని వాడికి బహుశా ఆ క్షణంల తన అవిటితనాన్ని సృష్టించిన దేవుడి మీద కోపం వచ్చిందేమో!

తర్వాత ప్రశాంతంగ కండ్లు మూసుకొని ఇంక ఎటువంటి అవమానాలు, చీదరింపులు లేని 'సంతోష చంద్రశాలల'కు వెళ్లిపోయినాడు. ఆరేండ్ల రమణుడు. రమణముని. మౌనముని. మౌనంగనే తన పుట్టినరోజు పండుగనాడు ఈ లోకం నుండి నిష్క్రమించినాడు.

బిగ్గరగ ఏడుస్తున్న బాపును కౌగిలించుకొని అమ్మ 'భయపడకు, ఏడ్వకు' అని ఓదార్చింది. ఆ క్షణంల ఆమె రాయిలాగ అయిపోయింది.

వాణ్ని బొంద పెట్టిన తర్వాత మూడొద్దుల నాడు అమ్మ ఎర్రరంగు అయిస్ ఫ్రూట్ తీసుకపోయి వాని సమాధి మీద ఉంచి 'తిను బిడ్డా!' అని గుండె పగిలేటట్లు ఏడ్చింది.

ఆ రోజే బాపు రూప్‌కరణ్ దవాఖానాకు పోయి ఆయన చేతుల్లల్ల మిగిలిపోయిన రెండు ఇంజక్షన్లు పెట్టి, కండ్ల నీళ్లు కారుతుంటే నిశ్శబ్దంగ రెండు చేతులు జోడించి దండం పెట్టి ఇంటికి వచ్చినాడు.

కొద్ది రోజులకు బాపు వాడి బడికి పోయి ఇంక వాడు లేడన్న సంగతి అందరికి చెప్పినాడు. క్లాస్ టీచర్ బాధపడుకుంట వాని ప్రోగ్రెస్ రిపోర్ట్‌ను అందించినాడు.

'రమణుడు' పాస్ అయినాడు.

ఆ రిపోర్ట్‌ను బాపు చాల కాలం భద్రంగ దాచి పెట్టుకున్నడు – ఫోటో కూడ లేని ఆ కొడుకు నిషానీగా. ఆ తర్వాత స్వామికి ఇద్దరు తమ్ముళ్లు. జ్ఞాని, మధులు పుట్టినా అమ్మ 'రమణుడిని' మాత్రం మరువలేదు. ప్రతి రంగుల పండుగ నాడు వాన్ని యాది చేసుకొని ఏడుస్తనే ఉంటది. తన మాట ఎవరైన వినకపోతే 'రమణుడి' బొంద దగ్గరికి పోయి చచ్చిపోత అని బెదిరిస్తుంటది.

స్వామి ఇంట్ల రంగుల పండుగ ఎప్పుడూ జరగదు.

అట్ల పోయినోళ్లు పోంగ, పోంగ చిక్కిన మొగపిల్లల్ల మొదటివాడు స్వామి. అమ్మ ఆడపిల్లల మీద కన్నా మొగపిల్లల మీదనే ఎక్కువ ఇష్టం చూపేది. ఆ ఇష్టమే స్వామి విషయంల 'అతి జాగ్రత్తలు' తీసుకునేటట్లు చేసింది.

❖ ❖ ❖

ప్రత్యేక తెలంగాణా ఉద్యమం హింసాపూరితంగ మారుతున్నది.

మార్చి 23 తెల్లవారుజామున ఉస్మానియా యూనివర్శిటీ విద్యార్థులు జామే ఉస్మానియా రైల్వే స్టేషన్‌పైన దాడి చేసినారు. అక్కడ లంకా దహనం జరిగింది. ప్రమాదవశాత్తు ఆ మంటలల్ల చిక్కుకుని ఇద్దరు ఇంజినీరింగ్ విద్యార్థులు మృతి చెందినారు. అండ్ల ఒకతను ప్రకాశ్‌కుమార్ జైన్. ఇరవై ఒక్క సంవత్సరాల వయస్సు. ఇంజినీరింగ్ మూడో సంవత్సరం విద్యార్థి. ఇతని స్వగ్రామం ఖమ్మం జిల్లా గార్ల. తల్లితండ్రులకు ఏకైక పుత్రుడు. హైద్రాబాద్ అన్వరులూం కాలేజీలో పియుసి చదివి ఉస్మానియాల ఇంజినీరింగ్ చేస్తున్నడు. చాలా అందమైన యువకుడు. సంగీతం, నృత్యం అతని అభిరుచులు. దేశానికి దక్కాల్సిన ఒక యువ ఇంజినీరు తెలంగాణా ఉద్యమ హోమంల సమిధగ మారి ఆహుతయ్యిండు. అతని మరో మిత్రుడు పాశం సర్వారెడ్డి. మహబూబ్‌నగర్ జిల్లా గద్వాల తాలూకాల చెంగనపల్లి అతని స్వగ్రామం. ఉస్మానియాల ఇంజినీరింగ్ నాలుగో సంవత్సరం విద్యార్థి. తల్లిదండ్రుల్ని, ముగ్గురు తమ్ముళ్లను, ఇద్దరు చెల్లెళ్లను వదిలి ఆ ఇంటికి పెద్ద కొడుకు తన మిత్రుడు ప్రకాశ్ కుమార్ జైన్‌తో కనపడని లోకాలకు వెళ్లిపోయినాడు. యువకులు సాకబోసిన రక్తంతో తల్లి తెలంగాణా ఎరుపెక్కింది.

స్వామికి ఒక రోజు ఒక అందమైన కవర్ పోస్టుల వచ్చింది. అది స్వయంగ తయారు చేసిన ఆర్టిస్టిక్ కవర్. ముత్యాలసరాల్లాంటి అందమైన అక్షరాలు. తిలక్ అన్నట్లు వెన్నెల్లో ఆడుకునే అందమైన ఆడపిల్లల్లాంటి అక్షరాలు. అడ్రసు కూడ మూడు నాలుగు రంగుల పెన్నులతో రాసినట్టుంది. కవరుకు నాలుగు మూలల పువ్వులు, నక్షత్రాల డిజైన్లు. ఇంత అందమైన లెటర్ నాకెవరు రాసినారబ్బా అని వెనుక వైపు ఫ్రం అడ్రసు చూస్తే వేణు, రంగ్రేజీ బజార్, లష్కర్ అని ఉంది. స్వామికి ఆనందం కలిగింది. వేణు తనని మరిచిపోనందుకు, లెటరు రాసినందుకు. ఫుర్‌సత్‌గ దీవాన్‌ఖానల ఆరామ్ కుర్చీల కూచుని కవర్ జాగ్రత్తగ విప్పినాడు – లోపలున్న ముత్యాలు రాలి నేల మీదికి ఒలికిపోతాయేమో అన్నంత జాగ్రత్తగ.

ఆల్‌ఫూల్స్ డే. 1969

రంగ్రేజి బజార్,

లష్కర్

ప్రియమైన స్వామీ !

100 నాలు.

ముందు రక్షకభటులకు కృతజ్ఞతలు. మనలను స్నేహితులుగ కలిపినందుకు.

నిన్ను యాదగిరిని మీ సాహిత్యాభిమానాన్ని నేను మరిచిపోలేదు. అందుకే నయాపూల్ మీద నుండి మీ శాలిబండకు నడిచి రాకుండ ఇట్ల ఈ అక్షరాల వంతెన మీద నుండి నీ హృదయంలకు నడిచి వస్తున్నాను. ఇది ఔర్ ఏక్ నయాపూల్. దూరాలను కలిపే దారాలే ఈ ఉత్తరాలు. కలం స్నేహం కలకాలం నిలిచే స్నేహం అని బలంగ నమ్ముతను.

సత్యశోధన, సత్యసందర్శనం అంత సులువైందేమీ కాదు. ఏ సత్యమూ సంపూర్ణం కాదు. ప్రతి సత్యమూ సాపేక్షికమే. సత్యం అఖండం కాదు. దానికి అనేక కోణాలుంటవి. అనేక పార్శ్వాలుంటవి. పాలునీళ్లు, తెలుపునలుపూ అన్నంత స్పష్టంగ ఏ సత్యమూ ఉండదు. సత్యం స్పష్టంగా గాక సంక్లిష్టంగనే ఉంటది. సత్యసందర్శనానికి వంద కళ్లు, సత్యశోధనకు వెయ్యి మెదళ్లు కావాలె.

ఈ 'సోది' అంతా ఎందుకు రాస్తున్ననంటే ఏప్రిల్ ఐదున సాయంత్రం ఆరు గంటలకు ఇక్కడ అంజలీ టాకీస్ చౌరస్తా వద్ద ఉన్న బూర్గు మహాదేవ్ హాలుల కమ్యూనిస్టు పార్టీ వారి మీటింగ్ ప్రత్యేక తెలంగాణా అంశంపై జరుగనుంది. వారు విశాలాంధ్ర, సమైక్యతా వాదులన్న సంగతి మనందరికి తెలుసు. అయినా వారి వాదన కూడ ఏమిటో తెలుసుకుంటేనే నాణాన్ని రెండు వైపుల చూసినట్టుంటుంది. తెలుసుకున్నట్టు ఉంటుంది. అందుకే పై తాత్విక చింతనను నీ ముందు ఉంచినాను.

వంద పూలు వికసించనీ

వెయ్యి ఆలోచనలు సంఘర్షించనీ.

మనం విషయాలను తెలుసుకునే విద్యార్థులుగ ఆ సభకు హాజరు కావాలని నా కోరిక. ఆ హాలు మా 'గరీబ్‌ఖానా'కు చాలా దగ్గర. యాదగిరికి కూడా లెటరు రాస్తున్న. వీలైతే అతణ్ణి కూడ తీసుకురాగలవు. 'అతనొక వాకింగ్, టాకింగ్ లైబ్రరీ'. మధ్యాహ్నానికే మా ఇంటికి రండి. కాసేపు కడుపునిండా మాట్లాడుకుందాం.

అంజలీ టాకీసు చౌరస్తాల ఉన్న జ్యోతి ఫొటో స్టూడియో పక్క సందుల దూరి 'వేణు' అని ఎవర్నడిగినా మా ఇల్లు చూపిస్తరు. ఎందుకంటే

వేణూ మేరా నామ్

దోస్తీ మేరా కామ్

ప్రేమతో ఎదిరిచూస్తూ

నీ

వేణు

9

టాంగ్ టంగ్, టాంగ్ టంగ్ – చిట్కుం చిట్కుం రకరకాల సమ్మెట పోట్లు. కర్వాయిలకు సర్వలను, చెంబులను దూర్చి సుత్తెతోటి మట్నగొట్టే చప్పుళ్లు. పొగరతోటి రంధ్రాలు చేస్తున్న ధ్వనులు. సుత్తి, డాకలి, కొరడు, రకరకాల పట్టకారుల సంగీత నాదాలు. సికింద్రాబాద్ కంచరి బస్తీల ఆ 'బాడా'లో శ్రామిక జనజీవన సౌందర్య సంగీతం. శ్రమతో, అద్భుత కళానైపుణ్యంతోటి సృష్టించబడుతున్న గంగాళాలు, తాంభాళాలు, కొప్పెరలు, నీళ్లు కాగబెట్టుకునే బైలర్లు, బిందెలు, చెంబులు, తలెలు, పాన్‌దాన్‌లు – ఒగల్‌దాన్లు. అదొక 'ఆర్టిసాన్స్' కమ్యూన్‌లాగ కనబడుతుంది. నైజాం కాలంలనే బతుకు బాటను వెదుక్కుంట పల్లెల నుండి పట్నానికి వలస వచ్చిన వృత్తికళాకారులు వాళ్లు. స్వాముల వారి లింగోటం, పంతంగి, చండూరు, నారాయణపురం, దుబ్బాక, పెంబర్తి, సిద్ధిపేట, వరంగల్లు వాళ్ల మాతృస్థావరాలు.

బాడా అనే పదం బహుశా మరాఠీ భాష నుండి వచ్చిందేమో. తెలుగుల వాడకు దగ్గర ఉంటది. కొన్ని ఇండ్లు కలిస్తే ఒక బాడా. కొన్ని బాడాలు కలిస్తే ఒక బస్తీ. రంగ్రేజ్‌బజార్ కంచరిబస్తీల అదొక బాడా. వేణు ఇల్లు అండ్లనే వుంది. అరలు అరలుగ గదులు. ప్రతి కుటుంబానికి రెండు లేదా మూడు చిన్న చిన్న అగ్గిపెట్టెలసొంటి గదులు. అవే వారి నివాసాలు. అవే వారి కార్యక్షేత్రాలు. వాళ్ల ఇంట్ల కాలు పెట్టంగనే ఆహ్వానించే సుత్తె దెబ్బల లయబద్ధ సంగీత ధ్వనులు. అక్కడ జరిగే జనజీవన జగన్నాటకానికి నేపథ్య సంగీతం అది.

వేణు కోరిక ప్రకారం ఏప్రిల్ ఐదున యాదగిరిని వెంట బెట్టుకుని స్వామి వేణు ఇంటికి పోయినాడు. యాదగిరికి సైకిల్ లేదు. అతి బీద కుటుంబం అతనిది. వాళ్ల నాయిన పచ్చగడ్డి అమ్ముకునే ఎడ్లబండిని తోలుతడు. తను చదువుకునే ధర్మవంత్ స్కూలుకు 'గ్యారా నంబర్ బస్' పైన్నే పోతుంటడు. టెక్స్‌ట్ బుక్కు వుంటే నోట్ బుక్ వుండదు. నోట్ బుక్ వుంటే టెక్స్‌ట్ బుక్ వుండదు. మరి అంత తెలివి ఎక్కడ్నుంచి వచ్చిందో దేవునికే తెలుసు. హమేషా చెయిన్ పడిపోతుండే స్వామి కటారా సైకిల్ మీద డబుల్ సవారీ. ఇద్దరూ వంతులవారిగ ఓపిక కొద్దీ సైకిల్ తొక్కుకుంట అంజలీ టాకీస్ చౌరస్తా గల్లీల కంచరిబస్తీకి చేరుకోంగనే చెమటలతో, అలసటతో తోపతోప అయినారు. ఏప్రిల్ ఎండలకు దాహం. దాహం. స్వామి ముఖం ఆ ఎండకు ఎర్రగ కంది రాగి రంగుకు మారింది. అంగీ భుజాలతోనే ముఖానికి పట్టిన చెమటలు తుడుచుకుంట ఆ ఇంట్లకు ప్రవేశించినారు.

చాప పరిచిన చిన్న గదిల వేణు సక్లం ముక్లంగ కూచోని ఏదో రాసుకుంటున్నడు. వాళ్లను చూడంగనే వికసించిన నల్ల గులాబీలాగ నవ్వేసినాడు. ఆనందంతో తబ్బిబ్బయి

కావలించుకున్నడు. వాళ్ళిద్దర్ని చాప మీద కూచుండబెట్టినాడు. అది అతి చిన్న గది. ఆరు బై ఆరు అడుగులు వుందేమో. అటు ఇటు గోడలకన్నీ గూళ్లే. తలుపులు లేని అరలు. అండ్ల పుస్తకాలు. డైరీలు. పాత పేపర్లు కట్టలు కట్టలుగ వున్నై. ఆ పాత పేపర్లను అమ్మకుండ జాగ్రత్తగ ఫైల్ చేసినట్టుంది. డైరీలు ఎన్ని సంవత్సరాలవో! ఎన్ని పుస్తకాలో! ఆరుగురు నిలబడితే సరిపోయే గది. నలుగురు కూచుంటే సరిపోయే గది. ఇద్దరు పడుకొంటే సరిపోయే గది. ఒక్కరికైతే జైల్లో సాలిటరీ సెల్ లాంటి గది. గదిలో నా మదిలో మది గదిలో. గది మదిలో ఇల్లు. ఇల్లు ఇరకటమైతే మనుసులు ఇరకటమా? గరీబ్‌ఖానా. "మానా అప్న జేబ్ సే గరీబ్ హై. ఫిర్‌భీ యారో దిల్ సే హమ్ అమీర్ హై." యస్ యస్. ఔను నిజం. ఔను నిజం. నీవన్నది నిజం నిజం. వేణు బహుత్ అమీర్ హై. ఆ ఇల్లు వీణాపాణి సరస్వతీ నిలయం. వాగ్దేవీ ఆలయం. బాసర దేవాలయం. పుస్తకాలు లేని ఇల్లు ఇల్లేల ఔను? ఆడంబరాల ఇల్లు ఇల్లేల ఔను? గేహమొక నందనము. ఆ నందనవనంల పూలన్నీ పుస్తకాలే. ఇంటికొచ్చిన అతిథుల్ని పలకరించి పులకరింపజేసే పుస్తకాలు. ఆ పుస్తకాలల్ల దాగిన లక్షల లక్షల అక్షర లక్షలు. లక్షల మెదళ్లను కదిలించే అక్షరసత్యాలు.

వేణు అమ్మ తళతళ మెరిసే ఇత్తడి చెంబుల చలచల్లటి మంచినీళ్లు తెచ్చింది. దాహం దాహం సముద్రాలన్నీ ఔపోశనబట్టినా తీరని దాహం. మంచి తీర్థం. అతి పవిత్రమైన, అతి శుభ్రమైన హిమానీ నదుల గంగాజలం. జలం జీవం. గటగటా గటగటా. కడుపు చెరువయ్యేలాగ నీళ్లు తాగినారు. వేణు అమ్మ తల్లి ప్రేమ నిండిన తెలతెల్లని పెద్ద పెద్ద కండ్లతో... "ముందు అన్నం తినుండ్రి బిడ్డా. ఆకలవుతుండొచ్చు" అన్నది. ఎక్కడిదీ సంస్కారం? మెహమాన్ జో అప్నా హోతా హై జాన్ సే ప్యారా హోతా హై. కాశీ దేవాలయంల మాతా అన్నపూర్ణేశ్వరీ దేవిలాగ ఆమె ప్రత్యక్షం. తళతళ మెరుస్తున్న పెద్ద పెద్ద ఇత్తడి పళ్లాలల్ల పొగలు గక్కుతున్న వేడి వేడి అన్నం. తెల్లని సన్నబియ్యపు మల్లెపూల అన్నం. పసుపు పచ్చగ బంగారంలాగ మెరిసే మేలిమి పప్పు. ఎర్రెర్రగ కాంతులీనే మామిడికాయ పచ్చడి. చల్లటి తల్లి లాంటి తెలంగాణ పచ్చిపులుసు. అంచుకు చల్ల మిరపకాయలు. తెల్లటి చందమామ లాంటి గడ్డ మీగడ పెరుగు. అంతా కలిస్తే అమృతోపమాన భోజనం. షడ్రుచుల సాపాటు ఏర్పాట్లు. వొచ్చిన ప్రయాణపు అలసటంతా హుష్‌కాకీ. అన్నం పరబ్రహ్మ స్వరూపంలాగ భక్తితోటి, శ్రద్ధతోటి అన్నం తినే పద్ధతి స్వామిని ఆకర్షించింది. ఏం తింటున్నామో కాదు ఎట్లా తింటున్నామో కూడా ముఖ్యం. భోజనాన్ని కళాత్మకంగ ఆస్వాదించడం, భక్తిశ్రద్ధలతో సేవించటం, పూజించటం. భోజనం కూడ ఒక మెడిటేషనేనా! గెట్ ఎంజాయ్‌మెంట్ ఎట్ ఎవ్రీ బైట్. ఒక్క మెతుకు కింద పడకుండ, చివరికి శుభ్రంగ తుడిచిన అద్దంలాగ పళ్లెం. చేతికి అంటకుండ వేళ్లతో మాత్రమే కలుపుకుని భోజనం చేసే నవాబుల పద్ధతి. ప్రతిదీ ఒక పద్ధతి ప్రకారంగ. ఈ

సుతారితనం ఎక్కడ్నుంచి వస్తుంది? తను రాసే ప్రతి లెటరుల ఆ అందమైన ముత్యాల సరాల చేతి రాత ఎట్ల అబ్బింది? కవిత్వం, రచనల విషయంల ఆ సన్నపోగారు నిపుణత్వం ఎండ్ల నుండి వచ్చింది? మిత్రులతో స్నేహాన్ని ఒక లలిత కళలాగ సాధన చేసే గుణం ఎందుకు వచ్చింది? ఈ ప్రవృత్తి కులవృత్తుల నుండి వచ్చిందేనా? ఆ ఓపిక, నేర్పు, నైపుణ్యం, కళాత్మకత నిత్య జీవితంల అన్ని పాయలల్ల, అన్ని పొరలల్ల ప్రతిఫలిస్తదేమో? ఒక అంతర్గత అనివార్య స్వభావంగ రూపుదిద్దుకుంటయేమో? కులాలను ఒక పాజిటివ్ కోణం నుండి పరిశీలిస్తే ఈ సత్యాలు బయటపడుతయేమో!

ముగ్గురు ఆనందంగ భోజనం చేసి, భుక్తాయాసంతోటి గోడకు ఆనుకుని కాళ్లు బారచాపుకుని కూచున్నరు. ఇంతల వేణు చిన్న తమ్ముడు బ్రహ్మచారి బజారుకు పోయి మీఠా పాన్లు పట్టుకొచ్చినాడు. రుచికరమైన భోజనానికి మీఠాపాన్ ఒక అందమైన ముక్తాయింపు.

వేణు తన 'జీవితకథ'ను చెప్పడం మొదలు పెట్టినాడు. స్వామి, యాదగిరిలు శ్రద్ధగ వింటున్నరు.

మా నాయన పేరు వీరబ్రహ్మం. నల్లగొండ జిల్లాల చండూరు ఆయన స్వగ్రామం. చాలా కష్టపడి వృత్తిపని నేర్చుకుని నైపుణ్యం సాధించినా ఆర్థిక పరిస్థితి అంతంత మాత్రంగనే ఉండేది. పని దొరకని రోజులల్ల దేవుడి గుడి ప్రసాదంతోటే ఆ దినం గడిపేటోడు. చివరికి కూలి కోసం, కూటి కోసం పట్నానికి వలస వచ్చి ఈ సికింద్రాబాద్‌ల కంచరి బస్తీ చేరుకున్నడు.

'కులవృత్తికి సాటి రాదు గువ్వలచెన్నా' అన్నట్లు తొందరగనే తన వృత్తి పనిల స్థిరపడినాడు. ఇంట్లనే కొలిమి పెట్టి రకరకాల వెండి, ఇత్తడి గృహోపకరణాలను తయారు చేసేటోడు. ప్రతి రోజూ 30 రూపాయలు సంపాదించెటోడు. ఆ కాలంల 30 అంటే చాల పెద్ద సంపాదన. కానీ ఏం లాభం? రేపటి కోసం దాచి పెట్టుకునే తత్వం ఆయనకుండేది కాదు. ప్రతి పూట ఎవరో ఒక అతిథి లేనిదే భోజనానికి కూర్చునెటోడు కాదు. పద్యాలు చదివే భట్రాజులు, పంచాంగాలు రాసే బ్రాహ్మణులు వారాలు, నెలల తరబడి మా ఇంట్లనే ఉండెటోళ్లు. లోపం లేకుండ మర్యాదలు జరిగేవి. వారు తిరిగి వెళ్లేటప్పుడు వాళ్లకు సంభావనలు కూడ అందేవి.

వాళ్లే గాక ఆయనకు అనేకమంది శిష్యులు ఉండెటోళ్లు. కుగ్రామాల నుండి వచ్చిన వారందరినీ కాదనకుండ, పొమ్మనకుండ స్వంత బిడ్డలోలె ఆదరించి ఇంట్లనే ఉంచుకొని భోజనం పెట్టి పని నేర్పించేటోడు. వారు నైపుణ్యం పొంది, ఉపాధి సంపాదించిన తరువాత వారికి పెళ్లిల్లు చేసి ఒక ఇంటి వారైన తరువాత వారిని బయటకు పంపేటోడు. 'ప్రతి ఊరికి ఒక ఇల్లు కట్టాలె' అని ఆయన తరుచూ అనేటోడు. దాని అర్థం ఇదే. తన

శిష్యులకు ఎప్పుడన్న చద్దన్నం పెడితే మా అమ్మను కోప్పడి వాళ్లకు వేడి అన్నం పెట్టించి తను ఆ చద్దన్నం తినేటోడు. అదీ ఆయన దాతృత్వం. ఒకసారి ఒక శిష్యుడు పైసలు దొంగతనం చేస్తే అందరూ వాణ్ణి అసహ్యించుకొని ఇంట్ల నుండి వెళ్లగొడుతుంటే 'వానికి పెరుగన్నమైనా పెట్టండి. ఊరికి చేరుకునే సరికి ఆలస్యమవుతది' అని వాణ్ణి వెనకేసుకొచ్చినాడు. శిష్యుడు దొంగైనా ఆయనకు ప్రేమ, జాలి తగ్గలేదు.

ఆయన మనుషుల్నే కాదు జంతువులను కూడ అట్లనే ప్రేమించేటోడు. మా ఇంట్ల 'నాజ్' అనే పెంపుడు కుక్క ఒకటుండేది. నాయనకు దానికి మంచి దోస్తీ. ఒకసారి మేము దానిని ఇంట్లనే పెట్టి మా ఊరు చండూరుకు పోతుంటే మాకు తెలుపకుండనే మమ్మల్ని వెంబడించి మా బస్సు వెనకనే నగరం పొలిమేరల వరకు పరుగెత్తుకొచ్చింది. డ్రైవర్ గమనించి బస్ ఆపినాడు. మేం దానిని మల్లా బస్సుల ఎక్కించుకుని ఊరికి తీసుకుపోయినాం. అది చనిపోయినప్పుడు నాయిన దానికి మనిషికి జరిపించినట్లే అంత్యక్రియలు జరిపించినాడు. మా ఆచారం ప్రకారం పూలపల్లకీల దానిని కూచోబెట్టి ఊరేగించుకుంట అందరూ దాని వెనక నడుస్తుండగ స్మశానానికి తీసుకపోయి సమాధి చేసినాడు. ఆ దృశ్యాన్ని చూసి ప్రజలంత ఆశ్చర్యపోయినారు. అదీ మా నాయన సంస్కార హృదయం, గొప్పతనం.

నేను ఇంటికి పెద్ద కొడుకును. అ,ఆల నుండి పెద్ద బాలశిక్ష దాక మా బస్తీల ఉన్న కొత్త ఎల్లయ్య గుడిలోని సాతాని పంతులు బడిలనే చదువుకున్న, తరువాత ఒకటో తరగతి నుండి హెచ్.యస్.సి. వరకు కళాసిగుడా గవర్నమెంటు హైస్కూలు. ఆ రోజులల్ల అది చాలా మంచి గవర్నమెంటు స్కూలు. ఆ స్కూలుల తెలుగు, ఇంగ్లీషు రెండు మీడియంలు ఉండేవి. ధనవంతుల పిల్లలు, తమిళ పిల్లలు ఇంగ్లీషు మీడియంల ఉండెటోళ్లు.

మేము ఆరవ తరగతిల ఉన్నప్పుడు నాకు, నా స్నేహితులకు ఇంగ్లీషు మీడియంల చదువుకోవాలని బలంగ కోరిక కలిగింది. ఆరవ తరగతి పాస్ కాంగనే వేసవి సెలవులల్ల ఒక రోజు మా క్లాస్ టీచర్ విశ్వనాథం సార్ ఇంటికి పదముగ్గురం కలిసి పోయినాం. మాలో ఒక మిత్రుడు దయానంద్. అతను ఆర్యసమాజ ప్రభావిత కుటుంబం నుండి వచ్చినవాడు కావున నాయకత్వ లక్షణాలు బాగ ఉండేవి. అతని తర్వాత నేను. మేమిద్దరం ఆ సారుకు మా అభిప్రాయం స్పష్టంగ చెప్పినాం. ఆయన ముందు ఆశ్చర్యపోయి ఆ తర్వాత తీవ్రంగ వ్యతిరేకించినాడు. క్లాసుల ర్యాంకులు తెచ్చుకునే మీరు ఇంగ్లీషు మీడియం చదవలేక వెనకబడుతరని, ఫెయిల్ అవుతరని భయపెట్టినాడు. మాలో ఒకరిద్దరిని రెండు మూడు ఇంగ్లీషు పదాలకి స్పెల్లింగులు అడిగినాడు. ఎవరం సరిగ్గ సమాధానం చెప్పలేకపోయినం. 'చూస్తిరా మీ స్థాయి? మీరు ఇంగ్లీషు మీడియంల నెగ్గలేరు' అని నిరుత్సాహపరచటానికి ప్రయత్నించినాడు. అయినా మేము వినలేదు. తెల్లారి స్కూలుకు

పోయి హెడ్ మాస్టర్ ఫిలిప్స్ గారిని కలిసినం. ఆయనది మరో వాదం. మేం ఇంగ్లీషు మీడియంల చేరితే, తెలుగు మీడియంల సంఖ్య తగ్గుతదని ఆయన బాధ. ఆయన ఎటూ తేల్చుకోలేక ఇంగ్లీషు మీడియం క్లాస్ టీచర్ జగన్నాథంగారిని పిలిచి మా సంగతి వివరించినాడు. మా ఇంగ్లీషు భాషా స్థాయిని తెలుసుకునేందుకు ఆయన ఒక రాత పరీక్షను ఏర్పాటు చేసినాడు. అందరం రాస్తే సగం మందిమి మాత్రమే పాస్ అయినం. సగం ఫెయిల్ అయినం. నాకు, దయానంద్‌కు మంచి మార్కులు వచ్చినై. పాస్ అయినవాళ్లనే తీసుకుంటమని జగన్నాథం సార్ మరో కొత్త పేచీ పెట్టినాడు. చేరితే అందరం చేరుతం లేదంటే మా అందరికీ టి.సి.లు ఇవ్వండి ఇంకో స్కూలుల చేరుతం అని మొండికేసినం.

విషయం పెద్దలకు చేరింది. "ఇంగ్లీషు మీడియం గొప్పోళ్ల చదువనీ, ఇంట్ల ఇంగ్లీషు మాట్లాడే పిల్లలే అది చదువగలర"ని వాళ్లు కూడ మమ్మల్ని సముదాయించటానికి ప్రయత్నించినారు. ఒక వేళ ఆ స్కూలు వదిలితే వేరే గవర్నమెంటు స్కూళ్లల్ల ఇంగ్లీషు మీడియం లేదు. ఇంక దాని కోసం ప్రైవేటు స్కూళ్లల్లనే చేరాలె. ప్రైవేట్ స్కూళ్లల్ల ఫీజులు అధికం. వాటిని తాము కట్టలేమని తల్లిదండ్రుల బాధ. మోండా మార్కెట్ల ఉదయం సాయంత్రం కూలీ పని చేసి, కూరగాయల మూటలు మోసి మా ఫీజులు మేమే కట్టుకుంటమని మా వితండ వాదన. చివరికి మా మొండి పట్టు గెలిచింది. అదే స్కూలుల పదముగ్గురం ఇంగ్లీషు మీడియం క్లాసుల చేరినం. ఒక్క సంవత్సరంలనే అందరం బాగా పికప్ అయ్యి ఆ క్లాసుల ఉన్న 'క్లెవర్ల' నోర్లు మూయించినం. ర్యాంకులు తెచ్చుకున్నం. జీవితంల అది నా మొదటి విజయం. ఇతరుల కోసం పోరాడటంల ఉన్న ఆనందం నాకు మొదటిసారి తెలిసింది.

నేను ఎనిమిదో తరగతి చదువుతున్నప్పుడు అప్పటి ప్రధాని పండిట్ జవహర్ లాల్ నెహ్రూ చనిపోయినారు. 1964 మే 27. ఆ దినం నాకు బాగ జ్ఞాపకం. స్కూలు నుండి రాంగనే ఏదో పని మీద మా నాయిన పక్క బస్తీ ఘాస్ మండీకి నన్ను పంపినాడు. బాగా ఆకలవుతుంది. అయినా వచ్చిన తరువాత తినొచ్చని అట్లనే బయలుదేరినాను. రోడ్డు మీదికి రాంగనే గుంపులు గుంపులుగ జనం. విచారంగ, మెల్లగ మాట్లాడుకుంటున్నరు. అందరూ చిన్నబోయి కనిపిస్తున్నరు. "ఏమైంది?" అని ఒక దుకాణం సేఠ్‌ను అడిగిన.

"తెలువదా? చాచా నెహ్రూ చనిపోయిండు" అని అతను విచారంగ చెప్పినాడు. ఆ మాట వినంగనే నాకు పల్లున దుఃఖం వచ్చింది. పధ్నాలుగు నవంబర్ పిల్లల దినం జ్ఞాపకం వచ్చింది. చాచా నెహ్రూ తన కోటుకు పెట్టుకునే ఎర్ర గులాబీ జ్ఞాపకం వచ్చింది. కండ్ల నీళ్లు నా చెంపలను తడి తడి చేస్తున్నయి. ఇంతల కొంతమంది ఒక గుంపుగ అటు వచ్చినారు. వాళ్ల చేతుల్ల నెహ్రూ చిత్రపటం. దానికో ఎర్రగులాబీ దండ. అందరూ

దుకాణాలు మూసేస్తున్నరు. ఆ గుంపు ఊరేగింపుగ మారి ముందుకు కదులుతుంది. నాకు తెలియకుండనే నేను వారితో పాటు కలిసి నడుస్తున్న. చెప్పిన పని మరిచిపోయిన. నెహ్రూ ఒక్కడే నన్ను ఆవరించుకున్నడు.

'పండిత్ జవహర్‌లాల్ నెహ్రూ అమర్ హై' నినాదాలు. నా లేత గొంతు ఆ ఘోషల కలిసిపోయింది. నవభారత నిర్మాణానికి కలలు గన్న నెహ్రూ. తెలంగాణాల ఆంధ్ర విలీనాన్ని అనుమానించిన నెహ్రూ. ఆనాటి యువతరానికి తిరుగులేని నాయకుడు నెహ్రూ. సమసమాజం కోసం కలలు గన్న నెహ్రూ. చైనా దాడితో చిన్నబోయిన నెహ్రూ. ప్రతిపక్షం విమర్శలతో గుండె చెదిరిన నెహ్రూ. బ్రెయిన్ హెమరేజ్‌తో కన్ను మూసిన నెహ్రూ. ఆ ఊరేగింపు చిన్న పాయలాగ మొదలై నదిగ మారి సముద్రంగ విస్తరించి ట్యాంక్‌బండ్‌కు చేరుకుంది. అక్కడ నెహ్రూ చిత్రపటాన్ని హుస్సేన్‌సాగర్ నీళ్లల్ల నిమజ్జనం చేసినారు. విషాద వదనాలతో వెను తిరిగినారు. అప్పటికే సాయంత్రం అయ్యింది. పొద్దున కూడ తినిపోలేదు. నీరసం. ఆకలి. కాళ్ల నొప్పులు. కండ్లు గిరగిరా తిరిగి నేలపై పడి బేహోష్ అయిపోయినాను. ఎవరో రెండు చేతుల్లో ఎత్తుకొని ఫుట్‌పాత్‌పై పండబెట్టి చల్లటినీళ్లు మొహంపై చల్లినారు. తేరుకున్నంక ఇల్లు చేరుకున్న.

అట్ల ఆవరించిన నెహ్రూ నన్ను విడిచిపోలేదు. జీవితంల మొదటిసారిగ నా పధ్నాలుగేళ్ల వయస్సుల నెహ్రూ మీద కవిత రాసుకున్న. అది వచన కవిత. రచయిత నెహ్రూ, స్వాప్నికుడు నెహ్రూ, యాత్రికుడు నెహ్రూ, చాచా నెహ్రూ నన్ను కవిగ మార్చినాడు.

అప్పటికే నేను భజన సంఘంల చేరి భజనలు చేసెటోడిని. పూజల రంగయ్య అనే పెద్దాయన ఆ భజనలు చేసెటోడు. నా నెహ్రూ కవిత మొదటి సారి ఆయనకు వినిపించినాను. ఆయన చాలా సంతోషించి మిగతా సభ్యులందరి ముందు పదే పదే ఆ కవితను నాతో చదివించినాడు. నెహ్రూ విషాదం ఇంకా ఎవర్నీ వీడని ఆ సమయంల నా కవిత అందర్నీ అలరించింది. ఈ నోటా ఆ నోటా ఆ వార్త మా ఇంట్లకు వ్యాపించింది.

మా నాయిన సంతోషానికి అంతు లేదు. కొలిమి ముందు పని చేస్తున్న వారందరి ముందు నాయిన నాతోని ఆ కవితను పదే పదే చదివించెటోడు. ఆ తరువాత కొద్ది రోజులకే మా బస్తీల మున్సిపల్ ఎన్నికల హడావుడి మొదలయ్యింది. మా బస్తీల కాంగ్రెసు లీడర్లందరూ ప్రచారపు వేదికల మీద నాతో ఆ కవిత చదివించి చప్పట్లు కొట్టించెటోళ్లు. అట్ల నేను అనుకోకుండనే కవినైపోయిన.

సాహిత్యం విషయంల దయానంద్ నాకు మంచి దోస్తు. వివేకానందుడి పుస్తకాలు చదవమని ఇచ్చేటోడు. మా కొలిమి వద్ద పని చేసే మల్లయ్య మామ నాకు మొదటిసారి శ్రీశ్రీ మహాప్రస్థానాన్ని చదవమని ఇచ్చినాడు. అండ్ల 'కవితా ఓ కవితా' ఔపోసన పట్టిన. చాలా రోజులు శ్రీశ్రీ నన్ను వెంటాడి వేధించినాడు. కవిత్వ తృష్ణను రగిలించినాడు. నా సాహితీప్రియత్వాన్ని గమనించిన నాయిన నన్ను లెక్చరర్ కావాలని దీవించినాడు.

కాని కాలం మాకు కలిసి రాలేదు. నేను హెచ్‌యస్‌సిలో ఉండంగనే నాయినకు పక్షవాతం వచ్చింది. మంచంల పడ్డడు. అనుకోని దుర్ఘటన. ఇల్లు నడిపే బాధ్యత నా లేత భుజాల మీద పడింది. రెక్కాడితే గానీ డొక్క నిండని బతుకు. చదువుకుంటనే అన్ని రకాల పనులు చేసిన. దయానంద్ సహకారంతోటి ఒక బైండింగ్ షాపుల బైండర్‌గ పనిచేసిన. నెలకు 40 రూపాయల జీతం. అక్కడనే మరో స్నేహితుడి పరిచయం. అతను ఉత్తర భారతదేశానికి చెందినోడు. అతనొక నిరంతర సంచారి. ముసాఫిర్. దేశ సంచారం చేస్తూనే తన దారి భత్యాన్ని సంపాదించుకునేటందుకు అనేక పనులు చేసేటోడు. అండ్ల ఈ బైండింగ్ పనొకటి. అతని మీద రాహుల్ సాంకృత్యాయన్ ప్రభావం అధికంగ ఉండేది. అనేక సంగతులు లోకం మీది ముచ్చట్లు చెప్పేటోడు.

ఆ తరువాత నెలకు 60 రూపాయల జీతంతోటి పెట్రోలు బంకుల ఫిల్లర్‌గ పనిచేసిన. అక్కడ పనిచేస్తున్నప్పుడే హెచ్‌యస్‌సి రిజల్ట్సు వచ్చినై. ఫస్ట్ క్లాస్‌ల పాస్ అయిన. తరువాత కొద్ది రోజులకే నాయిన కాలం చేసినాడు. అమ్మ అప్పటికే రకరకాల రంధులతో ఆరోగ్యం చెడిపోయి ఎర్రగడ్డ ఛాతీ ఆసుపత్రిల ఇన్‌పేషెంట్‌గ ఉండె. చిన్న చిన్న తమ్ముళ్లు, చెల్లెళ్లు మొత్తం నలుగురు. నాయిన పోయిన వార్తను అమ్మకు దవాఖానాల నేనే చెప్పి అంత్యక్రియలకు తీసుకొచ్చిన. అటువంటి పరిస్థితి ఏ కొడుకుకూ రావొద్దు. ఉద్యోగం చేసుకుంటనే తమ్ముళ్లను, చెల్లెండ్లను చూసుకుంట ఇంటి పనులు చేసుకుంట ప్రతి ఆదివారం అమ్మను చూడటానికి దవాఖానాకు పొయ్యేటోడిని. నాయిన పోయిన తర్వాత చిన్నాయినలెవ్వళ్లూ సహాయం చేసేటోళ్లు కాదు. పైగా సమస్యలు సృష్టించి సూటిపోటి మాటలనేటోళ్లు.

ఎన్ని కష్టాలొచ్చినా చదువును, సాహిత్యం పట్ల అభిరుచిని, మంచి స్నేహితులను వదలలేదు. సికింద్రాబాద్ ఆర్ట్స్ అండ్ సైన్స్ కాలేజీల పి.యు.సి.ల చేరిన. అటు చదువు ఇటు ఉద్యోగం రెండూ కొనసాగించిన. పెట్రోలు బంక్‌ల పనిచేస్తున్నప్పుడు అప్పుడప్పుడు బిల్లులు రాస్తుండెటోడిని. నా అందమైన రాతను చూసి ఒక సేఠ్ దండు బాలనర్సయ్యా ఇత్తడి సామాన్ల దుకాణంల క్లర్క్ ఉద్యోగం చూపించినాడు. అక్కడ నెలకు 80 రూపాయలు ఇచ్చేటోళ్లు.

ప్రస్తుతం ఇప్పుడు రాజేంద్ర అగ్రవాల్ ఆయిల్ మిల్లు అఫ్జల్‌గంజ్ ఆఫీసుల క్లర్క్‌గ పనిచేస్తున్న. ఇక్కడ ప్రారంభంల నెలకు 150 రూపాయల జీతం ఇచ్చెటోళ్లు. అయితే ఈవినింగ్ కాలేజీ చదువు మానేసి రాత్రి ఎనిమిది వరకు పని చేసినట్లయితే మేనేజర్ ప్రమోషన్ ఇస్తమని జీతం బాగ పెంచుతమని కండీషన్ పెట్టినారు. జీతం తక్కువైనా ఫరవాలేదు కానీ చదువు మాత్రం ఆపనని వారికి స్పష్టంగ తెలిపిన. మరో సందర్భంల కాలేజీ ఫీజుల కోసం పుస్తకాల ఖర్చుల కోసం నా జీతాన్ని పెంచమని అడిగితే జీతం

పెంచం గానీ 'ఎడ్యుకేషన్ చారిటీ' కింద సహాయం చేస్తామని తెలిపినారు. నాకు అభిమానం అడ్డొచ్చి 'ఛారిటీ' నాకు అవసరం లేదు. నేను స్వీకరించలేనని స్పష్టంగ చెప్పిన. పేదవాళ్లు చివరికి అన్నీ కోల్పోయినా అభిమాన 'ధనం' మాత్రం కోల్పోవద్దని నా అభిప్రాయం. "తొందరపడకు. చిన్నవాడివి. కావలిస్తే ఇంటికి పోయి మీ అమ్మను అడుగు. నీ ఒక్కడికే కాదు. మేం ఇతర బీద విద్యార్థులకు కూడ ప్రతి సంవత్సరం చదువు కోసం సహాయం చేస్తనే ఉంటాం" అని ఆ సంస్థ అధినేత నాకు నచ్చచెప్పినాడు. అమ్మకు సంగతి చెప్తే అమ్మ కూడ నా అభిప్రాయాన్నే బలపరిచింది. మొదటి నుండీ నాది, అమ్మది ఒక్కటే మాట. ఒకే ఆలోచన. ఆ తరువాత కొద్ది రోజులకు పనిల నా సిన్సియారిటీని గమనించి ప్రస్తుతం నెలకు 230 రూపాయలు జీతం ఇస్తున్నరు. అదే మా అందరికీ జీవనాధారం.

"జీవన్ నయా మిలేగా అంతిమ్ చితా మె జల్‌కే." ఈ వాక్యాన్ని నేను బలంగ నమ్ముతను. మనిషి కష్టాల కొలిమిల కాలీ కాలీ ఇవతలికొస్తేనే నూతన మానవునిగ రూపొందుతడు - అగ్నిపునీత మాదిరిగ. అందుకే నేను కష్టాలను ఇష్టపడత. కంటకావృతమైన కష్టాల బాటనే ఏరి కోరి వరిస్తనని తన జీవిత కథను ముగించినాడు వేణు.

మిత్రుల హృదయాలు విషాదంతోటి బరువెక్కినై. ఇంతల అమ్మ చాయ్ పంపింది. చాయ్ కా మజా చప్పరిస్తుంటే వేణు, దోస్తులు మరో నలుగురైదుగురు అక్కడికి వచ్చినారు. మల్లయ్య మామ, నరేష్, ప్రకాశ్, జై ప్రకాశ్, గౌరీ నరసింహారావులను వరుసగ పరిచయం చేసినాడు. అందరూ కలిసి అంజలీ టాకీస్ చౌరస్తాల ఉన్న బూర్గుమహదేవ్ హాలు మీటింగ్‌కు బయలుదేరినారు.

చౌరస్తా మొత్తం ఎర్రబావుటా ధగధగలతో, నిగనిగలతో సంజకెంజాయ కెంపులతో నిండిపోయింది. మీటింగ్‌కు వచ్చిన ప్రజలకు సమానంగ మలబారు పోలీసులు బందోబస్తు విధులల్ల ఉన్నరు. వారిని చూడంగనే స్వామి మనస్సు ఏదో కీడును శంకించింది. మిత్ర బృందమంత జనం మధ్యల నుండి సందు చేసుకుని హాలు మొదటి అంతస్థులకు పోయినారు. లోపల కూడా తొడ తొక్కిడి జనం. వాళ్లందరూ కమ్యూనిస్టు పార్టీ సానుభూతిపరులు. సభ్యులు. తమ లాగ వచ్చిన పరిశీలకులు చాలా తక్కువమంది ఉన్నరు.

వేదిక మీద ఆ పార్టీ అగ్రనాయకులు నీలం రాజశేఖర్ రెడ్డి, రాజ్ బహదూర్ గౌర్, మగ్దూమ్ మొహియుద్దీన్‌లు ఉన్నరు. ఆ సభకు హైద్రాబాద్ ప్రముఖ ట్రేడ్ యూనియన్ నాయకుడు సత్యనారాయణ రెడ్డి అధ్యక్షత వహించినాడు. విద్యార్థి ఫెడరేషన్ నాయకుడు సదానంద్, యూత్ ఫెడరేషన్ నాయకుడు పుల్లారెడ్డి సభ ఏర్పాట్లల్ల అటూ ఇటూ తిరుగుతున్నరు. ఆ అగ్రనాయకులు సమైక్యతా వాదాన్ని విశాలాంధ్రల ప్రజారాజ్యం ఆవశ్యకతను చెప్తున్నరు. 1948-51 కాలంల తాము నిర్వహించిన నైజాం వ్యతిరేక

తెలంగాణా రైతాంగ సాయుధ పోరాటంల 'విశాలాంధ్రల ప్రజారాజ్యం' కూడా ఒక లక్ష్యం అని వివరించసాగినారు. ఒకే జాతి ఒకే భాష, భాషా ప్రయుక్త రాష్ట్రాల ఉద్యమాన్ని, అమరజీవి పొట్టి శ్రీరాములు త్యాగాన్ని వారు వివరిస్తున్నరు.

ఇంతల సభల కలకలం మొదలైంది. ప్రత్యేక తెలంగాణావాదులు హాలుకు అవతల రోడ్డు మీద నిలబడి జై తెలంగాణా నినాదాలు ఇస్తున్నరు. హాలు లోపల ఉద్రిక్త వాతావరణం ఏర్పడుతుంది. నాయకుల ఉపన్యాసాలు ఎవళ్లూ వినటం లేదు. కమ్యూనిస్టు పార్టీ కార్యకర్తలు జెండా కర్రలను లాఠీలుగ ఉపయోగించటానికి ఆవేశపడుతున్నరు. ఇంతల అవతల నుండి కొంతమంది పోలీసుల కళ్లు కప్పి హాలు లోపలికి చొచ్చుకొచ్చి జై తెలంగాణా నినాదాలు ఇస్తున్నరు. వారి మీద కమ్యూనిస్టులు లాఠీలతోటి దాడి చేస్తున్నరు. సభ భగ్నమయ్యింది. స్వామి మిత్ర బృందం ప్రాణ రక్షణ కోసం హాలు కిటికీలల్ల నుండి కిందికి దుంకి మెట్లు దిగి రోడ్డు మీదికి వచ్చినారు.

ప్రతిద్వంద్వి వర్గాలకు రోడ్డు మీద పోరాటం ప్రారంభమయ్యింది. కమ్యూనిస్టులు వారి షర్టులకు తగిలించుకున్న ఎర్ర రంగు సుత్తీ కొడవలి బ్యాడ్జీనే వారి పాలిట శాపమయ్యింది. కనబడ్డ కమ్యూనిస్టు ప్రతి ఒక్కరినీ ప్రత్యేకవాదులు చితకబాదుతున్నరు. సభ జరుగుతున్న హాలు మీద టపటపా రాళ్ల వర్షం కురుస్తుంది. తలకాయలు పుచ్చ పండ్లవోలె పగులుతున్నాయి. హాలు ఎదురుంగ వున్న ఆనంద భవన్ హోటల్లకు కొంత మంది కమ్యూనిస్టులు ప్రాణరక్షణ కోసం దూరినారు. వారిని తరుముకుంట ప్రత్యేక వాదులు కూడ హోటల్ లోపలికి చొరబడి మళ్లీ కొడుతున్నరు. కుర్చీలు, టేబుళ్లు అన్నీ ధ్వంసం అవుతున్నయి. ఆనంద్‌భవన్ శోకభవనంగ మారిపోయింది. ఏమీ తెలియని అమాయకులు కూడ దెబ్బలు తిన్నరు. చుట్టుపక్కల అన్ని గల్లీలల్ల రెండు వర్గాల వారు ఇష్టం వచ్చినట్లు కొట్టుకుంటున్నరు. పోలీసులు ముందు భాష్ప వాయువు వదిలి లాఠీచార్జి చేసినారు. అయినా అల్లర్లు ఆగలేదు. అటు మహబూబ్ కాలేజీ చౌరస్తా నుండి ఇటు బాటా చౌరస్తా వరకూ అల్లర్లు అగ్గిలాగ వ్యాపించినై. కొంతమంది దుండగులు దుకానాలమీద దోపిడీలు సాగించినారు.

చివరికి పెద్ద ఎత్తున పోలీసు కాల్పులు జరిగినై. ప్రత్యేక తెలంగాణా ఉద్యమంల మొదటిసారిగ జంటనగరాల పోలీసు కాల్పులు ఆ ఏప్రిల్ 5న సికింద్రాబాద్‌ల జరిగినై. నగరం కూడ రక్తం సాకబోయటం మొదలుపెట్టింది. కింగ్స్‌వే దర్గ నడుస్తున్న రక్తసిక్త చరిత్రకు మూగసాక్షిగ మిగిలిపోయింది.

స్వామి మిత్రబృందం చెల్లాచెదురయ్యింది. స్వామికి ఎవరూ కనబడటం లేదు. అప్పటికే మలబారు పోలీసుల లాఠీలు ఒకటి రెండు స్వామి వీపును సాపు చేసినై. బాధతో, భయంతో గుడ్డెద్దు చేన్ల పడ్డట్టుగ ఉరుకుతున్నడు. సికింద్రాబాద్ గల్లీలన్నీ అపరిచిత

అంజాన్ గల్లీలే. గల్లీలల్ల నుండి గల్లీలల్లకు ఉరుకుడే ఉరుకుడు. తరుముకొస్తున్న, ముంచుకొస్తున్న మృత్యుభయం. ధన్ ధన్ ధన్ ధానాధన్. ఎక్కడో మూడడుగుల లోహపు గొట్టాల వికటాట్టహాసాలు. ఎవరివో మృత్యు ఒడిలోకి జారుకుంటూ వేసిన చిట్టచివరి హృదయవిదారక 'అమ్మా' అనే అరుపులు. మరెవరివో గాయపడిన శోకావేదనలు, హాహాకారాలు. ఇనుపటోపీ జాగిలమ్ముల పదఘట్టనలతో ప్రతిధ్వనిస్తున్న సికింద్రాబాదు గల్లీలు. పక్డో పక్డో, మారో మారో, ఫైర్ ఫైర్ అరుపులు. అంతా ఏకపక్ష యుద్ధమే. పరుగెత్తి పరుగెత్తి స్వామి చివరికి రాణిగంజ్‌ల తేలినాడు. కొంచెం నెమ్మదిగ నడుచుకుంట బోట్స్ క్లబ్ చేరుకుని ఒక ఇరానీ హోటల్లకు పోయి టేబుల్ మీదున్న నీళ్ల గ్లాసులన్నీ ఖాళీ చేసినాడు. ప్రాణం ఒడ్డున పడ్డంక ట్యాంక్‌బండ్ వైపు నడక సాగించినాడు.

మర్నాడు ఆంధ్రభూమి పేపర్ల తాటికాయలంత అక్షరాలతో సికింద్రాబాద్ గడబడలు. పోలీసుల కాల్పులు. సికింద్రాబాద్‌ల నిరవధిక కర్ఫ్యూ. రక్తమోడుతున్న వార్తలతో పేపరు గాయపడిన శాంతి కపోతలంలాగ ఇంటికి వచ్చి వాలింది. ప్రభుత్వం లెక్కల ప్రకారం ముగ్గురు చనిపోయినారు. మరికొంత మంది కొన ప్రాణాలతో కొట్టుమిట్టాడుతున్నరు. 27 మందికి తీవ్ర గాయాలు. అనధికార వార్తలు, అసలైన వార్తలు ఇంక ఎట్లున్నవో.

ఇంటికి పేపరు రాంగనే ఇంట్ల అందరూ పేపరు చుట్టే మూగుతున్నరు. నేను ముందంటే, నేను ముందని పోటీ పడుతున్నరు. చివరికి ఎవరో ఒకరు వార్తల్ని చదువుతుంటే అందరూ శ్రద్ధగ వింటున్నరు. కండ్ల నీళ్లతోటి, పోలీసోళ్లను శాపనార్థాలు పెడుతున్నరు. గడబడల చిన్నక్క, ఆమె భర్త తమింట్లనే ఉంటున్నరు. అందరూ వాళ్ల రేడియోల వార్తలు వింటున్నరు. మూడు పూటలా వార్తలు వచ్చినప్పుడు అందరూ ఈగల్లాగ రేడియో చుట్టూ మూగి శ్రద్ధగ ఆ వార్తలు వినటం అందరి ఇండ్లల్ల జరుగుతుంది. "నౌ జిల్లోంకా నారా హై తెలంగాణా హమారా హై". తెలంగాణా పుడమి తల్లి మరోసారి పురుటి నొప్పుల్ని పడుతుంది.

రెండు రోజుల తర్వాత వేణు వద్ద నుండి స్వామికి పోస్టుల ఒక ఎక్స్‌ప్రెస్ లెటర్ వచ్చింది.

రంగ్రేజి బజార్

లష్కర్

07-05-1969

ప్రియమైన స్వామీ!

ఘోరం జరిగిపోయింది. నీకు తెలుసో లేదో. పిడుగు సరిగ్గ మన నడి నెత్తిమీదనే పడింది. ఏ పేపర్ల కూడ ఈ వార్త అచ్చు కాలేదు. ఆ రోజు మా ఇంట్ల మీటింగ్‌కు బయలుదేరే ముందు వచ్చిన మిత్రుల్ని పరిచయం చేసిన. జ్ఞాపకం ఉందో, లేదో నీకు.

అండ్ల ప్రకాశ్ అని ఒక మిత్రుడు, అతను ఆనాటి పోలీసు కాల్పులల్ల అక్కడికక్కడే మరణించినాడు. It is a personal loss to me. ఇంకా నేను పూర్తిగ కోలుకోలేని స్థితిల ఈ లెటర్ రాస్తున్న.

ఆ రోజు మనం మీటింగ్ ప్లేస్‌ల గూడు చెదిరిన పక్షుల వోలె చెల్లాచెదురైనాం. నేను ప్రకాశ్ మాత్రం జాగ్రత్తగ ఇల్లు చేరుకున్నం. వాడు కూడా నా వెంబడే మా ఇంట్లనే ఉన్నడు. అల్లర్లతో, పోలీసు కాల్పుల మోతలతో బస్తీ అంతా దద్దరిల్లిపోతుంది. మేం తలుపులు బిగించుకుని లోపల్నే వున్నం. కొంచెం సద్దుమణిగింది. ప్రకాశ్ ఇల్లు మా పక్క సందులనే. ఇంట్ల వాళ్లు ఎదిరి చూస్తొండొచ్చు. ఇంటికి పోతనని వాడు బయలుదేరినాడు. అప్పటికీ అమ్మ వద్దని వారిస్తనే వుంది. ఏం కాదని బయలుదేరినాడు. వాడు వెళ్లిన 10 నిమిషాలకే ప్రకాశ్ చనిపోయినాడని బస్తీ అంత గొల్లుమంది. తమ పిల్లవాడే చనిపోయినట్లు ప్రతి ఇల్లూ రోదించింది. పది నిమిషాల వ్యవధిలనే కోడి పిల్లను గద్ద తన్నుకొని పోయినట్లు మృత్యుదేవత వాడిని మన మధ్య నుండి అపహరించుకొని ఎత్తుకపోయింది. ఇది నమ్మలేని చేదు నిజం.

ఆ తర్వాత వివరాలన్నీ తెలిసినై. వాడు మా ఇంటి నుండి బయలుదేరి గల్లీ దాటంగనే మలబారు పోలీసుల దృష్టిల పడినాడు. వాళ్లు హఠాత్తుగ ఎదురుంగ వచ్చేసరికి వానికి భయం వేసి ఇంకో గల్లీలకు ఉరికిండు. ఆ పోలీసులు నైపుణ్యం కలిగిన వేటగాళ్లవలె పరిగెత్తుతున్న వాని కాళ్ల మధ్యకు లాఠీని గురిపెట్టి విసిరినారు. ఆ లాఠీ వాడి కాళ్ల మధ్య తగిలి బొక్కబోర్లా కింద పడినాడు. అయినా లేచి ఉరికినాడు. అప్పటికే అన్ని గల్లీలు నిర్మానుష్యం అయినై. అన్ని ఇళ్ల తలుపులు మూసుకున్నయి. ఏ దారీ కానరాక వాడు తన ఇంటి తోవ కాక వేరే గల్లీలకు ఉరికినాడు. పోలీసులు వాణ్ణి యమదూతల్లాగ వెంబడించినారు. వానికి దిక్కుతోచక ప్రాణభయంతోటి మూసి ఉన్న ఒక ఇంటి గేటు మీద నుండి దుంకి ఆ ఇంటి లోపలి స్తంభం వెనుక దాక్కున్నడు. అది గమనించిన పోలీసులు ఆ ఇంటి గేటును తామే బలవంతంగ తీసి లోపలికి వెళ్లి వాణ్ణి పట్టుకొని లాఠీలతో కొట్టుకుంట వీధిలకు తీసుకొచ్చినారు. కింద పడేసి అతి సమీపం నుండి పాయింట్ బ్లాంక్ రేంజ్‌ల మూడు సార్లు కాల్చినారు. అక్కడికక్కడే, అప్పటికప్పుడే ప్రాణం పోయింది.

తమను తాము సమర్థించుకోవటానికి వాని చేతిల గ్యాసు నూనె డబ్బా, ఇంకో చేతిల దూదిని పెట్టి వాడొక ఆందోళనకారుడని కథ అల్లినారు. వాడి వయస్సు పద్దెనిమిది పూర్తిగ నిండనే లేదు. పోయిన సంవత్సరం కలాసిగుడా హైస్కూలు నుండి హెచ్.ఎస్.సి. పాసయినాడు. పి.యు.సి.ల చేరాలని కలలు కన్నడు. వాడి కలలన్నీ ఇట్లా తెల్లారిపోయినై.

ఇంక ప్రకాశ్ జీవితాంతం నా కండ్లల్ల కదులుతనే వుంటడు. వాణ్ణి నేనెట్ల మరవను? ఆ రోజు నా కళ్ల ముందు అంజలీ టాకీస్ చౌరస్తాల నేను ప్రత్యక్షంగ చూసిన మరో దుర్ఘటనను వివరించి ఈ లెటర్ ముగిస్త. ఆ రోజు కాల్పులు జరుగుతున్నప్పుడు సాయంత్రం బజారుకు వచ్చిన అమాయక స్త్రీలందరూ ఆ కాల్పులు, అల్లర్లల్ల చిక్కుకొని, గోడుగోడున ఏడుస్తున్నరు. వారిని ఎట్లన్న రక్షించాలని రాములు అనే 24 ఏళ్ల యువకుడు సాహసంతోటి ముందుకు ఉరకగా పోలీసుల తుపాకీ గుండ్లకు బలియై అక్కడికక్కడే నేలకొరిగినాడు. అతను పాన్ బజార్ నివాసి. సాహసపు సమక్షంల మృత్యువు ఒక లెక్కలకు రాదని నిరూపించి ఊపిరి వదిలినాడు. నా బాధను పంచుకోవటానికే ఈ ఉత్తరం నీకు రాస్తున్న. యాదగిరికి కూడా ఈ దుర్వార్తను చేరవేయగలవు.

"ఒక వీరుడు మరణిస్తే

వేల కొలది ప్రభవింతురు"

అశ్రుసిక్త నయనాలతోటి...

వేణు

ఆ ఉత్తరాన్ని చదివిన స్వామికి కనపడని తుపాకి గుండు తన గుండెకు తగిలినట్లయ్యింది.

❖ ❖ ❖

సికింద్రాబాద్ ఘటనలు జరిగిన తెల్లారి జంట నగరాలల్ల, జిల్లాల్ల 'ప్రివెంటివ్ డిటెన్షన్' చట్టం కింద మూకుమ్మడి అరెస్టులు జరిగినై. ఉద్యమంల ఈ చట్టాన్ని మొదటిసారిగ ఉపయోగించినారు. మల్లికార్జున్, మదన్‌మోహన్‌లను అరెస్టు చేసినారు. అరెస్టయినవారిల కొంత మంది శాసనసభ్యులు, జర్నలిస్టులు, కార్మిక నాయకులు, అడ్వకేట్లు ఉన్నరు.

ఏప్రిల్ తొమ్మిదిన గద్వాలల పోలీసు కాల్పులు జరిగినై. వేణుగోపాల్ అనే పది సంవత్సరాల బాలుడు వీధిలకు బిస్కెట్లు కొనటానికి పోయి, కాల్పులకు గురై అక్కడే ప్రాణాలు వదిలినాడు. బిస్కెట్లతో పాటు లేత బతుకు కూడ మట్టిపాలయింది. కాసి పూసే చెట్టు మొగ్గ దశలనే నేలకొరిగింది. ఆ పాపం ఎవ్వరిది? తండ్రి శ్రీనివాసాచారి రోదన, వేదనలకు అంతే లేదు.

అదే రోజు హైద్రాబాద్ నగరంల వందలాది మంది ప్రజలు సత్యాగ్రహం చేసినారు. శాసనసభ్యులతో సహా అనేక మంది అరెస్టు అయినారు. ఉద్యమం సెగలు పొగలు ఢిల్లీ పీఠం దాక వ్యాపించి ప్రధాని శ్రీమతి ఇందిరాగాంధీ అష్టసూత్ర పథకాన్ని రూపొందించవలసి వచ్చింది. ఆ పథకం కన్నీటి తుడుపు చర్య అని ప్రజలందరూ వ్యతిరేకించినారు. ఏప్రిల్

15న తెలంగాణా అంతటా పోరాటదినం పాటించబడింది. నిజామాబాద్, మహబూబ్‌నగర్‌లల్ల కాల్పులు జరిగినై. తెలంగాణా ఉద్యోగులు నిరవధిక సమ్మెకు పూనుకున్నరు. అనేక చోట్ల ప్రజలకు, పోలీసులకు మధ్య ఘర్షణలు జరిగినై. ఏప్రిల్ 21న కాంగ్రెస్ నాయకుడు మర్రి చెన్నారెడ్డి ప్రత్యేక తెలంగాణా ఉద్యమాన్ని సమర్థిస్తూ రంగప్రవేశం చేసినాడు. దానితో ఉద్యమ నాయకత్వం విద్యార్థుల, యువకుల చేతుల నుండి రాజకీయ నాయకుల చేతులకు బదిలీ అయింది. చెన్నారెడ్డి నూతనంగ తెలంగాణా ప్రజా సమితి నాయకత్వాన్ని చేపట్టడంతోటి ఉద్యమం రెండవ దశకు ప్రవేశించింది. ఏప్రిల్ 22న శ్రీధర్ రెడ్డిని పి.డి. చట్టం కింద అరెస్టు చేసినారు. అతను బెయిలు మీద విడుదలై రహస్య జీవితానికి వెళ్లి ఉద్యమాన్ని నడుపుతున్నడు.

చెన్నారెడ్డి రాబోయే మే ఒకటినాడు తెలంగాణా అంతట 'డిమాండ్స్ డే' జరపాలని పిలుపునిచ్చినాడు. హైద్రాబాద్‌ల చార్మినార్ నుండి రాజభవన్‌కు ఒక ఊరేగింపు, సికింద్రాబాద్‌ల బోట్స్ క్లబ్ నుండి రాజభవన్‌కు మరో ఊరేగింపు జరిపి, గవర్నర్‌కు మహజర్ సమర్పించాలని పిలుపునిచ్చినాడు. పోలీసు కమీషనరు ఊరేగింపుకు అనుమతి చార్మినార్ నుండి కాక నాంపల్లి పబ్లిక్ గార్డెన్స్ నుండి ఇచ్చినాడు. అయినా ఊరేగింపు అనుకున్న ప్రకారం చార్మినార్ నుండి ఉదయం పది గంటలకు బయలుదేరుతుందని, అండ్ల ప్రజలు పెద్ద సంఖ్యల పాల్గొనాలని తెలంగాణా ప్రజా సమితి పిలుపునిచ్చింది. ఆ పిలుపు ప్రభుత్వానికి పెద్ద సవాల్‌గ మారింది.

10

ఆ రోజు మేడే. చికాగో వీధులల్ల తమ హక్కుల కోసం కార్మికులు రక్తం ధారపోసిన రోజు. తమ రక్తవర్ణంతోటి అరుణపతాకాన్ని సృష్టించిన రోజు. ఆ రోజుననే హైద్రాబాద్, సికింద్రాబాద్ జంటనగరాలల్ల తెలంగాణా ప్రజా సమితి 'డిమాండ్ డే' కోసం పిలుపిచ్చిన రోజు. తెలంగాణా కోసం ఊరేగింపు జరుపవలసిన రోజు.

స్వామి ఇక్బాల్ హోటల్ల కూచున్నడు.

"బోలో సాబ్ క్యా హుకూం హై" సర్వర్ పలకరింపుకు ఉలికిపడి ఈ లోకంలకు వచ్చినాడు స్వామి.

నహారి, ఖుల్చా, పాయారోటీ, శీర్మాల్, బోటీ కబాబ్, ఖీమా, రుమాలి రోటీ.... సర్వర్ దండకం చదవసాగినాడు. వాడి దాడి నుండి తప్పించుకోనీకి పాయారోటీకి ఆర్డరిచ్చి మళ్లీ తన మనోవల్మీకంలకు జారిపోయినాడు.

ఉదయం ఏడవుతుంది. చార్మినార్ ఛత్రచ్ఛాయలల్ల అర శతాబ్దం నుండి నమ్మిన బంటుగ నిల్చున్న ఇక్బాల్ హోటల్. లార్డ్ బజార్‌కు పోయే మలుపుల తూర్పు దిక్కుకు అభిముఖంగ ఉంది. అది కాలం, శూలం దాడికి గురి కాక అట్లనే నిలబడి ఉంది. అతి పురాతన హోటల్. అవే పాత రేకులు. పాత కుర్చీలు. పాత పాత బెంచీలు, టేబుళ్లు. హోటల్ ముందు రోడ్డు మీద ఉదయించిన సూర్యునికి పోటీగ భగభగల, భుగభుగల ఇనుప బొగ్గులపొయ్యి. అండ్ల వేయిన్నొక సూర్యుళ్లు మండుతున్నట్లు కణకణలాడుతున్న నిప్పుల కుప్పలు. పొయ్యిపైన పెద్ద డేక్చాలో కళపెళా అర్ధరాత్రి నుండి ఉడుకుతున్న మేక కాళ్ల బొక్కల పాయా సూపు ఆ ఉదయపు ప్రశాంత వాతావరణంల కమ్మటి వాసనలను, సెగలను పొగలను ఎగజిమ్ముతుంది.

కౌంటర్ల నైజాం కాలంనాటి ఒక ముసలాయన. తెల్లటి లక్నో చికన్ ఖుర్తా, పైజామా, మెడల ఎర్రగళ్ల రుమాలు, తల మీద జాలీ టోపీ, నోటి నిండ పాన్, కళ్ల నిండ సుర్మా. పూరా సోలానా హైద్రాబాదీ ముసల్మాన్. సరిగ్గ అతని తల మీద గోడకు వేలాడుతున్న రాజా దీన్‌దయాళ్ తీసిన నైజాం కాలంనాటి నలుపు, తెలుపుల తస్వీర్. గతించిన కాలానికి సాక్ష్యంగ నిలబడింది. పక్కనే మరో ఫొటో. అండ్ల 1948 సెప్టెంబర్ 17న పోలీస్ యాక్షన్ అయిపోంగనే హకీంపేట ఎయిర్‌పోర్టుల సర్దార్ పటేల్‌కు స్వాగతం పలుకుతున్న ఏడవ నిజాం మీర్ ఉస్మాన్ అలీ ఖాన్. గత్యంతరం లేక భారత సైన్యాలకు లొంగిపోతున్న దీనస్థితి అండ్ల స్పష్టంగ కనబడుతుంది.

స్వామి మెదడు అడుగు పొరలల్ల హోరెత్తుతున్న సుద్దాల హన్మంతు. 'ఏ బండ్లె పోతవ్ కొడుకో నైజాము సర్కరోడ' యాదగిరి పాట. మరో వైపు నుండి 'మా నిజాం రాజు జన్మజన్మాల బూజు' పెద్ద దాశరథి కవితా ఘోష. 'కూలిపోయే కోట గోడా, రాలిపోయే డేగ రెక్కా' అంటూ అరుణారుణ మగ్దూం మొహియుద్దీన్. తన కలాన్నే కత్తిగ మార్చి నిరంకుశ నైజాంపై దండెత్తి కాచిగూడా చౌరస్తాల నడిరోడ్డు మీద ముక్కలు ముక్కలుగ నరికి హత్య చేయబడ్డ ఇమ్రోజ్ పత్రికా సంపాదకుడు షోయబుల్లా ఖాన్. అందరూ వాళ్లందరూ స్వామి కళ్ల ముందు నుండి కదిలి కాలం తెర వెనకకు పోతున్నరు.

"పాయా బహుత్ ఖూబ్ హై సాబ్. మజా లే లో" అంటూ సర్వర్ పాయా రోటీని స్వామి ముందు టేబుల్‌పై పెట్టినాడు. వాడి ఆప్యాయత స్వామిని కదిలించి కట్టిపడేసింది. 'బోలో సాబ్ క్యా హుకూం హై' అన్న వాడి తొలి పలకరింపే మహా గొప్పది. ఆ మాటలతో స్వామిని ఆ నగరానికి ఒక బాదుషాను చేసి ఉన్నతాసనంల అధిష్ఠింపచేసినాడు. ఎదుటి మనిషిని ఆత్మీయంగ పలకరించడం హైద్రాబాద్ సంస్కృతి. హైద్రాబాద్ తహెజీబ్.[1]

---

1. మర్యాద

రోటీని చిన్న చిన్న ముక్కలుగ తుంచి కటోరాల ఉన్న వేడి వేడి పాయా శోర్వాల వేసి బాగా నానిన తర్వాత చెంచాతోటి తీసుకొని మెల్లగ జుర్రసాగినాడు. ఆ చల్లని సుప్రభాతపు వేళల మధ్య ఆసియా నుండి సంక్రమించిన ఆ నాస్తా స్వామి జిహ్వకు రుచికరమైన ఆనందాన్ని, తృప్తిని ఇస్తున్నది. శరీరం కొద్దికొద్దిగ వెచ్చబడసాగింది. కౌంటరుల ఉన్న పాత గ్రామ్‌ఫోన్ రికార్డు నుండి శంషాద్ బేగం తీయ తేనియల మధుర స్వరం 'సజ్‌నా మొహబ్బత్ వాలా' అంటూ హుషారుగ జాలువారుతుంది. స్వామి మనస్సు మానస సరోవరం అయ్యింది.

నాస్తా ముగించంగనే సర్వర్ డబుల్ శక్కర్ మలాయ్ చాయ్ 'పౌనా'ను ఒక పొడుగు సీసపు గ్లాసుల తెచ్చినాడు. దానిని చప్పరించుకుంట రోడ్డు మీద దృష్టిని సారించినాడు. ఆ హోటల్ల ఒక మూలల కూర్చొని చూస్తుంటే మొత్తం రోడ్డు విశ్వరూపం కనిపిస్తుంది. ఒక లిప్తకాలం కూడ ఆగని నిరంతర జనజీవన చైతన్య ప్రవాహం.

ఎదురుగ నిజాం కట్టించిన ఆయుర్వేద ఆసుపత్రి. దాని ఆవరణల యునాని దవాఖానా. చిన్నప్పుడు నడుచుకుంట అలీజా కోట్లల ఉన్న ముఫీదుల్–ఎ–నామ్ స్కూలుకు పోతూ తమాషాకు యునానీ దవాఖానాలకు దూరెటోళ్లు. తెల్లటి పొడుగు గడ్డాలు, షేర్వాణీలు, రూమీ టోపీల హకీం సాబ్‌లు అండ్ల ఉండెటోళ్లు. ఆ కాలంల అదొక ఉచిత సర్కారీ దవాఖానా. కడుపు నొప్పో, కాలు నొప్పో అని దొంగమాటలు చెప్పే సరికి హకీం సాబ్ చిన్న చీటిపై దవా రాసేటోడు. ఆ చిట్టీ తీసుకుని పక్క గదిలోకి పోయేటోళ్లు.

అక్కడ పెద్ద పెద్ద గాజు జాడీలల్ల చూడంగనే నోరూరేటట్లు తీనెలూరే హల్వాలు. అరబ్బీ మురబ్బాలు ఉండేవి. రాగి రంగు, బంగారు రంగు, పసుపుపచ్చ రంగు రంగుల హల్వాలు నయనానందంగ కనిపించేవి. కట్టె గరిటెతోటి ఆ హల్వాలు ఒక కాగితంల కట్టి ఇచ్చెటోళ్లు. తియ్యగ, రుచిగ ఉండేవి కావున వాటిని కొంచెం కొంచెం నాకుకుంట స్కూలుకు పోయెటోళ్లు. హల్వాలనే కాక నల్లగ, తియ్యగ పుల్లగ ఉండే 'చూరన్'లను కూడ ఇచ్చెటోళ్లు. వాటితోటి నాలికల తుప్పు వదిలి నాలిక సాఫ్ అయిపోయేది. అవి రుచిగ ఉండి ఆకలి కలిగించేవి. రుచిగ ఉంది కదా అని కొంచెం ఎక్కువ తింటే విరేచనాలు పట్టుకునేవి. ఆయుర్వేద మందులంటే మాత్రం ఆమడదూరం ఉరికెటోళ్లు. వొగరు భస్మాలు, చేదు కషాయాలు, వాంతికొచ్చే మందుల ఉండలు. భారతదేశంల ఆవిర్భవించిన ఆయుర్వేదం, గ్రీసు దేశం నుండి దిగుమతి అయిన యునాని వైద్యం ఒకే ఆవరణల పక్కపక్కన సహజీవనం చేయడం విభిన్న వైద్య శాస్త్రాల సామరస్యానికి ప్రతీకేమో!

సమయం ఎనిమిదవుతుంది. తూర్పున ఎదురుంగ మాతా భాగ్యలక్ష్మి మందిరం. చార్మినార్‌కు ఆనుకొని ఆ మూలన అలీజా కోట్లకు పోయే దారిల ఉంది. గణగణగణ గుడి గంటలు నిర్విరామంగ మోగుతున్నై. ప్రభాత పూజా కార్యక్రమాలు కొనసాగుతున్నయి.

మార్వాడీ, అగ్రవాల్, రాజస్థానీ స్త్రీల తలల మీది కొంగులతోటి, ముసుగులతోటి వారి చేతులల్ల హారతి కర్పూరం పళ్లాలు, కొబ్బరి కాయలు, పూజా సుగంధ ద్రవ్యాలు, పువ్వులతోటి ఆ ఉదయపు వాతావరణం అతి పవిత్రంగ మారుతుంది. భక్తుల మంత్రోచ్చారణలు అలలు అలలుగ వ్యాపిస్తున్నై.

అక్కడ పూజారి 'పండిత్ మహరాజ్' ఇంత పెద్ద బాన పొట్టతో నిరంతరం నల్లమందు సేవనంతో హమేషా మత్తుల జోగుతుంటడు. అతను ఓ మూలల మత్తుతోటి చిదానంద స్థితిల ఉన్నడు. అతని కొడుకు 'చోటా పూజారి' కార్యక్రమాలు నిర్వహిస్తున్నడు. ఆ పండిత్ దేశదిమ్మరిగ, జులాయిగ ఉత్తర భారతదేశం నుండి హైద్రాబాద్‌కు కట్టుబట్టలతో వలస వచ్చినప్పుడు మార్వాడీ సేఠ్‌లంతా జాలిపడి దయతో అతనిని ఇక్కడ పూజారిగ నియమించినారు. సమీపంల ఉన్న శాలీబండ మార్కెట్ గల్లీల అతనికి ఇప్పుడు రెండు పెద్ద బంగళాలు. ఇద్దరు భార్యలు. పన్నెండు మంది సంతానం. అతనిల ఏ మాత్రం సాత్వికత్వం, పవిత్రత కనిపించకపోగ కాశి, ప్రయాగ, పూరీ జగన్నాథ్, పాండాలల్ల ఉండే కాఠిన్యం, వ్యాపార తత్వం గోచరిస్తుంది. పూజకు వచ్చిన స్త్రీలు హారతి పళ్లెంల సరిపోయినంత దక్షిణ వేయకపోతే వారిని శపిస్తున్నట్లుగ తిడుతడు.

ఆ మందిరం పక్కన ఒకటి రెండు ఆవులు రోడ్డు మీదనే తిష్టవేసి భక్తులు వేసిన రోటీలను, అరటి పండ్లను తీరికగ నెమరేస్తున్నై. అవి ట్రాఫిక్‌కు ఆటంకంగ మారినా ఎవరూ అదిలించరు. ఒకవేళ అదిలించినా, కొట్టినా, గెదిమినా 'గో సంరక్షక్ సమితి'వారికి ఆగ్రహం వస్తది. ఆ ఆగ్రహం ఏ కల్లోలానికైనా దారి తీయొచ్చు. మత రాజకీయాలల్ల 'గోమాత' అతి సున్నితమైన విషయం కదా! 1966ల లాల్ బహద్దుర్ శాస్త్రి ప్రధానమంత్రిగ ఉన్న కాలంల 'గో హత్య బంద్ కరో' అని హిందూ మతతత్వ ఛాందసవాదులు ఉత్తర భారతంల పెద్ద ఎత్తున అల్లర్లు చేసినారు. ఢిల్లీలో సాధువులూ సన్యాసులూ వేల మంది ఊరేగింపు తీస్తే గడబడలు జరిగినై. వారి కమండలాలల్ల పవిత్ర గంగాజలం బదులు కిరసనాయిలు, పెట్రోలు పోసుకొని వచ్చి బస్సులను తగులబెట్టినారు. 'గో హత్య బంద్ కరో' ఇప్పటికీ రగులుతున్న రావణకాష్టమే. చార్మినార్, గుల్జార్ హౌస్‌ల ఉన్న గుజరాతీ మర్వాడీ వ్యాపారస్తులందరూ ఆ ఉద్యమానికి సానుభూతిపరులు, ఆర్థిక పోషకులు.

మాతా భాగ్యలక్ష్మి మందిర్‌కు ఒక స్థల పురాణం కథ ఉంది. మహమ్మద్ కులీ కుతుబ్ షా 1591ల చార్మినార్‌ను కట్టించే రోజులల్ల రాత్రుళ్లు సామానుల కాపలా కోసం ఒక గొల్లవాడిని నియమించినాడట. ఒక చీకటి రాత్రి ఆ గొల్లవాడు చుట్ట కాల్చుకుంట కొరివి దయ్యంలాగ కాపలా కాస్తున్నప్పుడు దేదీప్యమానమైన ఒక స్త్రీ మూర్తి అక్కడ ప్రత్యక్షమై తెల్లటి పట్టుచీర, జలపాతమోలె విరబోసుకున్న జుట్టు, విశాలమైన కళ్లు, ఒళ్లంత బంగారు నగలు, వజ్రవైఢూర్యాలు, కాళ్ల గజ్జెలు ఘల్లుఘల్లుమంటుంటే ఆమె అతణ్ణి

సమిపించింది. కాళరాత్రిల ఆ కాంతి పుంజానికి వాడు భయకంపితుడై పోయినాడు. నోట మాట రాక నిశ్చేష్టుడైనాడు. "ఎవరు నువ్వు?" అన్నడు భయపడుకుంట. అప్పుడామె తన వీణావాదన స్వరంతో "నేను వచ్చానని మీ రాజుగారికి చెప్పు" అన్నది. "నేనిక్కడ కాపలావాడిని. ఇక్కడ్నుంచి కదలటానికి వీల్లేదు" అని ఆ గొల్లవాడు చెప్పితే "నువ్వు వచ్చే దాక నేనిక్కడే ఉంట. ఎక్కడికీ వెళ్లను" అని ఆమె వాగ్దానం చేసింది. వాడు పరుగు పరుగున గొల్లకొండ కోటకు పోయి నవాబుగారిని నిద్ర లేపి సంగతి విన్నవించినాడు. ఆ వచ్చిందెవరో గొల్లవాడికి తెలియకపోయినా నవాబుకు మాత్రం వెంటనే తెలిసిపోయింది.

"సముద్రంల చేపల్లాగా నా నగరమంతా ప్రజలతో నిండిపోనీ, ధనధాన్యాలతో భోగభాగ్యాలతో అభివృద్ధి చెందనీ" అని అల్లాను దువా అడిగిన ఆ నవాబు ఆ వచ్చిందెవరో అర్థం చేసుకొని తన నగరం, తన ప్రజల క్షేమం కోసం, తన రాజ్య స్వార్థం కోసం వెంటనే తల్వారుతో వాడి తల నరికేసినాడు – మళ్లీ వాడు తిరిగి పోతే ఆ 'భాగ్యలక్ష్మి' అక్కడి నుంచి వెళ్లిపోతుందనే భయంతోటి. ఆ గొల్లవాని రాక కోసం భాగ్యలక్ష్మి అట్లనే ఎదురు చూసుకుంట సూర్యోదయం కాంగనే శిలగ మారిపోయింది. ప్రతి రోజూ ధూపదీప నైవేద్యాలతోటి భక్తుల పూజల్ని అందుకుంటనే ఉంది. నేటి నగర సిరిసంపదలకు ఆమె మూలపుటమ్మ. ఆ భాగ్యలక్ష్మి కటాక్ష వీక్షణాల వల్లనే ఏడవ నిజాం ఉస్మాన్ అలీఖాన్ యావత్ ప్రపంచంలనే అత్యంత ధనికుడైనాడని ఒక విశ్వాసం చెలామణిల ఉంది. కాలగమనంల పాపం ఆ గొల్లవాణ్ణి మాత్రం ప్రజలందరూ మరిచిపోయినారు. తమ శ్రమశక్తితో అందమైన నగరాన్ని సృష్టించి చరిత్రకందకుండా పోయిన చరిత్ర నిర్మాతలలో ఆ గొల్లవాడు కూడ ఒకడని నగర ప్రజలు మరిచిపోయినారు.

ఆలోచనలను దులుపుకొని ఆవలించుకుంట బద్ధకంగ ఒళ్లు విరుచుకున్నడు. మరో చాయ్ తాగి బిల్లు చెల్లించి సర్వర్ "మనస్సునంతా చెయ్యిగ మార్చి చేసే సలాములను" స్వీకరించుకుంట హోటల్ నుండి ఇవతలికి వచ్చి రోడ్డెక్కినాడు.

స్వామికి తెలియకుండనే కాళ్లు మక్కా మసీదు దర్వాజా దగ్గరకు చేరుకున్నై. పక్కన ఫుట్‌పాత్ మీద పాత నాణాలు అమ్ముకునే బేహారి ఒకడు కూర్చున్నడు. కింద పరిచిన గుడ్డ మీద మధ్య యుగాల బానిస ప్రభువుల కాలం నాటి నాణాల నుండి మొఘల్, కుతుబ్‌షాహీ, ఆసఫ్‌జాహీ కాలంనాటి వరకూ ఒకప్పుడు చెలామణిల ఉన్న నాణాలను అమ్ముతున్నడు. కిందికి వంగి మోకాళ్ల మీద ముడుచుకొని కూర్చొని కొన్ని నాణాలను పరిశీలించినాడు. నైజాం కాలంనాటి హాలీ సిక్కాలను పరీక్షగ చూసినాడు. చిల్లి పైసలు, ఏకాణాలు, దొవ్వానాలు, పాత చారాణాలు – అఠాణాలు, బుడ్డ పైసలు, రెండు, ఐదు, పది పైసల నాణాలు స్వామిని పలకరించి పురాస్మృతుల్లకు తీస్కపోయినై. అప్పుడే వచ్చిన నయా పైసాను బాపు మొదటిసారి 'దివాన్‌ఖానా'ల ఇచ్చిన సంగతి జ్ఞాపకం వచ్చింది.

కొన్ని అపురూపమైన నాణాలను తన దగ్గరున్న పచ్చ కాగితాలతోటి ఖరీదు చేసి మక్కా మసీదులకు ప్రవేశించినాడు.

రెండు దిక్కుల బిచ్చగాళ్లు, ఫకీర్లు, ఆడ మగ, ముసలి ముతక, పక్కనే అరుగు మీద ఒక వేశ్య ఒంటి మీద సోయి లేకుండ కాళ్లూ చేతులను విసిరేసుకుని నిర్లక్ష్యంగ నిద్రపోతుంది. పట్నానికి బతకటానికి వచ్చిన ఓ తల్లి పిల్లల్ని పక్కనే కూర్చోబెట్టుకుని దిగాలుగ దిక్కులు చూస్తుంది. కొందరు దయాళువులు బిక్షగాళ్లకు చిల్లర పైసలను, అరటి పండ్లను, రొట్టెలను దానం చేసి పుణ్యం మూట గట్టుకుంటున్నరు. వారందర్ని దాటి చెప్పుల్ని విడిచి మెట్లెక్కసాగినాడు.

సిడీల మీద కబూతర్ల సమూహాలు. వాటి గొంతుల గుడ గుడ ధ్వనులు. రెక్కల టపటపలు. అవి కొంచెం సేపు ఎగిరి మళ్లీ సిడీల మీద వాలుతున్నై. ఎవరో అబ్బాతో వచ్చిన ఇద్దరు ముగ్గురు చిన్న పిల్లలు వాటికి నూకలను, జొన్నగింజలను చల్లుతున్నరు. కేరింతలతోటి వాటి మధ్యలకు బుల్లి బుల్లి అడుగులతోటి పరుగెత్తుతున్నరు. కబూతర్లు పరేషాన్ అయ్యి కొంచెం కొంచెం పైకెగురుతున్నయి. పసి పిల్లల్లాంటి కబూతర్లను, కబూతర్ల లాంటి పసిపిల్లల్ని చూస్తూ నీళ్ల హౌజును దాటి అక్కడున్న విశాలమైన నల్లరాతి చప్టా మీద కూర్చున్నడు. ఆ చప్టా మీద కూర్చుంటే మళ్ల తప్పకుండ హైద్రాబాద్‌కు వస్తరని ఒక నమ్మకం. స్వామి ఆ బెంచీ మీద కూర్చొని "అవును నా నగరంల నేనే ఒక యాత్రికుడిని" అని లోలోపల నవ్వుకున్నడు. మసీదంతా బక్రీదు పండుగ కోసం తయారవుతుంది. విశాలమైన ఆవరణల నమాజుల కోసం షామియానాలు వేస్తున్నరు.

ఎడమ దిక్కు తల తిప్పి చూసేసరికి వరుసగ ఐదు నైజాం నవాబుల సమాధులు. ఆరవ నిజాం మీర్ మహబూబ్ అలీ పాషా సమాధి ప్రత్యేకంగ కనబడుతుంది. ప్రజలు అతడిని అభిమానంతో, ప్రేమతోటి ముద్దుగ పాషా అని పిలిచెటోళ్లు. ఆయన సమాధి మిగిలినవాటి కన్నా ఎత్తుగ ఉండటమే కాక ఆకుపచ్చ పట్టు వస్త్రంతోటి కప్పబడి ఉంది. ఎవరో ఫకీరు ఆ సమాధిని శ్రద్ధగ శుభ్రం చేస్తున్నడు. గత వైభవాన్ని తలుచుకుంటున్న ప్రభుభక్తి పరాయణుడేమో! అక్కడే మరో మూల ఇద్దరు ముస్లిం ముసాఫిరులు తీరికగ కూర్చొని తాత్విక చర్చలు చేస్తున్నరు. ఒకరు చెప్పుతుంటే మరొకరు శ్రద్ధగ తల ఊపుకుంట వింటున్నరు. ఆఖరి రాజైన ఏడవ నిజాం మీర్ ఉస్మాన్ అలీ ఖాన్ సమాధి మాత్రం ఇక్కడ లేదు. అతని కోరిక ప్రకారం అతనిని తన తల్లి సమాధి పక్కనే ఖననం చేసినారు. ఆ సమాధి కింగ్‌కోఠీల ఉంది. మొదటి నిజాం సమాధి ఔరంగాబాద్‌ల ఉంది.

ఆసఫ్‌జాహీ వంశం వారు ఏడు తరాలు మాత్రమే పరిపాలన చేస్తరని, దానితోటి ఆ వంశపాలన ముగుస్తుందని ఒక చారిత్రక కథ వినికిడిల ఉంది. మొదటి నిజాం మీర్

ఖమ్రుద్దీన్ ఖాన్ ఆసఫ్‌జాహీ వంశపు మూలపురుషుడు. ఇతను మొఘల్ ప్రభువుల చేత 'నిజాం' బిరుదును పొంది దక్కను ప్రాంతానికి సుబేదారుగ 1724ల నియమించబడినాడు. అతను ఢిల్లీ నుండి మొదటిసారి దక్కనుకు గుర్రంపైన సవారీ చేస్తూ మధ్యల ఔరంగాబాద్ ప్రాంతంల విశ్రాంతి కోసం ఆగినాడు. ఆకలి బాగ అయింది. తినడానికి అతని వద్ద ఏమీ లేదు. అటు ఇటు చూడంగనే కొద్ది దూరంల ఒక చెట్టు కింద ఫకీర్ కనిపించినాడు. అతని వద్దకు పోయి తినటానికి ఏమైనా ఇవ్వమని అడిగినాడు. అప్పుడు ఆ ఫకీర్ రొట్టెల దొంతరలను ముందు పెట్టితే అతను ఆకలితోటి దబ్బదబ్బ రొట్టెలను తిన్నడు. ఏడు రొట్టెలను తిన్న తర్వాత ఇక తినలేను 'బస్' అనంగనే ఆ ఫకీర్ 'తథాస్తు' నీ వంశంల ఏడు తరాల వాళ్లు మాత్రమే రాజ్యం ఏలుతరని జోస్యం చెప్పినాడు. సరిగ్గ అట్లనే ఆసఫ్‌జాహీ వంశం వాళ్లు ఏడుగురు రాజులు మాత్రమే పరిపాలన సాగించినారు. ఏడవ నిజాం కాలంలనే పోలీస్ యాక్షన్ జరిగి హైద్రాబాద్ సంస్థానం ఇండియన్ యూనియన్‌ల 17 సెప్టెంబర్ 1948న విలీనమైంది.

స్వామి చుట్టూ కబూతర్‌లు గుంపులు గుంపులుగ గుమికూడి ఉన్నై. కొన్ని కబూతర్‌లు సరిగ్గ స్వామి ఆలోచనల్లాగనే టపటపా రెక్కలు కొట్టుకుంట ఎగురుతున్నై. హైద్రాబాద్ సంస్కృతిల పక్షుల పెంపకం, పోషణ కూడ ఒక ముఖ్యమైన భాగం. కుతుబ్ షాహీ రాజుల కాలం నుండి రామచిలుకలు, పావురాలు ఇతర పక్షులను పెంచడం, ఒక సంప్రదాయంగ వస్తుంది. కొన్ని బస్తీల పేర్లు పక్షులతోటి ముడిపడి వున్నై. కబూతర్‌ఖానా, చిలకలగుడా. బొగ్గులకుంట అసలు పేరు బగల్‌కుంట. బగల్ అంటే కొంగలు. నవాబుల కాలంల తపాలా చేరవేయటానికి పావురాలను పెంచెటోళ్లు. పావురాల పెంపకం, వాటికి దాణా వేయడం, మతపరమైన ఆచారంగ, సంప్రదాయంగ స్థిరపడింది. హిందువులు, ముస్లింలు పావురాలకు దాణా వేయడం పుణ్యకార్యంగ భావించడం వల్ల మసీదులల్ల, మందిరాలల్ల పావురాలకు ఆశ్రయం దొరుకుతుంది.

ఎండ చురుక్కుమని కాటేసింది. స్వామి అంతర్లోకాల నుండి కబూతర్లు ఎగిరిపోయినై. ఈ లోకంలకు వచ్చి హౌజ్ దగ్గరికి పోయినాడు. మసీదు ప్రాంగణం మధ్యల నలుచదరంగ ఉన్న విశాలమైన హౌజ్‌ల ఎండకు నీళ్లు తళతళలాడుతున్నై. లోపల ఆకుపచ్చని నాచు తీగలు తీగలుగ అల్లుకొని ఉంది. అండ్ల గుంపులు గుంపులుగ తిరుగుతున్న రాగి రంగు చేపలు. మనుషులు దగ్గరికి రాంగనే నోళ్లు తెరుచుకుని వారి దిక్కు అమాయకంగ చూస్తున్నై. గొంతుక్కూచొని ముకం మీద నీళ్లు చల్లుకున్నడు. నీళ్లు చల్లగ, హాయిగ వున్నై. అట్లనే కాళ్లూ చేతులూ కడుక్కొని లేచినాడు. తాజాగ ఫీలవుకుంట మసీదు మెట్ల మీది నుండి కిందికి దిగి దర్వాజా దాటి ఇవతలికి వచ్చి ఎడమ దిక్కుకు తిరిగి చార్మినార్‌కు ఎదురుంగ నడవసాగినాడు.

మల్లీ ఎడమ దిక్కు లార్డ్ బజారుకు పోయే తోవ. లార్డ్ బజార్ అసలు పేరు లాడ్ ౹జార్. ఈ బజార్ కుతుబ్‌షాహీల కాలం నుండే ఉంది. ఆ రోజులల్ల దీన్ని మీనాబజార్ అనేటోళ్లు. హయత్‌బక్షీ బేగం చిన్నపిల్లగ ఉన్నప్పుడు 'లాడ్లీ' అనెటోళ్లు. ఆమె పేరు మీదనే లాడ్ బజార్ వెలిసిందని ఒక ప్రచారం. ఈ వీధిల ఉన్న 'ఖిల్వత్' మహల్‌ను 1884ల వైస్రాయ్ లార్డ్ రిప్పన్ సందర్శించడం వల్ల లాడ్ బజార్ 'లార్డ్ బజార్'గ పేరు మార్చుకుంది. అక్కడ దుకాణాలన్నీ స్త్రీల సింగారానికి సంబంధించినవే. వాళ్ల సింగారాన్ని అంగారమోలె మెరిపించే అలంకరణ సామగ్రి దుకాణాలు. పెండ్లిండ్లు, పండుగలు ఇతర శుభకార్యాలల్ల స్త్రీలకు సంబంధించిన అన్ని వస్తువులు అక్కడ లభ్యమైతయి. మతాతీతంగ హిందూ ముస్లిం స్త్రీలందరికీ అవసరమయ్యే అన్ని అలంకరణల వస్తువులు అక్కడ సరసమైన ధరలకే లభిస్తయి. ఆ దారికి రెండు దిక్కుల రంగు రంగుల తళుకులీనే సీసపు గాజుల దుకాణాలు. అండ్ల చల్లని సాయంత్రాలు గాజుల బేరాలు చేసే మేలిమి ముసుగుల ముస్లిం వనితలు. ముసుగు సుందరీమణులు. మెహందీ పెట్టుకున్న తెల్లటి నాజూకు చేతుల పూబోడులకు గాజులు తొడిగే దుకాణందారులు ఎంత అదృష్టవంతులో!

గాజులల్ల అనేక రకాలు. కుందన్, కంగన్, చాంద్‌తారా, చమ్కీ, కబూతర్ ఆంఖ్, సూరజ్ కా ఫూల్, బుట్టే కా జోడా అసొంటివి పాత కాలం పేర్లయితే పాకీజా, అనార్కలీ, లైలా మజ్ను, దూప్ చాంవ్ గాజులు ఇటీవలి కొత్త కాలం పేర్లు. పక్కన్నే మరికొన్ని అగరుపొగరు అత్తరు సీసా దుకాణాల లీలావిలాసాలు. గులాబీ, మల్లె, జాస్మిన్, అడవి పుష్పాలు – హీన, చమేలి, గంధపు చెక్కల్ని, వనమూలికల్ని నలభై రోజులు నిరంతరం వేడి చేస్తే ఉద్భవించే ఆవిరి బిందువులే వివిధ రకాల అత్తరు పరిమళాలు. రూహే సందల్, రూహే గులాబీ, బగీచా, మాజ్మా, జన్నత్–ఎ–పిరోజ్, ఖనోజ్ వగైరా తులం, అరతులం అత్తరు సీసాల ధరలు వందలు, వేలల్లనే ఉంటై.

పాన్ సుపారీ సుగంధపు దినుసుల దుకాణాలు, చిక్ని చాలియాలు, లవంగ్ ఇలాచీలు, జాజీ జాపత్రులతోటి పాటు జర్దా, కాచులు కూడ అమ్ముతరు. దేశీ కత్తా, గులాబీ కత్తా, కాన్పూరీ – బరేలీ కత్తా ధనికుల కోసం. రాంపూరీ, లక్నో, పూనా జర్దాలు రంగు రంగుల కాంతులీనుతూ సువాసనలు వెదజల్లుతుంటాయి. పాపం దేశీ జర్దా పేదల కోసం. గోరింటాకు పొడులు, రంగు రంగుల రిబ్బన్లు, బొట్ల సింగార్ దుకాణాలు. పసుపు కుంకుమలు, బుక్కా గులాల్, గంధపు చెక్కలు, చందన్ పౌడర్లు, ఊదులోబాన్‌లు అమ్ముతరు. పూర్తిగ తడి ఆరని దీర్ఘ శిరోజాలకు పూబోడులు ఆ సాంబ్రాణీ పట్టిస్తే మర్నాటి దాక ఆ వెంట్రుకలు గుప్పుమనే సువాసనలు వెదజల్లుతయి. ఈ మత్తుకు కొమ్ములు తిరిగిన ఎంతటి మగోడైనా చిత్తయిపోవలసిందే.

కార్‌చోబ్ దుకాణాలు, సిల్కుచీరెలు, దుపట్టాల మీద తమ హస్తకళా నైపుణ్యంతోటి పూలు, లతలు, పిందెలు అల్లే పనిని, కుట్టే పనిని కార్‌చోబ్ దుకాణాలని అంటరు. స్త్రీలు చీర ధర కంటే అనేక రెట్ల హెచ్చు ధరను ఆ పనికి, కళకు చెల్లిస్తరు. వెంట్రుకలవంటి అతి సన్నని బంగారు తీగెల అల్లికల మధ్య మేలిమి ముత్యాలను పొదిగించి ఆ కార్‌చోబ్ పని చేస్తరు. ఆ వస్త్రాలను విదేశాలకు కూడ ఎగుమతి చేస్తరు. లార్డ్ బజార్ పరిసర ప్రాంతాలల్ల అదొక కుటీర పరిశ్రమ. ఇదే కాక రవికెలు, చీరెల అంచులకు అతికించే 'గోటీ కినారె' వ్యాపారాన్ని మార్వాడీ వర్తకులు చేస్తరు.

రాత్రుళ్లు ఆ వీధి వీధంతా షాపింగ్‌కు వచ్చే స్త్రీలతో పువ్వుల బజారులాగ వెయ్యిన్నొక్క వెలుగుల కాంతులీనుతుంటది. ఆ లార్డ్ బజార్ వీధిలనే చౌమహల్లా ప్యాలెస్, ఖిల్వత్ ప్యాలెస్, మోతీ గల్లీ, ఖజానే ఆమ్రాలు ఉన్నయి. నాడూ నేడూ ఎప్పుడూ 'లార్డ్ బజార్' ఒక అంతర్జాతీయ విపణి వీధి. స్వామి ఆ లార్డ్ బజార్ వీధిలకు పోకుండ కొంచెం ముందుకు నడిచినాడు. సైకిలు మీద చెంగేరీల అందంగ అమర్చబడ్డ ఎర్రటి జాంపండ్లు. "బార్కాస్ కీ జామ్, బార్కాస్ కీ జామ్" అని చార్మినార్ దద్దరిల్లి నేలకూలిపోయేలాగ ఒర్లుతున్న ఆ జాంపండ్ల సైకిల్ వ్యాపారి. బహుశా బార్కాస్ ఛావుష్ కావచ్చు. అరటి తొక్క మీద కాలేసి జుర్రున జారి పడబోయి తమాయించుకున్న ఓ మార్వాడీ బొజ్జ గణపయ్య.

ముందుకు పోతే చార్మినార్ డిసిపి పోలీసు కార్యాలయం. లాఠీ తూటా బాయ్‌నెట్ ఇనుపటోపీ బూట్లతోటి 'సర్వాంగ శోభితంగ' నోరు తెరుచుకుని పాతాళభైరవి సినిమాల రాక్షసుడి గుహలాగ నిలబడి ఉంది. మరో నాలుగు అడుగులు. వరుసగ ఉన్న నాలుగు చక్రాల తోపుడు బండ్ల వ్యాపారస్థులు. "హర్ ఏక్ మాల్ చారానా" అని రిథమిక్‌గ అరుస్తున్నరు. గిరాకీలను పిలుస్తున్నరు. ప్లాస్టిక్ వస్తువులు, ఆడవాళ్ల బొట్లు, పూసల దండలు, రిబ్బన్లు, మొగవాళ్ల మొలదారాలు, తాయెత్తులు, ముంజేతి కడియాలు, ఉంగరాలు, చిన్న పిల్లల రంగు రంగుల లట్టూలు, చెండ్లు ఇంకా లాయలప్పలు. కళ్లకు కలర్‌ఫుల్‌గ కదిలే ఆ తోపుడు బళ్ల దుకాణాలు. దునియా రంగ్ రంగీలా బాబూ – దునియా రంగ్ రంగీలా.

మూలల శివమందిర్. అక్కడ భక్తజన సందోహాలు. శివరాత్రి పర్వదినాన ఆ గుడి ముందు అమర్చిన బల్ల పీటల మీద పెద్ద పెద్ద గంగాళాల్ల 'భంగ్' పానీయాన్ని అమ్ముతరు. ఈ భంగ్ ఉత్తర హిందూస్థానం నుండి దిగుమతైన దేవతలు తాగిన సోమరసం కాబోలు. దానిని నైజాం కాలంల కాయస్థులు తెచ్చినట్లుంది. పాలు, చక్కెర, బాదాం, పిస్తా, అక్రోట్, నల్లమందు, భంగాకు బాగా నూరి షర్బత్ తయారు చేస్తరు. తాగితే మొదట తియ్యగ, చల్లగ, హాయిగ వుంటది. ఆ తర్వాత ఒక గంటకు శరీరంపై, మెదడుపై తన ప్రతాపాన్ని చూపిస్తది. దానిని సేవించినవాళ్లు కిందికీ పైకి గుండ్రంగ రంగులరాట్నంల కూర్చున్నట్లు

డోలాయమాన స్థితి నుండి ఊహాజనిత మాయ జలతారు పరదాలల్లకు వెళ్లిపోతరు. అనుభవిస్తే గాని దాని తత్వం బోధపడదు. హోళీ, శివరాత్రి పండుగ రోజులల్ల ఈ భంగ్‌కు బాగా గిరాకీ ఉంటది.

శివ్ మందిర్ తర్వాత చార్ కమాన్ దాటినాడు. రెండు దిక్కుల వెండి వస్తువుల దుకాణాలు. వ్యాపారస్థులందరూ జైన్, మార్వాడీలు. ఇవి కాక మరికొన్ని ముత్యాల, పగడాల దుకాణాలు. వాటిల సాయంకాలం సందడి ఎక్కువ. హైద్రాబాదు మంచి రకం మేలిమి ముత్యాలకు, నోరూరించే బిరియానీకి ప్రసిద్ధి అని ప్రపంచ పర్యాటకులందరికీ తెలుసు. గుల్జార్ హౌజ్ నీళ్లు లేక సూఖా హౌజ్‌గ పేరు మార్చుకుంది. కుతుబ్‌షాహీ కాలంల ఈ హౌజ్ అత్తరు పన్నీరులతో నిండి ఉండి గులాబీ పూరేకులతోటి తేలిపోయేది. ఆ హౌజు చుట్టూ గుల్‌బదన్‌లు చేతులల్ల తమ పర్వానాలు, దీవానాలు నజరానాలుగ ఇచ్చిన గుల్‌దస్తాలతోటి అభిసారికల్లాగ నిలబడి ఉండెటోళ్లు. చివరికి ఈనాడు ఆ గుల్జార్ హౌజ్ లేదు. గుల్‌బదన్‌లు లేరు, గుల్‌దస్తాలు లేవు.

మళ్లీ నాలుగు దారుల చౌరస్తా. ఈ జీవితమే ఒక పెద్ద చౌరస్తా. ఎటు పోవాలో ఏం చేయాలో తోచదు గాక తోచదు. లెఫ్ట్ టర్న్. యస్.యస్. లెఫ్ట్ ఈజ్ ఆల్‌వేస్ రైట్. మున్నాలాల్, దవాసాజ్ జడీబూటీ మందుల దుకాణం. దేశీ మందుల సహజసిద్ధ సువాసన. మళ్లీ బాల్యంలకు గుంజుకపోతది. చిన్నప్పుడు జ్వరంతోటి ఎండిపోయిన నాలుక మీద తియ్యటి పుల్లటి 'అల్ బుఖారా.'

బుఖారా ఆఫ్ఘనిస్తాన్ దేశంల ఉన్న ఒక కొండ ప్రాంతం. హైదరాబాద్‌ల కొంత మంది పఠాన్ ముస్లింలకు ఇంటి పేరు బుఖారీ అని ఉంటది. వాళ్ల పూర్వీకులందరూ ఆఫ్ఘనిస్థాన్ బుఖారా ప్రాంతం నుండి ఇక్కడికి వచ్చినోళ్లే. వాళ్లు నీలి కళ్ల నీడలల్లకు తొంగి చూస్తే వారి పూర్వీకుల రహస్యాలు బయటపడతాయి. ఈ అల్ బుఖారా పండు పఠాన్‌ల ద్వారా మన హిందూస్థానంలకు దిగుమతి అయ్యింది.

డాక్టర్ రూప్ కరణ్ చౌబీస్ ఘంటా దవాఖానా. నిజాం కాలం నుండి ఇప్పటికీ అట్లనే కొనసాగుతుంది. ఆ రోజులల్ల ఆయన వైద్యుడే కాక సంఘ సేవకుడు కూడ. తనకు చిన్నప్పుడు ఎడమ కాలికి పోలియో సోకితే చికిత్స చేసి బాగుపరిచి తననిప్పుడు ఇట్ల రోడ్ల మీద నడిపిస్తున్న 'వైద్యుడు – నారాయణుడు – హరి' అన్నీ అతనే. ఆ డాక్టర్ సాబ్ 'దవా ఔర్ దువా' ఈ మరీజ్ మీద సరిగ్గనే పని చేసింది. ఆయన దయ లేకపోతే తను మరో 'తైమూర్ లంగ్' అయిపోయెటోడు.

ఆ ఆసుపత్రి పక్కన్నే తోపుడు బండి మీద పొగలు కక్కుతున్న పెద్ద కడాయి. అండ్ల డాల్డా ప్రవాహంల మునిగితేలి ఈత కొడుతున్న జిలేబీలు. కింద పళ్లెంల పంచదార పానకంల నాని చల్లబడుతున్న రసాలూరే జిలేబీలు. పసుపుపచ్చ బంగారు రంగుతో

మిసమిసలాడే జిలేబీలు. ఈ జిలేబీ ఏ దేశం నుండి దిగి వచ్చిందో, ఏ భాషకు సంబంధించిన పదమో? జిలేబీ గులాబీ బేబీ - బలే బలే గులేబకావళి! ఒక ఆదా పావు గరం గరం జిలేబీలను దబ్బదబ్బ తిని యాంటీ డోస్‌గ పక్కనున్న మరో గప్‌చిప్‌ల బండిల అప్పుడే తీసిన వేడి వేడి మసాలా మిరపకాయ బజ్జీలను కరకర, పరపర నమిలి మింగేసి కారం నసాళానికి అంటంగనే ఎదురుంగ ఉన్న ఆగ్రా హోటల్లకు దూరి చల్లటి రబ్డీ మలాయ్ లాగించి దాహార్తి చింతతోటి ఒక చక్కటి, చిక్కటి లస్సీ బిగించి బిల్లు చెల్లించి ఇవతలికి వచ్చి నవరతన్ పాన్ మహల్ల కలకత్తా మీఠా పాన్ కట్టించి, దౌడన దట్టించి, కృష్ణా టాకీసు ముందు నిలుచున్నడు.

ఈ రోజు ఉదయం తొమ్మిది, పది మధ్య 'దుష్ట చతుష్టయం' ఇక్బాల్ హోటల్ల కలుసుకోవాలని ముందే వేసుకున్న ప్లాన్. ఆ రోజు పది పదకొండు గంటలకు చార్మినార్ నుండి రాజ్‌భవన్‌కు 'డిమాండ్స్ డే' ఊరేగింపు. ఆందోళనాకారులు రాకుండా రాత్రి నుండే చార్మినార్‌కు వచ్చే అన్ని దారులను పోలీసులు మూసేసినారు. బస్సులన్నింటినీ ఉదయమే నయాపూల్ దగ్గర ఆపేసి, అంగుళమంగుళం పహరా కాస్తున్నరు. స్వామి గల్లీలల్ల నుండి రహస్యంగ పొద్దు పొద్దుగాల్నే చార్మినార్‌కు చేరుకొని దోస్తుల కోసం నిరీక్షిస్తున్నడు.

కృష్ణా టాకీసు నుండి తొందరతొందరగ నడుచుకుంట ఇక్బాల్ హోటల్‌కు చేరుకోంగనే త్రిమూర్తులు కనిపించినారు. వేణు బృందం సికింద్రాబాదు బోట్స్ క్లబ్ నుండి రాజ్‌భవన్‌కు చేరుకుంటమని ముందే చెప్పినారు. బస్సులన్నీ బందు కావున నడుచుకుంట వచ్చేసరికి గోపీ అండ్ కంపెనీకి జర లేట్ అయ్యిందట. ఆకలవుతుందని అశోక్ జెఫ్రీలు ఖీమా పరాటాలతో కుస్తీ పడుతున్నరు. జెఫ్రీగాడు ఇదే జీవితంల ఆఖరు తిండి అన్నట్లు ఆవురావురుమని తింటున్నడు. గోపి క్రానికల్ పేపరుల అక్షరాలను కళ్లల్లకు ఒంపుకుంటున్నడు.

చార్మినార్‌ను ఎవడన్న మాయలఫకీరు ఎత్తుకపోతడేమో అన్నట్లుగ దాని చుట్టూ డేగకళ్లతోటి పోలీసుల కాపలా. తెలంగాణా ఊరేగింపు అక్కడ్నించి వెళ్లనీయవద్దని వారి దృఢ నిశ్చయం. ఇంతల హారతి పళ్లాలు కొబ్బరికాయలు పట్టుకుని తాళాలు కొట్టుకుంట భజనలు చేసుకుంట కొంతమంది స్త్రీ పురుషులు అలీజా కోట్ల నుండి భాగ్యలక్ష్మి మందిరం దిక్కు వస్తున్నరు. ఆ రోజు శుక్రవారం పూజలు. స్త్రీలంత ముసుగులూ, కొంగుల్తో తలలు కప్పుకొన్నరు. పురుషులంతా పంచె, లాల్చీ, టోపీలతో ఉన్నరు. ఆ భక్తుల్ని ఆపటం మహాపాపం అని భావించి పోలీసులు పెద్ద మనస్సుతోటి వారిని ఆపకుండ రానిచ్చినారు. అదే వారి కొంప ముంచింది. వారు గుడి దగ్గరకు రాంగనే 'జై తెలంగాణా' అని నినాదాలు ఇవ్వసాగినారు. పోలీసులు ఒక్కసారే ఉలిక్కిపడి 'హోష్'లకు వచ్చినారు. స్త్రీలందరూ

తమ ముసుగులను తల మీద నుండి తీసినారు. మరికొంత మంది చీరెలు విప్పేసినారు. ఆశ్చర్యం. వాళ్లెవరో కాదు. కేశవరావు జాదవ్, మదన్‌మోహన్, మల్లికార్జున్, శ్రీధర్ రెడ్డి మొదలగువారు. ఇంక ఎంతో మంది 'జై తెలంగాణా' నినాదాలు ఇస్తున్నరు.

ఎవరో గుడి గంటల్ని గణగణా నిరంతరం మోగిస్తున్నరు. ఆ గంటల చప్పుడుకు మిడుతల దండోలె ఆయుర్వేద ఆస్పత్రి నుండి, యూనానీ దవాఖానా నుండి, మక్కా మసీదు లోపల్నుండి, శివమందిర్ నుండి, బిల్డింగుల వెనక నుండి, చుట్టపక్కల ఇరానీ హోటళ్ల నుండి, గల్లీలల్ల నుండి ప్రజలు వందల సంఖ్యల చార్మినార్ చుట్టూ జమ అవుతున్నరు. వారు ఉదయమే కాలి నడకన బయలుదేరి రహస్యంగ ఆ స్థలాలల్ల దాక్కున్నరు. మొదలే వేసుకున్న ప్లాన్ ప్రకారం గంటల సంకేతంతో హఠాత్తుగ ప్రత్యక్షమైనారు. ప్రజల అలల ప్రవాహం ఎక్కువయ్యే సరికి పోలీసులు నిస్సహాయులైనారు. స్వామి మిత్రబృందం ఆ జన ప్రవాహంల కలిసి కదిలిపోయింది.

ఆ రోజు హైద్రాబాద్ నగరం తన చరిత్రను తానే తన రక్తంతోనే 'రక్తాక్షరాలతో' లిఖించుకుంది. కడుపుకోతకు గురై దుఃఖించింది.

చార్మినార్ దగ్గర గుమికూడిన ప్రజా సమూహాన్ని ఉద్దేశించి మాజీ ఉప ముఖ్యమంత్రి, కురువృద్ధుడైన కొండా వెంకట రంగారెడ్డి ప్రసంగించినారు. తరువాత ఆయన నాయకత్వంల ఊరేగింపు బయలుదేరింది. జన ప్రవాహాన్ని ఆపటం కష్టమయ్యింది. మదీనా బిల్డింగ్ దగ్గరికి ఊరేగింపు చేరుకోంగనే గడబడలు మొదలైనై. ముందు బాష్పవాయువును వదిలినారు. దానికి జవాబుగ రాళ్లవర్షం కురిసింది. ప్రజలను చెదరగొట్టడానికి అనేకసార్లు లాఠీచార్జీ చేసి బాష్పవాయువును వదిలినారు. అరెస్టు చేసిన వారిని తరలించటానికి పోలీసు వ్యాన్లు సరిపోలేదు. దెబ్బలు తింటూ చెల్లాచెదురైన ప్రజలు మల్లీ మల్లీ గుమికూడుతున్నరు. సిద్ధి అంబర్ బజార్ మసీదు దగ్గరికి ఊరేగింపు చేరుకోంగనే పోలీసు కాల్పులు జరిగినై. అయినా పోలీసులపై రాళ్ల వర్షం కురుస్తనే ఉంది. ప్రజలు అక్కడికక్కడే ముగ్గురు అమరులైనారు. గాయపడినవారి సంఖ్య లెక్కలేదు. గుండ్ల దెబ్బలకు గాయపడిన ప్రజలు రోడ్డు మీదే గంటల తరబడి పడి అలమటించినారు. సమీపంలనే ఉస్మానియా దవాఖానా ఉన్నా పోలీసులు వారిని తరలించలేదు. ప్రైవేట్ జీబులల్ల ప్రజలే వారిని ఉస్మానియా దవాఖానాకు తీసుకొని పోయినారు.

సిద్ధి అంబర్ బజార్ చౌరస్తా నుండి మొజాంజాహీ మార్కెట్ వరకూ వీధులన్నీ రణరంగాలైనై. యుద్ధభూమిని తలపించింది. పోలీసులకు, ప్రజలకు మధ్య హోరాహోరీ పోరాటం జరిగింది. ప్రజలు వీరోచితంగ ప్రాణాలను తృణప్రాయంగ ఎంచి తిరగబడినారు. కాల్పులు జరిగినంత సేపూ గల్లీలల్లకు మాయమైనారు. కాల్పులు ఆగంగనే మల్లీ రోడ్డుపైకి వచ్చి రాళ్లు రప్పలు విసిరినారు. ఊరేగింపు వెళ్లే దారిల దుకాణాలన్నీ స్వచ్ఛందంగ

మూతబడ్డయి. రోడ్ల మీద యువకులు, విద్యార్థులు నిస్సహాయంగ లాఠీదెబ్బలు, గోలీ దెబ్బలు తింటుంటే పక్కనున్న భవనాల నుండి, కిటికీల నుండి తొంగిచూస్తున్న స్త్రీలు, పిల్లలే కాక పురుషులు కూడా దుఃఖం ఆపుకోలేక భోరుమని ఏడ్చేసినారు. మహరాజ్ గంజ్ పోలీసు స్టేషన్‌ను పూర్తిగ అగ్నికి ఆహుతిచ్చినారు. సెంట్రీ ఆత్మరక్షణ కోసం కాల్పులు జరిపితే మళ్లీ కొందరు మరణించినారు. అయినా పోలీసు స్టేషన్ ముందున్న వ్యాన్‌ను, ఇన్‌స్పెక్టర్ల మోటారు సైకిళ్లను పూర్తిగ తగులబెట్టినారు. అక్కడి వీధిల పోలీసులు, ప్రజలు ముఖాముఖి పోరాటం చేసినారు. వాళ్లంతా మలబారు పోలీసులు. ఎటువంటి సానుభూతి లేక ప్రజలపై దౌర్జన్యం చేసినారు. మొజంజాహీ మార్కెట్ చౌరస్తాల రెండు గంటల సేపు ప్రత్యక్ష యుద్ధం జరిగింది. పద్మవ్యూహంల చిక్కుకున్న పోలీసులు విచక్షణ కోల్పోయి ఇష్టం వచ్చినట్లు కాల్పులు జరిపినారు. అట్ల రక్తసిక్తమైన ఆ రోజు తెలంగాణా ప్రజలు వీరోచితంగ బలిదానాలు, ఆత్మత్యాగాలు చేస్తూ రక్తాన్ని సాకబోస్తూ ఊరేగింపుగ పబ్లిక్ గార్డెన్స్‌కు చేరుకున్నరు.

సికింద్రాబాద్ నుండి బయలుదేరిన ఊరేగింపుకు ఎస్.బి.గిరి, నాగం కృష్ణ, గౌతు లచ్చన్నలు నాయకత్వం వహించినారు. గౌతు లచ్చన్న స్వతంత్ర పార్టీ నాయకుడు. శ్రీకాకుళం జిల్లాకు చెందిన సీనియర్ నాయకుడు. సికింద్రాబాదుల ఊరేగింపు వెళ్లే దారిల దుకాణాలన్నీ మూసేసినారు. ఊరేగింపు మున్సిపల్ ఆఫీస్, పరేడ్ గ్రౌండ్స్ దగ్గరికి రాంగనే పోలీసులు ఎస్.బి. గిరిని అరెస్టు చేసినారు. అల్లర్లు, లాఠీచార్జిలు వీధివీధినా జరిగినై. సికింద్రాబాద్ బోట్స్‌క్లబ్ దగ్గరికి ఊరేగింపు రాంగనే అది జనసముద్రంగ మారిపోయింది. అక్కడ గౌతు లచ్చన్న ప్రసంగించినాడు. ట్యాంక్‌బండు, సెక్రెటేరియట్ దాటి ఊరేగింపు పబ్లిక్ గార్డెన్ చేరుకొని చార్మినార్ నుండి వచ్చిన ఊరేగింపుల కలిసింది. నాంపల్లి రోడ్డుల ఒక మిలటరీ బస్సును, పోలీసు జీపును పూర్తిగ దహనం చేసినారు.

జంటనగరాలల్ల నుండి బయలుదేరిన రెండు ఊరేగింపులు అసెంబ్లీ దగ్గర రవీంద్రభారతి ముందు కలుసుకున్నై. అదొక సాగరసంగమం.

ఆ తరువాత నగరంల కనీవినీ ఎరుగని ఊరేగింపు లక్డీ కాపూల్, ఖైరతాబాద్‌ల నుండి రాజ్‌భవన్‌కు చేరుకుంది. అడుగడుగున రక్తతర్పణాలు, అశ్రు అభిషేకాలు, హోరాహోరీ వీధి పోరాటాలు జరిగినై. చివరికి రాజ్‌భవన్‌ల గవర్నర్‌కు మహజర్‌ను సమర్పించటానికి వెళ్లిన బృందం మీద కూడా ఆ ప్రాంగణంలనే లాఠీచార్జీ జరిగింది. ప్రభుత్వాన్ని వెంటనే బర్తరఫ్ చేసి రాష్ట్రపతి పాలన విధించాలన్న ఏకైక డిమాండుతో ఆ మహజరును సమర్పించినారు. లోపల గవర్నర్ ఖండూబాయి దేశాయితో డెలిగేషన్ సభ్యులు మాట్లాడుతుండంగనే బయట ప్రజలకు, పోలీసులకు మధ్య యుద్ధం కొనసాగింది. మళ్లీ కాల్పులు మొదలైనాయి.

స్వామి మిత్రబృందం అల్లర్లల్ల చిక్కుకపోయింది. లాఠీఛార్జీల అప్పటికే గోపీ తల పగిలింది. ధారాపాతంగ రక్తం కారుతుంది. దస్తీతో గట్టిగ నొక్కిపట్టినా రక్తస్రావం ఆగుత లేదు. అశోక్ తన షర్టు లోపలి బనీను విప్పి దాన్ని సగానికి చింపి కట్టు కట్టాడు. రక్తస్రావం తగ్గింది. సి.ఆర్.పి. పోలీసువాడు తన బలమైన లాఠీతో అశోక్‌ను వీపు మీద కొట్టబోతే తప్పించుకొంటుంటే అది తుంటికి తగిలింది. నొప్పి భరించలేక కుంటుతనే పరుగెత్తుతున్నడు. బాష్పవాయువు గోళం ఒకటి సూటిగ వచ్చి స్వామి కాళ్ల ముందు పడింది. ఆ పొగల చిక్కుకపోయిన స్వామికి కండ్లు విపరీతంగ మండుతూ దగ్గటం మొదలు పెట్టినాడు. ముక్కుల్నుండి, కళ్ల నుండి నీళ్లు కారి కారి ముఖమంత ఉబ్బిపోయింది. ముగ్గురు ఒకే చోట ఉన్నా ఎవరికీ దిక్కు తోస్తలేదు. ఇంతల జెఫ్రీ అక్కడికి వచ్చినాడు. వాడొక్కడే ఒక్క దెబ్బ కూడా తగలకుండ సురక్షితంగ ఉన్నడు. హుషారుగ నీటిల చేపపిల్లలాగ గుంపుల మధ్య అటూ ఇటూ తిరుగుతున్నడు.

ఇంతల ఫైరింగ్ మొదలయ్యింది. రాజ్‌భవన్ రోడ్ ఎటువంటి సందులు గొందులూ, గల్లీలు లేకుండ సూటిగ రాజమార్గం మాదిరిగ ఉంది. దుకాణాలు, హోటళ్లు, ఏమీ లేవు – పెద్ద పెద్ద మూసి వున్న గేట్లు, బిల్డింగ్‌లు తప్ప. పోలీసుల బారి నుండి తప్పించుకునే అవకాశం, తలదాచుకునే చోటు ఏమీ లేదు. ఎదురుంగ రైలు కట్ట. దానిని దాటితే బాబా సాహెబ్ మక్తా బస్తీ. అదొక ముస్లింల స్లమ్ ఏరియా. రైలు కట్ట దాటి ఆ మురికివాడలకు పోతే తప్పించుకోవటం బహు సులభం. కానీ చాలా మంది రైలు కట్ట మీద నిలబడే ఆ పట్టాల మీద ఉన్న కంకర్రాళ్లను పోలీసుల మీదికి వర్షంలాగ విసురుతున్నరు. స్వామి బృందం ధైర్యం చేసి రోడ్డు మీద నుండి ఆ రైలు కట్ట మీదికి ఉరికింది. అదే సమయంల పోలీసులు తమ ఫైరింగ్ డైరెక్షన్‌ను రోడ్డు మీది నుండి తిప్పి రాళ్లవర్షం కురుస్తున్న రైలు కట్ట దిక్కు కేంద్రీకరించినారు.

గోపీకి దెబ్బ తగిలి రక్తం కారుతున్నా ధైర్యంగనే ఆ రైలు కట్ట మీద అందరి కన్న ముందు ఉరుకుతున్నడు. అశోక్ తుంటి నొప్పితోటి కుంటుకుంట చాల వెనుక ఉన్నడు. మధ్యల స్వామి, జెఫ్రీలు ఒకరిపక్కనొకరు సమానంగ ఉరుకుతున్నరు. కంకరరాళ్ల మీద ఉరుకుడు చాల కష్టంగ ఉంది. ఇంతల జెఫ్రీ ఆఁ... అని అరిచినాడు. స్వామి చూసేసరికి వాడి కుడికాలు పట్టాల కంకరరాళ్ల మీద నుండి జారుతుంటే వాడు వెనకకు ఒరిగిపోతున్నడు. ఆ కంకరరాళ్ల మీద కాలు జారిందేమోనని స్వామి ఒక చేత్తోటి వాని చెయ్యి పట్టుకొని తన రెండో చేతిని వీపు చుట్టూ వేసి ఆపబోయినాడు. వీపును చుట్టిన చేతికి వేడిగ, జిగటగ తాకింది. చెమటేమోనని చూసేసరికి వాడి వీపు మీద షర్టుకు రూపాయి బిళ్లంత రంధ్రం. అండ్ల నుండి నల్లాపైపు నుండి నీళ్లు కారుతున్నట్లు రక్తం చిమ్ముకుంట వస్తుంది. స్వామికి ఏమీ అర్థం కాక జెఫ్రీ ముఖంలకు చూసినాడు. వాని

కళ్లు తెరుచుకుని స్వామినే చూస్తున్నా అవి ఎక్కణ్నో దిగంతాల అవతలి వైపు చూస్తున్నట్టనిపించింది. వాడు చిన్నగ మూలిగి స్వామి చేతులల్ల నుండి జారి పట్టాల మీదికి ఒరిగిపోయినాడు. కింద పడంగనే వాని నోట్లె నుండి రక్తం బొళబొళమని ఇవతలికి వచ్చింది.

స్వామి షాక్‌తోటి జెఫ్రీ జెఫ్రీ అని గట్టిగ అరుస్తున్నడు. వెనుక నుండి కుంటుకుంట వస్తున్న అశోక్ ఆ దృశ్యాన్ని చూసి కెవ్వున కేకేసి జెఫ్రీ జెఫ్రీ అని గోలుగోలున ఏడుస్తున్నడు. స్వామి అచేతనంగ రాయిలాగ నిలుచున్నడు. ముందున్న గోపీ ఆ అరుపులు విని వెనకకు వచ్చినాడు. సంగతి అర్థం కాంగనే ముఖానికి రెండు చేతులు అడ్డం పెట్టుకునిన వెక్కెక్కి ఏడుస్తున్నడు. ఆ ఏడుపులకు చాలా మంది పోగైనారు. ఇంతల 'క్యా హువా క్యా హువా' అంటూ కేశవరావు జాదవ్ పరుగెత్తుకుంట అక్కడికి వచ్చినాడు. ఆయన సికింద్రాబాద్ ఈవినింగ్ కాలేజీల ఇంగ్లీష్ లెక్చరర్. లోహియా ప్రభావిత సోషలిస్టు. ఆయన జెఫ్రీ మణికట్టు పట్టుకొని నాడీ విధానం చేసినాడు. ముక్కు దగ్గర వేలు పెట్టి శ్వాసను చూసి 'బిచారా బచ్చా మర్ గయా' అన్నడు. స్వామికి కండ్లు గిరగిర తిరుగుతున్నై. ఎవరూ కనిపిస్తలేరు - కండ్ల ముందు ఎరుపు నలుపు రంగులు తప్ప. ఎవరెవరివో ఏడ్పులు పెద్దగ వినబడుతున్నై. 'హటో హటో' అని పోలీసుల మాటలు వినబడుతున్నయి. తను ఏవో అగాధాలల్లకు జారిపోతుంటే ఎవరో పట్టుకున్నట్టనిపించింది. స్వామి బేహోష్ అయిపోయినాడు.

11

"ఈ చిలుక పలుకదేమీ మనతో

మాటాడదేమీ మనతో

నిన్న మొన్నటి దాకా ఈ చిలుక

మాటలాడెను బాగా"

అర్ధరాత్రి దాటింది. నట్టింట్ల జెఫ్రీ శవం. అనంతశయనం. అతి దీర్ఘమైన పెను నిద్దుర. పెను విశ్రాంతిలకు పోయిన జోసెఫ్ మార్క్విజ్ జెఫ్రీ కండ్లు తెరుచుకునే ఉన్నయి - రాబోయే తెలంగాణా కోసం నిరీక్షిస్తున్నట్లు. ప్రాణం పోయిన కొద్దిసేపట్లనే కనురెప్పల్ని మూయాలంట. లేకపోతే కండ్లు అట్లనే తెరుచుకొని ఉంటవని ఎవరో ముసలమ్మ అంటుంది. ఆ గదిల ఒక మూలల స్వామి ముడుచుకొని కూచొని మోకాళ్ల మీద తల పెట్టుకొని వెక్కిళ్లు పెడుతున్నడు. అశోక్, గోపీలు నేల మీద పండుకొని ఎటో చూస్తూ ఏమొ ఆలోచిస్తున్నరు. జెఫ్రీ తల్లిదండ్రులు జీవచ్ఛవాల్లాగ గోడకు ఆనుకొని కూచున్నరు.

చిన్న చెల్లె నేల మీద స్పృహ తప్పి పడిపోయింది. ఆ వాడకట్టు వాళ్లందరూ అక్కడే ఉన్నరు.

శవజాగారం. తలాపున దీపం తల వెనుక వెలుగుతున్న ఊదుబత్తీలు. ఊదుబత్తీలు, శవం మీది పూలదండలు కలిసి వ్యాపింపజేస్తున్న విషాదపు వాసనలు. ఇంటి ముందు వాకిట్ల రగులుతున్న నాలుగు కట్టె మొద్దులు. గోధుమ రంగు ఉనుకపొట్టు పైన బరఫ్ గడ్డల మీద తెల్లటి కొత్త గుడ్డల చుట్టబడిన నల్లటి జెఫ్రీ శవం. జీసస్‌కు ప్రియమై త్వరగ ఆయన సన్నిధికి చేరుకున్న జెఫ్రీ. అదృశ్య మృత్యు దేవత ఆ వాతావరణాన్ని ఆవహించుకుని బుగులు రేపుతుంది.

ఆ బుగులును పటాపంచెలు చేయటానికి, మృత్యువును ఒక మిత్రుడిగ పలకరించేటందుకు సికింద్రాబాద్ బన్సీలాల్ పేట స్మశాన వాటిక నుండి 'గోపాల్ దాస్ మఠం' భజన వాళ్లు ఆ ఇంట్ల భజనలు చేస్తున్నరు. 'ఈ చిలుక పలుకదేమీ మనతో' అని వాళ్లు పాడుతుంటే పక్కన్నుండి తాళాలు, తంబూరా, హార్మనీ, డోలక్, కంజర్‌లు భజనకు అనువైన సంగీతాన్ని అందిస్తున్నయి. అందరూ దుఃఖాన్ని దిగమింగుకుంట తత్వవిచారంల మునిగి తేలుతున్నరు. ఆత్మల్ని ప్రక్షాళనం చేసుకుంటున్నరు. మృత్యువు నీడలల్ల మునిగి తేలుతున్నరు. ఆత్మల అంతరంగ లోకాలను ఆవిష్కరించుకుంటున్నరు.

"ప్రపంచమె బహు ఝూటా
ఇగ పలుకరాదురా నోట
లఫంగ వేషములాటా
అవలక్షణంబుల మూటా"

అని తెలంగాణా యక్షగాన పితామహుడు చెర్విరాల భాగయ్య కవి తత్వాలను గుండె గొంతుకల నుండి పలికిస్తున్నరు. విషాదాన్ని హృదయ తంత్రుల నుండి ఒలికిస్తున్నరు. ఆ పాట వింటున్న వారి కండ్లల్ల నుండి కండ్లనీళ్లు జలజల రాలిపోతున్నయి. అదొక ఆత్మల పరిశుభ్రవేదన. సికింద్రాబాదు బన్సీలాల్ పేట స్మశానవాటికల గోపాల్‌దాస్ మఠానికి 1949ల అంకురార్పణ జరిగింది. "కబీర్ పంథ్-పారక్ సిద్ధాంత్" వీరి ప్రధాన లక్ష్యం. కబీర్ దాస్ తత్వాలల్ల పారక్ (శోధించడం) అనే సిద్ధాంతం తోటి వీరు పాడే పాటలు వినేవాళ్ల మనస్సును చెరువుగ చేసి కంట తడిపెట్టిస్తయి. ఇక్కడి స్మశానవాటికల ఆయన ఎన్నో తత్వాలను భజన రూపాలల్ల పాడటం జరిగింది. గోపాల్‌దాస్ పరమపద సోపానానికి చేరుకున్నంక ఆయన శిష్యగణం ఆ తత్వాలను ప్రచారం చేయటానికి అనేక భజన బృందాలుగ ఏర్పడినారు. వారి గీతాలల్ల ఆద్యంతం కర్మ సిద్ధాంతం, మనిషి పుట్టుక, జీవితంల అత్యాశలకు దూరంగ భగవంతుడు ప్రసాదించిన జీవితాన్ని ఒక వరంగ భావించి సన్మార్గంల పయనించాలన్న తత్వాలు ఒదిగి ఉంటై.

ఆత్మ అమర్ (అమరత్వం), అజర్ (అరిగేది కాదు), అఖండ్ (ముక్కలయ్యేది కాదు), అవినాష్ (నాశనం కానిది), అనాది (ఎప్పటి నుండో) అంటూ నిర్వచిస్తూ మానవ జీవితం క్షణభంగురమని, పుట్టిన మనిషి బతికినంత కాలం చేసే పనులను బట్టి తిరిగి జన్మ ఉంటదని పాటల ద్వారా ప్రచారం చేస్తరు.

"దునియా మే ఆయా మనుష్ బన్‌కే

యహాఁ ఫిర్‌తా హై మూరఖ్ పశూ బన్‌కే"

రాత్రి పది గంటల నుండి ఉదయం ఆరు వరకు వీరు భజనలు చేస్తుంటరు. ఎంత దూరమైనా ఎవరు చనిపోయినా పిలువంగనే పోయి భజనలు చేస్తరు. సంతోషంగ డబ్బులు ఇస్తే తీసుకుంటరు. ఇవ్వకపోతే అడుగరు. నిష్కామ కర్మ వీరిది. జీవనోపాధికి వీరు వేరు వేరు వృత్తుల్ని అవలంబిస్తరు. రాజస్థాన్‌ల 'రుడాలీ'లకు చిత్తూరు జిల్లాల 'ఒప్పారి' వాళ్లకు, వీళ్లకు దగ్గరి పోలికలు ఉంటై. వాళ్లు శోక గీతాలను ఎక్కువగ ఆలాపిస్తే వీరు భజనలకు మాత్రమే పరిమితం కాని ఏడవరు. మరణించిన వ్యక్తి గుణగణాలను కుటుంబ సభ్యుల ద్వారా, బంధువుల ద్వారా తెలుసుకొని అప్పటికప్పుడు ఆశువుగ పాటలు కట్టి పాడుతరు. మరణించిన వ్యక్తి కుటుంబ సభ్యులకు ఓదార్పు మాటలను పాటలుగ పేర్చి పాడుకుంట మానవ సంబంధాల ప్రాధాన్యతను తెలుపుకుంట జీవిత తత్వాన్ని వర్ణిస్తరు. ఇది వీరికి ఒక వృత్తి కాదు. కానీ రుడాలీలకు, ఒప్పారి వాళ్లకు అదొక కులవృత్తి, ఉపాధి.

"సమల్ కర్ చలో మేరే మనువా,

యే ఖిలోనా టూట్ జానే వాలీ హై

సమజ్‌కర్ దేఖో మేరే మనువా

ఏ దునియా రూట్ జానే వాలీ హై"

సూర్యుడు పొద్దు పొడిచేవరకు జెఫ్రీ ఇంట్ల భజనలు కొనసాగుతనే ఉన్నై. వాటిని వింటున్న వారందరి ఆత్మలోకాలు, అంతర్లోకాలు పరిశుభ్రమవుతనే ఉన్నై. తెల్లారంగనే చుట్టుపక్కల ఇండ్ల వాళ్లందరూ చాయ్‌లు, ఉప్మాలు తెచ్చినారు. బలవంతం చేసి, బతిమాలి అందర్నీ ముఖాలు కడిగించి ఉప్మాలు తినిపించి చాయ్‌లు తాగించినారు. మాట వినని వాళ్లను 'అంత్యక్రియలయ్యే దాకా తట్టుకునే బలం ఉండొద్దా?' అని మరీ కోప్పడి వాళ్ల చేత చాయ్‌లు తాగించినారు.

ఎంత గొప్ప మానవ సంబంధాలు! బస్తీలల్ల, వాడకట్టులల్ల కనబడే ఆత్మీయ మానవ సంబంధాలు కాలనీలల్ల, అపార్ట్‌మెంటులల్ల కనీసం మనిషి చచ్చిన తర్వాతనైనా కానరావు. అక్కడ మోయటానికి మనుషులే కరువు. కిరాయి వాహనాలల్ల హడావుడిగ తీసుకపోయి తగిలేస్తరు.

పొద్దెక్కుతుంది. నింబోలి అడ్డ, ఇసామియా బజార్, కుత్బీ గుడా, గౌలీగుడా బస్తీల నుండి విద్యార్థులు, యువకులు, తెలంగాణా ప్రజాసమితి వాళ్లు తండోపతండాలుగ వచ్చేసినారు. అండ్ల కొందరి చేతులల్ల జై తెలంగాణా, జెఫ్రీ అమర్ హై అన్న బ్యానర్లు. అంత్యక్రియల ఏర్పాట్ల హడావుడి మొదలయ్యింది. అంబర్‌పేట స్మశానవాటికల అంత్యక్రియలకు నిర్ణయం జరిగింది. తెలంగాణా ఉద్యమ నాయకులు ఒక్కరొక్కరే వస్తున్నరు. కేశవరావు జాదవ్, మల్లికార్జున్, మదన్‌మోహన్‌లు వచ్చినారు. పూలహారాలతో జెఫ్రీని ఆఖరిసారిగ గౌరవిస్తున్నరు.

ఇంతలనే జెఫ్రీ తండ్రి మల్లీ పెద్దగ ఏడుస్తున్నడు. "నన్ను మొయ్యాల్సిన బిడ్డా, నేనే నిన్ను మోస్తున్నానురా కొడుకా" అని జెఫ్రీతోటి మాట్లాడుతున్నడు. మాట్లాడని జెఫ్రీ. మౌనముని జెఫ్రీ. ఏడుకట్ల సవారీ మీద, మంచు పల్లకీల ఆకాశం అవతలి దిక్కు దిగంతాలకు దూరదూరంగ పయనమైన జెఫ్రీ. అనంతశయనం ఆఖరి యాత్ర, పొద్దెక్కి ఎండ కొడుతుంది. పాడె మీద పండుకొన్న జెఫ్రీకి ఎండ కొట్టొద్దని ఎవరో ఛత్రీ పట్టుకున్నరు. మరెవరో ఈగలు ముసరకుండ విసనకర్రతోటి వింజామరలు విసురుతున్నరు. రారాజు జెఫ్రీ. యేసయ్యకు దగ్గరైన నల్లనయ్య జెఫ్రీ. ఇంతల జెఫ్రీ చెల్లెలు ఇంట్లకు ఉరికి ఒక చిన్న టేప్ రికార్డర్ తెచ్చి జెఫ్రీ పక్కన పాడె మీద పెట్టింది. అది జెఫ్రీకి ప్రియమైన వస్తువట. అండ్ల ప్రతి రోజూ రాత్రి పూట ముఖేష్ పాటలు మంద్రస్థాయిల వినెటోడట. ఆ పాటలు వినుకుంటనే అన్న ఆఖరి యాత్ర చేయాలని ఆమె చివరాఖరి కోరిక. రాజ్‌కపూర్ పాట "మేరా నామ్ రాజు" మొదలయ్యింది. తరువాత "సజన్ రే ఝూట్ మత్ బోలో" మల్లీ ఆ తర్వాత "మేరా జూతా హై జపానీ..." పాటల ప్రవాహంల పూలతెప్పలాగ తేలిపోతున్న జెఫ్రీ.

'రామ్ నామ్ సచ్ హై' అన్న అరుపులతో ఆ ఏడుకట్ల సవారీ పైకి లేచింది. పాడె ముందు వరుసల వాళ్ల నాయిన, మల్లికార్జున్. వెనుక గోపీ, స్వామి. వాళ్ల వెనుక అశోక్, వేణు, యాదగిరి ఇంక ఎందరెందరో. జెఫ్రీ ఆశయాల అడుగుజాడలల్ల తమ అడుగులు వేసుకుంట ముందుకు నడుస్తున్నరు. శవయాత్ర ప్రారంభమైంది. గల్లీ నిండ జనం. అశ్రుసిక్త నయనాలతోటి ఆఖరిసారి వీడ్కోలు. ఆ గల్లీల పుట్టి పెరిగిన పిల్లగాడికి ఆఖరి సారి 'అల్విదా'. రోడ్డు మీద, అరుగుల మీద, తలుపుల దగ్గర, కిటికీలల్ల నుండి దుఃఖపు సెగల పొగలతో, కన్నీళ్లతో చిట్టచివరి వీడ్కోలు. ఊరేగింపు ఆ గల్లీ మలుపు దాటింది.

టమ టమ టమ టమ

టమ్మకు టమా టమ్మకు టమా

నలుగురు బ్యాగరోళ్ల చేతులల్ల నాలుగు మాదిగ డప్పులు. ఎడమ చేతిల చిటికెన పుల్ల. కుడి చేతిల చిర్రాకర్ర. చంకల ఇరికించుకున్న మాదిగ డప్పు. ఆ నలుగురు కల్లు

ఫుల్లుగ తాగిన నిసాల ఉన్నరు. ఆ ఎనిమిది కండ్లు జ్యోతుల లెక్క మండుతున్నయి. లేసి సత్తువను ముంజేతులకు తెచ్చుకొని కైదండలు ఉప్పొంగగ ఆ డప్పుల చర్మం పగిలేటట్టు చావు డప్పు వాయిస్తున్నరు. కింది పెదవిని పై పండ్లతోటి గిట్ట కరిచి శక్తి కొద్దీ డప్పుల్ని హోరెత్తిస్తున్నరు. ఆ శ్రమకు వాళ్ల శరీరాలు, మొఖం మీద చెమటలు కారికారి కాలువలు కడుతుంది. ఒకరి కండ్లల్లకు మరొకరు సూటిగ చూసుకుంట పోటీలు పడుకుంట ఆ డప్పుల్ని మోగిస్తున్నరు. ఆ చప్పుడుకు దిక్కులు పిక్కటిల్లుతున్నయి.

ఇంతల మరొకతను. అతను కూడ కల్లు ఫుల్లుగ పట్టించినట్లుంది. వాళ్ల మధ్యన గుసాయించి తన అంగీ జేబుల నుండి ఒక కొత్త రూపాయి నోటును ఇవతలికి తీసి దానిని నిలువున సగానికి మడిచి వాళ్ల కండ్ల ముందు ఇటూ అటూ ఆడించుకుంట చిందులు వేసుకుంట 'తీన్ మార్' డాన్సును మొదలు పెట్టినాడు. డప్పుల దరువు మారింది. దద్దడ్ కీ దద్దడా, దద్దడ్ కీ దద్దడా అని తీన్ మార్ సంగీతాన్ని కొడుతున్నాయి. ఉత్తర భారతదేశంల దండోరా డప్పులు ఉండవు. కేవలం కంజర్‌లు మాత్రమే ఉంటై. వాటి లయ, సంగీతం కూడ విభిన్నంగ ఉంటది. ఈ తీన్ మార్ సంగీతం, నాట్యం ఒక హైద్రాబాదు నగరానికి మాత్రమే పరిమితం. ఆ ఐదవ అతను తీన్ మార్ డాన్స్ చేసీ చేసి అలసిసొలసి చివరికి బాగ డప్పు కొట్టినవాని నోటికి ఆ నోటును అందించినాడు. మళ్లీ ఆ ఊరేగింపు కొంచెం ముందుకు కదిలి ఒక విశాలమైన స్థలంల ఆగింది.

మరొకతను ముందుకు వచ్చి అందర్నీ దూరంగ జరిపి ఒక పెద్ద వలయాన్ని ఏర్పరిచినాడు. ప్యాంటు జేబుల నుండి తళతళ మెరిసే ఒక రూపాయి బిళ్లను చేతులకు తీసుకొని తన బొటనవేలు, చూపుడు వేలు నడుమ నిలిపి చిన్న చిటికేసి ఆ బిళ్లను గాలిలకు విసిరినాడు. అది గింగుర్లు తిరుగుకుంట పై నుండి నేల మీద పడి కొంచెం సేపు చక్రంలాగ గిరగిర తిరిగి చతికిలపడింది. ఆ నాణానికి చుట్టూ ఆ డప్పు సైజుల మరొక వృత్తాన్ని వేలితోటి గీసినాడు. బ్యాగరోల్లకు ఆ సంకేతం అర్థం అయినట్టుంది. నలుగురూ తమ డప్పుల్ని ఆ వృత్తం పరిధి లోపలికి దాటకుండ డప్పులను తిరగేసి పట్టుకొని కొట్టటం మొదలు పెట్టినారు. ఆ చప్పుడుకు దుమ్మంత రేగి నేల శుభ్రమయ్యింది. ఆ తరువాత ధనధన చప్పుళ్లకు ఆ నాణెం ఎగిరెగిరి పడసాగింది. అందరూ నేల మీదికి ఒంగి చప్పుళ్లకు ఆ నాణెం చేసే నాట్య విన్యాసాన్ని తిలకించసాగినారు. రెండు డప్పులు పొరపాటున ఆ వృత్తం పరిధి లోపలికి వెళ్లినందున అవి పోటీ నుండి ఉపసంహరించబడినాయి. మిగిలిన రెండు డప్పులల్ల అధిక శబ్దాలు చేసిన డప్పు అంచ దిక్కు నాణెం మెల్ల మెల్లగ కదులుకుంట చటుక్కున డప్పు అంచులకు ఎక్కేసింది. చూస్తున్న వాళ్లందరూ 'హే' అని హుషారుగ చప్పట్లు చరిచినారు. ప్రేక్షకులు తమ శక్తి కొద్దీ ఆ విజేతకు డబ్బుల్ని దానం చేసినారు.

ఆ చావు ఊరేగింపుకు కొంచెం ముందు కొంత మంది యువకులు నల్లటి డాంబరు రోడ్డు మీద తెల్లటి చాక్ పీసులతో పెద్ద పెద్ద అక్షరాలు రాస్తున్నరు. వాళ్ల రాతలను చుట్టుపక్కల ప్రజలు ఆసక్తిగ చూస్తున్నరు. ఆ రాతలు ఆనాటి తెలంగాణా తలరాతలు. 'జెఫ్రీ అమర్ హై', 'జై తెలంగాణా'. జెఫ్రీ అమర్ హై అన్న అక్షరాల మీద ఆ యువకులు అక్కడక్కడ పైసలను పెడుతున్నరు – సంక్రాంతి పండుగ రోజులల్ల గీతల ముగ్గులేసి వాటి నడుమ చుట్టుపక్కల గుర్తులు పెట్టినట్లు. వెనక నుండి వస్తున్న గుంపు నాట్యాలు చేసుకుంట వచ్చి ఆ పైసలను కాలి బొటనవేళ్లతో ఒడుపుగ మీదికి లేపి చేతులతో అందుకుంటున్నరు. నాట్యాలు మాత్రం ఆగడం లేదు.

ఇంతల ఒకాయన ఇసుకతోటి ఓ చిన్న కుప్ప చేసి దాని మీద ఒక ఐదు రూపాయల నోటును సన్నగ మడిచి స్తంభంలాగ నిలబెట్టినాడు. చిందులేస్తున్న వాళ్లల్ల ఒకతను వచ్చి పూర్తిగ నేల మీదికి వంగి తలను నేల మీదికి ఆన్చినట్లు చేసి తన కనురెప్పలతోనే ఆ నోటును పట్టుకొని పైకి లేపి ఆ విద్యను అందరికీ ప్రదర్శించినాడు. కెవ్వుకెవ్వుమని కేకలు, ఈలలు, ఊళలు.

మరెవరో పతాకులను తెచ్చినట్లుంది. లక్ష్మీ బాంబులు, ఆటంబాంబుల లడీలు. రోడ్డుకు అడ్డంగ ఇటు నుండి అటు హారంలాగ అమర్చి దాని పురికొసకు అగ్గి అంటించినారు. ధనధనా. ధనధనా పేలుళ్ల మోతలు. ఆనందాల కేరింతలు. చిందులు. నాట్యాలకనుగుణంగ వాయిద్యాలు. 'చావు కూడ పెళ్లి లాంటిదే' అన్న సామెతను నిజం చేస్తున్న జెఫ్రీ అంతిమయాత్ర. తిరిగి రాని లోకాలకు పోతున్న సుదీర్ఘ యాత్ర. అది చావు యాత్ర కాదు. జెఫ్రీ గాడి పెళ్లి రాత్రి నాటి 'ధూం ధాం' బారాత్ యాత్ర. మృత్యు దేవత వాడి పెళ్లి కూతురు. మృత్యువును ముద్దుగ కౌగలించుకున్న పెండ్లికొడుకు వాడు. జెఫ్రీ నాయన మాత్రమే క్రిస్టియన్. అది కూడ పేరుకు మాత్రమే. తల్లి హిందువు. వాళ్లవన్నీ దళిత సాంప్రదాయాలు, సంస్కారాలు. అందుకే ఈ చావు కళ. పాడె కట్టి దాని మీద జెఫ్రీని పండబెట్టబోయే ముందు ఒక జిల్లేడు చెట్టును తెచ్చి దానితో వానికి పెండ్లి చేసినారు. మంత్రాలు చదివినారు. కొందరు కట్నాలు చదివించినారు. 'చచ్చినోడి పెళ్లికి వచ్చిందే కట్నం' అన్నది ఒక మొరటు సామెతనే కాదు పరమసత్యం, చేదు నిజం కూడా. పెళ్లి కాని యువకులు చచ్చిపోతే ఆ పెళ్లి తప్పనిసరి.

జాతస్య మరణం ధ్రువం. పుట్టిన ప్రతి ప్రాణీ గిట్టక తప్పదు కావున 'మృత్యువు' తప్పించుకోలేని ఒక జీవిత సత్యం. ఆత్మకు చావు పుట్టుకలు లేవు కావున మనిషి జీవించడు, మరణించడు. అది, అంతం లేని విశ్వంలో నిరంతరం సంచరిస్తూ ఒక రవంత సేపు విశ్రమించటానికే మనిషి ఈ భూమిని సందర్శిస్తడు. అందుకే జగము సత్రము చావు స్వగృహయానమని తాత్వికులు బోధిస్తరు. పుట్టిన మరుక్షణమె మృత్యువు నీడలా మనల్ని

వెన్నంటి వస్తది కావున మృత్యువే మన అంతిమ నేస్తం. మరి అటువంటప్పుడు మనం మరణానికి ఎందుకు భయపడాలి? ఎందుకు దుఃఖించాలి? మరణించిన మనిషికి చివరిసారి వీడ్కోలు మహా గొప్పగ ఇవ్వాలె. ఆ వీడ్కోలు చాల గౌరవంగ ఉండాలె. అందుకనే దళితులు, శూద్రకులాలవారు 'చావు కూడ పెళ్లి లాంటిదే' అని నిరూపిస్తరు. సిక్కు మతంల వృద్ధులు లేదా వీరులు చనిపోతే ఏడవటం అపచారంగ భావిస్తరు. కంట తడి పెడితే వీరుడిని అవమానించినట్లే అని భావిస్తరు.

జెఫ్రీ కూడా వీరుడే. ఒక ఆశయం కోసం తల్లి తెలంగాణా ఒడిల ఒదిగిపోయినాడు. జారిపోయినాడు. చుక్కలల్ల చుక్కలాగ కలిసి పోయినాడు. ఆకాశం అవతలి వైపుకు తిరిగి రాకుండ మాయమైనాడు. అతను తెర వెనక్కి వెళ్లినా మిగిలిన వాళ్లతోటి మిగిలిన జగన్నాటకం నిరవధికంగ, నిరంతరంగ నడుస్తనే ఉంటది. రంగస్థలం శాశ్వతం. నటులు మాత్రమే వస్తూ పోతుంటరు. అందుకే తెలంగాణాల ఎవ్వరైన చనిపోతే 'జరిగిపోయిండు' అని అంటరు. అది చాలా గొప్ప పదం. మరికొందరు 'కాలం చేసిండు' అని కూడా అంటరు. ఈ తత్వవిచారంతోనే ఈ మృత్యువును సెలబ్రేట్ చేసుకోవటం ఒక మహోన్నత మానవ సంస్కారం. ఒక ఎరుక. ఒక సోయి.

శవయాత్ర నింబోలి అడ్డ, ఇసామియా బజార్, చప్పల్ బజార్, గోల్‌నాక మీద నుండి అంబర్‌పేట స్మశానానికి చేరుకుంది – జెఫ్రీని మట్టిల కలపటానికి. మట్టి నుండి జన్మించిన మనుషులు. మళ్లీ మట్టిల మట్టిగ మారే మట్టి మనుషులు. తిరిగి మనిషిగ పూచే మట్టి. అచ్చ దళిత సంప్రదాయం ప్రకారం దహనం చేయకుండ బొంద పెట్టడానికి ఆరడుగుల నేలల ఒక బొంద తవ్వినారు. నేలతల్లి విముక్తి కోసం నేలల కలిసే జెఫ్రీ.

హిందూ మతంల అగ్రవర్ణాల వాళ్లందరూ చనిపోయిన వారికి దహన సంస్కారాలు చేస్తరు. ముస్లింలు, దళితులు, వెనుకబడిన కులాలవారు మాత్రం 'ఖననం' చేస్తరు. పంచభూతాలల్ల ఒకటైన మట్టిల కలపటమే సరియైన పద్ధతేమో!

జెఫ్రీ అమ్మ, చెల్లి ఇతర బంధు స్త్రీలు కాకి శోకాలు పెట్టుకుంట ఏడుస్తున్నరు. వాళ్లందరిది ఎడతెగని సుదీర్ఘ దుఃఖకావ్యం. అమ్మ వాడి జీవితాన్నంతటిని తలుచుకొని, తలుచుకొని ఏడుస్తుంది. చిన్నప్పటి వాడి ఆటపాటలు, దూము, దుంకులాటలు, మొండితనం, ఇష్టాయిష్టాలు, కోపం, ప్రేమ, దయాగుణం అన్నింటినీ గుర్తు చేసుకొని సుదీర్ఘ శోకకావ్యంగ ఏడుస్తుంది. ప్రతి జ్ఞాపకానికి చివరల "నా కొడుకా, నా కొడుకా" అని లయబద్ధంగ ఏడుస్తుంది. ఒక పురాగాథగ దుఃఖిస్తుంది. బాధకు పర్యాయపదమే కవిత్వం కదా! వాడి అచ్చట్లూ ముచ్చట్లను కవిత్వపరంగా చెప్పి సంగీతబద్ధంగ 'నా కొడుకా, నా కొడుకా' అని ఏడుస్తుంది.

నాగరీకులు పట్నం పోకడల నాజూకు మనుషులు. హాయిగ నవ్వలేరు, హాయిగ ఏడ్వలేరు. జంతువులను, మనుషలను వేరు చేసేది ఈ నవ్వు – ఏడ్పులే కదా! నాగరీకులు ఈ రెండింటికీ దూరమయ్యి హిస్టీరియాలకు, డిప్రెషన్‌లకు గురవుతున్నరు. సహజసిద్ధ మట్టి మనుషలు మామూలు మనుషలు హాయిగ నవ్వి, కడుపు దుఃఖం తీరేటట్లు గట్టిగ ఏడుస్తరు. జెఫ్రీ అమ్మ అట్లనే ఏడుస్తుంది. దుఃఖాన్ని రాతలో పెట్టి రసాత్మక వాక్యంగ మలిచి కావ్యాన్ని సృష్టించిన బోయవాడు వాల్మీకిగ నిలిచిపోతే రాయలేని ఆడవాళ్లు కవితాత్మకంగ ఏడ్చి మామూలుగ మిగిలిపోతరు.

❖ ❖ ❖

అర్ధరాత్రి దాటింది. పోయినోడు పోంగ ఆఖరుకు మిగిలిన ముగ్గురు దోస్తులు అంత్యక్రియలైన తర్వాత ఇండ్లల్లకు పోనేలేదు. జెఫ్రీ జ్ఞాపకాలను తవ్వుకుంట, తలుచుకుంట రోడ్ల మీద తిరుగుతున్నరు. కథలు కథలుగ చెప్పుకుంటున్నరు. గోపీకి తల మీద బ్యాండేజీ అట్లనే ఉంది. ఆ బ్యాండేజీతో వాడొక 'విక్టిమ్ హీరో'లాగ కనబడుతున్నడు. వసపిట్టలాగ ఒర్లకుండ గంభీరంగ ఎక్కువగ మౌనముద్రల ఉంటున్నడు. అశోక్ తుంటి బాధను పండ్ల బిగువుతో భరిస్తూ కుంటుతనే నడుస్తున్నడు. స్వామి నిద్రల లేచి నడుస్తున్నోడి లెక్క ఉన్నడు. నిశ్శబ్దపు నడిరాత్రి నిద్రపోయే వీధులల్ల ముగ్గురు స్నేహితులు ఒకరి భుజాల మీద మరొకరు చేతులు వేసుకొని గొలుసుకట్టుగ తిరుగుతున్నరు. రాంకోఠీ, ఆంధ్ర సారస్వత పరిషత్, బొగ్గులకుంట, తిలక్‌రోడ్ మీది నుండి ఆబిడ్స్ చౌరస్తాల గ్రాండ్ హోటల్‌కు చేరుకున్నరు. రాత్రి ఒంటి గంట దాటింది. హోటల్ షట్టర్లు ముందు నుండి మూసి ఉన్నయి. స్వామి స్నేహితులు పోస్ట్ అండ్ టెలిగ్రాఫ్ బిల్డింగ్ గల్లీల పిషాబ్‌ఖానా పక్క నుండి హోటల్ వెనుక దిక్కు పోయి అక్కడి దారి నుండి లోపలకు ప్రవేశించినారు.

అర్ధరాత్రి దాటిన కూడ గిరాకీలు తగ్గనే లేదు. ట్యూబ్ లైట్ల వెలుగులల్ల ఆ 'రాత్రి హోటల్' 'దినం హోటల్' కన్న అందంగ మెరిసిపోతుంది. సర్వర్‌ల కేకలు, ప్లేట్లు, గ్లాసుల గలగలలతోటి కళగ వెలిగిపోతుంది. రాత్రి రాజుకొని, రాజుకొని రంజుగ రాణిస్తుంది. ముగ్గురు ఒక మూలల మార్చి తొమ్మిదిన రెడ్డి హాస్టల్ సదస్సునాడు కూర్చున్న అదే టేబుల్, అవే కుర్చీలల్ల మళ్లీ కూర్చున్నరు. నాలుగో కుర్చీ ఖాళీగ ఉంది. ఆ కుర్చీని చూసి గోపి అకస్మాత్తుగ ఎక్కెక్కి ఏడుస్తున్నడు. టేబుల్ మీద తల వాల్చి ఎక్కిళ్లు పెట్టి ఏడుస్తున్నడు. స్వామి, అశోక్‌లు వాణ్ని సముదాయించే ప్రయత్నం చేస్తలేరు. వాడు పొగిలి పొగిలి దుఃఖిస్తున్నడు. సర్వర్ రాంగనే అశోక్ పాత అలవాటు ప్రకారం 'దో బై చార్' అనబోయి 'దో బై తీన్' అని అతి కష్టంగ అన్నడు. ఇంక మిగిలిన 'దో బై తీన్' జెఫ్రీ లేని జీవితం చాలా కష్టం అని స్వామి బెంగగ, దిగులుగ ఉన్నడు.

పౌనాలు లేవు. డబుల్ శక్కర్ మలాయ్ చాయ్‌లు లేవు. మీఠా పాన్లు అంతకంటే లేవు. ఉత్త చాయ్‌లు, చాయ్‌ల మీద చాయ్‌లు. గోపి, అశోక్‌లు సిగరెట్లు కాదు, సిగరెట్ల డబ్బాలనే తగిలేస్తున్నరు. ఊదేస్తున్నరు. దుఃఖపు పొగల మధ్య మిగిలిన ముగ్గురి స్నేహాలు. ఎవరి ఆలోచనలల్ల వాళ్లు. 'దో బజ్ గయా సాబ్' అని సర్వర్ సున్నిత జ్ఞాపకం. మళ్లీ హోటల్ ముందు పాన్ డబ్బ దగ్గర ముగ్గురు దోస్తులు. మూసి ఉన్న పాన్ డబ్బ. మూగబోయిన స్నేహితం. తెగిపోయిన జీవితం. హఠాత్తుగ అశోక్ పాన్ డబ్బ ముందు నేల మీద కూలబడి పెద్దగ ఏడుపు.

"ఏందిరా అశోక్?" అన్నడు స్వామి.

"తెలంగాణా వచ్చినంక సర్కారీ నౌఖరీ చేసి సిగరెట్ల రుణం తీర్చుకుంటనన్నది ఇక్కడే, ఈ పాన్ డబ్బ దగ్గరే" అన్నడు వాడు.

మళ్లీ ముగ్గురు ఒకర్నొకరు పట్టుకొని ఏడుస్తున్నరు. ఆ అర్ధరాత్రి ఆబిడ్స్ చౌరస్త ముగ్గురు స్నేహితుల్ని మౌనంగ చూస్తూ నిలబడిపోయింది.

ఆ తర్వాత కొద్ది రోజులకు అశోక్ నాయన వచ్చి రూం ఖాళీ చేయించి పిల్లలందర్నీ మెట్‌పల్లికి తీసుకుపోయినాడు. ఒక రెండు నెలల తర్వాత అశోక్ దగ్గర్నుండి లెటర్ వచ్చింది. మళ్లీ మరో పిడుగు. 'వాడి నాయన గుండెనొప్పితోటి కాలం చేసినాడట. ఇంటికి పెద్ద కొడుకును. ఇక ఇంటి బాధ్యతలు మోయక తప్పదు. ఇష్టమున్నా ఇక చదవలేను. వ్యవసాయం చూసుకోవాలె. హైద్రాబాద్‌కు ఇక శాశ్వతంగ సెలవు. నన్ను మరిచిపోవద్దు. ఒక వేళ మరిచిపోతే తెలంగాణా రాంగనే మొట్టమొదట నన్నే జ్ఞాపకం చేసుకో'' అని అశోక్ ఉత్తరం సారాంశం. స్వామి కన్నీళ్లతో ఉత్తరంల ఉన్న అక్షరాలన్నీ కరిగిపోయినై.

మళ్లీ కొద్దిరోజులకే ఒక రోజు పొద్దు పొద్దుగాల్నే స్వామి ఇంటికి సైకిలేసుకొని గోపీ వచ్చినాడు. ఈ సంవత్సరం చదువంత చట్టుబండలయ్యిందని, అకాడమిక్ ఇయర్ వేస్ట్ అయిందని వాని డాడీ ఒకటే కాకి గోలనట. జెఫ్రీలాగ వీడు కూడ ఏ పోలీసు కాల్పు లల్ల చస్తడోనని వాళ్ల మమ్మీ ప్రతి దినమూ ఏడుపేనట. చివరికి వాని జీవితం గింగుర్లు తిరిగి, చక్కర్లు గొట్టి బొంబైల వాళ్ల అంకుల్ నడిపే ఆటోమొబైల్ వర్క్‌షాప్‌ల అప్రెంటిస్‌గ తేలిందట. అదే తన నిర్ణయం అట. ఈ రోజు రాత్రి ఎనిమిది గంటలకు నాంపల్లి స్టేషన్‌ల రైలు ఎక్కుతున్నడట. మళ్లీ హైద్రాబాద్ ఎప్పుడొస్తడో తనకే తెలియదు కావున సెండాఫ్ చేయటానికి తప్పకుండ రావాలని చేతిల చేయి వేయించుకొని మాట తీసుకొన్నడు.

స్వామి ఇచ్చిన మాట ప్రకారం నాంపల్లి స్టేషన్‌కు పోయినాడు. ట్యూబ్ లైట్ల వెలుగులల్ల రైల్వేస్టేషన్ రాత్రి పూట పెండ్లి విడిదిలాగ వెలిగిపోతుంది. బొంబై పోయే రైలు

ఎర్రడబ్బాలతోటి చాల పొడుగ్గ ఉంది. ప్లాట్‌ఫారం మీద స్వామి ప్రతి కిటికీలకు తొంగి చూస్తూ వెతుకుతుంటే గోపి పెద్దగ "స్వామీ!" అని అరిచినాడు. వాడు కొత్త బట్టలేసుకున్నా ముఖంల సంతోషం లేదు. గూడు విడిచిన గువ్వ పిట్టోలె దిగులుగ ఉన్నడు. రైలు నుండి కిందికి దిగి ప్లాట్‌ఫాం మీదనే అందరూ చూస్తుండగనే స్నేహితుడిని కౌగిలించుకొని గట్టిగా ఏడ్చేసినాడు. స్వామికి దుఃఖం, కన్నీళ్లు వస్తలేవు. కాని లోలోపల రగులుతున్న ఒక అగ్నిపర్వతం. దుఃఖం సెగల పొగలతో కుతకుత ఉడుకుతున్న లావా. ఏ శక్తులు, ఏ పరిస్థితులు ఈ స్నేహాన్ని విడదీస్తున్నయని అంతర్ముఖుడవుతున్నడు.

గోపి - తనను నీడలాగ వెంబడించిన దోస్తు గోపి - సిటీకేఫ్‌ల వన్ బై టు చాయ్‌తోటి గంటలు గంటలు గప్పాలు కొట్టే గోపి - దక్కన్ క్రానికల్ కబుర్లను కథలు కథలుగ వివరించి చెప్పే గొప్ప స్టోరీ టెల్లర్ గోపి - ప్రాణం లేని ఆటోమొబైల్ ఇంజనీరింగ్‌లకు ప్రవేశిస్తున్న గోపీ - నింజా కాలేజీల పోలీసులు నరకలోకపు జాగిలమ్ములుగ గెదుముతుంటే తన చేయి పట్టుకొని గోడ దూకించిన గోపి - సైగల్ పాటలను భానుమతి పాటలను మిమిక్రీ చేసి కడుపుబ్బ నవ్వించిన గోపీ - ఇక తనను కలువడు. తనకు కనబడడు. ఒక వేళ కనబడ్డా, కలిసినా కాలం కర్కశపు కోరలల్ల చిక్కుకొని మెకానికల్‌గ ఒక ఆటోమొబైల్ పార్టు లాగ జీవం లేకుండ కనబడుతడేమో! స్వామికి భవిష్యత్తు అంత దిగులు దిగులుగ దృశ్యాదృశ్యమవుతుంది. దిగులు దుఃఖపు పొగల బండి వేసిన ఒక ఆఖరి కేక.

గోపి స్వామిని విడిచి రైలెక్కి తలుపు పక్కన నిలబడ్డడు. కదులుతున్న రైలు. స్నేహితుల్ని విడదీస్తున్న రైలు. రైలు వెంబడి నడుస్తున్న స్వామి. ఒకరి చేతులల్ల మరొకరి చేతులు. కాలం వేగానికి విడిపోయిన స్నేహహస్తాలు. చివరాఖరి కరచాలనాలు. అన్ని దోస్తానాలు తీన్ తేరా నౌ అఠారాలు. వేగం అందుకున్న రైలు. రైలు వెంబడి వడివడిగ నడుస్తున్న స్వామి. కన్నీళ్ల తెరల మధ్య గోపి అస్పష్ట నైరూప్య రూపం.

గోపి హఠాత్తుగ తన కొత్త షర్టు లోపల బొడ్డుల చేయి పెట్టి ఒక ప్యాకెట్ తీసి స్వామి చేతికి అందించినాడు. ఆగిపోయిన స్వామి. విడిపోయిన గోపి. ఒంటరి ప్లాట్‌ఫాం మీద ఒంటరొంటరిగ స్వామి. దిగులు దిగులుగ దుఃఖం బరువుతోటి ఒకటవ అంకెలాగ మిగిలిపోయిన ఒంటరి స్వామి. దాటిపోతున్న రైలు పెట్టెలు. చేయి అదే పనిగ ఊపుతున్న గోపి. మసక మసక కన్నీళ్ల మధ్య అస్పష్టంగ గోపి రూపం. కటకటా కటకటా రైలు పట్టాల చప్పుడు. దాటిన చివరి పెట్టె. స్వామి చివరి పెట్టె వెనుక ఉన్న ఎర్ర దీపాన్నే తదేకంగ చూస్తున్నడు. ఆ దీపం దూరమవుతూ, దూరమవుతూ చివరికి చిన్నగ చుక్కలెక్క మారి చీకట్ల కలిసిపోయింది. అంతా శూన్యం. అంతా చీకటి. చీకట్లకు వెళ్లిపోయిన స్నేహాలు. చుక్కలల్ల కలిసిపోయిన జెఫ్రీ. మట్టి మనిషిగ మారిన భూమి పుత్రుడు అశోక్. ఆటోమొబైల్ పార్ట్‌గ చేతికందకుండా జారిపోయిన గోపి.

స్వామి తన చేతిల ప్యాకెట్‌ను చింపి చూసినాడు. అది ఆర్.కె.నారాయణ్ నవల తెలుగు అనువాదం.

"స్వామి స్నేహితులు."

12

అట్ల ఆ డిమాండ్స్ డే - మే డే ఒక బ్లాక్ డేగ నగర చరిత్రల నిలిచిపోయింది. తెల్లారి మే రెండున జంటనగరాలల్ల సంపూర్ణ హర్తాల్, బంద్ జరిగింది. ఆ రోజు కూడా మళ్లీ అల్లర్లు జరిగినై. ఆ రోజు రాత్రి సికింద్రాబాద్‌ల జేమ్స్ స్ట్రీట్ నుండి ఓల్డ్ ఘాస్‌మండీకి పోతున్న పోలీసు వ్యాన్ మీద ఇద్దరు యువకులు బాంబులు విసిరితే ఒక జవాను అక్కడికక్కడే మరణించినాడు. వ్యాన్‌ల ఉన్న మిగిలిన వారు గాయపడినారు. నరేందర్ అనే ఆవుల మందకు చెందిన పాల వ్యాపారి, మల్కాజిగిరికి చెందిన కుమార్ అనే ప్రింటింగ్ ప్రెస్ కార్మికుడు ఆ బాంబులు వేసినారు. వీరిని అరెస్టు చేసిన తరువాత వారిచ్చిన సమాచారం ఆధారంగ పి.జె. సూరి అనే సికింద్రాబాద్ విద్యార్థి నాయకుడ్ని కూడ అరెస్టు చేసి అతని ఇల్లు సోదా చేస్తే బాంబులు తయారు చేసే సామాను దొరికింది. అదే రోజున హైద్రాబాదుల జరిగిన అల్లర్లకు బాధ్యుడని ఇ.వి. పద్మనాభంను అరెస్టు చేసినారు.

❖ ❖ ❖

1969 మే నెల ఎండాకాలం. ఉధృతంగ మండుతున్న ప్రత్యేక తెలంగాణా ఉద్యమం. అర్ధరాత్రి పన్నెండు గంటలు దాటింది. అది పాతనగరంల శాలిబండా అయినా కావచ్చు లేదా నయాపూల్ పక్కన గౌలిగుడా చెమన్ అయినా కావచ్చు. లేదా నారాయణగూడాల విఠల్‌వాడి అయినా కావచ్చు. చివరికి లష్కర్‌ల అంజలీ టాకీస్ చౌరస్తా అయినా కావచ్చు. ప్రత్యేక తెలంగాణా సభలు ఇంకా ఆ సమయంల అర్ధరాత్రి దాటిన తర్వాత కూడ జరుగుతనే ఉన్నై. ప్రజలందరు ఓపికగ ఒకే ఒక వక్త కోసం ఎదురు చూస్తున్నరు.

మాటల మాంత్రికుడతను. మాటలను మంటలుగ మార్చి, ఆ మంటలను ఈటెలుగ మార్చి, ఆ ఈటెలను ఆంధ్ర వలస పాలకుల గుండెలల్ల సూటిగ గురిచూసి విసిరే నేర్పుగల తెలంగాణా వీరుడతను. తెలుగు, ఉర్దూ, ఇంగ్లీషు భాషలల్ల అనర్గళంగ ఉపన్యసించి శ్రోతలను ఉత్తేజపరిచి ఆవేశంతోటి ఉగ్రూతలూగించి శివతాండవం చేయించగల ఉపన్యాసకుడతను.

ఇంతకీ ఎవరా మాటల ఈటెల మంటల మాంత్రికుడు? చివరికి ప్రజలు నిరీక్షణను భరించలేక 'బర్దాష్ కే బాహర్' వచ్చేసి తమ సహనాన్ని బద్దలు కొట్టుకొని "పద్మనాభం వాంటెడ్, పద్మనాభం వాంటెడ్" అని ఎలుగెత్తి అరిచెటోళ్లు. వాళ్లను సముదాయించటం వేదిక మీద ఉన్న చెన్నారెడ్డికి గానీ, మల్లికార్జున్‌కు గానీ సాధ్యం అయ్యేది కాదు.

అప్పుడు ఒక సాదాసీదా "ఆమ్ ఆద్మీ" బక్క పలుచటి తెల్లటి మనిషి, తెల్లటి పంచె, తెల్లటి కమీజ్ ధరించి ఒక చేతిల పుస్తకాల సంచీ పట్టుకొని బరికాళ్లతోటి వేదికనెక్కి మైకు ముందు నిల్చుంటే తెలంగాణా ప్రజాసమూహాలు పోటెత్తిన జన సముద్రాల్లాగ మారిపోయెటోళ్లు. హోరెత్తిన పాటలాగ చెలరేగెటోళ్లు. రెపరెపలాడే తెలంగాణ పతాకంలాగ ఎగిసిపోయెటోళ్లు. జ్వలించి పోయే అగ్ని శిఖలుగ ఆకాశాన్ని అందుకొని అగ్నికీలలుగ మారిపోయెటోళ్లు. ఒక ముక్కల చెప్పాలంటే అతని మాట మంత్రంలాగ పని చేసేది. అతని వాక్కు వేదంలాగ నిలిచిపోయేది.

ఆయనే ఇ.వి. పద్మనాభం. వృత్తిరీత్యా వకీలు. ప్రవృత్తి రీత్యా జర్నలిస్టు, కవి, సంఘ సేవకుడు. ఏ రాజకీయ పార్టీకి చెందని హిమాయత్‌నగర్ మున్సిపల్ కౌన్సిలర్. చెప్పుల్లేని నగ్నపాదాలతోటి ఎంత దూరమైన చకచక నడుచుకుంట పోయెటోడు తప్ప ఏ వాహనాన్ని ఎక్కెటోడు కాదు. మోచేతికి ఎప్పుడూ ఒక గుడ్డ సంచి వేలాడుకుంట ఉండేది. సత్యపథంల అతనొక ఒంటరి బాటసారి. సత్యం అతడిని ధనికుడ్ని చేయలేదు గానీ సర్వస్వతంత్రుడ్ని చేసింది.

1948 సెప్టెంబర్‌ల పోలీసు యాక్షన్ జరుగంగనే మిలటరీ పాలకులతో పాటు కొంత మంది సివిల్ అధికారులు కూడ ఆంధ్రా ప్రాంతం నుండి వచ్చినారు. వాళ్లందరికీ తెలంగాణా ప్రజలంటే హీనభావం. ఒక రోజు ఏదో పని మీద పద్మనాభం గవర్నమెంటు ఆఫీసుకు పోతే అక్కడున్న ఆంధ్రా అధికారి తెలంగాణా వారికి తెలివి లేదు అని ఆయన ముఖం మీదే అన్నడు. దానితోటి పద్మనాభం ఉగ్రశివుడై పోయి Take back your words అని అరిచినాడు. ఆఫీసుల ఉన్న వాళ్లందరూ భయపడి ఆ ఇద్దరి చుట్టూ జమ అయినారు. వాడు మళ్లీ మూర్ఖంగ, మొండిగ అదే మాట అన్నడు. అప్పుడు 'నేను పది లెక్కపెట్టెలోగ 'You must take back your words, otherwise my punishment is sharp and instant' అని పద్మనాభం వార్నింగ్ ఇచ్చినాడు.

దానితోటి చుట్టూ ఉన్న వాళ్లల్ల టెన్షన్ పెరిగింది. వాడు అట్లనే రాయిలాగ కూర్చున్నడు. ఒకటి రెండు మూడు అనుకుంట పద్మనాభం లెక్కపెడుతుంటే అందరి ముఖాలల్ల ఆందోళన, ఆతృత. వాడు నోరు విప్పటం లేదు. పది కంప్లీట్ అయినై. యాక్ తూ అని కాండ్రించి వాడి ముఖం మీద పద్మనాభం లప్పెడంత ఉమ్మేసినాడు. అప్పుడు వాడు తీవ్రంగ షాక్‌కు గురై భయంతోటి వణికిపోయినాడు. అటువంటి తీవ్ర ప్రతిస్పందన ఉంటదని వాడు ఊహించలేదు. వెంటనే 'వెరీ వెరీ సారి' అని ముఖం తుడుచుకుంట అందరికీ వినబడేలాగ క్షమాపణలు కోరినాడు. 'Yes. my punishment is sharp and instant' అని మళ్లీ అనేసి ఇవతలికి వచ్చుకుంట "చమార్ కీ దేవతా కో చప్పల్ కీ పూజా" అన్నడు.

తెలంగాణా వాళ్లకు తెలుగు సరిగ్గ రాదని రాష్ట్రం అవతరించిన కొత్తల బహిరంగంగనే ముఖం మీద అనెటోళ్లు. అసెంబ్లీ ముందు ఒకసారి బహిరంగ సభ జరుగుతుంది. అండ్ల ప్రకాశం పంతులు కూడ ఉన్నడు. 'నేను మాట్లాడుత, నాకూ ఒక అవకాశం ఇవ్వండి' అని పద్మనాభం ప్రాధేయపడినాడు. దానికి సభా నిర్వాహకులు మీ తెలుగు బాగుండదు అని మొఖం మీదే అన్నరు. 'నాకు రెండు నిముషాలు మాత్రమే సమయం ఇవ్వండి, మిమ్మల్ని ఒప్పిస్త' అని సవాలు విసిరినాడు. వాళ్లు పంతానికి పోయి అవకాశమిచ్చినారు.

ఇక పద్మనాభం యతిప్రాసలతోటి, అందమైన పదబంధాలతోటి, ఉపమానాలతో, సామెతలతోటి, వ్యంగ్య బాణాలతోటి గంగాఝరి ప్రవాహంలాగ విజృంభించినాడు. ఆ ఉపన్యాస ప్రవాహంల వారు గడ్డి పోచల లెక్క కొట్టుకుపోయినారు. రెండు నిముషాలు కాదు పది నిముషాలు కూడా ఎప్పుడో అయిపోయినాయి. వాళ్లు దానిని గమనించే స్థితిల లేక ఆ ఉపన్యాసాన్ని కమ్మని సంగీతంలాగ విన్నరు. నాగస్వరానికి తలలూపే నాగుపాములోలె తలలూపుకుంట విని చివరికి తమ తలలు అవమానంతోటి దించుకున్నరు.

తెలంగాణా 'సోయి' ఎప్పటిది? ఇప్పటిదా? ఆనాడు పోతనకు ఆ కాలానికే తెలంగాణా సోయి ఉండింది. కావుననే కన్నడ రాజులకు తన భాగవతాన్ని అంకితమిచ్చి పడుపు కూడు భుజించనని భీష్మించి 'సత్కవుల్ హాలికులైననేమి' అని మనకు భరోసా, ఆత్మాభిమానం ఇచ్చినాడని చెప్పుకుంట పోతన భాగవతం పద్యాలను గలగలా వినిపించెటోడు. తెలంగాణావాడికి తెలంగాణ సోయి ఆది నుండి ఉన్నదని నొక్కి చెప్పుకుంట అంతలనే కవిత్వ ధోరణిలకు వెళ్లిపోయి అనేక ఉర్దూ గజల్స్‌ని, తన ఇంగ్లీషు వ్యాసాలను ఆశువుగ వినిపించెటోడు.

అటువంటి తెలంగాణా భూమిపుత్రుడు ఇ.వి. పద్మనాభంను అరెస్టు చేసి రాజమండ్రి జైలుల నిర్బంధించినారు. ఆయన విడుదల అయిన తర్వాత చాల సభలల్ల ప్రజలు పూలహారాలు వేయడానికి ముందుకు వస్తే "మై హార్ నహీఁ పేన్తా హూఁ. మై కేవల్ జీత్ పేన్తా హూఁ" అని చమత్కరించెటోడు. తనను కలిసిన మిత్రులతోటి 'తెలంగాణ ఆయే తక్ మై నహీఁ మరుంగా, తెలంగాణా దేఖ్‌నే కే బాద్ హీ మరూంగా" అని నిరీక్షిస్తున్న మృత్యువును పరిహసిస్తూ వారితోటి అనెటోడు.

❖ ❖ ❖

అవుతల ఉద్యమం, ఇంట్ల నిర్బంధం రెండూ పెరిగిపోతున్నై. ఆ వైరుధ్యంల ఊపిరి ఆడక స్వామి ఉక్కిరిబిక్కిరి అయితున్నడు. మధ్యతరగతి కింది కుటుంబాలల్ల పిల్లలకు స్వేచ్ఛ పరిమితంగ ఉంటది. పెరిగే పిల్లలు టీనేజీ దశల స్వేచ్ఛ కోసం, ఉనికి వ్యక్తిత్వం కోసం ఆరాటపడుతుంటరు. నిర్బంధ పరిస్థితులున్న కుటుంబ వ్యవస్థ నుండి ఇవతల

పడి కొంతమంది ఉద్యమాలల్ల తమ ఉనికిని, వ్యక్తిత్వాన్ని వికసింపజేసుకొనే ప్రయత్నాలు చేస్తరు. ఆ ప్రయత్నమే ఇంటి ప్రపంచానికి, బయటి ప్రపంచానికి మధ్య ఘర్షణను సృష్టిస్తది. పద్దెనిమిదేండ్ల స్వామి సరిగ్గ ఆ ఘర్షణలనే ఉన్నడు.

స్వామి పట్ల అమ్మాబాపుల 'అతిజాగ్రత్త' అతని పుట్టుకతోటే ప్రారంభమైంది. స్వామి సరిగ్గ అర్ధరాత్రి ఉస్మానియా దవాఖానాల జన్మించినాడు. ఆ సమయం, తేదీ, దినం ఆధారంగ అలియాబాద్ కాలువగడ్డ గుడిల జ్యోతిష్యుడితోటి జాతకచక్రం వేయించినారు. 'ఈ పిల్లవాడు గజదొంగైనా అవుతడు లేదా అడవులు పట్టుకొనైనా తిరుగుతడు' అనేసరికి ఆ తల్లిదండ్రులు నోళ్లు వెళ్లబెట్టి, బీరిపోయినారు. 'శాంతి చేయించండి, ఫరవాలేదు. దోషగుణం దూరమవుతది' అని అయనే నివారణోపాయాన్ని సూచించినందున అదీ చేయించినారు. ఆ జ్యోతిష్యుని మాటలు జ్ఞాపకం వచ్చినప్పుడల్లా వాళ్ల గుండెలు దడదడలాడుతనే ఉంటై.

ఇంక వీడు పెరిగి పెద్దయిన తర్వాత కూడ ఒక కంట కనిపెడుతనే ఉండాలె సుమా! అని వాళ్లు నిశ్చయించుకున్నరు.

స్వామి బాపు సిఫారస్‌తోటి హైద్రాబాద్‌కు బదిలీ చేయించుకున్నదాని వెనుక ఆయన భార్య పోరు చాల వుంది. ఆ పల్లెటూళ్లల్లనే ఉంటే పిల్లల ఆరోగ్యాలే కాక చదువులు కూడ దెబ్బ తింటయని ఆమె దూరం ఆలోచన చేసి హైద్రాబాద్‌కు వచ్చింది. ఆయనకేమో ఆ బదిలీ హైద్రాబాద్‌కు కాక వరంగల్లుకు చేయించుకొని మడికొండల బంధువుల మధ్యన ఉండాలని ఆశ. చివరికి ఆమె మాటనే నెగ్గి పట్నం వచ్చినారు. స్వామి పెద్ద మేనత్త నెల్లుట్ల కమలమ్మ కూడ 'అన్నా! ఎక్కడున్నా మోదుగుకు మూడు ఆకులే కదా – వరంగల్లుల ఉంటేమి, హైద్రాబాద్‌ల ఉంటేమి?' అని వదిన మాటనే సమర్థించింది. చెల్లె మాట కాదనలేక సరే అని పట్నంకు బదిలీ చేయించుకున్నడు.

స్వామి అమ్మకు చదువంటే చాల ఇష్టం. ఆమె చదివింది నాలుగో తరగతే అయినా తీరిక ఉన్నప్పుడు చందమామ కథలు, నవలలు చదివేది. తను చదివేదే కాక తన అమ్మకు కూడ చదివి వినిపించేది. చూపులేని ఆ ముసలమ్మ నవ్వుకుంట ఏడ్చుకుంట ఆ కథలను శ్రద్ధగ వినేది, ఆనందించేది. స్వామిని కనటానికి లేబర్ రూమ్‌ల టేబుల్ మీద పండుకొని 'నాకు సుభాష్ చంద్రబోస్‌లాంటి కొడుకు పుట్టాల'ని మనస్సుల అనుకుంది. అట్ల అనుకోవటమే పొరపాటైందని మళ్ల చాలాసార్లు తనను తాను తిట్టుకుంది.

స్వామి పెరిగి పెద్దగవుతుంటే తల్లిదండ్రులు తమ కొడుకు లోపల రెండు గుణాలను గమనించినారు. ఒకటి తిరగబడే స్వభావం. రెండు ఇతరుల పట్ల శ్రద్ధ, ఆసక్తి.

అప్పుడు స్వామికి పదేండ్ల వయస్సు ఉంటదేమో! ఒకరోజు వాళ్లింట్ల పని చేసేటందుకు

ఒక కూలీ మనిషి వచ్చినాడు. ముసలివాడు. గడ్డాలు, మీసాలు బాగ పెరిగి బక్కచిక్కిన శరీరం. ఆ శరీరాన్ని పట్టుకొని వేలాడుతున్న ఒక బుడ్డగోచి. ఆ కూలీ ఆకారం, వాడు చేస్తున్న మట్టిపని స్వామిని బాగ ఆకర్షించినై. పొద్దస్తమానం వానిచుట్టే తిరిగినాడు. మాటలు కలిపినాడు. వాళ్లిద్దరికి మంచి దోస్తీ కుదిరింది. స్వామి వేసే యక్షప్రశ్నలన్నింటికీ ఆ కూలీ తన పని చేసుకుంటనే ఓపికగ సమాధానాలు ఇస్తున్నడు. ఇంతల మధ్యాహ్నమైంది. వాడు తినేటందుకు కాళ్లుచేతులు కడిగి తన సద్దిమూట విప్పినాడు. అండ్ల ఏముంటదో అన్న జిజ్ఞాసతోటి స్వామి తొంగి చూసినాడు. ఎండిపోయిన పచ్చజొన్న రొట్టె ముక్కలు, ఎండిన కారం ముద్ద ఉంది. స్వామికి ఆశ్చర్యం వేసింది. అండ్ల పప్పన్నం కనబడకపోయేసరికి మళ్ల తిండికి సంబంధించిన ప్రశ్నలు ప్రారంభించినాడు. తను ప్రతి దినాం ఇట్లనే జొన్న రొట్టె, కారం తింటనన్న వాని జవాబు విని 'మరి పండుగరోజు ఏం తింటవు?' అని ప్రశ్నించినాడు. ఆ కూలీ తన పండ్లన్నీ కనబడేటట్లు ఇకిలించి నవ్వుకుంట 'పండుగ నాడు తెల్లన్నం వండుకొని, అండ్ల, పాలు, షక్కర కలుపుకొని తింట' అని సంబరంగ సమాధానమిచ్చినాడు. పండుగ రోజు తన ప్రత్యేక భోజనం అదేనని మళ్లమళ్ల చెప్పినాడు.

ఆ మాటలు విన్న స్వామికి వాని మీద జాలి, దయ ముంచుకొచ్చినై. వాళ్ల ఇంట్ల పండుగ రోజు అమ్మ చేసే కోడికూర, గారెలు, పూరీలు వానికి జ్ఞాపకం వచ్చి, తమ ఇద్దరి జీవితాలల్ల ఉన్న వ్యత్యాసాన్ని గమనించినాడు.

స్వామికి జీవితంల మొదటిసారి బీదల పట్ల కరుణ ఉద్భవించింది. పెద్దగైన తర్వాత కూడ పండుగ అనంగనే బుడ్డగోచీ పెట్టుకొనే కూలీవాడే జ్ఞాపకం వస్తడు.

ప్రశ్నించే స్వభావం, తిరుగుడు స్వభావం, తిరగబడే లక్షణాలు, ఇతరుల పట్ల శ్రద్ధ, ఆసక్తి చూపే గుణాలు అమ్మాబాపులను కలవరపరిచినై. వాళ్లకు కొడుకును చూస్తుంటే తమ 'వెంకటనర్సయ్య' జ్ఞాపకం వచ్చి దిగులు పడేటోళ్లు. స్వామికి తన చిన్నబాపు సాలు వస్తదేమో అనుకొంట భయపడెటోళ్లు.

వెంకటనర్సయ్య బాపుకు పెద్ద తమ్ముడు. అన్నలాగ బుద్ధిమంతుడు కాదు. బడిచదువులు అబ్బలేదు. చిన్నప్పటి నుండి తల్లిదండ్రులను ఎదిరించటం వల్ల చచ్చేటట్లు దెబ్బలు తినెటోడు. అయినా దారికి రాలేదు. ఆయన స్నేహితులందరూ కింది కులాలవాళ్లే. అయ్యోరు కులంల పుట్టి సుద్దరోళ్లతో రాసుకపూసుక తిరుగుతవా, మాలమాదుగుల భుజాల మీద చేతులేసుకొని తిరుగుతవా అని తల్లి తన్నేది. బట్టలన్నీ అవతల విడిపించిన తర్వాతనే ఇంట్లకు రానిచ్చేది. ఆ ముగ్గురు మొగపిల్లలల్ల అతనే అందంగ, చురుకుగ, తెలివిగ ఉండెటోడు. మరి అతని జీవితం ఎందుకు, ఎట్ల, ఎప్పుడు పట్టాలు తప్పిందో ఎవళ్లకూ అర్థం కాలేదు. ఇంట్ల, బంధువులల్ల అందరూ అతడ్ని చీదరించుకొనెటోళ్లే. దెబ్బలు కొట్టెటోళ్లే.

పదహారు సంవత్సరాల వయస్సు వచ్చేసరికి ఇంకా చెడిపోయినాడు. ఇంట్ల నుండి పైసలు దొంగతనం చేసెటోడు. అమ్మ జాగ్రత్తగ దాచి పెట్టిన అప్పాలను ఎత్తుకపోయి దోస్తులకు పంచెటోడు. బయటి ప్రపంచమే ఎక్కువైపోయింది. ఊరంతా దోస్తులే. పిల్లల కోడిలాగ ఎప్పుడూ పదిమందిని వెంటవేసుకొని తిరుగుతుండెటోడు.

మడికొండకు ఆ రోజులల్ల సురభినాటకాల గ్రూపు సంవత్సరానికోసారి వస్తుండేది. ఒకసారి ఊర్లకు వస్తే నెల, రెండు నెలలు ఉండి ప్రతీరోజు ఏదో ఒక ప్రదర్శన ఇస్తుండెటోళ్లు. ఊరి ప్రజల దయాదాక్షిణ్యాలపై వాళ్లు ఆధారపడెటోళ్లు. నాటకాలు మాత్రం చాల గొప్పగ వేసెటోళ్లు. మాయబజార్, కృష్ణలీలలు, బాలనాగమ్మ, పల్నాటి యుద్ధం లాంటి నాటకాలను రాత్రిపూట దివిటీల వెలుగులల్ల అద్భుతంగ వేసెటోళ్లు.

వాళ్ల మఖ్మల్ సిల్కు బట్టలు, నగలు, తలలకు పెట్టుకొనే కిరీటాలు, చేతులల్ల పట్టుకొనే ఆయుధాలే కాక ముఖాలకు పూసుకొనే రంగులు, పౌడర్లు, స్నోలు అన్నీ ఆ యువకుడిని ఆకర్షించినాయి. సురభినాటకాలవాళ్లు ఊళ్లె ఉన్నన్ని రోజులు వెంకటనర్సయ్య వారితోనే వాళ్ల గుడిసెలల్లనే ఉండెటోడు. వాళ్ల కోసం అందరి దగ్గర చందాలు వసూలు చేసెటోడు. తమింట్ల నుండి దొంగతనంగ బియ్యం, ఉప్పుపప్పులను తీసుకపోయి వాళ్లకు ఇచ్చెటోడు. తను తినే అన్నం కూడ పట్టుకపోయి వాళ్లకే దానం చేసెటోడు. చిన్నప్పటి నుండి ఆయనకు దానగుణం, దయాగుణం చాలా ఉండేవి.

సురభి నాటక సమాజంల అందరూ ఆయనను బాగ ఇష్టపడెటోళ్లు. తమ పట్ల, నాటకాల పట్ల ఉన్న శ్రద్ధను గమనించి తమతో పాటు వచ్చేయమని చెప్పినారు. అంతే వాళ్లతో పాటు తిరిగి తిరిగి రెండు మూడు నెలల తర్వాత పిచ్చి ఆకారం తోటి ఇంటికి తిరిగొచ్చినాడు. తను చూసి వచ్చిన కన్నాంబ, పుష్పవల్లి, గోవిందరాజుల సుబ్బారావు గురించి కథలుకథలుగ ముచ్చట్లు చెప్పెటోడు. “ముఖానికి రంగులు పూసుకొని తిరిగే ఆ బోగంవాళ్లతోటి తైతక్కలాడే ఆ నాటకాల వాళ్లతోటి గాలికి తిప్పకాయ వోలె తిరుగుతవా?” అని వాళ్ల నాయన చింతబరిగెతోటి ఒళ్లంత వాతలు తేలేలాగ కొట్టినాడు. ముంతపొగ పెట్టినాడు. కోదండం వేసినాడు. ఆ పిల్లవాడు ఇంకా ముదిరిపోయినాడు.

ఒక్క వొదిన (స్వామి అమ్మ) దగ్గర మాత్రమే అతనికి చనువు ఉండేది. ఏదున్నా ఆమెకే చెప్పెటోడు. ఆమె సుద్దులు, బుద్ధులూ చెప్పుతుండేది కావున ఆమెను ‘పంతులమ్మా!’ అని హాస్యాలు చేసెటోడు. నొసలు మీద నుండి కండ్ల మీదికి పడే వాలుజుట్టును తలతోనే మీదికి ఎగురేసుకుంట, లోకాన్నే ధిక్కరిస్తున్నట్లు ఆవారా బాదల్‌గ కనబడెటోడు. అట్లనే మాట్లాడెటోడు.

ఒక రోజు తల్లి మెడల ఉండే బంగారు గుండ్ల గొలుసు దొంగతనం చేసి ఇంట్ల నుండి మాయం అయినాడు. ఆర్నెల్ల తర్వాత ఒక కారటు ముక్క వొచ్చింది. బొంబైల

ఉన్ననని, బట్టల మిల్లుల పని చేస్తున్ననని. ఇంక అందరూ ఆయనను 'కులం పోయిన మనిషిగ' లెక్కవేసినారు.

ఉయ్యాల ఊగిఊగి ఎప్పుడో అప్పుడు ఆగిపోక తప్పదు కదా! వెంకటనర్సయ్య అట్లనే మళ్లా మడికొండకు వచ్చినాడు. లోకం చుట్టిన వీరుడు కావున ఎన్ని ముచ్చట్లో. ఎన్ని భాషలల్ల మాట్లాడెటోడో. లోకం మీది ముచ్చట్లు చెప్తుతుంటే అందరు నోళ్లు వెళ్లబెట్టుకొని వెర్రి వెంగళప్పల్లాగ వినెటోళ్లు. ఆ కూపస్థమండూకాలకు ప్రపంచాన్ని పరిచయం చేసెటోడు.

అన్న తమ్ముడ్ని చిలుపూరు గుట్టకు తీసుకపోయి ప్రాయశ్చిత్తం చేయించినాడు. బట్టలు కుట్టే సూదిని ఎర్రగ కాల్చి నాలిక మీద వాతలు పెట్టినారు. ఇతర కులాల వాళ్ల ఇండ్లల్ల అన్నం తిన్నందుకు అది పాపపరిహారం. బంధువులందరూ గుట్ట కింద తినీ తాగిన తర్వాత ఆయనను 'కులం'ల మళ్లా కలుపుకున్నరు. మర్యాదస్తుల జమ చేసుకున్నరు.

వరంగల్లు అజంజాహీ బట్టల మిల్లుల ఎటువంటి సిఫారస్ లేకుండనే మనిషిని చూడంగనే ఉద్యోగం ఇచ్చినారు. 'బహుత్ ఖాబిల్ ఆద్మీ హై' అని మెచ్చుకున్నరు. నౌకరీ దొరకంగనే పెండ్లి కూడ అయ్యింది. ఒక కొడుకు పుట్టినాడు. హమ్మయ్య దారిల పడ్డడు అని అన్నవదినెలతో సహా అందరూ సంతోషించినారు. వాళ్ల నాయిన అప్పటికే కాలం చేసినాడు.

ఒక రోజు ఆయన భార్య వీపు తోముతుంటే వెనుక భుజం మీద ఎర్రటి మచ్చ కనబడింది. ఇదేంది అని అనుమానంగ అన్నది. దేన్నీ లెక్కజేయని మనిషి కావున ఆ మచ్చను కూడ లెక్క చేయలేదు. మళ్లా నెల రెండు నెలలకు అటువంటి మచ్చలే ఒంటి నిండ కనబడినై. నొప్పి గిప్పి ఏం లేదు. అప్పటికే అన్నకు హైదరాబాద్‌కు బదిలీ అయ్యింది. అన్నా వదినలున్నరు కదా అని పట్నంల పెద్ద దవాఖానాకు వచ్చినాడు.

డాక్టర్ సూదులతోటి మచ్చల మీద గుచ్చితే నొప్పే లేదు. చర్మం మొద్దుబారి పోయింది. అటువంటివే ఇంకా వొకటిరెండు పరీక్షలు జరిగినై. డాక్టర్ ముఖం చిన్నబోయింది.

"ఏమైంది, డాక్టర్ సాబ్?" అన్నడు నవ్వుకుంట, నిర్లక్ష్యంగ తల ఎగురేసుకుంట.

"నువ్వు డిచ్‌పల్లి దవాఖానాకు పోవాలె" అని డాక్టర్ నిమ్మళంగ అన్నడు.

"డిచ్‌పల్లికా? అదెక్కడుంది? అయినా అక్కడికి నేనెందుకు?" అన్నడు మళ్ల నవ్వుకుంటనే.

"నీకు కుష్ఠురోగం తగిలింది" అన్నడు డాక్టర్ తల అటు దిక్కు తిప్పుకొని.

ఆ మాటలు చెవుల పడంగనే కరెంట్ షాక్ కొట్టినట్లు అట్లనే కూచున్నడు. గుడ్లప్పగించి డాక్టర్‌నే చూస్తున్నడు. దౌడలు గిట్ట కరుచుకపొయ్యి నోట్లె తడారిపోయింది. నాలుక

ఆడక మాట బందు అయ్యింది. అట్ల ఎంత సేపు కూచున్నడో ఆయనకే తెలువది. డాక్టర్ చెప్పుల చప్పుడు కాకుండ రూంల నుండి అవుతలకు పోయినాడు.

ఎంతో సేపటికి హోష్‌లకు వచ్చి చిన్నగ స్టూల్ మీద నుండి లేచి నిలబడ్డడు. వెంట ఎవరూ లేరు. లేరు లేరు ఇంక ఎవరూ లేరు. ఎవరూ వెంట రారు. తను తనొక్కడే ఇంక ఈ 'పెద్ద రోగాన్ని' మోసుకుంట తిరగాలె. తిరుగుడు తిరుగుడు. ఆ తిరుగుట్ల ఎక్కడ తగిలిందో ఈ పెద్ద రోగం. ఎక్కడ? ఎక్కడ? సురభి గుడిసెలల్లనో, వాళ్లతోటి తిరిగిన ఊర్లల్లనో, బొంబైలనో, రైలు డబ్బాలల్ల, ప్లాట్‌ఫారాల మీద, బోరీబందర్ గాలివెలుగురాని ఇరుకిరుకు గుడిసెలల్లనో, మురికి నాలాల పక్కన బస్తీలల్లనో, చాయ్‌పానీలల్ల, బట్టల మిల్లులల్ల, సీన్మా టాకీసులల్ల, తొడతొక్కిడి జనం జాతరల మధ్య ఎక్కడ ఎప్పుడు తగిలిందో ఈ రోగం – పెద్ద రోగం. పెద్ద పెద్ద పాపాలు చేసిన వాళ్లకే ఈ పెద్ద రోగం అని విన్నడు. తనేం పాపం చేసినాడు? ఇంక తను పదిమందిల గజ్జి కుక్కోలె బతకాలె. ఎవళ్లూ తనను ఇంట్లకు రానియ్యరు. అసహ్యంతోటి, భయంతోటి తనను చూసి దూరం దూరం జరిగిపోతరు. ఇంక ఈ అందమైన ముఖం ఉండదు. కండ్లబొమ్మలు రాలిపోయి ముక్కు సొట్టపోయి పెదవులు లావయ్యి....

వెంకటనర్సయ్య దవాఖాన్ల నుండి మరబొమ్మోలె అడుగులు వేసుకుంట ఇవతలకు వొచ్చి అఫ్జల్‌గంజ్ పార్కుల "మూసీ వరదలల్ల వొందల మందిని రక్షించిన చెట్టు కింద" మోకాళ్ల మీద తల పెట్టుకొని ముడుచుకొని కూర్చున్నడు. అయిపోయింది. అంత అయిపోయింది. ఇంక ఈ నాటకం అయిపోయిందని విషాదంగ నవ్వుకొన్నడు. అయినా ఓడిపోలేదు. కండ్ల నుండి ఒక్క చుక్క నీరు రాలేదు. ఏడవలేదు. ఇంక అన్న ఇంటికి ఆలియాబాద్‌కు పోలేదు. తనెవరికీ భారం కావొద్దు. తనవల్ల ఎవరూ బాధపడొద్దు, భయపడొద్దు అని గట్టి మనస్సుతోటి పెద్ద నిర్ణయం తీసుకొని అన్నకు ఒక కారట్ రాసి విషయమంత వివరించి తన గురించి విచారించవద్దని, తన కోసం దేవులాడవద్దని వేడుకుంట, 'పంతులమ్మకు' నమస్కారాలు చెప్పమని సెలవు తీసుకున్నడు.

రైలెక్కినాడు గని అది వరంగల్లు పోయే రైలు కాదు. దేశం కాని దేశం ఉత్తర భారతదేశానికి పేరు తెలువని ఊరికి పోయే రైలు.

ఆ తెగిన పతంగం మళ్ల ఎవరికీ, ఎక్కడ కనబడలేదు.

ఎవళ్లయినా తల ఎగురేసి మాట్లాడుతున్నా, నొసలు మీద నుండి కండ్ల మీదికి పడుతున్న జుట్టు గల్లోళ్లను చూసినా స్వామి అమ్మబాపులు 'వెంకటనర్సయ్యను' జ్ఞాపకం చేసుకుంట కండ్లల్ల నీళ్లు నింపుకుంటరు.

స్వామికి తన చిన్నబాపు సాలు వస్తదేమో అని అమ్మాబాపుల భయం. వాళ్ల భయానికి తగ్గట్టే స్వామి తన పదిహేనేళ్ల వయస్సుల అట్లనే ప్రవర్తించినాడు. ఆ దశ స్వామి జీవితంల ఒక పెద్ద డిస్టర్బ్‌డ్ పీరియడ్.

స్కూలు చదువంత అస్తవ్యస్తంగ తయారయ్యింది. చదువు మీద, పాఠాల మీద శ్రద్ధ పోయింది. స్కూలు ఎగ్గొట్టి మార్నింగ్ షో సీన్మాలు చూడటమో లేదా లైబ్రరీల కూచొని పుస్తకాలు చదవటమో చేస్తున్నడు. వరుసగ పది పదిహేను రోజులు స్కూలుకు డుమ్మా. క్లాసు టీచర్ బాపుకు 'వార్త' అందచేసినాడు. బాపు స్కూలుకు పోయి టీచర్‌ను కలిసినాడన్న సంగతి ఒక దోస్తు ద్వారా స్వామికి తెలిసింది. భయంతోటి వణికిపోయినాడు. అపరాధభావంతోటి కృంగిపోయినాడు. ఆ సంగతి అమ్మకు తెలిస్తే నిజంగనే చచ్చిపోతదని భయపడినాడు. ఆ పరిస్థితి నుండి ఎట్ల తప్పించుకోవాల్నో తోచలేదు. బాపు ఇంక ఇంటికి చేరుకోలేదు. ఇక ఆయన ఇంట్లకు రాంగనే బాంబు బద్దలవుతది. అమ్మకు సంగతంత తెలుస్తది.

ఎట్ల ఎట్ల.... ఇంట్ల నుండి పారిపోవటం ఒక్కటే మార్గం. ఇంక ఈ చదువుల పీడ పోతది. అమ్మాబాపుల తిట్లుకొట్లు తప్పుతై. పోవాలె. పోవాలె. బాపు ఇంటికి రాకముందే ఎక్కడికైన పారిపోవాలె. ఇంట్ల పైసలు ఎక్కడుంటయో స్వామికి తెలుసు. పెట్టె తెరిచి కొన్ని పది రూపాయల నోట్లను గుప్పిట్ల ఇరికించుకొని జేబుల పెట్టుకొని ఇంట్ల నుండి బయటపడినాడు. తోవల ఒక దోస్తు కలిస్తే తమ ఇంట్ల ఇవ్వమని ఒక చిన్న చిట్టి రాసి వాడికి ఇచ్చినాడు. అండ్ల ఒకే ఒక వాక్యం రాసినాడు. 'నేను ఇంట్ల నుండి పోతున్న' అని. సికింద్రాబాద్ స్టేషన్‌కు పోయేసరికి విజయవాడ ప్యాసెంజర్ రెడీగ ఉంది. టిక్కట్ తీసుకొని పెట్టెల ఎక్కి ఒక మూలల కూచున్నడు. అప్పటికి చీకటైంది.

సికింద్రాబాద్ స్టేషన్ నుంచి రైలు కదిలింది. ఇంట్ల ఏమవుతుందోనన్న దిగులు. ఆకలి. నిద్రలేదు. అట్లనే కూర్చాట్లు పడుకుంట విజయవాడ చేరుకున్నడు.

విజయవాడ స్వామి కలల నగరం. తను చదివిన నవలల వల్ల అక్కడి వీధులు, చౌరస్తాలు అన్నీ సుపరిచితాలే. కనకదుర్గ కొండ, ప్రకాశం బ్యారేజీ, కాళేశ్వరరావు మార్కెట్టు, హనుమంతరాయ గ్రంథాలయం - అన్నింటితోటి తనకు పూర్వజన్మ సంబంధమే. విజయవాడ ఆధారంగ రాసిన నవలలు బజారుబిడ్డలు, పారిపోయిన బఠానీ జ్ఞాపకం వచ్చినై. బందరు కాలువ, ఏలూరు కాల్వలల్ల పారుతున్న నీళ్లు మురికివాసన కొడుతున్నా, నగరం గుడిసెలతోటి, పందులతోటి అపరిశుభ్రంగ ఉన్నా స్వామి మనోనేత్రాలకు విజయవాడ అందంగనే కనిపించింది.

పగలంత పట్నంల అన్ని వీధులూ తిరిగితిరిగి రాత్రయ్యేసరికి కనకదుర్గ కొండ మీదికి చేరుకొనేటోడు. నాలుగు రోజులల్ల తెచ్చుకున్న పైసలన్నీ అయిపోయినై. పైసలు

సరిపోవన్న భయంతోటి ప్రతి రోజు ఒక్కపూటనే అన్నం తినేటోడు. తిండికి కష్టమైంది. ఆకలి. తిరిగి తిరిగి నీరసం. కాళ్ల నొప్పులు. దినం కన్న రాత్రుళ్లు ఇంకా కష్టమనిపించేది. ఆకలికి తోడు కొండ మీద గజగజ వొణికించే చలి. దుకాణాల అరుగుల మీద ముడుచుకొని పండుకునెటోడు. ఆకలికి, చలికి నిద్ర రాకపోయేది. పక్కన ఎవరో సాధువులు, దేశద్రిమ్మరులు. ఒక ముసలి సాధువు దయతలచి తన జోలె నుండి ఒక పంచె తీసి ఇచ్చినాడు. అది కప్పుకుంటే కొంత నయంగ అనిపించింది.

తెల్లారి లేవంగనే కడుపుల ఆకలిమంటలు. సాధువులందరు మురమరాలు కొనుక్కొని, గడ్డాలు మీసాలు తమాషగ కదులుతుంటే వాటిని బుక్కుతున్నరు. తను కూడ తన దగ్గరున్న ఆఖరి ఐదు పైసల బిళ్లతోటి మురమరాలు కొనుక్కొని పచ్చి మిరపకాయ నంజుకుంట అవన్నీ తినేసి కడుపు నిండ నీళ్లు తాగినాడు. ఇంటి మీద బెంగ మొదలైంది. అప్పటికే ఇల్లు వదిలి ఐదు రోజులు.

"హరహర మహదేవ్" అని అరుచుకుంట సాధువుల పాదయాత్ర బయలుదేరింది. స్వామి కూడ వారితోటి నడుచుకుంట, ముచ్చట్లు చెప్పుకుంట కొండ దిగినాడు. కనకదుర్గ పాదాల కింద, కృష్ణా నది మెట్ల మీద సాధువులందరు స్నానాలు చేస్తుంటే-

"మేము మంగళగిరి వెళ్తున్నాం. నువ్వు కూడా మాతో పాటు వచ్చేయ్" అని పంచె ఇచ్చిన ముసలి సాధువు స్వామిని ఆదేశించినాడు.

"మరి అక్కణ్నుంచి మళ్ల ఎక్కడికి?" అని అడిగినాడు స్వామి - వాళ్లు హైదరాబాద్ దిక్కు వస్తరేమో అన్న ఆశతోటి.

"అక్కణ్నుంచి అమరావతి, శ్రీశైలం, మహానంది..." అనుకుంట చాంతాడంత లిస్టు చదివినాడు ఆ ముసలి సాధువు.

"లే! నేను హైద్రాబాద్ పోవాలె" అన్నాడు స్వామి.

"శంభో శంకర!" అనుకుంట సాధువులు 'స్వామిని' వదిలేసినారు.

అట్ల స్వామి సాధువుల సాంగత్యం నుండి విముక్తి పొంది విజయవాడ రైల్వే స్టేషన్ చేరుకున్నడు.

'బగర్ టికెట్' మీద దొంగతనంగ రైళ్లల్ల తిరుగుడు స్వామికి అలవాటే. బడి ఎగ్గొట్టి ఉప్పుగూడల రైలెక్కి ఫలక్‌నుమా దాక దోస్తులతోటి అటూఇటూ అకారణంగ తిరిగెటోడు. టికెట్ కలెక్టర్ చెకింగ్ కోసం రైలు పెట్టెలకు రాంగనే కదులుతున్న రైలు నుండి ప్లాట్‌ఫామ్ మీదికి దుంకి కింద బొక్కబోర్ల పడి చాల సార్లు దెబ్బలు తగిలించుకున్నడు. ఆ అనుభవంతోటే టికెట్ కొనకుండ ప్యాసింజర్ రైలుల హైద్రాబాద్‌కు బయలుదేరినాడు.

రైలు సికింద్రాబాద్ చేరుకుంది.

స్వామి నాంపల్లిల దిగాలె. రైలు కదలటానికి ఇంక టైమ్ ఉంది కదా అని ప్లాట్‌ఫాం మీద నిలబడినాడు. పక్క పెట్టెల నుండి కిందికి దిగి ఎదురుంగ వస్తున్నడు 'బాపు'.

తనకు తెలువకుండనే అన్నీ మరిచిపోయి "బాపూ!" అని గట్టిగ అరిచిండు స్వామి. ఆయన దిగ్గున స్వామి దిక్కు చూసి ఆనందంతోటి కొడుకును కావలించుకుని వలవల ఏడ్చిసినాడు.

స్వామికి సిగ్గనిపించింది. అందరి ముందు ఆ 'సీన్'కు.

బాపు తేరుకొని స్వామి చేయి పట్టుకొని అదే రైలు పెట్టెల కూచుండబెట్టుకున్నడు. ఇంతల చాయ్ వస్తే రెండు చాయ్‌లు తీసుకొని ఒకటి స్వామికి ఇచ్చి, మరొకటి తను తాగినాడు. సంతోషంతోటి ఆకుల సంచి నుండి పాన్ తీసి దాన్ని దౌడకు పెట్టుకొని చిందరవందరగ చెత్త బుట్టోలె ఉన్న స్వామి వంకీల జుట్టును తన వేళ్లతోటి దువ్వి సరిచేసుకుంట–

"నీ కోసం వరంగల్ల ఉన్న చుట్టాల ఇండ్లన్నీ వెదికి వస్తున్న" అన్నడు. ముందు పెద్దక్క శకుంతల ఇంటికి 'ములుగు'కు పోయినాడట.

"వాడు తప్పక ఇంటికి వస్తడు, బాపూ!" అని ఆమె భరోసా ఇచ్చిందట.

కొండంత సంతోషంతోటి కొడుకును వెంటబెట్టుకొని ఆయన శాలిబండల తమ ఇంటికి చేరుకున్నడు. రాత్రి తొమ్మిది అవుతున్నది. చలి పులిలాగ ఉంది.

"టక్‌టక్... టక్‌టక్..." తలుపు గొళ్లెం కొట్టేసరికి శంకర్ మామ ఉరుక్కుంట వచ్చి తలుపు తీసినాడు. స్వామి కనబడంగనే కావలించుకొని, ఎత్తుకొని ఇంట్లకు తీసుకొచ్చినాడు. – "ఎంత పని చేసినవు తమ్మీ!" అని అంగలార్చుకుంట.

ఇంట్ల కిరాయివాళ్లతో సహా ఇంక ఎవళ్లూ పండుకోనట్టుంది. అమ్మను సముదాయించుకుంట అందరూ ఆమె చుట్టే కూర్చున్నరు. వాళ్ల మధ్యన చలి కాచుకునే కుంపటి కూర్పాట్లు పడుతున్నది.

అమ్మ ఈసారి సంతోషం పట్టలేక ఏడ్చింది.

దారి తప్పిన గొర్రె పిల్ల మళ్ల ఇంటికొచ్చింది.

'పెద్దనాని' ఇంటికి తిరిగి వచ్చినందుకు అమ్మ పెరుమాండ్లకు 'తళియరాధన' చేసింది.

ఆ సంవత్సరం హెచ్.యస్.సి. పరీక్షల స్వామి ఫెయిల్ అయినాడు.

"ఏం ఫరవాలేదు. మిగిలిన పేపర్లు సప్లిమెంటరీ పరీక్షలల్ల రాయొచ్చు" అని ధైర్యం చెప్పినాడు బాపు. అమ్మ కూడ ఏం అనలేదు.

పరీక్షలు ఫెయిల్ అయిన దిగులు రవ్వంత కూడ లేని స్వామి ఆ రోజే విడుదలైన షమ్మీకపూర్ సీన్మా 'ఎన్ ఈవినింగ్ ఇన్ ప్యారిస్' కృష్ణా టాకీసుల చూసి ఇంటికి రాంగనే-

"పరీక్ష ఫెయిల్ అయిన అన్న సిగ్గు కూడ నీకు లేదు కదరా" అని పెద్దక్క వాఖ్యానించింది.

ఆ తర్వాత సప్లిమెంటరీ పరీక్షలల్ల బొటాబొటి మార్కులతోటి కంపార్ట్‌మెంటల్‌గా పాసై ఈ సంవత్సరమే పి.యు.సి. ఆర్ట్స్ గ్రూపుల సిటీ కాలేజీ అడ్మిషన్ తీసుకున్నడు- "బిలో యావరేజీ స్టూడెంట్" స్వామి.

❖❖❖

ఉధృతంగ నడుస్తున్న తెలంగాణ ఉద్యమానికి భయపడి అమ్మాబాపులు స్వామిని ఇంట్లె నుండి అవుతలికి కదలనిస్తలేరు. సక్త్ నిగరానీ. జైళ్లల్ల ఖైదీల మీద పోలీసుల కాపలా ఉన్నట్లు. అప్పుడప్పుడూ గుణవర్ధక్ సంస్థ లైబ్రరీకి మాత్రం పోనిస్తున్నరు. 'త్రిమూర్తులు' దూరమైన ఒంటరితనం స్వామిని బాధపెడుతున్నది. ఉన్న ఇద్దరు దోస్తులు వేణు, యాదగిరి 'కాంటాక్టు'లకు వస్తలేరు. నిరంతర కర్ఫ్యూలతోటి ఉత్తరాల బట్వాడా బందు అయ్యింది. వేణు ఉత్తరాలు ఆగిపోయినై.

గుణవర్ధక్ లైబ్రరీల సభ్యత్వం తీసుకొని వారానికి సరిపడే దొడ్డు దొడ్డు పుస్తకాలను తెచ్చుకొని చదువుకుంటున్నడు. 'పెరల్‌బక్' సుక్షేత్రం - దాయాదులు, గోర్కీ అమ్మ, టాల్‌స్టాయ్ అన్నా కెరినినా, అలెగ్జాండర్ కుప్రిన్ యమకూపం తెలుగు అనువాద నవలలు స్వామి కోసం కొత్త లోకపు తలుపులను తెరుస్తున్నై. ప్రజల మనిషి, గంగు, రథచక్రాలు, ఓనమాలు వంటి తెలంగాణా రైతాంగ సాయుధ పోరాట నేపథ్యం గల నవలలను 'సెలెక్టివ్'గ చదువుతున్నడు. మైనా, అంపశయ్య నవలలు ప్రాణప్రదంగ కనిపిస్తున్నై. రాహుల్ సాంకృత్యాయన్, సంజీవ్‌దేవ్ రచనలు లోపల ఉన్న 'సంచార ప్రవృత్తి'ని రెచ్చగొడుతున్నై. చరిత్ర ఒక అబ్సెషన్‌గ అడిక్ట్‌గ మారుతుంది.

స్వామికి గుణవర్ధక సంస్థ లైబ్రరీ పరిచయం కావటం జీవితంల ఒక పెద్ద మలుపు. అదొక అందమైన జ్ఞాపకం. ఇంట్లనే కుదురుగ ఉంటున్న స్వామిని చూసి అమ్మాబాపులు కొంత స్థిమితపడినారు.

భారత్ గుణవర్ధక్ సంస్థ లైబ్రరీ అమ్మ తరవాత మరొక అమ్మ. అన్నం పెట్టిన అమ్మ ఒకరైతే జ్ఞానభిక్ష ప్రసాదించిన మరో అమ్మ ఆ గ్రంథాలయం. అది నగరంలనే చాల పురాతనమైన గ్రంథాలయం. సుల్తాన్ బజార్ శ్రీకృష్ణ దేవరాయల గ్రంథాలయం కన్నా పాతది. నగరంల ఆసఫియా స్టేట్ సెంట్రల్ లైబ్రరీని 1892ల స్థాపించినారు. ఈ గుణవర్ధక్ సంస్థ లైబ్రరీని 1895ల, కృష్ణదేవరాయల లైబ్రరీని 1901ల స్థాపించినారు.

శాలీబండాల నివసించే మహారాష్ట్రులల్ల జాతీయ భావాలు అధికంగ ఉండేవి. వాళ్లు ఛత్రపతి శివాజీ నుండే కాక 'గోఖలే, తిలక్ నుండి కూడా స్వాతంత్ర్య సమరస్ఫూర్తిని పొంది గుణవర్ధక్ సంస్థ గ్రంథాలయాన్ని స్థాపించినారు. ఆ భవనం క్రింద భూగృహంల తాలింఖానాను ఏర్పాటు చేసి యువకులకు కత్తిసాము, ముష్టియుద్ధం, వ్యాయామాన్ని నేర్పించెటోళ్లు. ఉత్తరోత్తరా ఈ గ్రంథాలయాలు, తాలింఖానాల నుండే నిజాం వ్యతిరేక స్వాతంత్ర్య పోరాట యోధులు ఉద్భవించినారు. గుణవర్ధక్ సంస్థ గ్రంథాలయం ముందు మరాఠీ గ్రంథాలయంతోటి ప్రారంభమయ్యి తరవాత కాలంల అన్ని భాషల గ్రంథాలతోటి నిండిపోయింది.

అమ్మ. అమ్మ చిటికెన వేలు పట్టుకుని స్వామి. అప్పుడు స్వామి వయస్సు పదేళ్ల లోపేనేమో! ఏవో వస్తువులు కొనటానికి వాళ్లిద్దరూ బజారుకు నడుసుకుంట పోతున్నరు. దారిల ఒక పెద్ద భవనం కనబడింది. దానిలోపలికి పోయ్యేందుకు ఒక పెద్ద నల్లని దర్వాజా. దానిపై నగిషీలు, చెక్కణాలు, పూలు, లతలతో చాలా ఆకర్షణీయంగ కనబడింది. మరుక్షణమే దానికన్న మరో దృశ్యం స్వామిని బాగ ఆకర్షించింది. ఆ దర్వాజా పైన పెద్ద గూడు. ఈజీగ అండ్ల ఒక మనిషి కూచునేటంత స్థలం. అండ్ల బాలుడి పాలరాతి విగ్రహం ఉంది. ఆ బాలుడికి సరిగ్గ తన వయస్సే ఉంటదేమో! ఆ బొమ్మ కూచుని దీక్షగ పుస్తకంల లీనమై చదువుతున్నట్లు తల కొంచెం దించుకుని ఉంది. ఆ బాలుడూ ఆ పుస్తకం తనను అమితంగ ఆకర్షించినై.

"అమ్మా అదేంటిది?" ఆ విగ్రహం వైపు వేలు చూపిస్తూ అడిగినాడు స్వామి.

"అది లైబ్రరీ."

"అంటే?"

"అండ్ల కథల పుస్తకాలు, బొమ్మల పుస్తకాలు ఉంటై."

"ఎవరైనా పోయి చదువుకోవచ్చా?"

"ఆఁ నువ్వు కూడ."

స్వామికి అట్ల భారత గుణవర్ధక్ సంస్థ లైబ్రరీ అమ్మతోటి మొదటిసారి పరిచయ మయ్యింది. అసలు లైబ్రరీ అన్న పదమే అమ్మతోటి తెలిసింది. స్వామికదివరకే బొమ్మల పుస్తకాలు, పిల్లల కథల పుస్తకాల గురించి తెలుసు. కాని లైబ్రరీ అన్న సంగతి మాత్రం తెలియదు. ఆ క్షణంల తనకు లైబ్రరీలకు – సాహిత్యానికి – వ్యక్తిత్వానికి గట్టి పునాది పడింది. సాహిత్యం జీవితాన్ని నడిపే చోదక శక్తిగ మారింది.

ఆ తెల్లారి స్వామి ఒంటరిగ ఆ లైబ్రరీకి పోయినాడు. మెట్లెక్కి లోపలికి పోతుంటే భయమేసింది. విశాలమైన హాలు. ఆ హాలుకు నలుమూలల గోడలు కనబడతలేవు.

పుస్తకాలతోటి నిండిన ర్యాకులు, అలమరాలు, ఎటుచూస్తే అటు వేల వేల పుస్తకాలు. ఆ హాలు మధ్యల పొడుగైన టేబుళ్లు. వాటి పక్కన వరుసగ ఉన్న కుర్చీలల్ల కూచొని సీరియస్‌గ, నిశ్శబ్దంగ చదువుకుంటున్న పాఠకులు. పైన ఫ్యాన్ చప్పుడు కింద పేపర్లు త్రిప్పుతున్న చప్పుడు తప్ప అక్కడ అంత నిశ్శబ్దమే. నిశ్శబ్దమే దేవతల నివాస స్థలం. చదువుకుంటున్న పాఠకులందరూ స్వామి కండ్లకు తపస్సు చేసుకుంటున్న మునీశ్వరులలాగ కనిపించినారు.

ఆ రోజు స్వామి జీవితం మరోదారిలకు మళ్లింది. చిన్న పిల్లల సెక్షన్‌ల పుస్తకాలన్నీ నెమ్మదిగ చదవడం మొదలయ్యింది. కొన్ని అర్థం అయ్యి మరికొన్ని అర్థం కాక పోయినా రీడింగ్ ఒక అలవాటుగ మారింది. అరేబియన్ నైట్స్ కాశీమజిలి కథలు, సహస్ర శిరచ్ఛేద అపూర్వ చింతామణి మొదలుకొని చేతికందిన ప్రతి పుస్తకం చదివినాడు.

స్వామి హైస్కూలుకు వచ్చేసరికి స్కూలు ఎగ్గొట్టి లైబ్రరీలల్ల కూచొని ఇష్టమున్న పుస్తకాలన్నీ చదివెటోడు. ఆ చదువు ముందు స్కూలు చదువులు రంగురుచి వాసనలేని రసవిహీనమైన చదువులుగ తోచినై. బాపు స్కూలు టీచర్ అయినందున ఇల్లంత పుస్తకాల వాతావరణమే. అమ్మబాపు అక్కలు అందరి దగ్గర అక్షరాల గుబాళింపులు. పుస్తకాల పరిమళాలు అక్షరాలు. అక్షరాల లోకంలకు తనెప్పుడు ప్రవేశించినాడో, అక్షరాలతోటి ఏ వయస్సుల ప్రేమల పడ్డాడో తనకే సరిగ్గ తెలియదు.

ఆ అందమైన అక్షరాల బాట స్వామిని గ్రంథాలయ దేవాలయంలకు ప్రవేశ పెట్టింది.

13

1969 జూన్ నెలను తెలుగు పంచాంగం 'రక్తాక్షిమాసం' అని పేర్కొంది. ఆ పేరుకు తగ్గట్టు నిజంగనే తెలంగాణాల ఆ నెల అంతా రక్తం ప్రవహించింది. ఆ రక్తాక్షి మాసమంత పోలీసుల కాల్పులతోటి, తెలంగాణా ప్రజల బలిదానాలతోటి దద్ధరిల్లిపోయింది. జూన్ రెండవ తేదీ సోమవారం నుండి నాలుగు రోజులు కొనసాగిన అల్లర్లు, మారణకాండల ప్రభుత్వ లెక్కల ప్రకారమే నగరంల 30 మందికి పైగా మరణించినారు. వందలాది మందికి గాయాలైనాయి. అండ్ల కొందరు శాశ్వతంగ అవిటివారైనారు. అనధికార లెక్కలు తెలుసుకుంటే గుండెలు బద్దలయితయి. ఎన్నిసార్లు కర్ఫ్యూ విధించినా పరిస్థితి అదుపులకు రానందున 33 గంటల పాటు నిరవధిక కర్ఫ్యూ విధించినారు. జనజీవనం స్తంభించిపోయింది. అనేక జీవితాలు అల్లకల్లోలాలయినై. కుటుంబాలు కూలిపోయినై.

నాలుగవ తేదీ బుధవారం నాడు జంటనగరాలల్ల 14 సార్లు కాల్పులు జరగగా అక్కడకక్కడే రోడ్ల మీద క్షణాలల్లనే తొమ్మిది మంది ప్రాణాలు విడిచినారు. అండ్ల ఐదుగురు హైద్రాబాద్, ముగ్గురు సికింద్రాబాద్‌ల మరణించినారు. కర్ఫ్యూ ఉన్న సమయంల ఏడుసార్లు కాల్పులు జరిగినై. భాష్పవాయువు, లాఠీచార్జిలకు లెక్కేలేదు. యువకులను, విద్యార్థులను

తెలంగాణా పోలీసులు లాఠీలతో కొట్టేటప్పుడు వారికి తమ పిల్లలు జ్ఞాపకం వచ్చి కండ్లల్ల నీళ్లు తిరిగినయని ఇప్పటికీ రిటైర్డు పోలీసులు చెప్పుతుంటరు. తెలంగాణా పోలీసుల్ని నక్సలైట్లను అణచడానికి ఆంధ్రా ప్రాంతం పంపి, మలబారు పోలీసుల్ని తెలంగాణాల నియమించినారు. వారికి ఇక్కడి వాళ్లతో తాదాత్మ్యం లేనందున భాష రానందున క్రూరంగ ప్రవర్తించినారు.

హైద్రాబాద్ నగరం ఆబిడ్స్ చౌరస్తా సమీపంల దుర్గా విలాస్ హోటల్ ఉంది. అది కోస్తా వాళ్లది. తెలంగాణా ఉద్యమాన్ని అణచడానికి కిరాయి గుండాలు, రౌడీలను తీసుకొచ్చి అండ్ల ఉంచినారు. జూన్ రెండవ తేదీన తెలంగాణా ప్రజా సమితి పిలుపు మేరకు నగరమంత బంద్‌కు ప్రతిస్పందించి సహకరించినా ఆ హోటల్ మాత్రం తెరిచే ఉంది. బంద్ చేయమని ప్రజలు పోయి అడిగినప్పుడు కొట్లాటలు చెలరేగిన్నై. లోపలున్న రౌడీలు కారంపొడి, కత్తులతో దాడి చేసినారు. ఒక గంట సేపు హోటల్ ముందు నడిరోడ్డు మీద రెండు వర్గాలవారికి హోరాహోరీ పోరాటం జరిగింది.

హోటల్ లోపలికి చొచ్చుకుపోయిన ప్రేంకిశోర్ అనే యువకుడిని రౌడీలు ముందు షట్టర్లు దింపి ఆ తర్వాత లోపల చిక్కుకుపోయిన అతడ్ని కత్తులతో పొడిచినారు. అప్పటికి అతని వయస్సు 18 సంవత్సరాలు. కేశవ మెమోరియల్ హైస్కూలుల చదువుకుంటనే మోటార్ సైకిల్ మెకానిక్‌గ పని నేర్చుకునెటోడు. ఆ అందమైన బిడ్డను రౌడీలు కత్తులతోటి పొత్తి కడుపు కింద కసిదీరా పొడిచినారు. లోపల నుండి ప్రేంకిశోర్ అరుపులు వినిపించంగనే ఇవతలున్న ప్రజలు ప్రమాదాన్ని పసిగట్టి హాహాకారాలు చేసినారు. కొంతమంది యువకులు ప్రాణాలకు తెగించి ఎలక్ట్రిక్ స్తంభం ఎక్కి హోటల్ బాల్కనీల గుండా కిటికీలల్ల దూరి లోపలికి ప్రవేశించినారు. కానీ అప్పటికే ప్రేంకిశోర్ ప్రాణాలు కొన ఊపిరిన ఉన్నై. అభిమన్యుడిలాగ పద్మవ్యూహంల చిక్కి తీవ్రంగ గాయపడిన ఆ యువకుడిని ఉస్మానియా ఆసుపత్రికి తీసుకుపోయేందుకు పోలీసులు సహకరించలేదు. దారిన పోయే ఒక ప్రైవేట్ కారుల ప్రజలే అతడిని ఉస్మానియా దవాఖానాకు తీసుకపోతుంటే దారిలనే ప్రాణాలు విడిచినాడు.

కర్ఫ్యూను లెక్క చేయని జనం. వీధుల్లల్ల పోలీసులతోటి గెరిల్లా పద్ధతిల దాగుడు మూతలాడినారు. ప్రజలు రోడ్ల మీద బారికేడ్లను నిర్మించినారు. రోడ్లకు అడ్డంగ టెలిఫోన్ స్తంభాలను పీకి పడేసినారు. చెత్తకుండీలను దొర్లించుకొచ్చి గోడలు కట్టినారు. ఫుట్‌పాత్‌లను పగులగొట్టి పెద్దపెద్ద బండరాళ్లను రోడ్లపై వేసినారు. కొన్ని చోట్ల టెలిఫోను వైర్లతో, ముళ్లకంచెలతో తమకు పోలీసులకు మధ్య సరిహద్దులను నిర్మించుకొన్నరు. ఫైరింజన్లు, పోలీసు వాహనాలు దిగ్బంధనం చేయబడినై. పోలీసు కాల్పులల్ల ఉద్యమకారులే గాక అల్లర్లతో సంబంధం లేని సామాన్య ప్రజలు కూడ చనిపోయినారు.

పాత నగరం ఆలియాబాద్‌ల కాల్పులు జరుగుతున్నై. మెయిన్ రోడ్డు మీదనే వెంకటేశ్వరరావు అనే న్యాయవాది ఇల్లు. కాల్పుల చప్పుడు అవుతుంటే ఏమీ తెలియని ఆయన చిన్న కొడుకు బయటి అరుగుల మీద నిలబడి చూస్తున్నడు. ఆ బాబును లోపలికి లాగటానికి ఆయన ఆత్రంగ ఇవతలికి వచ్చి వాన్ని తీసుకొని ఇంట్లకు తిరిగి పోబోతుండగ గుండు దెబ్బ తలకు తగిలి ఆ తలుపు గుమ్మం దగ్గరే కిందపడి ప్రాణాలు విడిచినాడు. ఆ న్యాయవాదికి చివరికి లభించిన న్యాయం అదే.

కవాడిగూడాల ఆకుల నరేందర్ అనే 15 సంవత్సరాల విద్యార్థి తన ఇంట్ల మేడ మీద కూర్చొని పరీక్షల కోసం ప్రిపేర్ అవుతుంటే ఒక తూటా అతడి బంగారు భవిష్యత్తును దూరం చేసింది. ఆ పిల్లగాడి పుస్తకాలు రక్తపు మడుగుల తడిసిపోయినై. చాదర్‌ఘాట్ ప్రభుత్వ పాఠశాలల ఆరవ తరగతి చదువుతున్న రేణుక వయస్సు 11 సంవత్సరాలు. ఆ బాలికకు మూడు బుల్లెట్లు తగిలి మరణించింది. ఆ మరణానికి బస్తీ మొత్తం ఏడ్చింది. సికింద్రాబాదు కోనేరు సమీపంల శ్రీమతి సావిత్రి తన ఇంటి ముందు నాలుగు సంవత్సరాల కొడుకు శివకుమార్‌తో నిలుచొని ఉంటే పోలీసుల కాల్పులకు గురై మరణించింది. ఆమె భర్త నిజంగనే పిచ్చివాడైపోయినాడు. ఇట్ల ఎంతోమంది అమాయకులు అకాలమరణం పొందినారు.

అల్లర్లు అదుపులకు రానందున అనేక సార్లు కర్ఫ్యూను విధించినారు. జనజీవనం అల్లకల్లోలమైంది. చాలా మందికి ఇంకా జీతాలు రానే లేదు. వచ్చినా సరుకులు కొనడానికి దుకాణాలు తెరిచి లేవు. అందరి ఇండ్లల్ల సరుకులు నిండుకున్నై. పొరుగు వారి నుండి చేబదులు తీసుకురావాలంటే అందరి ఇండ్లల్ల అదే పరిస్థితి. రోజూ కూలినాలీ చేసుకునెటోళ్ల పరిస్థితి మరీ అధ్వాన్నం. ఆసుపత్రికి పోయే ఎమర్జెన్సీ కేసులు అంతే సంగతి. దైవాధీనం. కనీసం వీధిలకు పోయి బజారు నల్లాల్ల నీళ్లు పట్టుకోవాలన్నా పోలీసుల లాఠీల భయం. తుపాకీ తూటాల భయం. గల్లీలల్ల చిన్న చిన్న దుకాణాలను రహస్యంగ సగం సగం తెరిచి భయం భయంగ సరుకుల్ని అమ్మెటోళ్లు. కర్ఫ్యూ ఎత్తివేయంగనే లేదా సడలించంగనే ధరలు చుక్కలు తాకినై.

ఎక్కడైనా ఒక చిన్న హోటల్ తెరిచి ఉంటే టీ, కాఫీలు పాలు, చక్కెర లేకుండ అమ్మినారు. ఇంక దినపత్రికల సంగతి చెప్పనే అక్కరలేదు. ప్రజలకు తిండి లేకున్న సరే. తెలంగాణా ఉద్యమ వార్తలు కావాలె. బ్లాకుల పేపర్లు ఎక్కువ ధరకు అమ్మినా సంతోషంగ కొనుక్కున్నరు. ప్రతి ఇంట్ల పురాణ శ్రవణంలాగ ఎవరో ఒకరు పేపరు పెద్దగ చదువుతుంటే మిగిలినవారు చుట్టూ కూర్చొని శ్రద్ధగ వార్తలు వినేటోళ్లు. రేడియోల ప్రాంతీయ వార్తలు ఎప్పుడు వస్తయా అని ఎదురుచూపులతోటి గడిపేటోళ్లు. వార్తలు చదువుకుంట, వినుకుంట కండ్ల నీళ్లు పెట్టుకునేటోళ్లు. ఉద్రేకపడేటోళ్లు. సర్కారుకు శాపాలు పెట్టేటోళ్లు.

మరో వైపు తమ పిల్లలను ఆందోళనల పాల్గొనకుండ ఆపటం పెద్ద తలనొప్పిగ పరిణమించింది. వాళ్లను ఇండ్లల్ల బంధించి తలుపులకు తాళాలు వేసేటోళ్లు. పిల్లలకు అవతలికి వెళ్లి సాహసాలు చేయాలని మహా కుతూహలంగ ఉండేది. ఒక వాడల ఉన్న పిల్లవాడు జైల్ల ఉంటే ఆ వాడకట్టు వాళ్లందరూ మిఠాయిలు, పండ్లు పట్టుకొని జైలుకు పోయి 'ములాఖత్' చేసి వాడిని పరామర్శించేటోళ్లు. తెలంగాణా ఉద్యమం వలన తెలంగాణా ప్రజలల్ల ఒక నూతన పోరాట సంస్కృతి వ్యాపించింది.

భగ్గుమన్న నగరాన్ని పరామర్శించడానికి జూన్ నాలుగున అర్ధరాత్రి ప్రధాని శ్రీమతి ఇందిరాగాంధీ హైద్రాబాద్‌కు వచ్చి తెల్లారే వరకు విద్యార్థి నాయకులను, తెలంగాణా ప్రజాసమితి నాయకులను అన్ని రాజకీయ పార్టీలను విడివిడిగ కలిసి వాళ్ల అభిప్రాయాలను తెలుసుకుంది. "33 గంటల నిరంతర కర్ఫ్యూ వార్త విని ఆందోళన చెంది వచ్చినానని, శాంతి కోసం తెలంగాణా ప్రజలకు విజ్ఞప్తి చేస్తున్ననని, ప్రశాంత పరిస్థితులు ఏర్పడంగనే అన్ని విషయాలు చర్చించుకోవచ్చునని ఆమె అన్నది. వెంటనే ప్రభుత్వాన్ని బర్తరఫ్ చేసి రాష్ట్రపతి పాలన విధించాలని తెలంగాణా ప్రజా సమితి విజ్ఞప్తి చేసింది.

ఆ తెల్లారి హైద్రాబాద్ నగరంల తెలంగాణా రచయితల సదస్సు జరిగింది. కాళోజీ నారాయణరావు అధ్యక్షుడిగ ఒక కమిటీ ఏర్పడింది. ఆ సదస్సుకు హాజరైన రచయితలంత ప్రత్యేక తెలంగాణా ఏర్పాటు కోసం పోరాడుతమని ప్రతిజ్ఞ చేసినారు. జూన్ 7న ఆ మూడు రోజుల పోలీసు కాల్పులకు నిరసనగ జంటనగరాలల్ల రెండున్నర లక్షల మంది కార్మికులు సార్వత్రిక సమ్మె చేసినారు. జూన్ 10 నుండి తెలంగాణా ఉద్యోగుల నిరవధిక సమ్మె ప్రారంభమయ్యింది. ప్రభుత్వం 29 మంది తెలంగాణా ఉపాధ్యాయ నాయకుల్ని ఉద్యోగాల నుండి సస్పెండ్ చేసింది. అమోస్, స్వామినాథం మొదలగు ఉద్యోగనాయకులను అరెస్టు చేసి జైల్ల పెట్టింది.

జూన్ 25న హైద్రాబాదుల జరిగిన సత్యాగ్రహం స్వాతంత్ర్యోద్యమ కాలం నాటి పోరాట దృశ్యాలను జ్ఞాపకానికి తెచ్చింది. అనేక సంఘటనలతోటి హైద్రాబాద్ అట్టుడికి పోయింది. ఆ రోజు మొత్తం తెలంగాణాల యాభై వేల మంది ప్రజలు సత్యాగ్రహం చేసి అరెస్టు అయినారని దినపత్రికలు రాసినై. జైళ్లు నోళ్లు తెరుచుకున్నై. హైద్రాబాదు అగ్నిగుండంగ మారింది. ఆ రోజు ఆబిడ్స్ చౌరస్తాల జరుగబోయే సత్యాగ్రహం ఆపాలని పోలీసులు ఉదయం ఆబిడ్స్‌కు చేరుకొనే మార్గాలను దిగ్బంధనం చేసినారు. వీధులల్ల సైన్యం ఫ్లాగ్‌మార్చ్ చేసి ప్రజలల్ల భయం సృష్టించాలని ప్రయత్నం చేసింది. అయినా ప్రజలు బెదరలేదు. బస్సులన్నింటినీ ప్రభుత్వమే బందు చేసింది. అయినా ప్రజలు కాలినడకన వచ్చినారు. పెద్ద ఎత్తున కాల్పులు జరుగుతాయని పుకార్లను సృష్టించింది. అయినా జనం ప్రభంజనంలాగ మారిపోయినారు.

ఆ రోజు విద్యార్థులు, యువకులు, ఉద్యోగులు, ఉపాధ్యాయులే కాక స్త్రీలు, పిల్లలు, వృద్ధులు అందరూ కదిలి వచ్చినారు. లాయర్లు, డాక్టర్లు, వ్యాపారస్తులు, కార్మికులు కూడ సత్యాగ్రహానికి తరలి వచ్చినారు. ఆ జనప్రవాహాన్ని ఆపటం పోలీసులకు చాత కాలేదు. సత్యాగ్రహం చేస్తున్న వేలాదిమందిని ఎట్ల అరెస్టు చేయాల్నో, ఎక్కడికి తీసుకపోవాల్నో వాళ్లకు తోచలేదు. చివరికి ఆ జన సముద్రాలను చెదరగొట్టడానికి విపరీతంగ, విచక్షణారహితంగ లాఠీచార్జి చేసి టియర్‌గ్యాస్‌లను వదిలినారు. పోలీసులు ప్రజలను లాఠీలతోటి కొడుతుంటే లాఠీలే విరిగిపోయినై.

తెలంగాణా నేల తల్లి రక్తసిక్తమయింది. ఒళ్లంత గాయాలమయమైంది. ఆబిడ్స్‌ల పోలీసులు యువకులను లాఠీలతో కొట్టుకుంట టియర్‌గ్యాస్ వదులుతుంటే అనేక మంది యువకులు తమ షర్టులను చింపుకొని ఛాతీలను చూపిస్తూ దమ్ముంటే కాల్చుమని సవాలు చేసినారు. భవనాలపై నిలబడి, కిటికీలల్ల నుండి చూస్తున్న చాలా మంది ప్రజలు ఆ యువకులు, విద్యార్థులు తింటున్న దెబ్బల్ని చూసి హాహాకారాలు చేసినారు. కంట తడిపెట్టుకుంట గొల్లున ఏడ్చినారు. సమీప దుకాణంల పనిచేస్తున్న ఒక యువకుడిని పోలీసులు అకారణంగ కొడుతుంటే ఆ యువకుడు గొల్లుగొల్లున ఏడుచుకుంట తాను సత్యాగ్రహిని కాదని పనిచేసే నౌకరునని మొత్తుకున్నా వినలేదు. చివరికి అతడి తల పగిలింది. అంతవరకు తనను కాల్చుమని ఛాతీ చూపించిన యువకుడు పరుగు పరుగున అక్కడికి వచ్చి తన షర్టును చింపి ఆ యువకుడి తలకు కట్టు కట్టినాడు. ఇటువంటి అపూర్వ, మానవతా దృశ్యాలు ఆ ఉద్యమంల ఎన్నో జరిగినై.

లాఠీచార్జి, భాష్పవాయువుల నుండి తప్పించుకునేందుకు ప్రజలు సమీపంల ఉన్న ప్యాలెసు టాకీసు, సాగర్ టాకీసులకు దూరినారు. అయినా పోలీసులు వారిని వెంబడించి తరిమి తరిమి కొట్టినారు. ఇంతల అక్కడికి వచ్చిన సర్వే ఆఫ్ ఇండియా జీపును ప్రజలు పూర్తిగ తగులబెట్టినారు. ఆ మంటల్ని ఆర్పటానికి వచ్చిన ఫైర్ ఇంజన్ చక్రాలల్ల గాలిని తీసేసి దాన్ని కూడ తగులబెట్టినారు. అల్లర్లు నాంపల్లి, మొజాంజాహీ మార్కెట్, సుల్తాన్ బజార్‌లకు వ్యాపించినాయి. విద్యానగర్ రైల్వేస్టేషన్‌ల వేలాది మంది ప్రజలు రైలు పట్టాల మీద బైఠాయించి రైళ్ల రాకపోకలకు భంగం కలిగించినారు.

ఆబిడ్స్‌ల సత్యాగ్రహం చేస్తున్న ప్రజలు అక్కడికి సమీపంల ఉన్న బృందావన్ హోటల్ ముందు వేలమంది ఆగ్రహావేశాలతోటి గుమికూడినారు. దుర్గా విలాస్ హోటల్ కూడ వీరిదే. అప్పటికే ఆ హోటల్ మీద వారికి చాలా ద్వేషం ఉంది. ప్రేంకిశోర్‌ను ఆ హోటల్‌వాళే కత్తులతో పొడిచి చంపినారు. కిరాయి గుండాలకు ఆ హోటల్ బసగ మారింది. ఆ కారణాల వల్ల గుమికూడిన ప్రజలు హోటల్ మీద దాడి చేసి బోర్డును పీకేసినారు. అండ్లకు దూరి గ్లాసులూ ప్లేట్లు బద్దలుకొట్టడమే కాక ఫర్నీచర్‌ను ఇవతలికి గుంజుకొచ్చి

రోడ్డు మీద కుప్పగ పోసి తగులబెట్టినారు. ప్రేమ్ కిశోర్ అమర్ హై అని నినాదాలు చేసినారు. ఈ హోటల్ పైభాగం టెర్రేస్‌పైన దాక్కున్న కిరాయి రౌడీలు కిందున్న ప్రజల మీద రాళ్లూ సోడాసీసాలు విసరటం ప్రారంభించినారు. రెచ్చిపోయిన గుంపులే మళ్ల హోటల్లకు చొచ్చుకొని పోతే లోపల గుండాలు కారం పొడి, చైన్‌లు, కత్తులతోటి దాడి చేసినారు. ఆ యుద్ధం రెండు గంటల పాటు కొనసాగింది.

చివరికి పోలీసు కాల్పులు జరపటానికి సిద్ధపడినారు. ఆ దశల శ్రీధర్ రెడ్డి, మరికొంత మంది యువకులు పోలీసులకు ప్రజలకు మధ్య బారికేడ్లలాగ నిల్చొని రెండు వర్గాలవారిని శాంతింపజేసే ప్రయత్నం చేసినారు. అనేకసార్లు శ్రీధర్ రెడ్డి రెండు చేతులు ఎత్తి రెండు వైపుల దండం పెట్టినాడు. ఒక దశల కాల్పులు జరిపేదుంటే ముందు నన్ను కాల్చి చంపండి అని వేడుకుంట తన లాల్చీని చింపుకొని ఛాతీని చూపించినాడు. అప్పుడు పోలీసులు వెనక్కి తగ్గినారు. లేకపోతే ఆ రోజు చాలమంది ప్రాణాలు గాలిల కలిసేటివి. ఇటువంటి అద్భుత సాహసదృశ్యాలు, మానవతా దృశ్యాలు ఆ ఉద్యమంల ఎన్నో జరిగినై. మామూలు ప్రజలు ఎన్నో వీరోచిత సాహస కార్యాలు చేసినారు. అరెస్టు చేసిన వేలాది మందిని సిటీ కాలేజీకి తరలించినారు. కోపం పట్టలేని బందీలు అక్కడి ప్రిన్సిపల్ ఆఫీసును పూర్తిగ తగులబెట్టినారు.

అదే రోజు రాత్రి ముషీరాబాద్ జైలుల సత్యాగ్రహుల మీద లోపలున్న ఖైదీలు దాడి చేసి తీవ్రంగ గాయపరిచినారు. దీని వెనుక జైలు అధికారుల ప్రోత్సాహం కూడ ఉంది. ఆ రోజు రాత్రి భోజనాల సమయంల ఖైదీలకు, సత్యాగ్రహులకు గొడవ జరిగింది. దాన్ని సాకుగ తీసుకొని ఖైదీలు గూడుపుఠాణీ చేసి ఒక పద్ధతి ప్రకారం పొయ్యి కట్టెలు, కారం, గంటెలు మొదలగు వంట సామానులతోటి నిరాయుధులైన సత్యాగ్రహులపై దాడి చేసి తీవ్రంగ కొట్టినారు. గొడవలు చెలరేగంగనే పోలీసులు జోక్యం చేసుకొని మళ్లీ సత్యాగ్రహులనే టార్గెట్లుగ చేసి కొట్టినారు. జైలు ఆవరణల గాలిలకు కాల్పులు జరిపినారు. 70 మంది సత్యాగ్రహులకు తీవ్ర గాయాలైనై.

జైలు లోపల పోలీసుల విజిల్సు, అరుపులు, కాల్పుల చప్పుడు, హాహాకారాలు, జై తెలంగాణా నినాదాలతోటి లోపల ఏదో ప్రమాదం జరిగిందని జైలు చుట్టుపక్కల ఇండ్లవాళ్లకు తెలిసిపోయింది. క్షణాలల్ల వార్త పట్టణమంత పాకింది. నగరం నలుమూలల నుండి సత్యాగ్రహ ఖైదీల తల్లిదండ్రులు, బంధుమిత్రులు, రాజకీయ నాయకులు తండోపతండాలుగ ముషీరాబాదు జైలుకు చేరుకున్నరు. స్త్రీలు పిల్లల రోదనలతో పరిసరాలు దద్దరిల్లినై. ప్రజలు జైలును చుట్టుముట్టి తమ వాళ్లను వెంటనే చూడాలని పట్టుపట్టినారు. వాళ్లందరినీ పేరు పేరునా జైలు గోడలకు ఇవతల నిలబడి పిలువసాగినారు. గేట్లను దబదబా బాదినారు. రాళ్లు విసిరినారు.

జైలు అధికారులను శాపనార్థాలు పెడుతున్నరు. రోడ్లపై గాయపడిన వాళ్లను దవాఖానాకు తీసుకపోయేందుకు కూడ వీలు లేకుండ జైలు ముందు, రోడ్ల మీద ప్రజా సమూహాలు పోగైనాయి. అందరి కండ్లల్ల తమ వారికేమైందో అన్న ఆందోళన, పరేషాన్. కొంతమంది లోపలికి దూసుకపోయే ప్రయత్నాలు చేస్తున్నరు. వాళ్లను చెదరగొట్టడానికి మళ్లీ పోలీసులు లాఠీఛార్జి చేసి టియర్‌గ్యాస్ వదులుతున్నరు. ఇంతల జైలు ఇవతలి నుండి పెట్రోలుతోటి తడిసిన గుడ్డలను కిటికీల నుండి లోపలికి విసిరేస్తే జైలు ఆఫీసు తగులబడుతుంది. దాన్ని ఆర్పటానికి ఫైర్ ఇంజన్‌లు వచ్చినా ప్రజలు తోవ ఇవ్వనందున దూరంగనే ఆగిపోయినై. జైలు లోపల గొడవల సంగతి తెలిసి కాంగ్రెసు నాయకుడు, పార్లమెంటు సభ్యుడు జి.వెంకటస్వామి జీపుల జైలు దగ్గరికి రాంగనే ఆయన జీపు ఉల్టా పడి తలకు తీవ్రంగ గాయాలైనై. పోలీసులు పేల్చిన తూటా జీపు టైరుకు తగిలి అది ఉల్టపల్ట అయింది. అక్కడ జమయిన ప్రజలందరినీ తిత్తరబిత్తర చేసి ఆయనను దవాఖానాకు తీసుకపోయినారు.

అదే రోజు రాత్రి ప్రభుత్వం 16 మంది అగ్రనాయకులను అరెస్టు చేసి తెల్లవారక ముందే తెలంగాణా సరిహద్దుల్ని దాటించి రాజమండ్రి జైలుకు పంపింది. మర్రి చెన్నారెడ్డి, కొండా లక్ష్మణ్ బాపూజీ, బద్రీ విశాల్ పిట్టీ, హాషిం, ఇ.వి. పద్మనాభంలు అందులో కొందరు. తెల్లవారి ప్రజలు నిద్రలేచేసరికి నాయకుల అరెస్టులు వాళ్లకు ఆశ్చర్యాన్ని, ఆగ్రహాన్ని కలిగించినై.

మరునాడు జూన్ 26న అగ్రనాయకుల అరెస్టుకు నిరసనగ జంటనగరాలల్ల ప్రజలు స్వచ్ఛందంగ బందును నిర్వహించినారు. ఘట్‌కేసర్‌ల ఉన్న బ్రూక్‌బాండ్ కార్మికులు మొదటిసారి సమ్మెలకు దిగినారు. ఆ అరెస్టులకు నిరసనగ పార్లమెంటు సభ్యులైన డా॥ మేల్కోటే, సంగం లక్ష్మీబాయమ్మలు తమ లోక్‌సభ స్థానాలకు రాజీనామా ఇస్తమని బెదిరించినారు. సికింద్రాబాద్‌ల వెండి, బంగారు నగల వర్తకులు ఒక ప్రత్యేక ఊరేగింపును నిర్వహించినారు. జంట నగరాల న్యాయవాదులు నాలుగు వందల కార్లల్ల ఊరేగింపుగ బయలుదేరి రాజ్‌భవన్‌కు చేరుకొని గవర్నర్‌ను కలిసి రాష్ట్ర ప్రభుత్వాన్ని బర్తరఫ్ చేసి రాష్ట్రపతి పాలన విధించాలని ఒక మహాజరును సమర్పించినారు. న్యాయవాదులు రంగంలకు దిగి అటువంటి కార్ల ఊరేగింపు నిర్వహించటం అంతవరకూ కనీవిని ఎరుగని అద్భుత దృశ్యం.

వేణు దగ్గరి నుండి ఒక రోజు 'తోకలేని పిట్ట' లష్కర్ నుండి ట్యాంక్ బండ్ దాటి హైద్రాబాద్ పాతనగరంల ఉన్న స్వామి ఇంటి ముంగిట్ల వాలింది. అండ్ల ఒకే ఒక చిన్న పోయెం.

"జై"లు, జైలు, "జై"లు
"జై"లు కొడితె జైలు
జైలు కెడితే "జై"లు
జైలులో మన "జైజై"లు
"జైజై"లలో ఖైదీ అయిన జైలు

14

ఏ బొంబై కా తమాషా దేఖో
ఏ చార్ దిన్‌కా తమాషా దేఖో
ఏ కల్‌కత్తా కాళీ మాతా దేఖో
ఏ బెజ్వాడా కనకదుర్గా దేఖో
ఏ చారానా తమాషా దేఖో
ఏ బార్ బార్ తమాషా దేఖో
ఏ బొంబై కా తమాషా దేఖో

స్వామి తన మిత్రబృందంతోటి ఆ బొంబై కా తమాషా ముందు నిలబడి ఉన్నడు.

బొంబై కా తమాషా నడుస్తుంది. ఒక రాజస్థానీ జిప్సీ మహిళ గజ్జెలు కట్టుకున్న చేతులతో బైస్కోపు డబ్బా మీద లయబద్దంగ కొట్టుకుంట తన జీర గొంతుతోటి యాసగ ఆ పాట పాడుతుంది. మొదటి రెండు చరణాలు ఉచ్ఛస్వరంతోటి మిగిలిన చరణాలు మధ్యస్వరంతోటి చివరి చరణాలు మళ్లీ ఉచ్ఛస్వరంతోటి ఆరోహణ, అవరోహణలతోటి పాట జలపాతంలాగ ప్రవహిస్తుంది. రంగు రంగుల అద్దాలు, చమ్కీలు, అల్లికలతోటి కొద్దిగ మోకాళ్ల కింది దాక లంగ. అటువంటిదే అద్దాల బిగువు రవిక, రెండు జడలతో, రాగి రంగు చర్మంతో, సుర్మా కళ్లతో మధ్య ఆసియా రూపురేఖా విలాసాలతో చాలా ఎత్తుగ, బలంగ ఆమె ప్రత్యేకంగ కనబడుతుంది. చంకల ఇరికించుకున్న స్టాండు తీసి నేలమీద నిలబెట్టి తల మీద బైస్కోపు డబ్బాను దాని మీద అమర్చింది. ఆ డబ్బాకు రెండు పొడుగు గొట్టాలు ఉన్నై. వాటికి బూతద్దాలు బిగించినారు. చారానా ఇచ్చినవారు ఒక కన్ను మూసి మరో కంటితో ఆ బూతద్దం లోపలికి తొంగి చూస్తే దాని లోపల దాగిన రంగు రంగుల అద్భుత విశ్వరూప సందర్శనం జరుగుతది.

ఒక దిక్కు నుండి మరో దిక్కుకు కాగితం బొమ్మల రీలు తిరుగుతుంటే అండ్ల ఉన్న బొంబై పట్నం, కల్‌కత్తా కాళీ మాత, బెజవాడ కనకదుర్గ, చార్మినార్, కుతుబ్‌మినార్, తాజ్‌మహల్ వంటి బొమ్మలు వరుసగ కదిలిపోతూ వీక్షించే ప్రేక్షకులకు భారతదేశ

సందర్శనం జరుగుతుంది. ఆ జీర గొంతుల నుండి వినిపించే పాట, కళ్లకు కనబడే కమనీయ దృశ్యాలు మనస్సును మురిపించి మరిపింపచేస్తున్నై. చారానా ఇచ్చి ఆ తమాషాను చూడలేని వాళ్లు ఆ బైస్కోపు డబ్బా మీదున్న రంగు రంగుల సినిమా బొమ్మలను, కదులుతున్న రైలు డబ్బాలను చూసి సంతృప్తి చెందుతున్నరు.

ఆ ప్రదర్శన పక్కన్నే కొంత దూరంల మరికొంత మంది అటువంటి జిప్సీ మహిళలే నేల మీద పరిచిన గుడ్డల చాకుల్ని, చురకత్తుల్ని, బటన్ నైఫుల్ని అమ్ముతున్నరు. మరికొంత మంది తమ చిన్న పిల్లలతో డప్పులు కొట్టుకుంట గారడీ చేస్తున్నరు. వాళ్ళంతా ఒకే తండాకు చెందినవాళ్ళు. స్త్రీలంతా కష్టపడి పనిచేసి పైసలు సంపాదిస్తుంటే పురుషుల మాత్రం సోమరిగ కూర్చొని బీడీలు తాగుతున్నరు. ఎవరైనా పోకిరీలు ఆ స్త్రీలతో ఏమైనా పరాచికాలు ఆడినా లేదా చేయి తాకినా ఆ సుందరీమణులు త్రాచు పాముల్లాగ బుసల కొట్టి ఆ అమ్మే కత్తులనే తమ చేతులల్లకి తీసుకొని బెదిరిస్తే ఆ పోకిరీ హీరోలు అక్కడ్నుండి పరార్ అవుతున్నరు.

మేలా దునియా కా మేలా. పీర్ల పండుగ మేలా. చార్మినార్ దగ్గరి అలీజాకోట్ల పంజేషా మైదాన్‌ల ఆ మేలా జరుగుతుంది. బైండ్లోళ్లు రక్తాలు చిందేలాగ కొరడాలత ఒళ్లంతా కొట్టుకుంట, చిందులు వేసుకుంట భీకరంగ డప్పుల్ని వాయించుకుంటా భిక్షమడుగుతున్నరు. వారి నల్లటి శరీరాలపై ఎర్రెర్రని గాయాల్ని ప్రదర్శిస్తూ దయను సానుభూతిని కొన్ని చిల్లర పైసల్ని అడుక్కుంటున్నరు. సూఫీ ఫకీర్లు ముంజేతి నుండి మోచేయి వరకు వెండి కడియాలు ధరించి అరచేతిల పట్టుకున్న కట్టెతో వాటిని లయబద్ధంగ కొట్టుకుంట “అల్లా కే నామ్ పే...” అంటూ గీతాలు పాడుతూ, ఊదు, సాంబ్రాణి ధూపాలు వేస్తూ, నెమలి పింఛాల వింజామరలతో భక్తుల శిరస్సులను స్పర్శిస్తూ ఖైరాతీలు అడుగుతున్నరు.

ఖిలోనాలు, లాయిలప్పలు, లట్టూలు, చెక్క బొమ్మలు, రంగు రంగుల బుగ్గల దుకాణాలు, టపటప చప్పుళ్ల మృచ్ఛకటికాలు, పిల్లన గ్రోవిల వేణునాదాలు, రంగుల రాట్నాలు, బూరు మిఠాయిలు, ఐస్‌ఫ్రూట్‌లు, తినుబండారాల చిల్లర దుకాణాలు. హిందూ ముస్లిం - చిన్నా పెద్దా తేడాలేని పీర్ల పండుగ జాతర, మేళా. టప టప, డమ డమ డప్పుల వాయిద్యాలతో ఊరేగుతున్న ఆకుపచ్చ కత్తుల పీర్లు. మైసాక్షి ఊదు పొగల మధ్య దూసుకపోతున్న అలంలు. యా అలీ దులా, యా హుసేన్ అంటూ శిరసెత్తి, శివమెత్తి చిందులు తొక్కే ముస్లిం యువకులు.

మొహర్రం పండగను తెలంగాణాల పీర్ల[1] పండుగ అంటరు. నిజానికి ఇది పండుగ కాదు. మహమ్మద్ ప్రవక్త మనుమలైన హసన్, హుస్సేన్‌ల అమరత్వాన్ని స్మరించుకొని

1. పీర్ = జండ, పతాకం

జరిపే సంతాప దినాలనే మొహర్రం అంటరు. మహమ్మద్ ప్రవక్తకు కొడుకులు లేరు. కూతురు ఫాతిమా. ఆమె ఇద్దరు కొడుకులే హసన్, హుస్సేన్‌లు. క్రీ.శ. 680ల అనగా 1400 సంవత్సరాల కిందట ఖలీఫా చనిపోయిన తర్వాత మదీనా రాజ్య వారసత్వం కోసం పోటీ మొదలై అది యుద్ధానికి దారి తీసింది.

యుద్ధానికి ముందే హసన్ విషప్రయోగంతో హత్యకు గురైనాడు. హుస్సేన్ తన కుటుంబ సభ్యులు, పరివారం మొత్తం 72 మందితో ఒక ప్రయాణంల ఉండగ ఇరాక్‌లోని కర్బలా మైదానంల యజీదు రాజు సైన్యం వారిని చుట్టుముట్టి యుద్ధం చేసింది. కర్బలా మైదానంల జరిగిన 10 రోజుల యుద్ధంల హుస్సేన్ పరివారం మొత్తం చిత్రహింసలకు గురై చనిపోయింది. మరణించినవారిల చిన్న పిల్లల నుండి 80 సంవత్సరాల వృద్ధులు, స్త్రీలు కూడ ఉన్నరు. వారంతా క్షతగాత్రులుగ మారి రక్తసిక్త గాయాలతో 'పానీ పానీ' అని దాహార్తితో అలమటించి ప్రాణాలు వదిలినారు. ఆ వీర మరణాన్నే 'షహదత్' అన్నరు.

అమర వీరుల బాధలతో తాదాత్మ్యం చెందడం, వారి వీర మరణాలను కీర్తించడం, ఉత్సవాలుగ జరుపుకోవటమే మొహర్రం ఉద్దేశం. ఇస్లాం క్యాలెండర్ ప్రకారం సంవత్సరంల మొదటి మాసమే మొహర్రం. ఈ పండుగను షియా మతస్థులు మాత్రమే జరుపుకుంటరు. మృత్యువును కీర్తిస్తూ, కాంక్షిస్తూ, మరణాన్ని కూడ ఉత్సవీకరించడం షియా మతస్థుల గొప్పతనం. అట్ల మొహర్రం అమరవీరుల సంస్మరణ దినం.

ఈ నేపథ్యం వల్ల తెలంగాణా గ్రామాలల్ల శూద్రకులాలవారు, దళితులు కూడా పీర్ల పండుగను ఘనంగ జరుపుకుంటరు. గ్రామాలల్ల కులాలవారీగ చాకలి పీరు, గౌండ్ల పీరు, మంగలి పీర్లు ఉంటై. తమ పిల్లలకు ఆశన్న (హసన్), ఊషన్న (హుస్సేన్)ల పేర్లు పెట్టుకుంటరు.

ప్రపంచంల ఏ మూలనైనా బాధితుల స్థితి ఒక్కటే అన్న ఐక్యతాభావమే ఈ పీర్ల పండుగకు పునాది. అట్ల ఈ పండుగ మత సామరస్యానికి చిహ్నం. హిందూ, ముస్లిం భేదం లేకుండ అందరూ కలిసి మాతంను[1] పాటిస్తరు. మర్సియాలు[2] పాడుకుంటరు.

ఆశన్నా ఊషన్న అన్నదమ్ములంట
ఆశన్నా ఊషన్న తలకాయలను
ఆ దుష్టులు నరికినారంట
తల నుండి కారిన నెత్తురు కత్తిపీర్లు
చిల్లీన నెత్తురు చిన్న పీర్లు
పేరీన నెత్తురు పెద్ద పీర్లు

1. విషాదం 2. శోకగీతాలు

అంటూ హిందువులందరు పీర్లను ఎత్తుకొని సిగం పూని చిందులేస్తరు. నిప్పుల గుండంల కాళ్లు కాలుతున్న నడుస్తరు, ఆడుతరు, పాడుతరు. హిందూ ముస్లింల ఐక్యతను ఒక్క గొంతుతో చాటుతరు.

హైద్రాబాద్‌ల మొదటిసారిగ 1587ల కుతుబ్‌షాహీ రాజుల కాలంల మౌలాలీ గుట్ట మీద పీర్లను నిలబెట్టినారు. ఆ రాజులు షియా మతస్థులు. హైద్రాబాద్‌ల పీర్ల పండుగ ప్రారంభానికి ఒక కథ ఉంది. సుల్తాన్ మహమ్మద్ కుతుబ్‌షా చనిపోంగనే ఆయన కొడుకు అబ్దుల్లా కుతుబ్ షా పన్నెండు సంవత్సరాల వయస్సులనే సింహాసనం అధిష్ఠించినాడు. ఇతను కుతుబ్ షాహీ వంశ పరిపాలకులల్ల ఐదవ రాజు. చిన్న వయస్సు వలన అతను కేవలం 'నామ్ కే వాస్తే' నవాబుగ ఉన్నడు. తల్లి హయాత్ బక్షీ బేగం 'రాజమాత'గ నిజమైన అధికారాన్ని నిర్వహించేది. పరిపాలనల ఆమె కడు సమర్థురాలు. ఆమెను హైద్రాబాదు నూర్జహాన్ అనవచ్చు. ఆమె పేరు మీదనే హయత్‌నగర్ వెలిసింది. హయత్‌నగర్ మసీదు ఆమె కట్టించిందే.

హైదరాబాద్ నగర నిర్మాత మహమ్మద్ ఖులీ కుతుబ్ షా, భాగమతిలకు పుత్ర సంతానం కలగలేదు. వారి ఏకైక పుత్రికే హయాత్ భక్షీ బేగం. చిన్నతనంల ఆమెను తల్లిదండ్రులు ప్రేమగ "లాడ్లీ" అని పిలిచేటోళ్ళు. ఆమె పేరనే చార్మినార్ దగ్గర లాడ్ బజార్ వెలిసింది. ఆమెకు యుక్తవయస్సు రాంగనే నవాబు తన మేనల్లుడు మహమ్మద్‌తో వివాహం జరిపించినాడు. నవాబు తదనంతరం ఆ అల్లుడే వారసునిగ సుల్తాన్ మహమ్మద్ కుతుబ్‌షా పేరుతో రాజ్యాధికారం చేపట్టినాడు.

సుల్తాన్ మహమ్మద్ కుతుబ్ షా, హయాత్ భక్షీ బేగంలకు చాలా కాలానికి ప్రథమ సంతానంగ కొడుకు జన్మించినాడు. ఆ తండ్రి ఆనందం అంబరాన్ని తాకింది. కొడుకును చూడాలని తండ్రి హృదయం తహతహలాడింది. అయితే ఆ పిల్లవాడు జన్మించిన ఘడియ మంచిది కాదని, తండ్రికి ప్రాణగండమని, కొడుకుకు 12 సంవత్సరాల వయస్సు వచ్చే వరకు తండ్రి అతని ముఖం చూడటం అరిష్టమని మతపెద్దలు జోస్యం చెప్పినారు. ఆ నిర్ణయానికి నవాబు తలొంచక తప్పలేదు. పిల్లవాడికి అబ్దుల్లా అని నామకరణం జరిగింది. తండ్రికి దూరంగనే తల్లి హయాత్ భక్షీ బేగం పర్యవేక్షణల అబ్దుల్లా పెరిగినాడు. రాజకుమారుడిలాగే అన్ని విద్యాబుద్ధుల్ని సంపాదించినాడు. చివరికి 12 సంవత్సరాలు పూర్తి అయిన తర్వాత ఆ తండ్రి కొడుకును మొదటిసారిగ చూసి కౌగిలించుకొని ఆనందభాష్పాలు రాల్చినాడు. తర్వాత కొన్ని రోజులకే నవాబు హఠాత్తుగ మరణించినాడు. 12 సంవత్సరాల అబ్దుల్లా కుతుబ్ షా సింహాసనాన్ని అధిష్ఠించినాడు. తెర వెనక నిజమైన అధికారం 'రాజమాత' హయాత్ భక్షీ బేగం చెలాయించేది.

ప్రజలు ఆమెను గౌరవించి 'మాసాహెబా' అని పిలిచేటోళ్ళు. ఆమె కట్టించిన మాసాహెబా టాంకు కాలక్రమంల మాసాబ్‌టాంక్ అయ్యింది. యువరాజు 15 సంవత్సరాల వయస్సుల ఉన్నప్పుడు ఒక రోజు 'మూరత్' అనే మదపుటేనుగు మీద ఎక్కి పురానాపూల్ దాటి మూసీ నదికి అవతలి వైపున ఉన్న 'నదీ మహల్' విహారానికి పోయినాడు. చిన్నప్పుడు ఆ ఏనుగును అతని తండ్రి వియత్నాం అడవులు సైగాన్ నుండి తెప్పించి బహుమతిగ ఇచ్చినాడు. తిరుగు ప్రయాణంల ఆ మదపుటేనుగు మతిచలించి తన తొండంతో మావటీని కిందికి గుంజి తన పదఘట్టనలతో అతడిని నుజ్జు నుజ్జు చేసి, చుట్టుపక్కల ప్రజల్ని భయభ్రాంతుల్ని చేసి తన మీద అంబారీల కూర్చున్న యువరాజుతో సహా సమీపంల ఉన్న అడవిలకు అంతర్ధానమైంది. నవాబు వెంబడి ఉన్న కాల్బలం ఆ ఏనుగును వెంబడించినా ఫలితం లేకపోయింది.

మూడు రోజులు గడిచినా ఆ ఏనుగు దాని మీద ఉన్న యువరాజు 'అత్తాపత్తా' దొరుకలేదు. రాజమాత హయాత్ బక్షీ బేగం దుఃఖానికి, విచారానికి అంతులేదు. అడవిల ఉన్న చెట్ల కొమ్మలకు ఆహార పొట్లాలను, మంచి నీటి ముంతల్ని వేలాడదీసింది. ఒక వేళ ఆ మార్గం నుండి కొడుకు తిరిగి వస్తే ఆకలిదప్పుల్ని తీర్చుకుంటడని ఆమె ఆశ. కొడుకు సురక్షితంగ తిరిగి రావాలని ఆమె నగరంల ఉన్న అన్ని మసీదులల్ల నమాజులను చదివించింది. ముల్లాలను, మౌల్వీలను, ఫకీర్లను ఆశ్రయించింది. తొందరగ తన కొడుకు తిరిగి వస్తే 40 కిలోల బంగారంతో లంగర్[1] చేయించి వాటి ముక్కల్ని పేద ప్రజలకు పంచుతనని అల్లాకు మన్నత్[2] కట్టింది.

ఆమె ప్రయత్నాలు, ప్రార్థనలు ఫలించినై. నవాబు అంతర్ధానమైన ఏడవ రోజు ఉదయాన, మొహర్రం మాసం మొదలైన ఐదవ రోజున ఏనుగుతో సహా యువరాజు సురక్షితంగ తిరిగి వస్తున్నట్లు ఆమెకు శుభవార్త అందింది. ఆమె తన మొక్కు ప్రకారం బంగారు గొలుసును చేయించి నగ్నపాదాలతో నడుచుకుంటూ వెంట పరివారం రాంగ ఊరేగింపుగ బయలుదేరింది. దానినే 'లంగర్' ఊరేగింపు అంటరు. మదీనా హోటల్ దగ్గరున్న బాద్‌షాహీ అషుర్ ఖానల[3] ఆ గొలుసును దట్టీగ సమర్పించింది. పిమ్మట హుస్సేనీ ఆలం వద్ద ఆ బంగారు గొలుసును ముక్కలు ముక్కలుగ విడగొట్టి పేదసాదలకు పంచిపెట్టింది. అక్కడనే అన్నదాన కార్యక్రమం నిర్వహించింది. ఆ విధంగ నగరంల పీర్ల పండుగ ప్రారంభమయ్యింది. ఈ అన్నదాన కార్యక్రమం 1918 వరకు మొహర్రం ఐదవ రోజున అదే హుస్సేనీ అలం ప్రాంతంల ప్రభుత్వ హయాంలనే జరిగేది.

కుతుబ్‌షాహీ రాజుల కాలంల పవిత్రమైన మొహర్రం మాసం ప్రారంభం కాంగనే వారు పూర్తిగ విభిన్నమైన మనుషులుగ మారిపోయేటోళ్ళు. మధువుతో తొణికిసలాడే

1. గొలుసు 2. ముడుపు 3. పీర్లను నిలబెట్టే గది

చషకాలను పగులగొట్టి, వైరాగ్యాన్ని ఆచరించి అశుర్‌ఖానాలలో వేలవేల ప్రమిదల్ని వెలిగిస్తూ మౌనంగ కూచునేటోళ్లు. ఆ దీపకాంతులతో నిశి రాత్రి పట్టపగలుగ భాసించేది. అల్లంత దూరంలనే బాద్‌షాహీ అశుర్ ఖానా ఉండగనే ఏనుగు మీది అంబారీ నుండి దిగి నగ్నపాదాలతో నడుచుకుంట వచ్చి భక్తిప్రపత్తులను చాటుకునేటోళ్ళు. ఆ పవిత్ర మాసంల మొదటి పది రోజులు నగరంల గానాబజానాలు, విందులు-వినోదాలు అన్నీ బంద్. లోకమంత శోకపూరిత వాతావరణమే. నగరంల భవంతులపైన విషాధ సంకేతాలైన నల్లటి కేతనాలు రెపరెపలాడుతూ ఎగురుతూ ఉండేవి. పానశాలలు బోసిపోయి ఉండేవి. వేశ్యావాటికలల్ల విటులెక్కడా కనబడక పోయేటోళ్ళు. ఆ పవిత్ర దినాలల్ల వారు ప్రేమకవిత్వాన్ని పక్కన పెట్టి అనేక మర్సియాలను స్వయంగ రచించి గానం చేసేటోళ్ళు.

కుతుబ్‌షాహీ వంశం తర్వాత ఆసఫ్‌జాహీ వంశపు నవాబులు అధికారంలకు వచ్చినారు. వీరు సున్నీ మతస్థులు అయినా మొహర్రం పండుగను, సంప్రదాయాలను గౌరవించినారు. ముఖ్యంగ ఆరవ నిజాం మీర్ మహబూబ్ అలీఖాన్ కాలంల మొహర్రం ఘనంగ జరిగేది. మొత్తం ఏడుగురు నిజాం రాజులల్ల ఇతడు ప్రజలందరికి ప్రియతముడు కావున ప్రజలు 'పాషా' అని ముద్దుగ, గౌరవంగ పిలుచుకునేటోళ్ళు. ఆయన మతసహనాన్ని పాటించి మతసామరస్యాన్ని సాధించినాడు. హిందువులు, ముస్లింలు ఇద్దరూ నా రెండు కండ్లు అని పదే పదే అనేవాడు.

ఈయన కాలంల మొహర్రం 'లంగర్' ఊరేగింపు అతి వైభవంగ జరిగేది. ఊరేగింపు ముందు భాగాన ఉరి తీసే తలారులు సన్నని పొడవైన తల్వారులను పట్టుకొని ఎర్రని దుస్తులతో నడిచేటోళ్ళు. వారి వెనుక ఏనుగు మీద అంబారీల నగర కోత్వాల్ కూచునేటోడు. ఆ ఏనుగును అతి ఆడంబరంగ అలంకరించి దాని మెడకు బంగారు గొలుసును వేసేటోళ్ళు. ఆ నగర కోత్వాల్ వెనుక అనేక విభాగాలకు చెందిన సైనికులు, పోలీసు జవానులు కవాతు చేస్తూ నడిచేటోళ్ళు. వారి వెనుక ఆట, పాటల కళాబృందాలు, సాము గరిడీల పహిల్వానుల బృందాలు విన్యాసాలు చేస్తూ నడిచేవి. ఊరేగింపు చివరి భాగంల ప్రభువు, ఉన్నత వంశాలవారు, పుర ప్రముఖులు ఉండేటోళ్ళు. అనేక పెద్ద పెద్ద 'దేవిడీ'లు, బంగ్లాల ముందు నుండి ఆ ఊరేగింపు సాగేది. పేష్కార్ దేవిడీ ముందు నుండి వెళ్లుతున్నప్పుడు ఆ పుర ప్రముఖులందరు విధిగా పేష్కారు గారికి గౌరవ వందనం చేసేటోళ్ళు.

ఆ కాలంల పేష్కార్ మహారాజ కిషన్ పర్‌షాద్‌కు మాత్రం ఆ గౌరవ వందనం స్వీకరించడం చాలా ఇబ్బందిగ ఉండేది. 'మాతం' ఊరేగింపుల పీర్లను పట్టుకొని ఊగిపోయే షియా మతస్థులు అర్ధనగ్నంగ ఒక పైజామా మీద మాత్రమే ఉండి ఒళ్లంతా రక్తాలు చిందేలాగ చురకత్తులతో తమను తామే గాయపరుచుకుంట, హింసించుకుంట వెళ్లే దృశ్యాలను ఆయన చూడలేక పోయెటోడు. వారి శరీరాలు రక్తమండలాలుగ మారిపోయేవి.

వారు మర్సియాలను ఆలాపిస్తూ బిగ్గరగ రోదిస్తూ అరచేతులతో, పిడికిళ్లతో తమ యెదలను గట్టిగా బాదుకుంట నడిచేటోళ్ళు. వారందరూ ఒక పద్ధతి ప్రకారం తమ ఛాతీలను కొట్టుకొంట నడవటం వలన 'దభీ దభీ'మనే చప్పుళ్లతో ఆ వాతావరణంల ఒక విషాద సంగీతం వినబడేది. ఎండలో కారుతున్న చెమటలతో వారి రక్తం కలిసిపోయి ఒక విధమైన వింత మదం వాసన ఆ చుట్టు పక్కల వ్యాపించేది. రోడ్డు మీద నిల్చున్న ప్రేక్షకులు కొంతమంది ఆ రక్త ప్రవాహాన్ని అరికట్టి వారి బాధను కొంచెమైనా ఉపశమింపచేయాలన్న సానుభూతితో బిందెలు, బకెట్లు, చెంబులతో వారి రక్తసిక్త శరీరాలపై నీళ్లు చిమ్ముతూ ఉండేటోళ్ళు. ఇరానీ తెగలకు సంబంధించిన ఆ షియాల బంగారు, రాగి రంగు, శ్వేత వర్ణ శరీరాల మీద ఎర్రని రుధిర ధారల చారికలు బీభత్స రస వింత సోయగాలను ప్రదర్శించేవి. అటువంటి బీభత్స, బాధామయ ఊరేగింపు వందన స్వీకారాన్ని ఇష్టపడని మహరాజా కిషన్ పర్షాద్ తమ దేవిడీల ఎక్కడో ఓ మూలన దాక్కునేటోడు.

మాతం ఊరేగింపును నగర కోత్వాల్ నిర్వహించేటోడు. ప్రభుత్వం తరపున అది ఆయన బాధ్యత. నగర ప్రముఖులందరికి ఆహ్వానాలు అచ్చువేసి పంపేటోడు. చార్మినార్ సమీపంల ఉన్న నగర పోలీసు కార్యాలయం ముందు ప్రముఖులు, పెద్దలు ఊరేగింపును చూడటానికి వేదికను ఏర్పాటు చేసేటోడు. గౌరవనీయులైన అతిథులందరు పేదసాదలకు పంచటానికి అవసరమైన చిల్లర నాణాలను పక్కనే ఉన్న మోతీగల్లీలోని ఖజానే ఆమ్రా[1] నుండి తెప్పించేటోడు. మరో ఏనుగు మీద ఆరవ నిజాం మహబూబ్ అలీ పాషా కూడా కూర్చొని తన రెండు గుప్పిళ్లతో బంగారు, వెండి నాణాలను, రూపాయి బిళ్లలను పేద ప్రజలు నిలుచున్న వరుసల వైపు విసిరేటోడు. ప్రజలు వాటిని ఆనందంగ ఏరుకొని ప్రభువును చల్లగ వెయ్యేళ్లు వర్ధిల్లమని దీవించేటోళ్ళు. ఆరవ నిజాం కాలంల రావు బహదూర్ కొండా వెంకట రంగారెడ్డి కొత్వాల్‌గ, మహారాజా కిరష్ పర్షాద్ పేష్కారుగ ఉండేటోళ్ళు. అట్లా రాజు తర్వాత ముఖ్యమైన రెండు పదవులల్ల హిందువులే కొనసాగినారు. వాళ్లు హిందువులైనా మొహర్రం పండుగను గౌరవించి శ్రద్ధగ నిర్వహించేటోళ్ళు. మత సామరస్యానికి ఇదొక మంచి ఉదాహరణ.

ఒకసారి మొహర్రం, హోళీ పండుగలు రెండూ ఒకే రోజు కలిసి వచ్చినై. ముస్లింలకు మొహర్రం విషాదమే తప్ప ఉత్సవ సంబరం కాదు. హిందువులకు హోళీ ఆనందోత్సాహాల రంగుల పండుగ. బంగు మత్తులకి జారిపోయి రంగులల్ల మునిగితేలే ఆటపాటల పండుగ. ఎక్కడ చిన్న పొరపాటు జరిగినా మతకల్లోలాలు సంభవించే ప్రమాదం ఉంది. మతసామరస్యం స్వయం సిద్ధంగ రాదు. బలమైన సంకల్పసిద్ధి ద్వారానే సాధించ

1. ప్రభుత్వ ఖజానా

బడుతుందని ఆరవ నిజాం గాఢంగ విశ్వసించేటోడు. ఆనాడు దారుల్ షిఫా ఇరుకు గల్లీల మాతం ఊరేగింపు వెళ్లుతుంది. ప్రతి సంవత్సరం ఆనవాయితీ ప్రకారం మహబూబ్ అలీ పాషా ఏనుగు మీద అంబారీల కూచున్నడు. ఆ రోజు ఆయన చాల అప్రమత్తతతో ఉన్నడు. ఆయన చూపులు నిశితంగ పరిసరాలను గమనిస్తున్నయి. కోత్వాల్ కూడ డేగ కళ్లతో పహరా హుషార్‌గ ఉన్నడు.

ఇంతల ఎదురుగ హోళీ ఊరేగింపు రానే వచ్చింది. హిందువులు తమ గుప్పిళ్లతో గాలిలకు వెదజల్లే బుక్కా గులాల్ రంగులతో ఆకాశంల హరివిల్లులు పూస్తున్నయి. వాళ్లందరూ పూర్తిగ బంగు మత్తుల మునిగున్నరు. ఆటపాటల కేరింతలతో, గానా బజానాల కోలాహలంతో వారి ఊరేగింపు ముందుకొస్తుంది. నవాబ్ మహబూబ్ అలీ పాషాగారు రాబోయే ప్రమాదాన్ని, జరుగబోయే విపత్తును క్షణాలల్ల పసిగట్టినారు. బంగు మత్తుల ఉన్నవారు రంగులు చల్లుతున్నప్పుడు పొరపాటుగ అలం వైపు, పీర్ల మీద పడితే రంగుల స్థానంల ఇరు వర్గాల రక్తం ప్రవహిస్తది.

ఆయన చటుక్కున అంబారీ దిగి ఒక్కడే నడుచుకుంట హోళీ ఊరేగింపుకు ఎదురుంగ పోయినాడు. రాజును చూడంగనే హిందువులు సంతోషంతో ఎగిరి గంతులేసి కేరింతలు కొట్టినారు. కావలించుకున్నరు. ఆయనపై రంగులు చల్లినారు. ముఖానికి సున్హేరీ పూసినారు. మిఠాయిలు తినిపించినారు. ఆయన చుట్టూ చేరి నాట్యం చేసినారు. రాజు చాకచక్యంగ తను కూడ వారితో పాటు ఆడుతూ పాడుతూ తెలివిగ ఆ ఊరేగింపును పక్క వీధిలకి మళ్లించినాడు. రెండు ఊరేగింపులు ఒకదాన్ని మరొకటి ఢీకొనకుండ మత కల్లోలాలను తప్పించి మత సామరస్యాన్ని సాధించినాడు. అదీ నవాబ్ మీర్ మహబూబ్ అలీఖాన్ గొప్పతనం. ఆయన కాలంల ఇతరుల మత విశ్వాసాలను, ఆచార వ్యవహారాలను, జీవన పద్ధతులను అర్థం చేసుకొని గౌరవించే సంస్కారం అన్ని మతాల ప్రజలల్ల ఉండేది. పంది మాంసం, గోమాంసం వండుకొనే సందర్భాలల్ల పొరుగింటి మతం వారి విశ్వాసాలకు దెబ్బ తగలకుండ జాగ్రత్త పడేటోళ్ళు.

ఒకసారి హిందువులు శివుని గుడి నిర్మాణం కోసం ధన సహాయం చేయమని ఆయనను అడిగినారు. రాజు వెంటనే ఖజానా నుండి కావలసిన ధనం తీసి బంగారు నందిని చేయించి పంపమని పురమాయించినాడు. "ఇదేమిటి? మీరు ఇస్లాంకు విరుద్ధంగ విగ్రహారాధనను ప్రోత్సహిస్తున్నారు?" అని ఒక మౌల్వీ అభ్యంతరం తెలియజేసినాడు. "ప్రభుత్వ ఖజానా ఒక ముస్లింలదే కాదు, అది హిందువులది కూడా. వారికి కూడా అండ్ల భాగం ఉంది" అనే జవాబుతో నవాబు ఆ ముసలిమాను మౌల్వీ నోరు మూయించినాడు.

బొంబై కా తమాషా నడుస్తనే వుంది. స్వామి తన మిత్రబృందంతోటి మేళా అంత కలియ తిరుగుతున్నడు. వేణు, యాదగిరి, జయప్రకాశ్, రాజేందర్, దయానంద్ అందరూ వచ్చినారు. సికింద్రాబాదుల పీర్ల పండుగ అంత గొప్పగ జరగదు. పాత నగరంల పీర్ల పండుగను చూడటానికి రమ్మని స్వామి వారందరినీ ఆహ్వానించినాడు. వాళ్లకు ఇదొక కొత్త అనుభవం. కావున హుషారుగ ఉన్నరు.

పాత నగరంల ప్రతి చౌరస్తాల కొత్త కుండలల్ల చల్లటి నీళ్లను, చిక్కటి పాలను, తియ్యటి షర్బతులను, బెల్లం పానకం నీళ్లను వచ్చిపోయే బాటసారులకు, ముసాఫిర్‌లకు అందజేస్తున్నరు. అందరూ వాటిని సంతోషంగ స్వీకరిస్తున్నరు. మిత్రబృందం అందరూ మరి మరీ అడిగించుకొని రెండు మూడు గ్లాసుల షర్బతులు, బెల్లం పానకం తాగినారు. "వీటిని ఉచితంగా ఎందుకు ఇస్తున్నరు?" అని దయానంద్ అడిగినాడు.

కర్బలా మైదానంల చిత్రహింసలకు గురైనవారు 'పానీ పానీ' అని అలమటించుకుంటూ దాహార్తి చింతతో చనిపోయినారు కావున వారి ఆత్మశాంతి కోసం ఈ పదిరోజులు రకరకాల పానీయాల్ని సరఫరా చేస్తారని స్వామి వివరించినాడు.

స్వామి వారందర్నీ నడిపించుకుంట మదీనా దగ్గరున్న బాద్‌షాహీ అశుర్ ఖానలకు తీసుకపోయినాడు. కుతుబ్‌షాహీల కాలంల పీర్లను నిలబెట్టిన మొదటి అశుర్‌ఖానా అదేనని చెప్పినాడు. చాలా ఎత్తుల కళాత్మకత ఉట్టిపడే ఆ వాస్తుశిల్ప శైలి అది. ఆ ప్రాంగణం ఎంతో అందంగ, ప్రశాంతంగ ఉంది. ఆ తర్వాత డబీర్‌పురాల ఉన్న బీబీ కా ఆలం అశుర్‌ఖానా చూపించినాడు. డబీర్ అంటే ఉర్దూల పాత దస్తావేజులు, మిసళ్లు[1] భద్రపరిచే కార్యాలయమని, అట్లాంటిది ఒకటి ఆ రోజులల్ల ఇక్కడుండేది కావున 'డబీర్‌పురా' అని పేరొచ్చిందని యాదగిరి వివరించంగనే అందరూ 'శబాష్' అని వాడిని మెచ్చుకున్నరు. మొహర్రం పవిత్ర మాసంల మొదటి తొమ్మిది దినాల రాత్రుళ్లు ఆ అశుర్‌ఖానాలల్ల కర్బలా యుద్ధానికి సంబంధించిన కథలు, కవిత్వాలు, వినిపిస్తరని స్వామి చెప్పినాడు.

అంతట్లనే బీబీకా అలం పీరు బయలుదేరింది. ముతావలీల[2] ఆధ్వర్యంల ఊరేగింపు నడుస్తుంది. హిందూ ముస్లిం భేదం లేకుండ రూపాయలు, కుడుకలు కలిపి 'దట్టీ'లు కడుతున్నరు. బెల్లం, ఊదు, మైసాక్షిలను సమర్పించుకొని మొక్కుతున్నరు. సంతానంలేనివారికి సంతానం కలిగితే ఆశన్న, ఊశన్నల పేర్లు పెట్టుకుంటమని మొక్కుతున్నరు. మార్వాడీలు, అగర్‌వాల్‌లు కూడా పీర్లకు దట్టీలు కట్టి దండాలు పెట్టుకుంటున్నరు. అలంల ఊరేగింపు యాఖుత్‌పురా, కాలీ కమాన్, ఏతే బార్ చౌక్, చార్‌మినార్, పంజేషా మైదాన్, అలీజా కోట్ల, కాలీ ఖబర్‌ల నుండి చాదర్‌ఘాట్ దిక్కు పోతుంది. అక్కడ మూసీనది దగ్గర అశుర్‌ఖానాల తాజియాలల్ల[3] ఆ పీర్లను మూసి పెడతరు.

---

1. ఫైళ్లు 2. ఇస్లాం పురోహితులు 3. పీర్లను దాచే పెట్టెలు

బీబీ కా ఆలం ఏనుగు అంబారంమీద గొప్పగ ఊరెగుతది. ముత్యాలు, రత్నాలు, వజ్రవైఢూర్యాలతో ఆలంను అందంగ అలంకరించినారు. అదే ఊరేగింపుల ఒక శ్వేతాశ్వాన్ని ప్రత్యేకంగ అలంకరించి ఎవరూ దానిని అధిరోహించకుండ ఖాళీగ నడిపిస్తున్నరు. ఆ శ్వేతాశ్వాన్ని చూసిన వేణు 'దీని భావమేమి తిరుమలేశా?' అని స్వామితో హాస్యమాడినాడు.

కర్బలా యుద్ధరంగంల హుస్సేన్ వీరమరణం చెందినంక అతని అశ్వం ఒక్కటే ఒంటరిగ, ఖాళీగ ఇంటికి తిరిగి వచ్చి వాకిట్లనే ప్రాణాలు వదిలింది. ఆ విషాదానికి సంకేతంగ ఈ అశ్వాన్ని అట్ల నడిపిస్తున్నరని స్వామి చెప్పినాడు. 'మాతం' ఊరేగింపు ముందు షియా యువకులు వరుసలు కట్టి నడుస్తున్నరు. 'యా హుస్సేన్' అని అరుచుకుంట అరచేతులతోటి ఛాతీ మీద కొట్టుకుంటున్నరు. పిడికత్తులతోటి ఒళ్లంత గాయాలు చేసుకుంటున్నరు. రక్తం ఏరులై పారుతుంది. 'మర్సియా' విషాద గీతాలు అంబరాన్ని చుంబిస్తున్నయి. రోదన, వేదనల మధ్య తీన్‌మార్ డప్పులు పెటిళ్లున ఆకాశం పగిలేటట్లు మారుమోగుతున్నయి. వారి పక్కనే అడుగుల అడుగులు వేసుకుంట స్వామి మిత్రబృందం వారిని వెంబడిస్తూ ఆశ్చర్యంగ వారిని గమనిస్తున్నరు.

రక్తం, చెమట, మదం వాసన. వారిమీద నీళ్లు చల్లుతున్న చప్పుడు. టపటప ధమధమల మధ్య చిన్నా పెద్దా పీర్ల చిందులు. ఊదు, సాంబ్రాణి, మైసాక్షి పొగల మైకం. స్వామికి కండ్లు తిరుగుతున్నయ్. కాళ్లు తేలిపోతున్నయ్. ఒళ్లు దూది పింజోలె తేలీ తేలి ఇరాక్ కర్బలా యుద్ధ మైదానంల వాలిపోయింది. హసన్, హుస్సేన్‌లు స్వామిని ఆవాహన చేసుకుంటున్నరు. ఆవరిస్తున్నరు. మాయా సంజనిత దిగ్భ్రాంతికర దృశ్యాదృశ్యాలు. అది కర్బలా మైదానం కాదు నేలతల్లి – తల్లి తెలంగాణా యుద్ధభూమి. వందల వేల గాయాల యుద్ధాల ఒడి. నరకలోకపు జాగిలమ్ములు ఆంధ్రా యజీదులుగ మారి తుపాకులతో మొరుగుతున్నరు. తెలంగాణా గడ్డ మీద రక్తం చినుకుల వర్షం కురుస్తుంది. నిప్పుల వడగండ్ల వాన కురుస్తుంది. హసన్, హుస్సేన్‌లు 'జై తెలంగాణా' అని అరుస్తూ నేలకొరుగుతున్నరు. పానీ పానీ అని జెఫ్రీ రాజ్‌భవన్ రైలు కట్ట మీద కొన ప్రాణాలతో అటూ ఇటూ పొర్లుతూ తండ్లాడుతున్నడు. ఇసామియా బజార్ అందాల బిడ్డ – గరీబోళ్ల బిడ్డ ప్రేమ్‌కిశోర్ పొత్తి కడుపుల నుండి పేగులు బైటికొచ్చినా అరచేత్తో అదుముకుంటూ జై తెలంగాణా అని నినదిస్తున్నడు. కవాడీగుడా ఆకుల నరేందర్ కర్బలా యుద్ధరంగంల పరీక్షల కోసం పుస్తకాలు ముందేసుకుని దీక్షగ చదువుకుంటున్నడు. చిన్నారి చెల్లె చాదర్‌ఘాట్ రేణుక ఈ పాపం ఎవ్వరిదని తన ఒంటిలోని తూటాలను చూపిస్తూ అందరినీ ప్రశ్నిస్తుంది. సలామన్నలై సలామన్నలై. వీరులారా శూరాలారా ఒక్కరొక్కరే ఒరిగినారా? కర్బలా యుద్ధ మైదానంల శవాల గుట్టల కింద జెఫ్రీ కోసం స్వామి అన్వేషణ. జెఫ్రీ జెఫ్రీ అని గొంతెత్తి అరుస్తున్నడు. యుద్ధం చేసుకుంటనే యుద్ధరంగంల దారి తప్పి – తప్పిపోయిన అశోక్,

గోపిల కొసం దెవులాడుతున్నడు. ఆశన్న – ఊశన్నలు, తెలంగాణా అమరవీరులు స్వామి ఒంటి మీదికి సిగం బూని పీరులాగ పరుగెత్తిస్తున్నరు. ఎవరి మీదనో తెలియని కోపం, కసి. తన పిడికిళ్లు బిగుస్తున్నయ్. పండ్లు పటపట కొరుకుతుంటే దవడలు గిట్టి కరుచుకుపోతున్నయ్. స్వామి, వేణు, యాదగిరి 'జంజీర్ మాతం' చేస్తున్నరు. పొడుగాటి ముండ్ల గొలుసుకు చిన్న చిన్న కత్తుల్ని వేలాడదీసి ఆ గొలుసులను తమ ఒంటిపై విసురుకుంట తమని తామే గాయపరుచుకుంటున్నరు. హింసించుకుంటున్నరు. ఆంధ్రా యాజీదుల హృదయ పరివర్తన కోసం తపిస్తున్నరు. మూసీల రక్తం కాలువలు కట్టి పారుతుంది. 'కారీన రక్తమంతా కుండల్ల పేర్చుకోనీ ఏ బండ్లే పోతవ్ కొడుకో బండ్లోల్ల కుర్మరెడ్డి[1], అని జానపదులు ఘోషిస్తున్నరు. వేణు మహాప్రస్థానంలోని కదన కుతూహల రాగాలను మర్సియాలుగ పాడుకుంట ఒళ్లంత చురకత్తులతోటి ఛిద్రం చేసుకుంటున్నడు. యాదగిరి మైలారు దేవుడుగ మారి నాలికకు నార్సం తీగలను గుచ్చుకుంటున్నడు. హరోం హరోం హర హర హర హర అనుకుంట వీరగల్లు మీద తల ఆన్చి విచ్చుకత్తితోటి తన మెడను తానే నరుక్కుంటున్నడు. అంతలనే భక్తకన్నప్పగ మారి ఒకటి కాదు, రెండు కండ్లు పెకిలించి ఇస్తనని అందుకు బదులుగ తెలంగాణా ఇస్తవా లేదా అని యజీదు మహారాజును బెదిరిస్తున్నడు. స్వామి తన పొట్టను తనే చీల్చుకొని పేగులను ఇవతలికి గుంజి రుద్రవీణను మీటుతున్నడు. నా తెలంగాణా కోటి రతనాల వీణ, తీగలను తెంపి అగ్నిలో దింపినారు అని దిక్కులు పిక్కటిల్లేల ఘోషిస్తున్నడు. ప్రజలు పోతరాజులుగ మారిపోయి చెర్నాకోలలతో జై తెలంగాణ జై తెలంగాణా అని తమని తామే కొట్టుకుంటున్నరు. కణకణమనే భగభగ లాడే నిప్పుల గుండాలను నేల మీద పేర్చుకొని కాళ్లు కాలుతున్న లెక్కచేయకుండ వాటి మీద నుండి ఉరుకుతున్నరు. దూల ఆడుతున్నరు. యజీదు మహారాజు సిగ్గుతోటి తల వంచుకొని తెలంగాణా ఇస్తనని అల్లా మీద ప్రమాణం చేస్తున్నడు. ఫాతిమా బీ తల్లి తెలంగాణాగ మారిపోయి చనిపోయిన బిడ్డల కోసం గొల్లు గొల్లున ఏడుస్తుంది. బీబీ కా అలం పీరు నేల నుండి నింగికెగసి తెలంగాణా పతాకంగ మారి రెపరెపలాడుతుంది. నౌ జిల్లోంకా నారా హై తెలంగాణా హమారా హై అని కర్బలా ఆకాశం దద్ధరిల్లుతుంది.

స్పృహ తప్పి కింద పడిపోయిన స్వామి ముఖం మీద మిత్రబృందం కన్నీళ్ల చన్నీళ్ల వర్షాన్ని కురిపిస్తున్నరు.

---

1. బండ్లోల్ల కుర్మరెడ్డి 'సర్వాయిపాపడి'లాగా ఒక జానపద వీరుడు. ఆయన మీద ఉన్న పాట ఆధారంగానే తెలంగాణ సాయుధపోరాటం కాలంల 'ఏ బండ్ల పోతవు కొడుకో నైజాం సర్కరోడా' అన్న పాట వచ్చింది.

15

1969 జూన్ 27న ఉదయం 9 గంటలకు ముఖ్యమంత్రి కాసు బ్రహ్మానందరెడ్డి తన పదవికి రాజీనామ చేసినాడు. ఆ రాజీనామా లేఖను రాష్ట్ర గవర్నర్‌కు పంపకుండ ఢిల్లీలోని కాంగ్రెస్ అధ్యక్షుడు నిజలింగప్పకు పంపినాడు. అదీ ఆయన కుటిల నీతి.

ఆరు నెలల సుదీర్ఘ తెలంగాణా ఉద్యమ పోరాట ఫలితమే ముఖ్యమంత్రి రాజీనామా. ఇది తెలంగాణ ప్రజల నైతిక విజయం. రాజీనామా వార్త తెలిసిన ప్రజల ఆనందం హద్దులు దాటింది. ఆ మధ్యాహ్నం నిషేధాజ్ఞలు ధిక్కరించి నగరంల ఊరేగింపులు తీసినారు. ఈసారి సికింద్రాబాదు రక్తపుటేరులల్ల మునిగిపోయింది. తెలంగాణా ప్రజలకు ప్రతి రోజూ ఏదో ఒక చోట తమ రక్తాన్ని, ప్రాణాల్ని 'సాకబోయటమే' తమ పవిత్ర ధర్మంగ మారిపోయింది.

ముఖ్యమంత్రి రాజీనామా వార్త వినంగానే ఆనందపరవశులైన ప్రజలు నాట్యాలు చేసుకుంట కనిపించిన వాహనాలల్ల, లారీలల్ల ఎక్కి వీధులల్ల ఊరేగింపులు తీసినారు. ఆ ఉత్సాహంతో పోలీసులకు ప్రజలకు మధ్య ఘర్షణలు జరిగినై. సికింద్రాబాదుల అన్ని వీధులు యుద్ధభూములైనై. పోలీసుల లాఠీచార్జిలకు, టియర్‌గ్యాస్‌లకు జవాబుగ ప్రజలు దహనకాండ సాగించినారు. చాలా చోట్ల పోలీసు కాల్పులు జరిగినై. ఆ కాల్పులల్ల ప్రభుత్వ లెక్కల ప్రకారమే 20 మందికి తీవ్రగాయాలై ప్రాణాపాయ స్థితిల గాంధీ ఆసుపత్రికి చేరుకున్నరు. కాల్పుల్ని లెక్క చేయకుండా ప్రజలు గెరిల్లా పద్ధతిల పోలీసులతోటి దాగుడుమూతలాడుకున్నరు. ఎన్నిసార్లు చెదరగొట్టినా చిన్న చిన్న గల్లీలల్ల నుండి మెరుపు తీగల్లాగ మళ్లీ ఇవతలికి వచ్చి పోలీసులతోటి కొట్లాటలకు దిగినారు. దాడులు చేసి మాయమైనారు.

సికింద్రాబాదు హెడ్ పోస్టాఫీసును దహనం చేసినారు. రాష్ట్రపతి రోడ్డు, మహంకాళీ మార్కెట్టు రోడ్డుల దుకాణాల ఫర్నీచర్‌ను రోడ్డు మీదికి లాగి దహనం చేసినారు. ఒక్క రాష్ట్రపతి రోడ్డుల జరిగిన కాల్పులల్ల 14 మంది గాయపడినారు. జాఫర్ అనే రిజర్వ్ సబ్ ఇన్‌స్పెక్టర్ రివాల్వర్ గుంజుకొని ఆయనను చితకగొట్టినారు. మంటలు ఆర్పడానికి ఫైర్ ఇంజన్‌లు వస్తే వాటిని సైతం దహనం చేసినారు. సి.ఆర్.పి. దళం ఉన్న లారీని ప్రజా సమూహాలు మనోహర్ టాకీసు వద్ద నాలుగు మూలల్నుండి ముట్టడించి దిగ్బంధనం చేసి దాడులకు దిగినారు. వారు మెషిన్ గన్‌లతో కాల్పులు చేస్తూ గంట తర్వాత ఇవతలికి వచ్చినారు. నిజానికి అదొక యుద్ధ బీభత్స భయానక దృశ్యం. రోడ్లు రణరంగాలై ప్రజలు శివతాండవం చేసినారు. ఆ ప్రజాశక్తి పత్రికల వారిని కూడా అబ్బుర పరిచింది. వీధులల్ల పక్కనున్న ఎలక్ట్రిక్, టెలిఫోను స్తంభాల్ని అవలీలగ పీకేసి రోడ్లకు అడ్డంగ పడేసినారు.

ఫలితంగ ఆ రోజు రాత్రంత జంటనగరాలల్ల కరెంటు లేదు. రోడ్ల మీద రాళ్లురప్పలతో బారికేడ్లు కట్టినారు. గాయపడిన వారిని ఆస్పత్రికి తీసుకుపోవడం చాలా కష్టమయ్యింది. ఆ గొడవల వలన జంటనగరాలల్ల మళ్లీ 24 గంటల కర్ఫ్యూ విధించినారు. నగరంల జనజీవనం ఒక జైలుగ మారిపోయింది.

ఢిల్లీల కాంగ్రెసు వర్కింగ్ కమిటీ సమావేశమై ముఖ్యమంత్రి రాజీనామా లేఖపై తీసుకునే నిర్ణయాన్ని నిరవధికంగ వాయిదా వేసింది. ఒక వైపు తెలంగాణా అగ్నిగుండంగ మారుతున్నా కేంద్రానికి కొంతైనా కనికరం లేదన్న సంగతి తెలంగాణా ప్రజలకు తెలిసిపోయింది. అయినా ప్రజా ఉద్యమం కొనసాగుతనే ఉంది. సత్యాగ్రహాలు, పికెటింగ్‌లు, అరెస్టులు, పోలీసు కాల్పులు, లాఠీచార్జీలు నిత్యకృత్యంగ మారిపోయినై. కాంగ్రెసు లెజిస్లేచర్ పార్టీ సమావేశంల ముఖ్యమంత్రి పట్ల విశ్వాసం వ్యక్తం చేస్తూ శాంతియుత పరిస్థితులు ఏర్పడేవరకు ఆయనే ముఖ్యమంత్రిగా కొనసాగాలని తీర్మానం జరిగింది. 25 మంది తెలంగాణా శాసనసభ్యులు ఆ సమావేశాన్ని బహిష్కరించినారు. ముఖ్యమంత్రి పదవిని త్యాగం చేసి తెలంగాణా వాళ్ళకే ఆ పదవి ఇస్తానని కాసు బ్రహ్మానంద రెడ్డి ప్రకటించినాడు. కేవలం నాయకత్వ మార్పు సరిపోదని ప్రత్యేక రాష్ట్రమే తమ లక్ష్యమని తెలంగాణా ప్రజా సమితి ప్రకటించింది. కానీ లోలోపల తెలంగాణా ఉద్యమాన్ని నడిపిస్తున్న కాంగ్రెసు నాయకులల్ల పదవి పట్ల మోజు మొదలయ్యింది. బ్రహ్మానందరెడ్డి కుటిల నీతి ఫలించటం ప్రారంభమయ్యింది. ఉద్యమం ప్రజలను వదిలి 'కుర్చీ' చుట్టూ తిరగడం మొదలయ్యింది.

37 రోజులుగ నడుస్తున్న తెలంగాణా ఉద్యోగుల సమ్మెల విభేదాలు సృష్టించి చీలికను తెచ్చినారు. తెలంగాణా ఉద్యోగుల సంఘంల అభిప్రాయ భేదాల వలన ఆ సంఘం అధ్యక్షుడు అమోస్ తన పదవికి రాజీనామా చేసినాడు. ఫలితంగ సమ్మె విరమించబడింది. రెండు నెలలుగ జీతాలులేని ఉద్యోగులు చేసే రాజకీయ పోరాటాలకు పరిమితులు ఉంటవని తెలిసిపోయింది. కొంత మంది నాయకులు లొంగిపోయినారు. తాత్కాలిక ఉద్యోగులందరినీ ప్రభుత్వం ఉద్యోగాల నుండి తొలగించగ వారు బలిపశువులైనారు. తర్వాత కొద్ది రోజులకు ఉస్మానియా యూనివర్శిటీ ఉద్యోగులు కూడ సమ్మెను విరమించి విధులల్ల చేరినారు.

మరో వైపు ప్రధాన మంత్రి శ్రీమతి ఇందిరా గాంధీ ఉద్యమం విరమించనిదే, శాంతి నెలకొనందే తను జోక్యం చేసుకోనని తెగేసి చెప్పింది. ఉద్యమాన్ని విరమిస్తేనే కేంద్ర సాయుధ బలగాలను వెనుకకు తీసుకుంటనని మొండికేసింది. ఇక రాష్ట్రపతి పాలన ప్రసక్తే లేదు. బెంగుళూరుల జరిగిన అఖిల భారత కాంగ్రెసు మహాసభలల్ల ప్రత్యేక తెలంగాణా ఉద్యమం గురించి కనీసం చర్చ అయినా జరుగలేదు. సుప్రీంకోర్టు జోక్యం వలన ఆగస్టు నెలల రాజమండ్రి జైలు నుండి చెన్నారెడ్డి, మల్లికార్జున్‌లతో పాటు అగ్రనాయకులందరినీ విడుదల చేసినారు.

సెప్టెంబరు నెల హైద్రాబాదుకు అచ్చిరాదని ఏదో ఒక కీడు జరుగుతుందని పాత కాలంనాటి పెద్ద మనుషులు భయపడుతున్నరు. 1908ల హైద్రాబాదుల మూసీ నదికి వరదలొచ్చి పురానాపూల్ వంతెన కూలిపోయి సగం నగరం నాశనమయ్యింది ఈ సెప్టెంబరు నెలలనే. 1954 సెప్టెంబరు నెలలనే వసంత వాగు పొంగి ఆలేరు దగ్గరి రైలు బ్రిడ్జి కూలిపోయిన రైలు ప్రమాదంల అనేక మంది చనిపోయినారు. చివరికి ఉవ్వెత్తున ప్రారంభమైన ప్రత్యేక తెలంగాణా ఉద్యమం వెనకడుగు వేసి చల్లారటం ప్రారంభమైందీ నెలనే. ఉద్యమ నాయకులు పోరాటాన్ని అసెంబ్లీకి పరిమితం చేసి విద్యార్థులను క్లాసులకు హాజరు కమ్మని సలహా ఇచ్చినారు. అప్పటికే ఉద్యోగులు సమ్మె విరమించినారు. ఉద్యమ తిరుగుముఖం ఒక ప్రణాళిక ప్రకారం నెమ్మదిగ జరిగింది. కళాశాలలు పాఠశాలలు ప్రారంభిస్తున్నట్లు ప్రభుత్వం ప్రకటించింది.

విద్యార్థులు తరగతులకు హాజరు కావాలని స్వయంగ చెన్నారెడ్డి, మల్లికార్జున్‌లు ప్రకటన చేసినారు. త్వరలో జరగబోయే ఎన్నికలల్ల బ్రహ్మానంద రెడ్డి ప్రభుత్వాన్ని గద్దె దింపుతామని ఉత్తర కుమార ప్రతిజ్ఞలు చేసినారు. మరో వైపు ముఖ్యమంత్రి పదవి కోసం తెలంగాణా కాంగ్రెసు అగ్ర నాయకులల్ల పోటీ మొదలయ్యింది. ఉద్యోగులు, విద్యార్థుల సమ్మె విరమణతో ఉద్యమం పట్టును కోల్పోయింది.

నవంబర్ 27న ఢిల్లీ నుండి తిరిగి వచ్చిన చెన్నారెడ్డి విద్యార్థులు పరీక్షలల్ల, గ్రామీణులు వ్యవసాయపు పనులల్ల నిమగ్నమై ఉన్నందున ఉద్యమాన్ని వాయిదా వేస్తున్నామని ప్రకటించినాడు.

ప్రత్యేక తెలంగాణా ఉద్యమంలో 360 మంది చనిపోయినారు. ఎంత మంది వికలాంగులైనారో లెక్కలు తెలియవు.

ఒక సంవత్సర కాలం అగ్నిగుండంగ మారిన తెలంగాణా, అంతర్జాతీయ దృష్టిని ఆకర్షించి వీరోచిత త్యాగాల చరిత్రను సృష్టించిన తెలంగాణా, రక్త తర్పణలతో, అశ్రు అభిషేకాలతో, బలిదానాలతో కొనసాగిన తెలంగాణా ఉద్యమం సంవత్సరం చివరల నాయకుల విద్రోహానికి గురై నిలువెల్ల గాయాలతో నిలిచిపోయింది. 'మౌన వీణ'గ మూగబోయింది.

16

కాలేజీలు తెరిచినారు.

ఉద్యమం ప్రారంభం అయ్యేనాటికి, ఇంకా మూడు నెలల సిలబస్ పూర్తి కావాల్సి ఉండేది. ఇప్పుడు ఒక నెలలనే హడావిడిగ సిలబస్ కంప్లీట్ చేసి డిసెంబరునెలల పరీక్షలు నిర్వహించినారు. ఎంత చేసినా అప్పటికే ఒక విద్యా సంవత్సరం నష్టం అయ్యింది.

ప్రాణత్యాగాలు కష్టనష్టాలతో పాటు ఇది కూడా ఒక త్యాగమే. విద్యార్థుల జీవితంల విలువైన ఒక సంవత్సరం వృధా కావటం వలన జీవితంల అన్ని రంగాలల్ల వారు ఒక సంవత్సరం వెనుకబడిపోయినారు.

స్వామి మనస్సంతా కేంద్రీకరించి శ్రద్ధతో శక్తి కొద్దీ పరీక్షలకు సిద్ధం అయినాడు. ఆఖరి పేపరు రాసిన తర్వాత క్లాసు రాకున్నా ఫెయిల్ మాత్రం కానన్న నమ్మకంతో తృప్తిగ గాలి పీల్చుకున్నడు. కాలేజి నుండి చక్కగ ఇంటికి వెళ్లకుండ అఫ్జల్‌గంజ్‌ల బస్సు ఎక్కి కోఠీ బస్ స్టాపుల దిగినాడు. ఎదురుగ మాడ్రన్ టిఫిన్ రూం.

నగరంల 1969 సంవత్సరంలనే కోఠీల మాడ్రన్ టిఫిన్ రూం ప్రారంభమయ్యింది. అతి తక్కువ రేట్లతో 'సెల్ఫ్ సర్వీసింగ్' ఆలోచనతో ప్రారంభమైన మొదటి హోటల్ అది. 15 పైసలకే ఇడ్లీ. ఇచ్చే ఇడ్లీలు రెండే అయినా సాంబారుకు మాత్రం నో లిమిట్. కేవలం సాంబారుతోనే పొట్ట నింపుకునే నిరుద్యోగులకు, విద్యార్థులకు, పేదలకు ఆ హోటల్ వరప్రసాదంగ మారింది. ఒక విజిటేబుల్ బిర్యానీ తింటే ఇక ఆ పూటకు భోజనం చింత తీరినట్లే. ఆ మాడ్రన్ టిఫిన్ రూంను ఆదర్శంగ చేసుకొని తర్వాత కాలంల అనేక సెల్ఫ్ సర్వీసింగ్ హోటళ్లు, నిలబడే తినేసి డబ్బుల్ని, సమయాన్ని ఆదా చేసుకునే ఆధునిక హోటళ్లు చాలా వెలిసినై. ఆ హోటల్ 'టాక్ ఆఫ్ ద టౌన్'గ మారి అందరూ దాని గురించి చెప్పుకొనేటోళ్ళు. కోఠీ చౌరస్తాల వున్న తాజ్‌మహల్ హోటల్ డబ్బులున్న మహారాజుల హోటల్ అయితే ఈ హోటల్ సాదాసీదా ఆమ్ ఆద్మీలకు అందుబాటుల ఉండేది.

అంతకన్నా ఒకటి రెండు సంవత్సరాల ముందే నగరంల మొట్టమొదటి 'సూపర్ బజార్' నాంపల్లి స్టేషన్ రోడ్డుల 'మైసూర్ కేఫ్'కు ఎదురుగ ప్రారంభమయ్యింది. అప్పటి వరకు కిరాణాకొట్టుల సరుకులను చిల్లరగ కొనుక్కొని కాగితం పొట్లాలల్ల కట్టించుకొని తీసుకుపోయేటోళ్లు. దానికి బదులు ఈ సూపర్ బజార్‌ల ప్లాస్టిక్ సంచులల్ల, పాలిథిన్ పేపర్లల్ల సరుకుల్ని అందంగ ప్యాక్ చేయటం, కొనేముందు ఆ సరుకులన్నింటినీ ఎగ్జిబిషన్ తరహాల సందర్శించటం కొనుగోలుదార్లకు వింతగ కనబడేది.

ఈ సూపర్‌బజార్‌లే తర్వాత కాలంల బిగ్ బజారులుగ, ఫుడ్ వరల్డులుగ రూపాంతరం చెంది వినియోగదారుల జేబులు కత్తిరించే "జేబుదొంగలు"గ మారినవి. పాలిథిన్ సంచుల కాలుష్య ప్రమాదం ఈ సూపర్ బజారుల పుణ్యమా అని ప్రారంభమయ్యింది.

ఒక చారానాతో స్వామి ఇడ్లీ తిని చా తాగి తీరికగ హోటల్ నుండి ఇవతలికి వచ్చి ఆంధ్రా బ్యాంకు దిక్కు నడక సాగించినాడు. ఫుట్‌పాత్‌ల మీద రకరకాల దుకాణాలు. బెల్టులు. మనీపర్సులు. బనీన్లు. దస్తీలు. చిన్న చిన్న ఎలక్ట్రికల్ సామానులు.

కిశోర్ కేఫ్‌ల నోరూరించే వేడివేడి దిల్‌ఖుష్‌లు. మీద బన్ ఆకారం లోపల ఘుమఘుమలాడే తియ్యటి పూర్ణం. ఒక బన్‌ను సమానంగ కోస్తే ఎనిమిది చంద్రవంకలు.

సాయంత్రం మూడు నాలుగు మధ్యనే అవి దొరుకుతై. మోజంజాహీ మార్కెట్ కరాచీ బేకరీల వాటి కోసం కస్టమర్లు సాయంత్రం నాలుగు గంటలకు క్యూలు కడతరు. ఒక గంట లోపే సరుకు అంత అయిపోతది. ఆ రుచి రహస్యం ఆ కొరతలనే ఉందేమో! ఒక దిల్‌ఖుష్, ఒక ప్యాజ్ కీ సమోసా తిని గరం గరం చాయ్ తాగితే తబ్యత్ ఖుష్ అయిపోతది.

కోఠీ చౌరస్తా చేరుకొని ఫుట్‌పాత్ ఎడమ వైపు ఉన్న దినపత్రికలు, మ్యాగజైన్ల దుకాణం ముందు నిలబడి వైర్లకు వేలాడే ఆనాటి దినపత్రికల హెడ్‌లైన్స్‌ను చూస్తున్నడు. తెలంగాణా ఉద్యమ వార్తలు లేక అన్ని దినపత్రికలు వెలవెలబోతున్నయి. ఒకటి రెండు మ్యాగజైన్లు తీసుకొని పేజీలు తిప్పేస్తున్నడు. "గిరాక్ కా టైం సాబ్ జరా బాజూ హటో" అని షాపు ఓనరు మర్యాదగా గెంటినాడు. స్టూడెంట్లకు పర్చేజింగ్ కెపాసిటీ తక్కువ విజిటింగ్ కెపాసిటీ ఎక్కువా అని వాడికి కూడ తెలిసిపోయినట్టుంది. ఖర్మ. కొంచెం పక్కకు జరిగి ఫుట్‌పాత్ మలుపుల ఉన్న ఇనుపగొట్టాల రేలింగ్స్ మీద కూచొని 'దునియా కా మేలా' చూస్తున్నడు. ఎదురుగ రెసిడెన్సీ.

ఎదురుగ కోఠీ ఉమెన్స్ కాలేజీ గేటుకు కొంచెం ఇటు పక్కగ రెసిడెన్సీ బస్ స్టాప్. కోఠీ అసలు పేరు రెసిడెన్సీ. ఆనాటి నైజాం రాజ్యంల బ్రిటిష్ ప్రభుత్వ ప్రతినిధిగ వ్యవహరించే 'రెసిడెంట్' అధికార నివాసమే ఈ రెసిడెన్సీ. సుల్తాన్ బజార్, ఇసామియా బజార్, బొగ్గులకుంట, హనుమాన్ టేక్డీ మొదలగు పరిసర ప్రాంతాలను కలిపి రెసిడెన్సీ బజార్ అనేటోళ్లు. ఈ రెసిడెన్సీ ఏరియాల పరిపాలన బ్రిటిష్ వారిది. వెనుకబడిన రాచరిక భూస్వామ్య రాజ్యంల అదొక ఆధునిక అభివృద్ధి ద్వీపకల్పం

ఈ రెసిడెన్సీ ప్రాంతం అభివృద్ధికి, నాగరికతకు సంకేతంగ నిలిచింది. అప్పటి వరకూ కార్వాన్, బేగంబజార్, గుల్జార్ హౌజ్‌లల్ల వ్యాపారాలు చేసుకొనే షావుకారులు అందరూ ఈ కొత్త ప్రాంతంల స్థిరపడినారు. కంపెనీలల్ల పనిచేసే ఉన్నతోద్యోగులు, పోలీసు, మిలటరీ అధికారులందరూ ఈ ప్రాంతాలల్లనే తమ కుటుంబాలతో స్థిరపడినారు. కాన్వెంటు పాఠశాలలు, హాస్పిటళ్లు, చర్చీలు అన్నీ కాలక్రమంల స్థాపించబడి ఇదొక ఆధునిక పట్టణంగ వెలిసింది. ఏడవ నిజాం తన అధికార నివాసాన్ని లార్డ్ బజార్‌లోని 'చౌ మహల్లా' నుండి కింగ్ కోఠీకి మార్చేసరికి మూసీకి దక్షిణాన ఉన్న అసలైన నగరం వెలవెలబోయి పాతనగరం అనిపించుకుంది. పాతనగరం వృద్ధ నగరంగ మారి మూలకు పడితే కొత్త నగరం వయసొచ్చిన కన్నెపిల్లలాగ పరవళ్లు తొక్కింది. వింత వింత సోయగాలు పోయింది.

రాజులు పోయి, రాజ్యాలు మారినంక ఆ రెసిడెన్సీ భవనం 'కోఠీ ఉమెన్స్ కాలేజీగ అవతరించింది. అందులో కొంత భాగాన్ని 1955ల మెడికల్ కాలేజీకి ఇచ్చినారు. ప్రపంచ పురావస్తు సంస్థ గుర్తించిన వంద పురాతనమైన కట్టడాలల్ల ఈ రెసిడెన్సీ కూడా ఒకటి.

మొదటి నిజాం 1748ల మరణించగనే అతని ఇద్దరు కొడుకులు సింహాసనం అధిష్ఠించటానికి పోటీ పడినారు. వారిద్దరిలో ఒకరు ఈస్ట్ ఇండియా కంపెనీ సహకారంతో అధికారంలోకి వచ్చి ఒప్పందం ప్రకారం కొంత బ్రిటిష్ సైన్యం హైదరాబాద్‌లో స్థావరం ఏర్పాటు చేసుకోవడానికి అనుమతి ఇచ్చినాడు. ఆ సైన్యాల అజమాయిషీతో పాటు నిజాం రాజ్య వ్యవహారాలపై ఒక కన్నేసి ఉంచటానికి కంపెనీవారు ఒక రెసిడెంట్‌ను నియమించినారు. మూసీనదికి ఎడమ వైపున నైజాం నవాబుకు ఒక బంగళా ఉండేది. దానిని రెసిడెంట్ అధికార నివాసంగా కేటాయించినారు. తర్వాత కాలంలో మేజర్ జేమ్స్ అక్లీస్ కిర్క్ పాట్రిక్ రెసిడెంట్‌గా ఉన్నప్పుడు ఆ పురాతన భవనాన్ని సమూలంగా తీసివేసి నూతన నిర్మాణాన్ని చేపట్టినాడు. 1802లో ఆ భవన నిర్మాణం ప్రారంభమైంది. అదొక అద్భుతమైన పాలరాతి మందిరం. ఆకుపచ్చ వనంలో విరిసిన ఆకాశహర్మ్యం. ప్రజలు దానిని 'బడే సాహెబ్ కీ కోఠీ' అని పిలిచేవాళ్లు. స్థానికులు ఆంగ్లేయులను 'సాహిబ్'లని పిలిచేవాళ్లు. కిర్క్ పాట్రిక్ ఖైరున్నిసా బేగంను ప్రేమించి పెళ్లి చేసుకున్నడు. ఆ ప్రేమ చిహ్నంగానే ఈ రెసిడెన్సీ వెలిసిందని ఒక కథ ప్రచారంల ఉంది.

ప్రపంచంలో ఏ నగరం కూడా ప్రేమ పునాదిగా ప్రేమ కోసం స్థాపించబడలేదు. ఒక హైద్రాబాద్ నగరం తప్ప. నగరమూ, నగరంలోని నిర్మాణాలు, కట్టడాలు ప్రేమకు సంబంధించినవే. నూనూగు మీసాల తొలి యవ్వనంలోనే ప్రేయసి భాగ్‌మతిని కలవటానికి యువరాజు ఖులీ కుతుబ్‌షా ప్రాణాలకు తెగించి పరవళ్లు తొక్కుతున్న ముచికుందా నదిని దాటుతున్నందున పుత్ర ప్రేమతో తండ్రి కట్టించిన వంతెన పురానాపూల్ – పాతవారధి. 1578లో దీని నిర్మాణం జరిగింది. ఇది ప్రేమకు గుర్తుగ నిలబడిపోయింది.

ఆ తర్వాత బాద్‌షా తన ప్రేయసి భాగ్‌మతి కోసం నిర్మించిన ప్రేమ నగరమే హైద్రాబాద్ నగరం. నవాబు ఇస్లాం మతానికి చెందినవాడు. ఆయన ప్రేయసి హిందూ స్త్రీ. అట్ల హైద్రాబాద్ నగరం రెండు మతాల మధ్య సమైక్యతకు, సహజీవనానికి వారధిగా నిలిచింది. చార్మినార్ రెండు మతాల మధ్య స్నేహానికి, ప్రేమకు సందేశంగా నిలబడింది. ప్రేయసి భాగ్‌మతి, అర్ధాంగి హైదర్‌బేగంగా మారంగనే బాగ్‌నగర్ హైద్రాబాద్‌గా పేరు మార్చుకుంది. ఎటు చూస్తే అటు కన్నుల పండుగ చేసే పూదోటల నగరం కావున-బాగ్‌నగర్ పేరు సార్థక నామం అయ్యింది. ఒక ప్రియుడు తన ప్రియురాలికి కానుకగా నిర్మించి ఇచ్చిన నగరమే హైద్రాబాద్. ఇటువంటి ప్రేమ పురాణం ప్రపంచంలో ఏ నగరానికీ లేదు.

చార్మినార్ మహమ్మద్ ఖులీ కుతుబ్‌షా, బాగమతిల ప్రేమతో ముడిపడి వున్నట్లే రెసిడెన్సీ కూడా జేమ్స్ అక్లీస్ పాట్రిక్ ఖైరున్నిసాల ప్రేమతో ముడిపడి వుంది.

మొదటిది సుఖాంతం అయితే రెండవది మాత్రం విషాదాంతం. సఫలమైన ప్రేమల కంటే విఫలమైన ప్రేమలే 'మధురమైన ప్రేమ కతలు'గా చరిత్ర పుటలలో నిలుస్తాయేమో!

జేమ్స్ అక్లీస్ కిర్క్ పాట్రిక్ 1798లో హైద్రాబాద్‌కు రెసిడెంట్‌గా వచ్చినాడు. ఇతను స్కాట్లండు జాతీయుడు. చాలా అందగాడు. తెలివి, ధైర్యం సరేసరి. హైద్రాబాద్ నగరానికి రాక ముందే పర్షియన్ భాషలో మంచి ప్రావీణ్యం గలవాడు. అందులో కవిత్వం కూడా చెప్పేవాడు. దక్కనీ ఉర్దూ చక్కగా మాట్లాడేవాడు. ఆనాటి మొఘలాయి ముస్లిం నవాబుల్లాగనే ఆ దుస్తులనే ధరించేవాడు. వేషభాషలతో స్థానికులలో చక్కగా కలిసిపోయి 'పాన్ సుపారీ' మాదిరిగా ఇమిడిపోయినాడు. పాట్రిక్ హైద్రాబాదుకు రెసిడెంట్‌గా వచ్చేసరికి రెండవ నిజాం అధికారంలో ఉన్నడు.

పాట్రిక్ అటు టిప్పు సుల్తాన్‌ను మైసూరు యుద్ధంలో ఓడించి ఇటు అంతరంగిక కల్లోలాలను అణిచివేసి నిజాం ప్రభువుకు సన్నిహితుడైనాడు. కష్టాలలో తనకు అండగా నిలిచి, అన్ని సమస్యలను పరిష్కరించినందుకు నిజాం నవాబు పాట్రిక్‌కు 'హష్మత్ జంగ్ బహద్దుర్' అని బిరుదును ప్రసాదించినాడు. అతని పర్షియన్ భాషా ప్రావీణ్యాన్ని అతను చెప్పే కవిత్వాన్ని మెచ్చుకుని నిండు దర్బారులో అతడిని తన 'దత్తపుత్రుడని' ప్రకటించినాడు. ఇది ప్రభువులవారి ప్రేమకు పరాకాష్ట. నచ్చనివారికి, మెచ్చనివారికి కడుపు మంట.

పాట్రిక్ కళాత్మకంగానే కాక చాలా అట్టహాసంగా కూడా జీవించేవాడు. హైద్రాబాద్‌కు రెసిడెంట్‌గా వచ్చిన తొలి రోజున నవాబుగారి దర్బారుకు హాజరు కావడానికి తన కోఠీ నుండి లార్డ్ బజార్‌లోని చౌమహల్లా ప్యాలెస్‌కు బయలుదేరినాడు. అక్కడున్న చోటా నవాబులు, జమీందార్లు, జాగీర్దార్లను ఆశ్చర్యచకితులను చేసే ఉద్దేశ్యంతో నాలుగు గుర్రాల బగ్గీ మీద ఆసీనుడైనాడు. వెంట ఏనుగులు, శ్వేతాశ్వాలు – వాటిని అనుసరించి ఫిరంగి దళాలు, కాల్బలాలు, యుద్ధాన్ని తలపింపజేసే కదన కుతూహల సంగీత వాయిద్య పరికరాలు. పెద్ద హంగామాగా ఆ బారాత్ బయలుదేరి చౌమహల్లా ప్యాలెస్ చేరుకునేసరికి చోటా నవాబులు కాదు కదా ఏకంగా నిజాం నవాబుగారే హడలిపోయి ఎవరైనా శత్రుదేశం రాజు యుద్ధానికి వచ్చాడేమో అని బెదిరిపోయినాడట. వేగులవారు అసలు సంగతి తెలిపేసరికి అందరూ ఊపిరి పీల్చుకున్నరు.

చౌమహల్లాల జరిగే ప్రతి 'హుక్కా దర్బార్'కు పాట్రిక్‌కు ఆహ్వానం ఉండేది. విందు భోజనానంతరం హుక్కా దర్బార్‌లు రాత్రి పూట కొనసాగేవి. గులాబీ నీటిలో లేదా పన్నీరులో నింపిన హుక్కాతో పరిమళ భరిత సుగంధ ద్రవ్యాలను, మేలిమి రకం పుగాకు పొడిని కలగలిపేవారు. ఆ హుక్కా పైపులకు దంతెపు పీకెలను అమర్చి వాటి ద్వారా ఆ పొగలను నెమ్మదిగా పీల్చేవారు. స్త్రీలు పీల్చేది హుక్కీ. అందులో ఒక పుగాకు తప్ప అన్నీ షరా మామూలుగా ఉండేవి. హోదా, అంతస్థులకు – కులాసాల విలాసాల జీవితాలకు హుక్కాలు, పాన్‌దాన్‌లు, ఒగల్‌దాన్‌లు తప్పనిసరి.

ఇక వెన్నెల రాత్రుళ్లలో జరిగే 'ముషాయిరాల' గురించి చెప్పతరం కాదు. ఆ సొగసు చూడతరమూ కాదు. నిండు పున్నమి వెన్నెల సోనలు జాలువారుతుండగా పూదోటలలోనో లేదా బంగళా మీది డాబాలపైననో ఆ కవిత్వ గోష్ఠులు నిర్వహించేవారు. ఆనాటి సాయంకాలమే శుభ్రంగా ఊడ్చి, తూడ్చి, నీళ్లు చల్లి ఆపై రంగురంగుల చద్దర్లను వేసి వాటి మీద వెన్నెలతో పోటీ పడే తెల్లటి మెత్తటి పరుపుల్ని పరిచేవారు. సుఖాసీనులయ్యేందుకు అనువైన తెల్లటి పరుపుల మీద ఎర్రటి గులాబీలను అక్కడక్కడా చల్లేవారు. సువాసనలు వెదజల్లే పరిమళభరిత హుక్కా గొట్టాలు, వెండి పళ్లాలలో ఎండిన ద్రాక్ష కిస్మిస్‌లు, అరేబియా ఖర్జురాలు, కాశ్మీరం అక్రోట్, బాదాం, పిస్తాలు మరో కిస్తీలో యాలకులు, లవంగాలు, పోకలు వంటి దినుసులు అందంగా అమర్చబడేవి. ఇక మీఠాపాన్లు, జర్దాపాన్లు సరేసరి. అతిథులను అత్తరుపూసి ఆహ్వానించేవారు. అందరూ సుఖాసీనులయిన తర్వాత ఒక చిన్న వెండి దీపపు సెమ్మపై 'షమా'ను వెలిగించేవారు. గుండ్రంగా కూచున్న వారి మధ్య ఆ 'షమా' క్రమబద్ధంగా తిరుగాడుతుండేది. ఆ షమా రాగానే దానికి ఎదురుగా కూచున్నవారు 'షాయరీ' వినిపించేవారు. ఆ కవిత్వాన్ని ఆస్వాదించేవారు. వాహ్వావాహ్వాలతో, బహుత్ ఖూబ్ బహుత్ ఖూబ్‌లతో, మైతో లుట్ గయాలతో ఆనంద డోలికలలో ఊయలలూగేవారు. ఆ ముషాయిరాలలో స్త్రీలు కూడా పాల్గొనేవారు. వారి కోసం ప్రత్యేకంగా జలతారు పరదాలు, జాలీ చిల్మన్‌లు ఏర్పాటు చేసేవారు. ప్రతి ముషాయిరాలోనూ పున్నమి చంద్రుడిగా పాట్రిక్ మాత్రమే వెలుగుతూ ఉండేవాడు. పర్షియన్ భాషలో అతను వినిపించే 'మస్నవీ'లు[1] 'వాహ్వాలను' అందుకునేది.

1799లో జరిగిన మైసూరు యుద్ధంలోనే నిజాం సైన్యం, పాట్రిక్ సైన్యం సంయుక్తంగా టిప్పు సుల్తాన్‌ను ఓడించి, సంహరించినందుకు నవాబ్ మీర్ ఆలం తన దేవిడీలో ఒక గొప్ప విందు, వినోదం కోసం ఒక నృత్య కార్యక్రమాన్ని ఏర్పాటు చేసినాడు.

పత్తర్‌గట్టీల మీర్ ఆలం మండీ కూరగాయల మార్కెట్, మీర్ ఆలం చెరువు రెండు కూడ ఆయన కట్టించినవే. మీర్ ఆలం మండీ వెనుక భాగంలో ఇతని దేవిడీ ఉండేది. వెన్నెల రాత్రి విందు భోజనాలు ముగిసిన తర్వాత ఆస్థాన నర్తకి, ప్రముఖ కవయిత్రి 'మాహ్‌లఖా[2] బాయి చందా' నృత్య కార్యక్రమం ప్రారంభమయ్యింది.

కళ్ల ముందు జిగేలున మెరిసే మెరుపు తీగె ఆమె సౌందర్యం. ముట్టుకుంటే కందిపోయే సుకుమార సౌందర్యం. ఆత్మసౌందర్యం, బాహ్యసౌందర్యం సమపాళ్లలో మేళవించిన విదుషీమణి ఆమె. ఆమె కేవలం ఒక ఆస్థాన నర్తకి మాత్రమే కాదు. నిజాం దర్బారులో అత్యున్నత 'ఉమ్రావ్' పదవిని అలంకరించిన మేధావి మాత్రమే కాదు ఆనాటి యావత్

---

1. ప్రేమకవిత్వాలు 2. మహ్ అంటే చంద్రుడు, లఖా అంటే వదన = చంద్రవదన

భారతదేశంలోనే తొలి ఉర్దూ కవయిత్రి. చందా అన్న తఖల్లూస్‌తో[1] ఆనాటి దక్కన్‌లోనే పేరు ప్రఖ్యాతులు సంపాదించిన 'తవాయఫ్'[2] ఆమె. మాహ్‌లఖా బాయి చందా అన్న పేరు వింటేనే ఆనాటి రసిక హృదయాలు 'లయలు' తప్పి మతులు పోయేవి. ఆమె కాలి అందెల సవ్వడులలో స్పృహలు తప్పేవారు. కోటి కోర్కెల కోరలతో కాటేసి, నిలువునా దహించి వేసే ఆ అనన్య అసామాన్య సౌందర్య జ్వాలల్లో శలాభాల్లా దూకి మాడి మసై పోయే దివానా, పర్వానాలెందరెందరో!

ఆ రోజు ఆమె రసికజన మనోరంజనం కోసం నృత్యం చేస్తూ చేస్తూ నృత్యం మంచి రసపట్టులో ఉండంగానే హఠాత్తుగా నృత్యాన్ని ఆపి పాలరాతి ప్రతిమలా నిలుచుండిపోయింది.. ఆమె కాళ్ల ఘుంఘురూలు మూగబోయినాయి. డోలక్, సారంగీలు అర్థాంతరంగా ఆగిపోయినాయి. రసభంగం చెందిన రసిక హృదయాలు ఆ 'రసాభాస'కు కనుబొమ్మలు ముడిచినాయి. కళ్లెర్ర జేసినై.

'ఏక్ ఏలాన్ హై' కలకూజిత కోయిల కంఠధ్వని ఆ మహల్లో ప్రతిధ్వనించింది. ఆ గొంతు మాఖన్ మిశ్రీలు కలిపినంత తియ్యగా ఉంది.

'క్యా హై' అన్నట్లు రసపిపాసులు కనుబొమ్మలు పైకెత్తి కండ్లతోనే ప్రశ్నించారు.

'ఏ దివానీ కా ఏక్ నజ్‌రానా...'' ఆ సిగ్గుల మొగ్గ ముగ్ధ కంఠం మూగబోయింది.

'క్యా నజ్‌రానా, కిస్కో నజ్‌రానా?'' అసహనంగా రసికులు తమలో తాము గుసగుసలు పోయారు.

"గుల్‌బదన్!" అని చిన్నగా కేకేసి పిలిచింది.

ఒక పూబోడి తన చేతులతో ఒక 'కిస్తీ' పట్టుకుని వచ్చింది. అందులోని వస్తువేదో కనబడకుండా ఒక అందమైన కశ్మీరీ శాలువా కప్పబడి ఉంది. సభ సర్వత్రా సంభ్రమాశ్చర్యాలు. బిగువు నరాల మీద ఏకునాదం మోతలు.

"ఏ దివానీ కా నజ్‌రానా 'దివాన్' జాన్ మాల్కం సాబ్ కే లియే."

నిండు సభ కరతాళ ధ్వనులతో మారుమోగింది. అందరి చూపులు కెప్టెన్ జాన్ మాల్కం, అసిస్టెంట్ రెసిడెంట్ ఆఫ్ హైదరాబాద్ మీదనే నిలిచినై. ఈసారి అతను సిగ్గుల మొగ్గ అయినాడు. షహరులోని ప్రతి గల్లీగల్లీకి తెలుసు తవాయఫ్ మాహ్‌లఖా బాయి చందా, జాన్ మాల్కంల ప్రేమ పురాణం. అయితే వారిద్దరి మధ్య ప్రేమా, ప్రణయం తప్ప పరిణయం మాత్రం జరగదని వారితో పాటు జగానికంతా తెలుసు.

జాన్ మాల్కం హుందాగా నడుస్తూ వెళ్లి 'చందా' ముందు నిలుచున్నాడు. చందా 'కిస్తీ'లో వున్న పట్టుశాలువా తీసి అతడికి కంఠహారంగా వేసి సన్మానించింది. ఆ ట్రేలో

---

1. కలంపేరు 2. కళావంతురాలు

ఉన్న తన ప్రథమ కవిత్వ పుస్తకాన్ని 'దివాన్'ను అతని చేతులలో పెట్టి శిరసు వొంచి మూడుసార్లు సలాం చేసింది. అందరి సమక్షంలో తన ప్రేమకు పట్టాభిషేకం చేసింది.

యావత్ భారతదేశంలోనే తొలిసారిగా కవిత్వాన్ని ఒక పుస్తకంగా తీసుకొచ్చింది మహమ్మద్ ఖులీ కుతుబ్‌షా. ఆ కవితా సంపుటి పేరు 'ఖుల్లీయత్. అట్లనే అప్పటి వరకూ దేశంలోనే తొలి ఉర్దూ కవయిత్రి మాహ్‌లఖా బాయి చందా. స్త్రీల తొలి కవిత్వ సంపుటి కూడా ఆమెదే. మొదటిసారి ఒక కవీ, కవయిత్రీ కవితా సంపుటులు హైద్రాబాద్ నుండి రావటం అది హైద్రాబాద్ నగరం అదృష్టం. ఆమె కవిత్వం ఢిల్లీ, లాహోర్, లక్నోలలో కూడా మారుమోగింది. పండితులచే ప్రశంసలు అందుకుంది. ఆ ప్రియురాలు తన ప్రియుడికి సమర్పించిన కానుక 'దివాన్' ఉర్దూ కవిత్వ సంపుటి.

సభ ఆనందంలో మునిగి తేలుతున్నా నవాబు మీర్ ఆలం మాత్రం ఈర్ష్యాసూయలతో భగ్గున మండిపోతున్నాడు. తన యవ్వనంలో ఆమెను తలమునకలుగా ప్రేమించినాడు. ఆమె ప్రేమరోగంతో తపించి మదర్సా తాలీంలను తగిలేసుకున్నాడు. అయితేనేం విజయం సాధించి ఆమెను కన్నెరికం చెర నుండి విముక్తి చేసినాడు. ఒక తవాయఫ్‌ను 'నిఖా' చేసుకోలేడు కావున చివరికి 'జెనానా'లో బంధించే ప్రయత్నం చేసినాడు. కాని ఆమె ఒక స్వేచ్ఛా విహంగం. తనను కాదని, కాలదన్ని ప్రధాన మంత్రి అరస్తుజా ఆశల వాకిట్లో కొంత కాలం రెపరెపలాడి, ఆ ముసలోణ్ణి ఉక్కిరి బిక్కిరి చేసి ఆయన తల మీద ఓ తన్ను తన్ని ఏకంగా రెండవ నిజాం దర్బారులో ఆస్థాన నర్తకిగా వాలింది.

దీపావళి పండుగ రాత్రి పటాకుల హోరెత్తే చప్పుళ్ల మధ్య మొదటిసారి ఆమె మెరుపు నృత్యాన్ని, మరిపించి మురిపించే అందాన్ని చూసిన ఆ వృద్ధ నవాబు నిజంగానే 'గుండెపోటు'కు గురైనాడు. కోలుకున్న తర్వాత ఆమె ప్రతిభా పాటవాలకు మెచ్చి 'ఉమ్రాన్' స్థానాన్ని ప్రసాదించి తన ఆస్థానంలో ఆమెను అలంకరించినాడు. వివిధ రంగాలలో ప్రముఖులైన మేధావులకు 'ఉమ్రాన్' బిరుదులను ఇచ్చి దర్బారులో ఉంచుకునేవారు. వారు అన్ని విషయాలలో ప్రభువులకు సలహాలను అందించేవారు.

ఒకప్పుడు తన 'ఇలాఖా'లో వున్న ఆ తవాయఫ్ ఆ షాయరీల కితాబ్‌ను తనకు, అదీ తన ఇంట్లో, తను ఏర్పాటు చేసిన సంబరాల సభలో తనకు నజరానాగా ఇవ్వక ఒక ఫిరంగీకి ఇవ్వటం మీర్ ఆలంకు పుండు మీద కారం రాసినట్లయ్యింది. అన్నింటినీ మించి జాన్ మాల్కం సమక్షంలో ఆమె 'పువ్వు పూసి మొగ్గగా మారటం' అతను సహించలేకపోయినాడు. అవమాన భారంతో లోలోపలే పండ్లు పటపటా కొరికినాడు.

మాహ్‌లఖా బాయి చందా తల్లి రాజ్ కన్వర్ బాయి. ఆమె హిందువు. ఆమె అన్న నైజాం సైన్యంలో ఉన్నతాధికారిగా పని చేసేవాడు. నృత్యం ఆమెకు ఆరో ప్రాణం. ఆస్థాన నర్తకిగా వున్నా వివాహం చేసుకుంది. భర్త తాజ్ అలీ షా. విభిన్న రంగాలలో ప్రతిభాశాలి.

చిత్రకారుడే కాదు, చరిత్రకారుడు కూడా. వారి ఏకైక సంతానమే మాహ్‌లఖా బాయి. తల్లి నుండి నృత్యాన్ని, అందాన్ని తండ్రి నుండి కళాత్మక హృదయాన్ని, చరిత్ర గ్రంథాల యెడల మమకారాన్నే గాక మేనమామ నుండి ధైర్యాన్ని వీరత్వాన్ని వారసత్వంగా పుణికి పుచ్చుకుంది. విలువిద్యలో, ఈటెలు ఉపయోగించటంలో ఆమె ఆరితేరిన వీరవనిత. పురుషుల దుస్తుల్ని ధరించి నిజాంతో పాటు ఆమె యుద్ధాలలో పాల్గొనేది. ఒక అందంలోనే కాక అనేక విషయాలలో ఆమె ప్రతిభాపాటవాలు కలిగిన స్త్రీ అని జాన్ మాల్కం తన స్వీయ చరిత్రలో రాసుకున్నడు.

మాహ్‌లఖా బాయి జననమే ఒక వింత కథ. ఆమె 1764లో జన్మించింది. ఆమె తల్లి ఆర్నెల్ల గర్భవతిగా ఉన్నప్పుడు మౌలాలీ గుట్ట మీద ఉన్న ఒక సూఫీ సాధువు దర్గా సందర్శనకు పోయింది. మెట్లు ఎక్కుతున్నప్పుడు ఆ కష్టం భరించలేక గర్భవిచ్ఛిత్తి జరిగే సూచనలు కనిపించినై. భర్త తాజ్ అలీ షా ఒక్కడే పరిగెత్తి పైకి పోయి అక్కడి ప్రసాదాన్ని తెచ్చి ఆమెకు తినిపించగానే ప్రమాదం తప్పిపోయింది. తొమ్మిది నెలలు నిండిన తర్వాత పండంటి బిడ్డ 'మాహ్‌లఖా బాయి'ని కన్నది. ఆమె కారణ జన్మురాలు.

దర్గాల సంస్కృతి ఇస్లాం మతంలో ఒక భాగమే అయినా మనదేశంలోని సూఫీ సాధువులు, ఫకీర్లు ఇస్లాంలోని షియా మతస్తులు కావటం వలన మతసహనం దృష్టితో హిందూ మత ఆచారాలలో భాగమైన 'ప్రసాదాన్ని' కూడా దర్గాలలో ప్రవేశపెట్టినారు. అందుకనే పహడీ షరీఫ్, జహంగీర్ పీర్ దర్గా, మౌలాలీ దర్గాలలో ప్రసాదాన్ని పంచుతారు. దానితో హిందువులలోని శూద్రకులాల వారు, దళిత కులాలవారు దర్గాలకు, సూఫీ సాధువులకు దగ్గరైనారు.

భారతదేశంల పన్నెండవ శతాబ్దంల వ్యాపించిన సూఫీ తత్వం హిందువులల్ల శూద్రకులాలను, దళితులను చాలా ప్రభావితం చేసింది. తొలిదశల సూఫీలు ఇరాన్, ఇరాక్ దేశాల నుండి భారతదేశానికి వచ్చినారు. వీరు విద్య, వైద్యం ద్వారా హిందువులల్ల అట్టడుగు వర్గాల ప్రజలకు చేరువైనారు. వారు మరణించిన తర్వాత వారి దర్గాలు వెలిశాయి. వైద్యుల, విద్యాదాతల సమాధులే ఈ దర్గాలు, హిందువులందరూ ఆ దర్గాలను ఆదరించి ఆరాధించినారు.

హైద్రాబాదుల జహంగీర్ పీర్ దర్గా, పహడీ షరీఫ్ దర్గా, యూసుఫియా దర్గా ముఖ్యమైనవి.

ఆమె కళావతి మాత్రమే కాదు, విద్యావతి కూడా. ఆమె నివాసం సరస్వతీ సన్నిధానం. ఆమె సాజిందాలతో[1] మెహఫిల్‌లలో, ముషాయిరాలలో ప్రవేశించగానే సభికులు ఆమె

1. వాయిద్యకారులతో

సన్మానార్థం, గౌరవార్థం లేచి నిలబడేవాళ్లు. నిజంగానే ఆమె కారణజన్మురాలు. ఆమె ఇంట్లో ఒక పెద్ద గ్రంథాలయం ఉండేది. అవన్నీ సకల శాస్త్రాలకు సంబంధించిన గ్రంథాలు. విద్య, విజ్ఞానం పట్ల ఆమెకు గల తృష్ణకు ఒక తార్కాణమే ఆ గ్రంథాలయం. దక్కన్ చరిత్ర రాయడానికి ఆమె కొంత మంది చరిత్రకారులతో ఒక బృందాన్ని ఏర్పాటు చేసింది. కవులకు, రచయితలకు ఆర్థిక సహాయమే గాక ఆశ్రయం కూడా కలిగించేది. మౌలాలీ, అధికమెట్ట (అడిక్‌మెట్) నేటి ఉస్మానియా యూనివర్శిటీ, సీఫెల్ నుండి బాగ్‌లింగంపల్లి వరకూ ఈమె జాగీరులోని ఇలాఖాలు. చదువుల తల్లి ఉస్మానియా యూనివర్శిటీ, వివిధ విదేశ భాషలను అభ్యసించే సీఫెల్', ఆంధ్ర మహిళా కళాశాలతో పాటు బాగ్‌లింగంపల్లిలోని సుందరయ్య విజ్ఞాన కేంద్రం మొదలగు విద్యాకేంద్రాలన్నీ మాహ్‌లఖా బాయి చందా భిక్ష పెట్టిన స్థలాలే.

ఆమె తన జీవితకాలంలో మౌలాలీ గుట్టపై 'ఉర్సులను' ప్రతి యేటా ఘనంగా జరిపించేది. గుట్ట కింద ఒక పెద్ద పూలతోటను నిర్మించింది. అందులో తన తల్లిని సమాధి చేసింది.

చివరికి ఆమె సమాధి కూడా అక్కడే ఉంది. మాహ్‌లఖా బాయి చందా ప్రతి వర్ధంతి నాడు అక్కడ ముషాయిరా, సంగీతనృత్య కార్యక్రమాలు క్రమం తప్పకుండా జరుగుతూనే ఉంటాయి. కొంతమంది దీవానా, పర్వానాలు ఉత్త చేతులతో కాక షాయరీలతో అక్కడ జమ అవుతుంటారు. తన సౌందర్యంతో, ప్రతిభా పాటవాలతో హైద్రాబాద్ నగరాన్ని రగిలించి వెలిగించిన ఆ 'తవాయఫ్' ప్రస్తుతం గాలి కూడా సడి చేయని, ఆకు కూడా కదలని, దేవతలు నివసించే ఆ నిశ్శబ్ద సంగీతంలో, ఆమె కలల పూదోటలో, పూల రేకుల నీడల కింద ఆమె పెను విశ్రాంతిలో ఉంది.

కనీసం ఇప్పుడైనా ఆమె 'శాంతి'ని ఎవరూ భగ్నం చేయకండి.

❖ ❖ ❖

కెప్టెన్ జాన్ మాల్కంకు ఒక ప్రియురాలు నజ్‌రానా ఇచ్చింది అక్కడే. తన ప్రేమకు పట్టాభిషేకం జరిపిందీ అక్కడే. జేమ్స్ అకీల్స్ కిర్క్ పాట్రిక్‌కు కూడా ప్రేమా, ప్రియురాలు దొరికిందీ అక్కడే. మీర్ ఆలం ఏర్పాటు చేసిన 'మెహఫిల్' ముగిసిన తర్వాత చాలా సేపటి వరకూ అతిథుల ముచ్చట్లు కొనసాగుతనే ఉన్నాయి. తన సహాయకుడు, సన్నిహిత మిత్రుడు జాన్ మాల్కం పత్తా లేడు. బహుశా 'చందా' చూపుల తూపులకు కరిగిపోయి పానీ పానీ అయిపోయినాడేమో! చషకాల గలగలలు, పూబోడుల గాజుల గలగలల నుండి తప్పించుకుని మహల్ నుండి ఇవతలికి వచ్చి బాల్కనీలో నిలబడి నిండు పున్నమి చందురుడిని చూస్తూ, ఒంటరితనం మరింత బాధ పెడుతుంటే మాల్కం కోసం

నిరీక్షిస్తున్నాడు పాట్రిక్. ఇంతలో ఒక చమేలి అత్తరు పరిమళం అతడిని చుట్టుముట్టి కమ్ముకుంది.

"హలో పాట్రిక్" లారా పలకరిస్తూ సన్నగా నవ్వింది. ఆమె నగరంలోని ప్రముఖ బ్యాంకర్ విలియం పామేర్ గారి కోడలు. ప్రౌఢ పెద్ద సోషలైట్. ఆమె లేకుండా విందులు, గానా బజానాలు, సోషల్ గ్యాదరింగులు జరగవు. సంస్కారంతో కూడిన చతుర సంభాషణ ఆమె సొత్తు.

"హలో మేడం లారా" మర్యాదగా ప్రతిస్పందించినాడు.

"ఎన్నాళ్లీ ఒంటరితనం! ఓ తోడు వెదుక్కోకూడదూ?" చనువుగా ప్రశ్నించింది.

"యస్. మీరు సహాయం చేస్తే" నవ్వులాటకు అన్నాడు.

"సుభ్హానల్లా" అని దక్కనీ సంప్రదాయంలో నాటకీయంగా శిరసు వొంచి సలాం చేసింది.

"మీ కోసం ఓ చక్కని చుక్కను ఎన్నిక చేసినాను."

"ఆకాశంలోని అందని చుక్కనా?" హాస్యమాడినాడు.

"నోనో మిస్టర్ పాట్రిక్! సీరియస్లీ టెల్లింగ్."

"ప్లీజ్ హెల్ప్ మీ!" ఆత్రుతగా అడిగినాడు.

"నేను మొన్న పంచ్ మహల్లాలోని మేడమ్ షర్ఫున్నిసా దేవిడీకి పోయిన. ఆమె తండ్రి బాఖర్ అలీ ఖాన్ తనకు 'భక్షీ'గా (పే మాస్టర్) సర్కారీ నౌఖరీలో పదోన్నతి లభించిన సందర్భంగా వారింట్లో పెద్ద విందు ఏర్పాటు చేసినాడు. నేనూ పోయి హాజరు వేయించుకున్నా."

"ఎవరా భక్షీ?" ఆలోచిస్తున్నట్లు అడిగినాడు.

"అదే. ఈ మధ్యనే అఖలుద్దౌలా అని నవాబుగారు బిరుదును కూడా ప్రసాదించినారు. అతనే."

"యస్. యస్. ఐ టూ అటెండెడ్ దట్ జషన్" అన్నడు.

"ఆఁ ఆయనే బాఖర్ అలీఖాన్. ఆయన కూతురే షర్ఫున్నిసా. అల్లుడు మహమ్మద్ అలీఖాన్. గోల్కొండ కోటలోని ఆయుధాగారంలో తుపాకుల పర్యవేక్షణాధికారి. వారి రెండో అమ్మాయి ఖైరున్నిసా. ఆ విందు సందర్భంలో జెనానాలోకి వెళ్లేసరికి ఆ "చాంద్ క తుక్డా" కనిపించింది. నిజంగా చూసేసరికి మూర్ఛపోయాననుకో."

"రియల్లీ?" విస్మయంగా అన్నడు.

"అసలు ఆ పేరులోనే ఒక నిషా ఉంది. అందుకే మూర్ఛపోయానని అంటున్నాను. ఖైర్ - ఉన్ - నిషా. నిజంగా ఆ అందంలో చూసేవారికి నిషా కలిగించే సుందరే. ఆమెనే మీకు సరైన జోడీ. ఇక మీ కలలరాణి మీకు దొరికినట్లే."

"ఓ మై జీసస్" తన్మయత్వంతో తనలో తనే గొణుక్కున్నడు.

"అప్పుడే ఏమైందీ? ఇంకా విను. ఖైరున్నిసా పూర్వీకులు పర్షియా నుండి ఈ హైద్రాబాద్‌కు వలస వచ్చినారు. పర్షియా సుందరీమణుల అందం గురించి నీకు తెలియనిదేముంది? అయినా నేను నీకు చెప్పాల్నా? పురాతన పర్షియా రాచకుటుంబాల అందాలన్నీ ఒక చోటనే ఒలకబోసినట్లు, వాటన్నింటినీ తానే పుణికి పుచ్చుకున్నట్లు ఆ ముగ్ధ మనోహర మందారపు మొగ్గ నీకు కనిపించింది అంటే ఈ చషకాలన్నీ వృధా వృధా... ఆ ముగ్ధ సుందరి నయనాలే అసలైన చషకాలు. వాటిలోని మత్తును నీవు తనివి తీరేలా గ్రోలి ఆ మత్తులో చిత్తయిపోవాలె. అదే అసలైన మజా" అంటూ అతడి ముఖంలోకి చూసింది మేడమ్ లారా.

అప్పటికే జేమ్స్ అక్లీస్ కిర్క్ పాట్రిక్, ది గ్రేట్ రెసిడెంట్ ఆఫ్ హైద్రాబాద్ సంస్థాన్ ఆన్ భిహాఫ్ ఆఫ్ ఈస్టిండియా కంపెనీ "మైతో లుట్ గయా, మైతో బర్బాద్ హో గయా" అన్న స్థితిలోకి జారిపోయినాడు. జావకారిపోయినాడు.

పాపం పాట్రిక్‌ను చూసేసరికి ఆమెకే జాలి వేసింది. తను చలాయించిన 'తీర్' సరిగ్గా 'నిషానీ' మీదనే తగిలిందని తనని తనే లోలోపల మెచ్చుకుంది.

"లారా! ప్లీజ్ ఒక్క సహాయం చేయవూ?"

"తెలుసు. తెలుసు. ఆమెను చూపించాలె. నీవామెతో మాట్లాడాలె. అంతే కదా!" అంది కవ్వింపుగా.

"ఔనౌను" తసబిస అవుతూ అన్నాడు.

"సరే. ఐ విల్ టెల్ యూ వన్ గుడ్ ప్లాన్."

"ప్లీజ్. ప్లీజ్."

"వచ్చే శుక్రవారం ఖైరున్నిసా అక్క నజీరున్నిసా పెళ్లి. తప్పకుండా నీకు ఆహ్వానం వస్తుంది. పాంచ్ మహల్లాలోనే పెళ్లి. ఆ పెళ్లిలోనే మీ ఇద్దరికి పెళ్లి చూపులు కూడా. ఓ.కే.?"

ఆ కలల మనిషి, కవిత్వంలో జీవించే ఆ మనిషి కిర్క్ పాట్రిక్ ఇక ఆ క్షణం నుండి శుక్రవారం కోసం ఎదిరి చూడటం ప్రారంభించినాడు. ఆమెను చూడకముందే ఆమెను ప్రేమించటం మొదలు పెట్టినాడు. జన్మజన్మల నుండి ప్రతీ రాత్రి తన కలల్లో కనిపించే

ఆ స్వప్నసుందరి తనకు అపరిచిత ఎలా అవుతుంది? 'ఖ్వాబో మే మిలే అక్సర్' అనుకుంటూ మీర్ ఆలం దేవిడీ నుండి నిష్క్రమించినాడు.

ప్యార్ ఏక్ ఆగ్ కా దరియా హై
కహీం ఆగ్ న లగ్ జాయే
కహీం దాగ్ న లగ్ జాయే

❖ ❖ ❖

షెహనాయీ, సారంగీ, తబ్లా, డోలక్‌లు ఇవేవీ అతడి మనస్సును స్పృశించటం లేదు. హృదయాన్ని, పులకరింపజేయటం లేదు. అతను ఇహలోకంలో లేనేలేడు. స్వప్న లోకాలలోని స్వప్నసుందరి ఖైర్-ఉన్-నిషా కోసం అన్వేషిస్తున్నాడు. ఆమె కోసం ఆ నయనాలు చకోరాలై చంచలంగా అటూ ఇటూ ఆ పాంచ్ మహల్లా అంతటా వెదుకుతున్నాయి. నీకు నాకు దూరమాయె - నీలికొండలడ్డమాయె' అన్నట్లు ఆ మహల్ అంతటా నిలువెత్తు జలతారు పరదాలు. జాలీ జాలీ చిల్మన్లు. వాటి వెనుక గాజుల గలగలలు, ఘుంఘురూల సవ్వడులు, కలకల కిలకిలల నవ్వుల పువ్వులు - మబ్బుల మాటున దాగిన తారకలా ఆ జలతారు పరదాల వెనుక ఎక్కడో తన ఖైరున్నిసా!

అతను జేమ్స్ అక్లీస్ కిర్క్ పాట్రిక్‌గా ఆ షాదీకి రాలేదు. అచ్చం దక్కనీ ఆహార్యం, అలంకరణలతో నవాబ్ హష్మత్ జంగ్ బహద్దూర్ నిజాం దత్తపుత్రుడిలాగే ఆ వివాహస్థలం పాంచ్ మహల్లాకు వచ్చినాడు. అతను 'ఫిరంగీ' అని ఎవరూ గుర్తు పట్టనంతగా వేషభాషలు. భారీ జరీ అల్లికలతో అద్దాలు, రంగు రంగుల అద్దకాలతో చేసిన మొఘలాయి అంగరఖా మోకాళ్ల కింది వరకూ ధరించినాడు. లోపల తెల్లని కుర్తా, పైజామా, మెడలో మేలిమి ముత్యాల హారాల దండలు. తల మీద చెమ్కీల తురాయి, దాని మీద ఓ పింఛం. సుర్మా కండ్లు, పొడవైన నాసిక కింద దక్కన్ నవాబుల మాదిరే మెలి తిప్పిన నల్లటి మీసాలు - రోసమంతా ఆ మీసంలోనే ఉన్నట్లు. లేత తాండూరు తమలపాకుల సేవనంతో కెంపుల్లా మెరిసే ఎర్రటి పెదాలు. కాళ్లకు లక్నో చడావులు. ఎడమ చేతిలో అలీగఢ్ నగిషీలతో సుతారంగా తీర్చిదిద్దిన పొడుగాటి వొరలో పొందికగా ఒదిగిన తేజ్ తల్వార్. రాజసం, దర్పం ఉట్టి పడుతుంటే మహల్లోకి అడుగుపెట్టినాడు. బాఖర్ అలీ ఖాన్, మహమ్మద్ అలీ ఖాన్‌లు ఎదురేగి సగౌరవంగా ఆహ్వానించినారు. అక్కడే ఉన్న ప్రముఖ ఆస్థాన చిత్రకారుడు వెంకటాచలం పాట్రిక్ మొఘలాయి రూపాన్ని కళ్లలో నింపుకుని, ఆ తర్వాత అందమైన నిలువెత్తు చిత్రాన్ని గీసినాడు. ఆ తస్వీర్ ఇప్పటికీ సాలార్‌జంగ్ మ్యూజియంలో భద్రంగా ఉంది. అది హైద్రాబాద్‌కు దక్కిన అపురూప కానుక.

ఎట్టకేలకు తారాచంద్రుల కలయిక జరగనే జరిగింది. పాట్రిక్ జెనానా పరదాల పక్క నుండి దివాన్‌ఖానాలోకి పోతుంటే ఓ రామచిలుక ఆ పరదాల పక్కనుండి రివ్వున

ఎగిరి వచ్చి రెపరెపలాడుతూ అతడి కుడిభుజం మీద అలవోకగా వాలి కూచుంది. దాని వెంటనే పరదాలను పక్కకు తొలగించి 'మిట్ఠూ' అని అరుస్తూ ఓ మెరుపు తీగె దివి నుండి భువికి దిగివచ్చిందా అన్నట్లు ప్రత్యక్షమయ్యింది. ఆ కోకిల కంఠం వెన్న, కండ శక్కర కలిసినంత తియ్యగ ఉంది. ఆ అసూర్యంపశ్య అట్లాగే స్థాణువు లెక్క నిలుచుండిపోయింది. వారిద్దరి చూపుల తూపులు – "మీరీ నజరోఁకీ బిజిలీ గిరానే లగే". ఆ అపరిచిత, ఆ అనామిక తన పేరు చెప్పకపోయినా ఆమెనే ఖైరున్నిసా అని పాట్రిక్‌కు తెలిసిపోయింది. ఆ అద్వితీయ సౌందర్యాన్ని వర్ణించటానికి ఏ ఉపమానమూ సరిపోదు. ఆమె అందానికి ఆమెనే సాటి.

అయితే ఆ అందగాడు పాట్రిక్ అని ఖైరున్నిసాకు ఖచ్చితంగా ముందే తెలుసు. ఆ పరదాల వెనుక యంత్రాంగాన్ని, మంత్రాంగాన్ని నడిపించి ముందు రామచిలుకనూ, దాని వెనువెంటనే పంచవన్నెల పంచదార చిలుకనూ పంపింది లారానే కదా! అయినా పాట్రిక్ నీలికళ్లలోని 'కనికట్టు' ముట్టడికి ఆమె మంత్రించిన బొమ్మలా నిలబడిపోయింది.

"ప్రియా! ఎన్ని యుగాల తర్వాత మళ్లీ కలుసుకున్నం" అని ఆ మూగ హృదయాలు పరస్పరం పలకరించుకున్నై.

షెహనాయీ, సారంగి స్వరాలు మంద్రస్థాయిలో మంగళవాయిద్యాలు మోగిస్తున్నై.

❖ ❖ ❖

ఖైరున్నిసా మాతామహుడు బాఖర్ అలీఖాన్ మీర్ ఆలంకు దగ్గరి బంధువు. మీర్ ఆలం వంశానికి చెందిన చోటే నవాబుతో ఖైరున్నిసా వివాహం జరపాలని ఒక్క బాఖర్ అలీఖాన్ మాత్రమే కాక అల్లుడైన మహమ్మద్ అలీఖాన్‌కు కూడా కోరిక ఉంది. చోటె నవాబ్‌తో వివాహం వలన రాచకుటుంబాలతో సన్నిహిత సంబంధాలు ఏర్పడి తమ ఉద్యోగాలలో త్వరితగతిన పదోన్నతులు పొందాలని ఆ మామా అల్లుళ్ల చిరకాల వాంఛ. అందుకే చోటే నవాబుతో వివాహానికి 'ఖరార్‌నామా'[1] కూడా జరిపించినారు. 'తాంబూలాలు ఇచ్చేశాను ఇక తన్నుకు చావండి' అని ఆ మామా అల్లుళ్లు ఆడవాళ్లందరికీ ఫత్వా జారీ చేశారు.

ఖైరున్నిసా తల్లి షర్ఫున్నిసాకు ఆమె అత్త దుర్దానా బేగంకు చోటే నవాబుతో ఖైరున్నిసా పెళ్లి అసలు ఇష్టం లేదు. వాడుత్త ఆడంగి రేకులోడు. ఇటు చదువు అటు పని ఏమీ లేదు. పతంగీలెగరేయడం, పత్తాలాడటంలో మాత్రం అవ్వల్ దర్జా. లారా అప్పటికే ఆ అత్తాకోడళ్లను మంత్రించి పారేసింది. అకిలీస్ కిర్క్ పాట్రిక్ రెసిడెంటుగారు నిజాం నవాబు తర్వాత మరో నవాబంతటి వాడని, నిజామే స్వయంగా దత్తపుత్రుడని 'ఏలాన్' చేసినాడు

1. వివాహ నిశ్చితార్థం

కావున పాట్రిక్‌కు ఇక ఎదురేలేదని, వారిద్దరి వివాహంతో మీ కుటుంబం 'షాన్ ఔర్ షౌరత్‌లు' పెరుగుతాయని ఉన్న వాస్తవాలే చెప్పింది. అత్త లేని కాపురానికి కూతురు వెళ్లుతుందని ఆ తల్లి హృదయం సంతోషించింది. రెసిడెంటుగారిని అల్లుడిగా చేసుకుంటే తమ సామాజిక స్థాయి, అంతస్థు పెరుగుతాయని ఆమె ఆశించింది. అత్తాకోడళ్లు ఒక వైపు, మామా అల్లుళ్లు మరో వైపు ఒకే ఇంట్లో రెండు శత్రుశిబిరాలు ఏర్పడినాయి. కుట్రలు, కుతంత్రాలు ఎత్తులు పైయెత్తులు ప్రారంభమైనాయి.

ఇక ఖైరున్నిసాకు మొదటి నుండీ చోటే నవాబ్ అంటే మురికి కుంటలోని కీటకంతో సమానం. ఆమె అందం చీకటిలో మెరిసే కర్పూర దీపకళిక. విరబూసిన గుల్‌మొహర్ పుష్పం. ఆ సుకుమార ముగ్ధ సౌందర్యం యావత్ దక్కన్‌కే ఒక దీపస్తంభం. ఆమెది అపురూప పురాతన పర్షియన్ సౌందర్యం. పాట్రిక్‌ను చూసి తొలిచూపులోనే మనస్సు అర్పించుకున్న ఆమె వేరెవర్నీ వరించనని మొండికేసింది. చాటుమాటున ప్రియుడ్ని కలుసుకుంటూనే ఉంది. అప్పటికి ఆమె వయస్సు పదహారేళ్లు. పాట్రిక్ ఆమె కన్నా ఇరవై రెండు సంవత్సరాలు పెద్దే అయినా తన స్వప్నసుందరి కోసం బ్రహ్మచారిగానే మిగిలినాడు. ఆ స్కాటిష్ అందం అతడి వయస్సును మరిపించింది. ఆమెను మురిపించింది.

వారి ప్రేమ కర్పూరపు పరిమళంలా నగరమంతా గుప్పున గుభాళించి గల్లీగల్లీలలో వ్యాపించి చివరికి చార్మినార్ చబూత్రాల మీద పుకార్ల షికార్లు చేసింది. ఎవరి నోట విన్నా వారి ప్రేమ పురాణమే. ఈ పుకార్లన్నీ మామా అల్లుళ్ల చెవిన పడగానే అగ్గి మీద గుగ్గిలమైనారు. చోటే నవాబుతో 'నిఖా'కు ముహూర్తాలు పెట్టుకున్నరు. ఆ దుర్వార్త తెలిసిన ఖైరున్నిసా విషం సేవించి ఆత్మహత్యా యత్నం చేసింది. ఆడవాళ్లు గొల్లుమన్నారు. హకీముల దవాతో, ఫకీర్ల దువాతో పాట్రిక్ నామస్మరణతో ఆమె కండ్లు తెరిచింది.

ఆ తర్వాత అల్లా దయ వలన మామా అల్లుళ్లు ఏదో రాచకార్యం మీద నెల రోజుల కోసం మైసూరు పోయినారు. పై నుండి దేవతలు తథాస్తు అన్నారు. అత్తాకోడళ్ల బుర్రలు పాదరసంలా పని చేసినై. ఈ మొత్తం వ్యవహారంలో ఆడవాళ్లందరూ మొగవాళ్లందరి కన్న తెలివిగా, లౌక్యంగా వ్యవహరించి తాము అనుకున్నది సాధించినారు.

ఒక వెన్నెల రాత్రి తమ కర్పూర దీపకళికను సింగారించి రెసిడెన్సీకి తీసుకపోయి తామే స్వయంగా అతడికి అప్పగించి, అప్పగింతలు చెప్పి తమ గారాల బిడ్డకు సుద్దులు, బుద్ధులు చెప్పి పాంచ్ మహల్లాకు వాపసు వచ్చినారు. కాగల కార్యం గంధర్వులే నెరవేరుస్తారని ఆ ఆడవాళ్లిద్దరూ నిశ్చింతగా నిద్రపోయినారు.

ఆ చిలకా గోరింకల కలలు, కళలు పండి నెల తిరిగేసరికి ఖైరున్నిసా నెల తప్పింది. ఈసారి గొల్లుమనటం మగవాళ్ల వంతయ్యింది. ఆ వార్త కూడా షహరులోని బజారులలో

హుషారుగా షికారు చేసింది. నిజాం నవాబుకు, ప్రధానమంత్రి అరుస్తజాకు సంగతి తెలిసింది. కరటక దమనకులైన మామా అల్లుళ్లు గర్భవిచ్ఛిత్తి జరిపించైనా సరే చోటే నవాబుతోనే పెళ్లి జరిపించాలని నిర్ణయం తీసుకున్నరు. అది పెద్ద ప్రాణానికే ముప్పని ఆడవాళ్లు గుండెలు బాదుకున్నరు. మొగవాళ్లు పెళ్లి ప్రయత్నాలు ప్రారంభించినారు. ముందు ఖైరున్నిసాను గృహ నిర్బంధంలో వుంచినారు.

సంయోగంలో నిద్దుర లేదు
వియోగంలో నిద్దుర రాదు
కంటికి నిద్దుర కరువైనప్పుడు
రాత్రికి పగలుకు తేడా లేదు

తొలి తొలి వలపులు తనివి తీరా తీరక ముందే ఆ ప్రేయసీప్రియుల మధ్యన ఎడబాటు కలిగింది. విరహం వారిని వేధించింది. వెన్నెల వారిని బాధించింది. ఖైరున్నిసా చదువుకున్న అమ్మాయి. పైగా తెలివైన పిల్ల. ప్రతి రోజూ అందమైన ప్రేమలేఖ రాసి పనివాళ్లనే వేగులవాళ్లుగా మార్చుకుని పాట్రిక్‌కు ప్రేమ సందేశాలు పంపేది. అన్ని సంగతులు వెంటవెంటనే తెలియజేస్తుండేది. తన నెలరాజు వచ్చి ఆ బందీఖానా నుండి బంధవిముక్తి గావించి తన బిగికౌగిలిలో బంధిస్తాడని ఆమె గట్టి నమ్మకం. ఆ ప్రయత్నాల వెనుక అమ్మా అమ్మమ్మల సహకారం కూడా ఉంది.

ప్రేమా పెళ్లి విషయంలో ఆమె వ్యక్తిత్వం చాలా దృఢమైంది. ఆమె తరచూ తన స్నేహితురాళ్లకు ఉత్తరాలు రాసేది. లేఖా సంస్కృతి ఆమెకు ఆరోప్రాణం. దూరాలను కలిపే దారాలే ఈ ఉత్తరాలు అనేది. ఆమె రాసే ఉత్తరాలలో పర్షియన్, దక్కనీ ఉర్దూ కవిత్వ పరిమళాలు వెదజల్లుతూ గుప్పున గుభాళించేవి. పాయెగా, ఉమ్రావ్ లాంటి ఉన్నత వంశాల వారి స్త్రీలందరితోనూ ఆమెకు చక్కటి స్నేహసంబంధాలు ఉండేవి. లారాతో ఉన్న సుస్నేహమే ఆమెను పాట్రిక్‌కు దగ్గర చేసింది. ఆనాటి ముస్లిం ఛాందస సమాజంలో ఆమె ప్రేమకథ, షికార్ల పుకార్లు ఉన్నత వంశాల స్త్రీలందరినీ ఆకర్షించినై. గొప్ప సాహసం చేసిన వీరవనితగా వారందరి అభిమానాన్ని సంపాదించింది. చాటుమాటు అక్రమ సంబంధాలను ఆమోదించే ఆ ఛాందస సమాజం సాహసంతో కూడిన ప్రేమ సంబంధాలను 'ధిక్కారంగా' బరి తెగించిన బలుపుగా భావించింది.

ప్రేమా, పెళ్లి సంగతులలో పాట్రిక్ కన్నా ఆమెనే ఎక్కువ చొరవ, సాహసం చేసి చూపింది. అతడు ఆమె మనసును దోచుకుంటే ఆమె అతడి ప్రేమను పోరాడి గెలుచుకుంది. పరదాల వెనుక అణిగిమణిగి ఉండే ఆ అసూర్యంపశ్య ప్రేమ కోసం లోకాన్నే ఎదిరించి పోరాడింది. తమ మతం కాని, తమ దేశం కాని ఓ 'ఫిరంగీ'ని ప్రేమించడం నిజంగా ఒక దుస్సాహసమే!

నిజాం నవాబు అతని ప్రధాన మంత్రి అరుస్తుజా దృష్టిలో వారిద్దరి ప్రేమ పెళ్లి ఒక రాజకీయ అంశం. వారిద్దరికీ పెళ్లి జరిపించి తమ సంస్థానానికి ఈస్టిండియా కంపెనీకి ఆపై బ్రిటిష్ ప్రభుత్వానికి మధ్య గల స్నేహసంబంధాలను పదిలపరుచుకోవాలని, పటిష్టం చేసుకోవాలని నిజాం నవాబు రాజకీయపుటెత్తుగడలు. వారిద్దరూ రెసిడెన్సీ రాసలీలలను జాగ్రత్తగా గమనిస్తుండగానే ఇంతలో ఒక ఘోరం జరిగిపోయింది.

ఖైరున్నిసా తండ్రి మహమ్మదలీ ఖాన్ గోల్కొండ కోటలోని తన ఉద్యోగ నిర్వహణలో భాగంగా తుపాకిని పర్యవేక్షిస్తుండగా అది హఠాత్తుగా పేలి గుండు తలలోకి దూరి అతను అక్కడికక్కడే మరణించినాడు. అది ప్రమాదవశాత్తుగానే జరిగినా పాట్రిక్ తనకు అడ్డు తొలగించుకోవాలని ఒక పథకం ప్రకారం అతడిని హత్య చేయించాడని చార్మినార్ చబూత్రా వద్ద పుకార్లు వ్యాపించినై. మీర్ ఆలం మనుషులు తెర వెనుక నుండే ఆ పుకార్లకు ధూపం వేయసాగినారు. పరిస్థితి చేజారినట్లు గమనించిన నిజాం ఖైరున్నిసా తాత బాకర్ అలీఖాన్‌ను పిలిచి వారిద్దరి వివాహానికి అతడిని బెదిరించి ఒప్పించినాడు. కొంతకాలం కోసం హైద్రాబాద్ నుండి దూరంగా వెళ్లమని సలహా ఇచ్చినాడు.

అప్పటికే ఖైరున్నిసా మూడు నెలల గర్భవతి.

నిజాం నవాబు పెళ్లి కొడుకు తండ్రిగా, అరస్తుజా పెళ్లి కూతురి తండ్రిగా నిఖానామా మీద సంతకాలు చేసినారు. పెద్ద మనసుతో దీవించినారు.

పాట్రిక్ ఖైరున్నిసాల పెళ్లి ఇస్లాం మత సంప్రదాయాల ప్రకారమే జరిగినా సుల్తాన్ బజార్ చర్చిలో క్రైస్తవ మతపద్ధతిలో కూడా మళ్లీ ఆ పెళ్లి జరిగింది. రెండు మతాల వారిని సంతృప్తి పరచడం కోసం పాపం పాట్రిక్ కత్తి మీద సాము చేయవలసి వచ్చింది.

ఆ వివాహం సందర్భంగా చౌమహల్లాలో నిజాం కనీవిని ఎరుగని విందు ఏర్పాటు చేసినాడు. ధూమ్‌ధామ్ బారాత్‌తో పెళ్లి కూతురు ఖైరున్నిసా భర్త పాట్రిక్‌తో కలిసి రెసిడెన్సీలోకి ప్రవేశించింది.

పారవశ్యం పన్నీరై వాళ్ల మధ్య ప్రవహించింది. ఆ నూతన దంపతుల ఆనందానికి అవధులు లేవు. పాట్రిక్‌కు భూమి మీద కాలు ఆనటం లేదు. తమ ప్రేమాపెళ్లికి గుర్తుగా ఆ పాతకాలం నాటి నిజాం భవంతిని తీసేసి అదే స్థానంలో రెసిడెన్సీలో ఒక కొత్త ప్రేమ మందిరాన్ని సృష్టించాలని కలలు కన్నడు. పైగా ఆమె ఉత్త మనిషి కాదు, ఆమెను సంతోషపెట్టడానికి ఏదైనా ఘనకార్యం చేయాలని ఆలోచించి ఆ నూతన నిర్మాణాన్ని తలపెట్టినాడు.

ఆ నూతన భవనాన్ని చౌమహల్లా ప్యాలెస్ కన్నా, కలకత్తాలోని గవర్నర్‌గారి భవనం కన్నా అందంగా, కళాత్మకంగా, గొప్పగా నిర్మించాలని ప్లాను వేశాడు. ప్రముఖ ఇంజనీరు,

వాస్తుశిల్పి రాజా కందస్వామిని పిలిపించినాడు. ఆయన తమిళుడే అయినా హైద్రాబాద్‌లోనే స్థిరపడి అనేక భవనాలను నిర్మించి నిజాంచే సెహభాష్ అనిపించుకొని 'రాజా' అన్న బిరుదును పొందినాడు. రెండవ నిజాం 1748లో 'చౌమహల్లా ప్యాలెస్'ను 57 ఎకరాలలో నిర్మించినాడు.

పాట్రిక్ తన రెసిడెన్సీని 60 ఎకరాలలో ప్లాను చేసినాడు. రాజా కందస్వామి పెద్ద కాగితంపై ఆ ప్లాను గీసినాడు. నిజాం ఆమోదం కోసం దానిని రాజా కందస్వామిచే పంపించినాడు. వెంట శామ్యూల్ రస్సెల్‌ను కూడా పంపించినాడు. అతను పాట్రిక్‌కు రెండవ అసిస్టెంట్. అన్నిట్లో మంచి నమ్మినబంటు. నిజాం ఆ ప్లానును చూసి మొదట పరేషాన్ అయిపోయినాడు. అంత పెద్ద కాగితంపై ఆ 'నక్షా' అతడిని బెదరగొట్టింది. చివరికి ఏమీ తోచక ముచికుందా నదికి మరీ దగ్గరగా ఉంది కావున వరద ప్రమాదానికి గురి కావచ్చని జాగ్రత్తగా మరో నక్షా గీయమని దానిని తిరిగి పంపినాడు.

పాట్రిక్, రాజా కందస్వామిలు మళ్లీ ఒరిజినల్ ప్లానును ఏ మాత్రం తగ్గించకుండా, సవరించకుండా సరిగ్గా దానినే చిన్న కాగితంపైన గీసి కింద చిన్న నోట్ రాసినారు. ప్రతి ఇంచీ మైలుకు సమానమని. ఆ మెలిక నిజాం గమనించక దానిని ఆమోదించినాడు. నిర్మాణం పనంతా రాజా కందస్వామి, రస్సెల్‌ల భుజాల మీద పడింది. వారిద్దరూ మరో తాజ్‌మహల్‌ను కడుతున్నామన్న ఉత్సాహంతో ఏకదీక్షగా పని చేసినారు.

జీవితాలు శాశ్వతం కాదు, కట్టడాలు మాత్రమే శాశ్వతమని మొగల్ ప్రభువుల లాగే పాట్రిక్ కూడా విశ్వసించినాడు. ఇంగ్లాండులోని తన ఆస్తుల్ని అమ్మి, తన జీతంలోని సేవింగ్స్‌ని అంతా వెచ్చించి నిజాం ఎవరికీ తెలియకుండా గుప్తంగా ఇచ్చిన నిధుల్ని స్వీకరించి ఆ ప్రేమ మందిరాన్ని నిర్మించినాడు.

వారి ప్రేమ పండి ఆమె ఒడి నిండి 1801లో పనసపండు లాంటి కొడుకు పుట్టినాడు.

కొడుకు పుట్టిన మరు సంవత్సరమే కూతురు కూడా పుట్టింది. ఆ కూతురు పుట్టిన సంతోష సందర్భంలో పాట్రిక్ తన ముద్దుల భార్యకు మరో నజ్‌రానా ఇవ్వాలని అనుకున్నాడు. ఆమె కోసం ప్రత్యేకంగా రెసిడెన్సీలో ఒక జెనానా[1] నిర్మించినాడు. దాని పేరే 'రంగ్ మహల్'.

దానిని హిందూస్తానీ శిల్ప శైలిలో చాలా కళాత్మకంగా సృష్టించినాడు. నిజానికి అదొక అద్దాల మహలు. ఎటు చూసినా అద్దాలే. బెల్జియం దేశం నుండి నాణ్యమైన అద్దాలను దిగుమతి చేయించాడు. చౌమహల్లాలో కూడా అటువంటి అందమైన అంతఃపురం లేదు. ఆ రంగ్ మహల్ చుట్టూ నాలుగు వైపులా 'చార్‌బాగ్'ను నిర్మించినాడు.

---

1. స్త్రీల అంతఃపురం

అది కాశ్మీరులో షాజహాను నిర్మించిన మొగల్ గార్డెన్‌కు నమూనా. ఖైరున్నిసాకు పువ్వులన్నా, పక్షులన్నా ఇష్టం కావున రకరకాల పూదోటలతో పాటు ఒక 'కబూతర్ ఖానా'ను కూడా కట్టించినాడు. ఆమె పావురాలను మక్కువతో పెంచుకునేది. రామచిలుకల కోసం, బుల్‌బుల్ పిట్టల కోసం ప్రత్యేకమైన 'చిడియా ఘర్' కూడా నిర్మించినారు. పావురాల పెంపకం మొగలుల విలాస, వినోదాల సంస్కృతిలో ఒక భాగం. వెన్నముద్దలు, మంచుపూల లాంటి కుందేళ్లు ఆ తోటలో ఇష్టారాజ్యంగా సంచరిస్తుండేవి. ఆ రెసిడెన్సీకి అతను షాజహాను ఆమె ముంతాజ్ మహల్.

ఆ సంతోష చంద్రశాలను ఆ దంపతుల ఆనందోత్సాహాలను చూసేసరికి నవాబ్ మీర్ ఆలంకు కండ్లలో మిరియాలు, కారాలు చల్లినట్లు భగ్గున మండిపోయినాడు. అతనిది పాము పగ. పడగ విప్పితే కాటేసే దాకా నిద్రపోడు. 1803లో రెండవ నిజాం చనిపోయినాడు. సికిందర్ జా సింహాసనాన్ని అధిష్ఠించినాడు. ప్రధాన మంత్రి అరస్తుజా కొన్ని మాసాలకే తన ప్రియతమ ప్రభువును వెదుక్కుంటూ పోయినాడు. కొత్త ప్రధానమంత్రి ఇక మీర్ ఆలం తన పాచికలను ప్రయోగించటం ప్రారంభించినాడు.

మూడవ నిజాం సికిందర్ జాకు పాట్రిక్ అంటే అంత సదభిప్రాయం లేదు. గతంలో తండ్రి మీద తను చేసిన తిరుగుబాటును పాట్రిక్ అణిచినాడని కక్షగా ఉంది. మీర్ ఆలం తన తొలి అస్త్రంగా కలకత్తాలో ఉన్న గవర్నర్ జనరల్ లార్డ్ వెల్లస్లీకి ఒక లేఖ రాసినాడు. అందులో మాల్‌మసాలా బాగా దట్టించినాడు. సంగతులన్నీ పూసగుచ్చినట్లు ఫిర్యాదు చేసినాడు. పాట్రిక్ పెళ్లికి ముందే ఖైరున్నిసాను రేప్ చేసినాడని, అప్పటికే ఆమె మైనర్ బాలిక అని, దానితో హైద్రాబాద్‌లో రెసిడెంట్ పరువే గాక ఈస్టిండియా కంపెనీ పరువు కూడా పోయిందనీ, గత్యంతరం లేక పెళ్లి చేసుకున్నాడనీ దానితో ముస్లింల మనోభావాలు దెబ్బ తిని తిరుగుబాటుకు సిద్ధమవుతున్నారని, రెసిడెన్సీ నిర్మాణంలో ప్రభుత్వ నిధుల్ని దుర్వినియోగం చేసినాడనీ ఆరోపణలను కుమ్మరించి పాట్రిక్‌ను శిక్షించాలని ఆ లేఖ ముగించినాడు. దానితో లార్డ్ వెల్లస్లీ అసలే కోతి కల్లు తాగింది ఆపై నిప్పు తొక్కింది అన్నట్లు తయారయినాడు.

సెప్టెంబర్ మాసం ప్రవేశించింది. మళ్లీ ఏం ప్రమాదం ముంచుకొస్తుందో అనుకుంటూ ముసలోళ్లు గుండెల్ని అరచేతులతో పట్టుకొని గొణుక్కుంటున్నారు. రెండు రోజుల్నుండి ఎడతెరిపి లేని గాలివాన దుమారం. ముచికుందమ్మకు సిగమొచ్చింది. పురానాపుల్ కట్ట మైసమ్మకు కోపమొచ్చింది. అనంతగిరి పద్మనాభ స్వామి కొండలల్ల నుండి ముచికుంద గండిచెరువు మీదకు విరుచుకుపడింది.ఆ దెబ్బకు గండిచెరువు తాళలేక లంగర్‌హౌజ్, అత్తాపురం, హైదర్‌గూడెం, ముష్కమహల్, జియ్యారుగూడెంలను (నేటి జియాగూడ) ముంచేస్తూ పాత వాలాద్రి మీదికి దూకి సవారీ చేసింది. పాత వాలాద్రి వెల్లువలో పూచిక పుల్లగా మునిగిపోయింది.

రెండవ నిజాం భయం నిజమే అయ్యింది. రెసిడెన్సీలోకి నీళ్లు వచ్చినై. గాలి దుమారానికి చార్‌బాగ్ తీన్ తేరా నౌ అఠారా అయ్యింది. పెద్ద పెద్ద చెట్లు కూకటి వేళ్లతో సహా కూలిపోయినయి. చార్‌బాగ్‌లోని పూదోటలు నీళ్ల కింద సమాధి అయినయి. కబూతర్‌ఖానా, చిడియా ఘర్‌లు నేల కూలినయి. పక్షులు, కుందేళ్లు అన్నీ ప్రాణాలు కోల్పోయినయి. ఉద్యానవనం స్మశానంగా మారిపోయింది. ఆ గాలిదుమారం, ఉరుములు మెరుపులు, అన్ని పక్షుల ప్రాణాలు ఒకేసారి పోవటం, పూలు నేల రాలటం, చెట్లు కూలటం ఆ దంపతులిద్దరికీ ఏదో అపశకునంగా తోచింది. భవిష్యత్తులో జరుగబోయే పెద్ద వినాశనానికి ఇదొక చిన్న హెచ్చరికగా అనిపించింది. చేసేదేమీ లేక వారిద్దరూ పిల్లలను ఒడిలో దాచుకుని ఆ రాత్రంతా నిద్రలు లేక బిక్కుబిక్కుమని గడిపినారు.

మీర్ ఆలం కారాలు మిరియాలు నూరుతూనే ఉన్నాడు. కలకత్తాకు మహాజర్లు పంపుతూనే ఉన్నడు. పాట్రిక్ ఖైరున్నిసాలకు ఏవేవో ప్రమాద ఘంటికలు చెవి సోకుతూనే ఉన్నై. మృత్యుదేవత కరాళనృత్యం దాని ఇనుపగజ్జెల చప్పుడు దగ్గరవుతూనే ఉంది. నిద్ర రాని ఒక రాత్రి ఖైరున్నిసా పాట్రిక్ ఎద మీద తల పెట్టుకొని "మీరు నన్ను పెళ్లి చేసుకోకుండా ఉంపుడుగత్తెగానే ఉంచుకొంటే ఈ బాధలన్నీ ఉండకపోవునేమో" అంది దిగులు నిండిన కన్నీళ్లతో.

"ష్" అన్నాడు పాట్రిక్ తన మునివేళ్లతో ఆ గులాబీ పూరేకుల పెదాలను సుతారంగా మూసేస్తూ.

ఆ కలకంఠి కంటి పొంట వొలికిన ముత్యాలు జలజలా అతని ఎదను తడిపేస్తుండగా "జాన్ మాల్కం మాహ్‌లఖా చందాను ఉంచుకున్నట్లే మీరు కూడా నన్ను ఉంచుకుంటే లోకంలోని ఇంత మందికి శత్రువులం కాకపోదుమేమో?" అంది నిర్వేదంగా.

"ప్రేమ నేరం కాదు. తప్పు అసలే కాదు. అసలైన ప్రేమ లోకాన్ని ఎదిరించవలసిందే. తప్పు చేసినట్లు తప్పుకొని బతకటం చాటుమాటుగా బతకటం నాకు చేతకాదు" అన్నాడు పాట్రిక్ దృఢంగా.

ఖైరున్నిసా గురువంపు గువ్వ లెక్క అతని కౌగిలిలో ఒదిగిపోయింది.

ఆ మర్నాడే పాట్రిక్‌కు సమన్లు వచ్చినై - వెంటనే కలకత్తాకు వచ్చి విచారణ కమిటీ ఎదుట హాజరు కావాలని.

ఆ రాత్రే రహస్యంగా, ఖైరున్నిసాకు కూడా తెలియకుండా తన తదనంతరం తన భార్యాపిల్లలకు చెందవలసిన ఆస్తుల గురించి విల్లు రాసినాడు. మరో లేఖ తన అన్న జేమ్స్ విలియం కిర్క్ పాట్రిక్‌కు రాసినాడు. తనకేమైనా ప్రమాదం సంభవిస్తే పిల్లలిద్దరినీ లండన్ తీసుకుపోయి మీరే వారి సంరక్షణ, చదువుల బాధ్యత వహించాలని ఖైరున్నిసా

చిన్న పిల్ల కావున తల్లికే అప్పగించాలనీ వివరంగా రాసినాడు. ఆ విల్లును, లేఖను రెండింటినీ ఒకే సీల్డు కవరులో పెట్టి లండన్‌కు స్పీడ్‌పోస్టులో పంపినాడు.

అప్పటికి 19 సంవత్సరాల చిన్న పిల్ల ఖైరున్నిసా. సంగతులన్నీ వివరంగా చెబితే గుండె చెదిరి భయపడుతుందని ఏమీ చెప్పలేదు. సర్కారు పని మీద కలకత్తా పోతున్నానని చెప్పినాడు. ఆ పిచ్చిపిల్ల నమ్మేసింది. వచ్చేటప్పుడు కలకత్తా చౌరంఘీ బజారు నుండి ఆకుపచ్చ లక్నో సీసం గాజులు పట్టుకురావాలని మరీ మరీ చెప్పింది. 'త్వరగా రావాలి సుమా' అని చేతిలో చేయి వేయించుకుని 'వాదా' తీసుకుంది.

పాట్రిక్ తన పరివారం వెంబడి రోడ్డు గుండా మచిలీపట్నం పోయి అక్కడి నుండి ఓడలో కలకత్తాకు ప్రయాణమైనాడు. దారిలోనే సముద్రపు జ్వరం తగిలింది.

ఒక నెల తర్వాత గవర్నర్ జనరల్ ఆఫీసు నుండి వర్తమానం వచ్చింది. పచ్చ కామెర్ల వ్యాధితో పాట్రిక్ కలకత్తాలోనే మరణించినాడని, అక్కడే సమాధి కూడా చేసినామని. అప్పుడు అతని వయస్సు 41 సంవత్సరాలు.

రెసిడెన్సీ రోదించింది.

"హర్ ములాఖత్ కా అంజామ్ జుదాయీ క్యోం హోతీ హై?"

❖ ❖ ❖

జాన్ మాల్కం నూతన రెసిడెంట్‌గా నియమింపబడినాడు. రస్సెల్ అతనికి మొదటి అసిస్టెంట్‌గా పదోన్నతి పొందినాడు.

తమ్ముని లేఖ అందుకున్న జేమ్స్ విలియం కిర్క్ పాట్రిక్ లండన్ నుండి హుటాహుటిన హైద్రాబాద్ చేరుకుని పిల్లలిద్దరినీ చదువుల కోసం, సంరక్షణ కోసం తన వెంట ఇంగ్లాండుకు తీసుకుపోతున్ననని షర్ఫున్నిసాకు, ఖైరున్నిసాకు తెలిపినాడు. అప్పటికి పాట్రిక్ చనిపోయి రెండు నెలలు. ఖైరున్నిసా ఇంకా ఆ షాక్ నుండి కోలుకోలేదు. లోకం పోకడలు తెలియని 19 సంవత్సరాల అమాయకురాలికి వైధవ్యం. తరచు ఫిట్స్ వచ్చి బేహోష్ అయిపోతుంది. మొదలు నరికిన చెట్టులా కూలిపోతుంది. మళ్లీ పసిపాపలా మారి తల్లి, అమ్మమ్మ ఒడులలో తల దాచుకుని పడుకుంటుంది. రెసిడెన్సీలోని రంగమహల్ మధుర క్షణాలు ఆమెను బాధపెట్టటం వలన, ప్రతి అంగుళమంగుళం కిర్క్ పాట్రిక్ కనబడుతున్నందున అక్కడ ఉండలేక తల్లిగారింటికి 'పాంచ్ మహల్లా'కు తిరిగి వచ్చేసింది.

తన ఒడిలో పెరిగిన బిడ్డ మళ్లీ తన దగ్గరికే వొచ్చినందుకు 'చార్మినార్' చిన్నబోయింది. లక్నోకు వెళ్లిన అఖులద్దౌలా అక్కడే అల్లాకు ప్రియతముడైనాడు. మొగ దిక్కులేని ముగ్గురు ఆడవాళ్లు. కోరలు సాచి విషం కక్కుతున్న మీర్ ఆలం. భర్తతో గడిపిన ఆ నాలుగు

సంవత్సరాలు ఒక కరిగిపోయిన కమ్మని కలలా కనిపిస్తుంది. అన్ని అవాంతరాలు, అడ్డంకులు దాటి అందుకున్న స్వర్గం మళ్లీ చేజారిపోయింది. ఇప్పుడు మరో శరాఘాతం.

కన్నతల్లి ఒడి నుండి పసికూనల్ని దూరం చేసే దుర్మార్గం. ఆ విషయంలో కూడా నిస్సహాయులైన ఆ ఆడవాళ్లు ఓడిపోయినారు. అమ్మీ అమ్మీ అని ఆ పసి పిల్లలిద్దరూ విలవిలలాడుతూ కాళ్లూ చేతులు కొట్టుకుంటుంటే బలవంతంగా తల్లి ఒడి నుండి వారిని ఇవతలికి లాగి తీసుకుపోయినారు. ఒకప్పుడు పూబాలగా, రేబాలగా, విరబూసిన ముగ్ధ మనోహర మందార పుష్పంలా ఉండే ఖైరున్నిసా చివరికి పిల్లలు కూడా తనకు దూరమవుతుంటే కింద దుమ్ము ధూళిలో పడి కొట్టుకుంది. నేల మీద అటూ ఇటూ దొర్లింది. పిడికిళ్లతో మట్టి ఎత్తి తల మీద చల్లుకుంది. పట్టులాంటి మెత్తటి జుట్టును పిడికిళ్లతో పట్టుకుని గుంజుకుంటుంది. పీక్కుంది. వెంట్రుకలు ఊడి చేతులకు వచ్చినై. తర్వాత స్పృహ తప్పి పడిపోయింది.

భూదేవికి ఏ మాత్రం దయ వున్నా – భూకంపాన్ని సృష్టించి ఆ అభాగ్యురాలిని తన చల్లని ఒడిలోకి ఎందుకు తీసుకోలేదో!

❖ ❖ ❖

రస్సెల్ తరుచూ పంచ్ మహల్లాకు వచ్చి ఆ అభాగ్యుల అవసరాలు కనుక్కుంటున్నాడు. అప్పుల పేరుతో ఆస్తులు అన్యాక్రాంతమవుతున్నై. రస్సెల్ చేతనయినంత వరకూ ఆ సమస్యల్ని పరిష్కరిస్తున్నాడు. తన చేతులతో రెసిడెన్సీని, రంగమహల్‌ను నిర్మించినాడు. కాని ఆ దంపతుల అదృష్టాన్ని, జీవితాలను మాత్రం నిర్మించలేకపోయినాడు. ఆ విషయంలో అతను కూడా నిమిత్తమాత్రుడే. ఒకప్పుడు తనకు అధికారి, సన్నిహితుడు, స్నేహితుడు అయిన పాట్రిక్ మీది గౌరవంతో ఒక నైతిక బాధ్యతగా వారిని సంరక్షిస్తున్నాడు. వారి అవసరాలు తీరుస్తున్నడు.

కాలం రంగుల రాట్నంలా ఆర్నెల్లు గిరగిరా తిరిగింది. ఖైరున్నిసా ఆరోగ్యం రోజురోజుకూ క్షీణిస్తుంది. ఎంతో మంది హకీములకు చూపిస్తున్నా, మనోవ్యాధికి మందు లేదు అని వారు స్పష్టంగా చెప్పినారు. రంథి, మనాది, జ్ఞాపకాలు, గడిచిన మధుర జీవితం ఆమెను వెంటాడి వేధిస్తున్నై. షా అలీ బంధాకు సంబంధించిన సూఫీ సాధువు ఒక రోజు పాంచ్ మహల్లాకు ఖైరాతీ కోసం వచ్చినాడు. ఖైరున్నిసాను చూసినాడు. దుర్దానా బేగం, షర్ఫున్నిసాలను పిలిచి 'గాలి మార్పు అవసరం – కాలం అన్ని గాయాలను మాన్పుతుంది' అని సలహా ఇచ్చి ఓదార్చినాడు. బేటీ కొన్ని రోజుల కోసం ఏదైనా దర్గాకు వెళ్లి వద్దామా అని అమ్మా అమ్మామ్మా అడిగినారు.

"నా దర్గా, నా మంజిల్ ఔర్ మక్సద్ కలకత్తాలో ఉన్న నా భర్త పాట్రిక్ సమాధే" అని నిర్వికారంగా అంది. అంత దూరమా? ఎట్లా వెళ్లగలం అని వారు విస్తుబోయినారు.

ఆ మాట రస్సెల్‌కు తెలిసింది. "చాలా మంచి ఆలోచన. నేను కూడా పాట్రిక్ సమాధిని ఇంత వరకూ దర్శించనే లేదు. అదే ఆలోచనలో ఉన్నాను. నేను లాంగ్ లీవ్ పెట్టి మీకు తోడుగా వస్తాను. మీకు సహాయంగా, ధైర్యంగా ఉంటుంది" అని కొత్త ఆలోచన చేసినాడు.

అన్ని ఏర్పాట్లు రస్సెల్ చేసినాడు. ఎనభై సంవత్సరాల దుర్దానా బేగంతో పాటు తల్లి కూతుళ్లు ప్రయాణమైనారు. రస్సెల్ వారికి ఆపద్బాంధవుడిగా కనబడుతున్నడు.

వీసమెత్తు కష్టం కలగకుండా బోయీలు, బిస్తీలు, నౌకర్లు, మేనాలు, గుర్రపు బగ్గీలు, షామియానా గుడారాలు, ఆహార పదార్థాలు, దినుసులు, దుస్తులు, మందులతో సహా ఆ యాత్రను పకడ్బందీగా రూపొందించినాడు. మచిలీపట్నం వరకూ వారి కారవాన్ చాలా ఆహ్లాదంగా కొనసాగింది. పట్నం సరిహద్దులు దాటని ఆ స్త్రీలు లోకాన్ని చూస్తున్నరు. లోకం పోకడలు, జనుల కష్టం, సుఖం చూస్తున్నరు. ప్రజల బాధలను కళ్లారా తిలకించినారు. అయినా ఆ పేదల పెదాల మీద చెదరని చిర్నవ్వుల్ని గమనించినారు. కష్టాల కడలిలో ఈదుతున్నా చెక్కుచెదరని ఆత్మవిశ్వాసాన్ని తిలకించినారు. అనేకులు ఆనందాన్ని బయటి నుండి కాక తమ లోపల నుండే సృష్టించుకోవడాన్ని చూసినారు. జానపదుల జీవితాలలో ఉండే జీవిత సత్యాలను తెలుసుకుంటున్నారు.

హయత్‌నగర్‌లోని హయాత్ బక్షీ బేగం నిర్మించిన మసీదు మొదలుకొని కృష్ణా జిల్లాలోని కూచిపూడి అగ్రహారం అందులో రాత్రుళ్లు దివిటీల వెలుగులో భాగవతుల ఆటల దాకా యాత్రలోని అన్ని వింతల్ని, విశేషాల్ని, స్థలాల్ని రస్సెల్ వారికి చూపిస్తున్నాడు. దారి మధ్యలో ఆమె బెజవాద కనకదుర్గ గుడి కొండ మీదికి సరదాగా, చిన్నపిల్లలకు కొండలెక్కడంలో ఉండే ఉత్సుకతతో రస్సెల్ చేయి పట్టుకొని ఎక్కింది. అంతెత్తు నుండి కింద కనపడే పట్నాన్ని, బొమ్మరిండ్లలా కనబడే రకరకాల ఇండ్లను, కొండపల్లి బొమ్మల్లా కనబడుతూ అటూ ఇటూ తిరుగుతున్న లెక్కకు మిక్కిలి స్త్రీపురుషులను చూసి చిత్రవిచిత్ర భావనలకు లోనయ్యింది. వారందరికీ సుఖాల కంటే కష్టాలే ఎక్కువ ఉంటయి. అయినా వారందరూ అల్లా ప్రసాదించిన బతుకును కొనసాగిస్తున్నప్పుడు తను మాత్రం ఎందుకు జీవించకూడదు? అన్న ఆలోచన వచ్చింది. తన పిల్లలను చూడటానికైనా జీవించాలని అనుకుంది. ఖైరున్నిసా నెమ్మదినెమ్మదిగా ఈ లోకంలోకి వస్తుంది. గతం హైద్రాబాద్‌లోనే ఉండిపోయింది.

నడుస్తున్న యాత్రలో ఖైరున్నిసా రస్సెలు మంచి స్నేహితులుగా మారుతున్నారు. వారు సమవయస్కులు కావటం కూడా ఇందుకు దోహదపడింది. రస్సెల్‌ది సంగీత హృదయం. బుల్‌బుల్ తారా, మౌత్ ఆర్గన్, చక్కగా వాయిస్తాడు. ట్రంపెట్ చక్కగా కొడుతాడు. మార్గమధ్యం సరాయిలలో ఆగినపుడు నిశ్శబ్దం రాజ్యమేలే ప్రకృతిలో ఆ

సంగీతాన్ని వినిపించేవాడు. ఆ సుస్వరాలు ఆమెకు లోపలి గాయాలకు మలామును పూస్తున్నాయి. అతని సంగీతం, స్నేహం, ఆమె మీద వైద్యంగా, మందుగా పని చేస్తున్నై. ప్రకృతి, పల్లెపట్టులు, చల్లని పిల్లగాలి తెమ్మెరలు ఆ గాయపడిన హృదయాన్ని సేద తీరుస్తున్నాయి. అమ్మా అమ్మమ్మల ఆరోగ్యాలు కూడా బాగుపడుతున్నాయి. ఆత్మానుభవం అయితే కాని జీవిత తత్వం బోధపడదు. లోకాన్ని చుట్టి వస్తే గాని ఆత్మానుభవం కలుగదు. జీవితం ఎక్కడా నిలువ నీరులా నిలువరాదు. నిలిస్తే మురికి గుంట అవుతుంది. సెలయేరులా నదిలా జీవితం ముందుకే, మున్ముందుకే కొనసాగాలని ఆ జీవిత యాత్రలో ఖైరున్నిసా తెలుసుకుంటుంది. ఆమె బుద్ధీ, హృదయమూ వికాసం చెందుతున్నాయి.

మచిలీపట్నంలో ఓడ ఎక్కి కలకత్తాకు ప్రయాణమైనారు. ఆ సముద్రపు గాలి పాట్రిక్‌ను పొట్టన పెట్టుకుంటే అదే సముద్రపు గాలి ఖైరున్నిసా ఆరోగ్యం బాగుపడటానికి ఉపయోగపడింది. ఖైరున్నిసా మళ్లీ జన్మించింది. హైద్రాబాద్ నుండి బయలుదేరిన నెల రోజులకు కలకత్తా చేరుకున్నారు.

❖ ❖ ❖

కలకత్తాలోని పాట్రిక్ సమాధి మీద రస్సెల్ చక్కటి ఎపిటాఫ్‌తో శిలాఫలకం రాయించినాడు.

"ఇతను జీవించనూ లేదు. మరణించనూ లేదు. ఈ విశాల విశ్వ వినువీధులలో సంచలిస్తూ, సంచరిస్తూ రవంత సేపు విశ్రమించటానికి ఈ భూమిని సందర్శించి తిరిగి మాయమైనాడు."

ఇక ఖైరున్నిసాకు ఆ సమాధిని చూస్తుంటే తొలి రోజుల మాదిరి తీవ్రమైన రోదన వేదన కలుగలేదు. మనస్సంతా ఆనంద విషాదాలకతీతంగా ఒక నిరామయ, నిర్వేద, అలౌకికస్థితిని చేరుకొని ఒక సూఫీ సాధువు దర్గాను సందర్శిస్తున్నట్లే అనిపించింది. చాలాసేపు ధ్యానముద్రలో ఉండి పాట్రిక్ ఆత్మశాంతి కోసం ప్రార్థన చేసింది. లేచి తిరిగి వస్తుంటే ఒక పురాతన పర్షియన్ కవితా చరణాలు జ్ఞప్తికొచ్చాయి.

"జగము సత్రము
చావు స్వగృహ యానము
ఎరిగియున్ ఎందుకు
వగచెదవే ఓ మనసా."

❖ ❖ ❖

వారు నలుగురు రెండు నెలలు కలకత్తాలో విశ్రాంతిగా గడిపినారు. రస్సెల్ తమందరి కోసం విశాలమైన బంగళా అద్దెకు తీసుకున్నాడు. దుర్దానా బేగం, షర్ఫున్నిసాలిద్దరూ

దగ్గరలోనే ఉన్న ముజఫర్‌పూర్‌లోని మసీదులను, దర్గాలను సందర్శించటానికి ఒక పక్షం రోజుల యాత్రకు పోయినారు. ఏకాంతం రస్సెల్, ఖైరున్నిసాలను ఒకటి చేసింది. మిగిలిన అందమైన జీవితాన్నంతా ముందే పరుచుకున్న ఇరవై సంవత్సరాల యువతికి రస్సెల్‌లో ఒక స్నేహితుడు, సహచరుడు కనబడినాడు. దారి తెన్నూ తెలియని సుదీర్ఘ ఇసుక ఎడారిలో ఖైరున్నిసాకు రస్సెల్ ఒక సహారా. ఒక సాత్‌దారి. చల్లటి నీడను ప్రసాదించే అందమైన ఒయాసిస్సు.

సంసారులు, మర్యాదస్తులు, భద్రలోకులు అద్దాల మేడల లోపల ఏ రాళ్ల దెబ్బలు తగలకుండా సుఖంగా జీవించేవారు నీతి అవినీతి తూకపు రాళ్లతో, పాతివ్రత్యపు కొలబద్దలతో ఖైరున్నిసాను తూలనాడవచ్చు. తిరస్కరించవచ్చు. ఛీ కొట్టవచ్చు. కాని తుఫానులో గడ్డిపోచలా వొణికిపోతున్న ఆమె బేసహారా మనస్సుతో ఆలోచిస్తే ఆ నిర్ణయంలోని ఔచిత్యం బోధపడుతుందేమో!

ఆ నలుగురు హైద్రాబాద్‌కు తిరిగి వచ్చేసరికి నగరమంతా పుకార్లతో అట్టుడుకుతుంది. కలకత్తాలో వారి రాసలీలల్ని గురించి అక్బార్లు కాకుల్లాగా కూస్తున్నాయి. మళ్లీ తమ ఇనుప ముక్కులతో వారిని పొడవటానికి సిద్ధంగా ఉన్నాయి. గోరుచుట్టు మీద రోకటి పోటులా మరో ఉపద్రవం. మీర్ ఆలం ప్రధాన మంత్రి అయినాడు. పేనుకు పెత్తనం దొరికింది. ఇక తలంతా కొరుక్కు తినడం మొదలు పెడుతుంది.

ఖైరున్నిసాకు మళ్లీ దిగులు మొదలయ్యింది. రెసిడెన్సీలో ఉండటానికి భయపడుతుంది. అక్కడ భద్రతా జవానులను మీర్ ఆలం ఉపసంహరించినాడు. ప్రాణహానితో సహా ఏ అఘాయిత్యమైనా జరగొచ్చు. మళ్లీ పాంచ్ మహల్లాకు వచ్చింది. అక్కడ పరిస్థితులన్నీ అధ్వాన్నంగా ఉన్నాయి. అప్పులవాళ్లు ఆస్తుల్ని, జాగీరులను అప్పడంలా నంచుకు తిన్నారు. షర్ఫున్నిసా రోజులు గడవటంకోసం ఇంట్లోని సామానులను ఒక్కటొక్కటి అమ్మేస్తుంది. జాగీరుల జప్తుకు గురైన సంగతి దుర్దాన బేగంకు తెలిసేసరికి గుండె ఆగి మరణించింది.

మళ్లీ కాళరాత్రి చీకట్లు ఆ తల్లీబిడ్డలను కమ్ముకుంటున్నాయి. తన వల్లనే తన వాళ్లందరూ బర్బాద్ అయ్యి అన్నీ కోల్పోయారని ఖైరున్నిసాకు దుఃఖం పొంగుకొచ్చింది. ఇంగ్లాండులో ఉన్న తన పిల్లల సమాచారం ఒక్క ముక్క కూడా తెలుస్తలేదు. వాళ్లక్కడికి పోయిన తర్వాత కనీసం ఒక కార్డు కూడా రాలేదు. ఖైరున్నిసా మళ్లీ మనాది రోగానికి గురైంది.

సుఖాలన్నీ ఒక్కటొక్కటే వొచ్చి కష్టాలు మాత్రం అన్నీ కలిసికట్టుగా వస్తాయన్నట్లు మీర్ ఆలం, ఖైరున్నిసాకు నగర బహిష్కరణ శిక్ష విధించినాడు. మతపరమైన కారణాలతో ఆమెపై అనేక అభియోగాలు మోపి ఆమె అనైతిక ప్రవర్తనతో హైద్రాబాద్ నగరం కలుషితం అవుతుందని ఆరోపిస్తూ ఆ శిక్ష విధించినాడు.

రస్సెల్ ఆ తల్లిబిడ్డలను హైద్రాబాద్ సంస్థానానికి దూరంగా ఈస్టిండియా కంపెనీ ఆధీనంలో ఉన్న మచిలీపట్నంలో ఉంచితే సురక్షితంగా ఉంటుందని అన్ని ఏర్పాట్లు చేసినాడు. రస్సెల్‌కు పాట్రిక్‌కు ఉన్నంత సత్యసంధత, లోకాన్ని ఎదిరించే గుండె ధైర్యం లేవు. ఉద్యోగానికి, జీవితానికి ఎసరు తెచ్చుకునే ప్రయత్నాలు, సాహసాలు చేయరాదని పాట్రిక్ జీవితం చూసి నేర్చుకున్నాడు. అతనికి జాన్ మాల్కం ఆదర్శం కాని పాట్రిక్ కాదు. అసలైన ప్రేమ జీవితాలను పూర్తిగా తినేస్తుందని అతనికి తెలుసు కాని అతనికి ఖైరున్నిసా కావాలె. అందుకే మచిలీపట్నంలో ఆమెను ఉంచితే ఆమెకు, తనకు ఏ బాధలు ఉండవని కేళీ విలాసంగా గడపవచ్చునని ఆ పని చేసినాడు.

తల్లిబిడ్డలు ప్రాణభయంతో మూగ జీవుల్లా మచిలీపట్నానికి పోయినారు. ఖైరున్నిసాకు రస్సెల్ కొంచెం కొంచెం అర్థమవుతున్నాడు. అయినా నిస్సహాయత. మల్లెతీగకు ఆసరాగా ఎవరో ఒకరు తోడుండాలె.

మచిలీపట్నం జీవితం దుర్భరంగా మారింది. అసలే ఎండాకాలం. హాయిగొలిపే చల్లటి హైద్రాబాద్ వాతావరణంలో పుట్టి పెరిగిన ఆమె సముద్రతీరంలోని ఆ పట్టణం ఉక్కకు, వేడిమికి తట్టుకోలేక అనారోగ్యం పాలైంది. దోమల బాధతో కొద్ది రోజులు మలేరియా జ్వరం పీడించింది. సముద్ర తీరాన చచ్చిన చేపల దుర్వాసన పట్టణమంతా ఆవరించుకుని ఉంది. ఆ వాసనకు అన్నం సయించేది కాదు. లోలోపల పిల్లల మీద బెంగ ఆమె మనస్సును కుమ్మరి పురుగులా తొలుస్తూనే ఉంది. స్వతహాగా ఆమె స్నేహశీలి. స్థానికులలో ఆమెకు ఎవరూ స్నేహితులు దొరకలేదు. ఇటు ముస్లింలు, అటు ఆంగ్లేయులు ఎవరైనా ఉన్నా వారు తక్కువ సామాజిక శ్రేణికి చెందినవారు కావున వీరు వారితో ఇమడలేకపోయేవారు. జీవితంలో పరాయితనానికి గురైనారు. చుట్టూ సముద్రం తప్ప చూడటానికేమీ కనబడదు. రస్సెల్ వారి వెంబడి నిరంతరం ఉండటం కుదరదు కనుక నెలకు ఒకటి రెండు సార్లు వచ్చిపోతూ ఉండేవాడు. పనుల ఒత్తిడి వలన ఒకసారి ఆర్నెల్ల వరకూ తిరిగి రాలేదు.

ఖైరున్నిసా జీవితంలో మళ్లీ అభద్రత, ఒంటరితనం. రస్సెల్‌ని బ్రిటిష్ ప్రభుత్వం హఠాత్తుగా మద్రాసుకు బదిలీ చేసింది. వారి మధ్య అక్రమ సంబంధం పుకార్లు మళ్లీ వెల్లస్లీ దాకా పోయినై. రస్సెల్ మద్రాసు వెళ్తూ మచిలీపట్నంలో ఆగి ఖైరున్నిసాను కలిసినాడు. అప్పటికే ఆమె మళ్లీ తన వెనకటి మానసిక స్థితికి చేరుకుంది. మనోవ్యాధి మళ్లీ ముదరపెట్టింది. ఏం మాట్లాడాలో రస్సెల్‌కు తోచలేదు. ఏమైనా కావాలా అని అడిగినాడు. ఇద్దరు పిల్లల చిత్తరువులు కావాలని ఒకే ఒక కోరిక కోరింది. పిల్లలు లండన్‌కు వెళ్లి రెండున్నర సంవత్సరాలు అవుతున్నా ఒక లేఖ కూడా అక్కడ్నుంచి రాలేదు. తల్లికూతుళ్లు ఎన్ని ఉత్తరాలు రాసినా అక్కడ్నుంచి జవాబులు రాలేదు. కనీసం వారి ఫోటోలైనా చూడాలని మాతృహృదయం తపించేది. ఆ ఫొటో ఒక్కటే గత జీవితంతో ఆమెకున్న ఏకైక సంబంధం.

మీర్ ఆలం ప్రధానమంత్రి పదవి చేపట్టగానే ఒక్కటొక్కటిగా బాకర్ అలీ ఆస్తుల్ని కాజేయటం ప్రారంభించినాడు. పాంచ్‌మహల్లాకు ఎసరు వచ్చింది. దిక్కుతోచక షర్ఫున్నిసా కూతురును విడిచి ఒక్కతే హైద్రాబాద్ వచ్చింది. పరిస్థితి అంతా చేజారిపోయింది. తాను బతకటానికి, పూట గడవటానికి మళ్లీ ఇంటి సామానులు అమ్ముకోవలసి వచ్చింది. క్రమక్రమంగా ఆమె పేద స్థితికి నెట్టివేయబడింది. ఖైరున్నిసా 'ప్రేమ' 'కార్చిచ్చు'గా మారి తనవారందరినీ ధ్వంసం చేసింది.

మచిలీపట్నంలో ఖైరున్నిసా ఒక్కతే. జీవితం అర్థరహితంగా, లక్ష్యం గమ్యం లేకుండా తయారయ్యింది. రస్సెల్ మద్రాసులోనే ఉంటున్నాడు. ఉత్తరాలు కూడా రావటం లేదు. పిల్లలు తన వద్దకు వచ్చి తన ఒళ్లో కూచున్నట్లు భ్రమలు కలుగుతున్నాయి. ఒంటరితనంలో గోడలతో మాట్లాడటం మొదలుపెట్టింది. స్నానం, నిద్ర, ఆహారం క్రమం తప్పినై.

1809లో మీర్ ఆలం కుష్ఠు వ్యాధి వచ్చి మరణించినాడు. ఆమె ప్రవాస శిక్ష అతని చావుతో రద్దు అయ్యింది. షర్ఫున్నిసా వచ్చి ఖైరున్నిసాను నగరానికి వాపస్ తీసుకుపోయింది. మనిషి కాదు నీడ మాత్రమే నగరానికి చేరింది. పైగా మృత్యుదేవత ఆ నీడను నీడలా వెంబడిస్తుంది. రెసిడెన్సీలో ఉండటానికి వీల్లేదు. అదొక 'బూత్ బంగ్లా'గా మారింది. భయంతో ప్రజలు రెసిడెన్సీ గురించి రకరకాల పుకార్లు సృష్టిస్తున్నారు. ఇటు పాంచ్ మహల్లా కళ తప్పింది. బీటలు వారిన ఇంట్లో ఆ ఇద్దరు తల్లీకూతుళ్లు. నౌకర్లు చాకర్లు అందరూ పోయినారు. మీర్ ఆలం తర్వాత వచ్చిన రాజా చందూలాల్ ఒక గుంటనక్క. మహాలఖా బాయి చందా ఆస్తుల్ని కాజేసింది చాలక షర్ఫున్నిసా జాగీర్లను తక్కువ ధరకు కొని ఆ వెలను కూడా చెల్లించకుండా మోసం చేసినాడు. చందూలాల్ బేలా ఇతనిదే. అది శాలిబండాలో ఉంది. చందూలాల్ బారాదరీ కూడా ఇతనిదే. ఇతను ప్రధానమంత్రిగా పని చేసే కాలంలో పెద్ద ఎత్తున అవినీతికి పాల్పడినాడు.

మద్రాసులో రస్సెల్ ఒక ఇంగ్లాండు యువతిని వివాహం చేసుకున్నాడు. ఆ వార్త ఖైరున్నిసాకు తెలిసింది. అప్పటికే ఆమె బాధకు అతీతమైన స్థితిలోకి వెళ్లిపోయింది. ఆ వార్త వినగానే విఫల మందహాసం ఆమె పెదాలపై నర్తించి ఒక దక్కనీ ఉర్దూ కవితాచరణాలను ఉచ్చరించినై.

"ఆప్ కే ఊపర్ భీ ఫూల్ బర్సాయే
ఔర్ హమారే ఊపర్ భీ
బస్ ఫరక్ ఇత్నా హై కీ
ఆప్ డోలీ[1] మే హై
ఔర్ హమ్ డొలే[2] మేం"

---

1. పెళ్లిపల్లకి 2. శవపేటిక

ముందే చెప్పినట్లు ఖైరున్నిసా దగ్గరికి వచ్చిన వాళ్లందరూ బర్బాద్ అయిపోయినారు. రస్సెల్ కూడా సుఖపడలేదు. వివాహం జరిగిన ఆర్నెల్ల లోపలే అతని భార్య ఏదో విషజ్వరం వచ్చి కన్ను మూసింది. ఎవరూ సుఖపడలేదు. వికలమైన మనస్సుతో అతను ఒక సంవత్సరం లాంగ్ లీవ్ పెట్టి ఇంగ్లాండుకు వెళ్లిపోయినాడు. డ్యూటీలో జాయిన్ కాగానే 1810లో తిరిగి హైద్రాబాద్‌కు బదిలీ చేసినారు.

అప్పటికే ఖైరున్నిసా మంచంలో పడింది. రస్సెల్ నగరానికి రాంగానే పాంచ్ మహల్లాకు పోయినాడు. పగిలిపోయిన ఆమె హృదయాన్ని అతికించే ప్రయత్నం చేసినాడు. కాని ఏం లాభం? జీవితంలో ఒకసారి విధి వక్రీకరించింది. రెండోసారి మోసానికి గురైంది. ఇక ఇప్పుడు ఆమె జీవితం రెక్కలు తెగిన సీతాకోక చిలుక. నేల రాలిన ఒక ఎర్రగులాబీ. భళ్లున కింద పడి పగిలిపోయిన అత్తరు సీసా. తీగెలు తెగిన సారంగీ.

ఖైరున్నిసా తన చివరి రోజులలో ఒక చిన్న ఉత్తరం రస్సెల్‌కు రాసింది. 'నేను చనిపోతున్నాను' అన్న ఒకే ఒక వాక్యం అందులో ఉంది. రస్సెల్ ఏడుస్తూ పాంచ్ మహల్లా దేవిడీకి వచ్చినాడు.

ఆ భగ్నసుందరి అతణ్ని చూసి మంచంలో అటు తిరిగి గోడ వైపు ముఖం తిప్పి పడుకుంది. కనుకొలుకుల వరకూ వచ్చిన కన్నీటిని అక్కడే ఆపుకుంది. రస్సెల్ మోకాళ్లపై వంగి కూచుని ఆ మంచం పట్టీపై తలవాల్చి చిన్న పిల్లాడిలా వెక్కి వెక్కి ఏడ్చినాడు. క్షమించమని గొణిగినాడు. రెసిడెన్సీలోని 'రంగ్ మహల్'కు తిరిగి రమ్మని బతిమిలాడినాడు. అక్కడికి వస్తే ఆమె కోలుకుంటుందని అతని చివరి ఆశ. తన భర్త పిల్లలతో గడిపిన ఆ మధురమైన రోజులు మళ్లీ తిరిగి రావు. అక్కడికి వెళ్లితే మిగిలేది ఒక్క కాల్చివేసే జ్ఞాపకాల బాధ తప్ప మరేమీ కాదు.

ఆమె తన మౌనంతోనే అతణ్ణి శిక్షించింది.

ఇక ఆమె రెండు రోజులలో చనిపోతుందనగా తల్లి షర్ఫున్నిసా జోడెడ్ల బండిలో మెత్తటి ఎండు గడ్డిపరిచి దాని మీద జంపఖానా వేసి ఆమెను అందులో పడుకోబెట్టింది. ఆచారం ప్రకారం పంచదార కలిపిన పాలను ఆమెతో సహా నౌకరులు, చాకర్లు అందరూ తలా ఓచెంచా ఖైరున్నీసా నోరుతెరిచి పోశారు. కాని ఒక్క చెమ్చా పాలుకూడా గొంతులకు దిగకుండా చెంపలపై నుండి కిందనున్న దిండుమీదికి కారిపోయాయి. షర్ఫున్నిసా తన ముద్దుల బిడ్డను స్పృహ లేని స్థితిలో పాంచ్ మహల్లా నుండి రెసిడెన్సీలోని రంగ్ మహల్‌కు తీసుకపోయి అక్కడి పానుపు మీద పడుకోబెట్టింది.

అది ఆమె తొలిరాత్రి నాటి పూలపానుపు. తర్వాత ఆమె కలలు పండి ఒడి నిండి ఇద్దరు బిడ్డలను కన్నదీ దాని మీదనే. ఆ శయ్యే ఇప్పుడు మృత్యుశయ్యగా మారి అన్ని

బాధల నుండి విముక్తిని ప్రసాదించబోతోంది. రస్సెల్ ఆ మంచం దగ్గర నుండి కదల్లేదు. ఆమె పాత మిత్రులు, కలం స్నేహితులందరూ రెసిడెన్సీకి చేరుకున్నారు.

అందరూ పాత రోజుల్ని జ్ఞాపకం చేసుకుంటున్నారు. ఎటువంటి అందం! పురాతన పర్షియా రాచకన్నెల అందం. ఆమె అందం మొత్తం దక్కన్‌కే దీపస్తంభం. జగజ్జేయమానంగా వెలిగిన కర్పూర దీపకళిక. కళ్లలో జిగేలున మెరిసిన మెరుపు తీగ, కాంతిరేఖ ఇప్పుడేమైంది? మంచానికి అతుక్కుపోయి, చిక్కి శల్యమై పోయి, మృత్యుదేవత చల్లని ఒడి కోసం నిరీక్షిస్తూ...

ప్రాణం పది నిమిషాలకు పోతుందనగా 'చావు తెలివి' వచ్చింది. అందర్నీ చూసింది. అందర్నీ గుర్తు పట్టింది. తల్లిని కళ్లతోనే కౌగలించుకుంది. మంచంపై వాలి ఏడుస్తున్న రస్సెల్ తలపై చేయి వేసి క్షమించింది. పిల్లల ఫొటోలు... అన్నది. అందరూ తలలు దించుకున్నారు. పాట్రిక్ ఫొటో అడిగింది. ఎవరో పరుగెత్తి తెచ్చిచ్చినారు. దానిని చూసి కండ్లల్లకు ప్రాణం లేచివచ్చి మందహాసం చేసింది. పాలిపోయి పగిలిపోయిన పెదాల నుండి ఆఖరి కవితాచరణాలు జాలువారినాయి.

"అప్నే మర్నేకా ఘమ్ నహీఁ లేకిన్
హాయే! తుమ్హారీ యాదోఁసే జుదాయి హోతీ హై"

ఆ తర్వాత ప్రశాంతంగా కండ్లు మూసుకుంది. లోకం పెట్టిన బాధల నుండి విడుదల అయ్యింది. లోకం చెర నుండి విముక్తి అయ్యింది. 27 సంవత్సరాలకే నూరేళ్లూ నిండిపోయినై. ఆమె 1813లో మరణించింది. మధురమైన జీవితాలన్నీ విషాదాలుగానే ముగుస్తాయేమో!

❖ ❖ ❖

ఖైరున్నిసా కంటి పొంట వొలికిన ఒక కన్నీటి చుక్క ఆమె చెక్కిలి మీద ఘనీభవిస్తే అది రెసిడెన్సీగా రూపొందింది. ఆడపిల్లలు చదువుకునే కోఠీ ఉమెన్స్ కాలేజీగా మన కళ్లముందు నిలిచింది.

హైద్రాబాద్ ప్రేమికులమని చెప్పుకునేవాళ్లంతా తమ తమ బిజీ బిజీ మోడ్రన్ లైఫ్‌లో కొంచెం తీరిక చేసుకొని ఒక్కసారైనా రెసిడెన్సీని సందర్శించాలె. ఖైరున్నీసా పాట్రిక్‌లకు అశ్రుసిక్త నివాళులు అర్పించాలె. ఇంకొంచెం వీలైతే, నేటి చార్మినార్ బస్టాండుకెదురుగా వున్న పాంచ్ మహల్లాను కూడా దర్శించాలె. ఆ హవేలీ యిప్పటికీ, యింతటి శిథిలావస్థలోనూ, ఆ ప్రేమ చరిత్రకు మూగసాక్షిగా నిలబడి వుంది.

జేమ్స్ అక్లీస్ కిర్క్ పాట్రిక్, ఖైరున్నిసాలది విషాద ప్రేమగాథే అయినా అది రెండు మతాల మధ్య, రెండు ఖండాల మధ్య ప్రేమకు, సహనానికి, సాంస్కృతిక సమైక్యతకు వారధిగా నిలుస్తుంది. నేటి ఇస్లాం క్రైస్తవ మతాల ప్రచ్ఛన్నయుద్ధ నేపథ్యంలో, రెండు

నాగరికతల మధ్య ఘర్షణ అని ప్రచారం జరుగుతున్న సందర్భంలో వారి ప్రేమ సందేశం దేశదేశాల సరిహద్దులను దాటి రాబోయే తరాలవారిని ఉత్తేజపరుస్తూనే ఉంటుంది. జేమ్స్ అక్లీస్ కిర్క్ పాట్రిక్, ఖైరున్నిసాలు మళ్లీ మళ్లీ జన్మిస్తూ దేశదేశాల యువతరాన్ని స్నేహం, ప్రేమ, శాంతి, సహనం సందేశాలతో ఐక్యపరుస్తూనే ఉంటారు.

ఇదే రెసిడెన్సీ మనకు ఇచ్చే సందేశం.

17

రెసిడెన్సీ నుండి స్వామి మళ్లీ నడక సాగించినాడు. ఆంధ్రా బ్యాంకును దాటి సుల్తాన్ బజార్ లేన్‌ల నుండి నడుస్తున్నడు. కాలు పెట్ట సందులేదు. అన్నీ ఫుట్‌పాత్ దుకాణాలు నడిచొచ్చి నడిరోడ్డును ఆక్రమించుకున్నై. సైకిళ్లు, రిక్షాలు పద్మవ్యూహంల అభిమన్యుడిలాగ సందు చేసుకొని ముందుకు దూసుకపోతున్నై. సకలం సమస్త సామానులు సరసమైన ధరలకే అక్కడ అమ్మబడును. పేదోళ్ల షాపింగ్ సెంటర్ మదీనా బజార్ లేదా జుమ్మెరాత్ బజార్. దండోళ్ల షాపింగ్ సెంటర్ ఆబిడ్స్. మధ్య తరగతి వాళ్ల మార్కెట్ సుల్తాన్ బజార్ గల్లీ. తరువాత కాలంల ఈ షాపింగ్ సెంటర్లన్నీ వెనుకబడిపోయి అమీర్‌పేట, కూకట్‌పల్లి, దిల్‌సుక్‌నగర్‌లు అధునాతన సెంటర్లుగ ముందుకొచ్చినై. ఈ స్థావర జంగమాత్మక ప్రపంచాన్ని అర్థం చేసుకోవటం చాలా క్లిష్టం. మళ్లీ సుల్తాన్ బజార్ చౌరస్త ఎడమ వైపు రాంకోఠి, రాజా కందస్వామి లేన్. రాయల్ టాకీస్ ఎదురుగ ఉన్న మార్కెట్ పేరు రాజా కందస్వామి మార్కెట్. అక్కడి నుండి ముందుకు పోతే హనుమాన్ టేక్డీ. ఆ పక్కన ట్రూప్ బజార్.

ముందు ఫ్రెంచి తరువాత ఇంగ్లీషు వారి సైన్యాలు అక్కడ ఉండేవి. కావున ట్రూప్స్ బజార్ అని పిలిచేటోళ్ళు. కాలక్రమంల దానిని తూర్పు బజార్ అని పిలువసాగినారు. కుడి దిక్కు తిరిగితే సుల్తాన్ బజార్ క్లాక్ టవర్. 1939ల ఆ క్లాక్ టవర్ ముందే హైద్రాబాద్ స్టేట్ కాంగ్రెస్ ఆధ్వర్యంల స్వామి రామానంద తీర్థ నాయకత్వాన మొదటి సత్యాగ్రహుల జట్టు అరెస్టు జరిగింది. అది చరిత్రకు సాక్షీభూతం. ఆ సత్యాగ్రహంతో నైజాముల పునాదులు కదలడం ప్రారంభించినాయి. కుడి ఎడమలకు తిరగకుండా స్వామి కొంచెం ముందుకు నడిచినాడు. బడీ చావిడి గల్లీ. మహారాష్ట్రులు, కన్నడిగుల నివాసాలన్ని అక్కడే అధికం. నైజాం వ్యతిరేక హైద్రాబాద్ విముక్తి పోరాటంల వారు చురుకుగ పాల్గొన్నరు. ఒకసారి రజాకార్లు ఆ వీధిలకు వస్తే కేవలం ఆడవాళ్లే వాళ్లను మూడు చెరువులు, ముప్పై కుంటల నీళ్లు తాగించినారు. ఆ గల్లీ పేరు అంటెనే రజాకార్లకు 'ఊపర్ షేర్వానీ అందర్ పరేషానీ.'

ఎడమ వైపు ఎత్తు సిడీల మీద విశాలాంధ్ర బుక్ హౌస్. స్వామి లోపలికి పోయి తీరికగ పుస్తకాలన్ని చూసినాడు. ఇష్టమైన పుస్తకాల పేజీలను అక్కడక్కడా తిప్పి చదివినాడు.

ఎవరూ ఏమీ అనలేదు. అభ్యంతరాలు లేవు. తను చిన్నప్పుడు చదివిన 'పారిపోయిన బరానీ' మళ్లీ దర్శనమిచ్చినాడు. 'దారి తప్పిన గొఱ్ఱె పిల్ల' మళ్లీ దగ్గరికి వచ్చినట్టనిపించింది. ఆప్యాయంగ ప్రేమతో మునివేళ్లతో ఆ పుస్తకాన్ని స్పృశించి పలకరించినాడు. బాల్యాన్ని ముట్టుకున్న భావన. మళ్లా పట్టుకున్న భావన. 'చంఘీజ్ ఖాన్' కనబడినాడు. గోబీ ఇసుక ఎడారిల గాలితో పోటీ పడి ఉరికే అరబ్బీ గుర్రం మీద టెమూజిన్. యూలన్, బుర్టీ, కరాచర్, షామాన్, చమూగా, సుబుటాయ్ భగత్తూర్ పాత్రలన్నీ స్వామి కళ్ల ముందు కనబడుతున్నయి. స్కూలు ఎగ్గొట్టి లైబ్రరీల కూర్చొని చంఘీజ్‌ఖాన్ నవలని రోజుల తరబడి చదివెటోడు. పుస్తకం ముగించి ఇంటికి పోయేటప్పుడు గాలిలనే తప్ప భూమి మీద నడిచేటోడు కాదు. కళ్లు మూసుకుంటే గోబీ ఇసుక ఎడారి కళ్లల్లకు వచ్చి నిలిచేది. స్వామి జీవితంల స్కూలు కంటే లైబ్రరీలకే అధిక ప్రాధాన్యత. శ్రీశ్రీ మహాప్రస్థానం కనిపించింది. వేణు జ్ఞాపకమొచ్చినాడు. అతను చదివిన 'కవితా ఓ కవితా' జ్ఞాపకం వచ్చింది. జేబులున్న పైసలన్నింటినీ లెక్క పెట్టుకొని అతి జాగ్రత్తగ రూపాయి చారానా ఇవతలికి తీసి మహాప్రస్థానం కొన్నడు. జీవితంల స్వామి మొదటిసారిగ కొన్న పుస్తకం అదే. అది కూడ కవిత్వం.

మెట్లు దిగి పుస్తకాన్ని తిరిగేసుకుంట ఒక్కొక్క కవితనే చదువుకుంటా వచ్చిన తోవలనే వెనుకకు నడుస్తున్నడు. కొన్ని కవితలు అసలు అర్థం కాలేదు. నోరు తిరగని సంస్కృత పద్యాల్లాగ అనిపించినై. మరికొన్ని మాత్రం మంచిగనిపించినై.

"మనమంతా బానిసలం
గానుగలం పీనుగలం
వెనక దగా ముందు దగా
కుడి ఎడమల దగా దగా
మనదీ ఒక బ్రదుకేనా
కుక్కల వలె నక్కల వలె
మనదీ ఒక బ్రదుకేనా
సందులలో పందుల వలె"

అటువంటివి సులభంగ అర్థమైన వాటిని పునశ్చరణ చేసుకుంట నడుచుకుంట ఆగి నిలబడి ఎదురుంగ చూస్తే దిల్‌షాద్ టాకీస్. అండ్ల రాజ్‌కపూర్ సినిమా 'జిస్ దేశ్ మే గంగా బహతీ హై'.

"ఆఖరి పరీక్ష పేపరు రాయంగనే మ్యాట్నీ షో కోసం దిల్‌షాద్ టాకీసుకు రా. అండ్ల రాజ్‌కపూర్‌ది మంచి సిన్మా ఆడుతుంది. నేనూ, నరేష్ కూడ వస్తం" అని వేణు

లెటర్ రాసినాడు. పరీక్షల హోంగోవర్ ఉతార్‌కు సిన్మా ఒక్కటే సరియైన ఔషధం. స్వామి థర్డ్ క్లాసు లైనుల నిలుచున్నడు. మిత్రులిద్దరూ ఇంకా రానట్టుంది.

ఎదురుగ జిస్ దేశ్ మే... నలుపు తెలుపుల సీన్మా పోస్టర్లు. అండ్ల ఒక పోస్టర్ భావగర్భితంగ, గొప్ప సింబాలిక్‌గ ఉంది. ఆ పోస్టర్‌ల ఒకే ఒక పెద్ద డప్పు. దానికి అడ్డంగ ఒక తుపాకీ. అవి రెండు తప్ప ఆ పోస్టర్‌ల వేరే ఎవరూ లేరు. ఏమీ లేదు. బాగ ఆకట్టుకునే పోస్టర్. హింసనూ, బలప్రయోగాన్ని నమ్ముకున్న కరుడు గట్టిన బందిపోట్ల ముఠాను తన డప్పుతో, పాటలతో హృదయ పరివర్తన గావించి, శాంతి మార్గం వైపు మళ్లించి, జనజీవన స్రవంతిల కలిపిన సాదాసీదా, అమాయక చక్రవర్తి, అనాథ యువకుడి కథ.

అండ్ల హీరో రాజ్‌కపూర్. స్వామి నచ్చిన, మెచ్చిన హీరో రాజ్ – కా – పూర్. పేద ప్రజల హృదయాలకు అద్దం పట్టిన రాజు – రారాజు – రాజు పేద రెండు అతనే. సినిమాల కూడా అతని పేరు రాజు అనే ఉంటది. మనదేశంల ఆ పేరు 'సర్వనామం'. ఆమ్ ఆద్మీకా నామ్ "రాజు". అందుకే 'మేరా నామ్ రాజు' అన్న పాటతోటే ఆ సీన్మా ప్రారంభమౌతుంది. తొమ్మిది సంవత్సరాల లేత వయస్సుల చూసిన సిన్మా జిస్ దేశ్ మే గంగా బహతీ హై. ఆ పసి హృదయం మీద ప్రభావం చూపి మొదటిసారిగ ముద్రవేసిన కళాత్మకమైన గొప్ప సిన్మా జిస్ దేశ్‌మే....

సినిమా అంటే ఏందో తెలియనంత చిన్నతనంల స్వామి మొదటిసారి చూసిన సిన్మా అలీబాబా నలభై దొంగలు.

అమ్మ తమ్ముడు కన్నయ్య మామ పుణ్యమా అని స్వామికి మొదటిసారి సీన్మా దర్శన భాగ్యం కలిగింది. ఆయన ఎక్కడ్నో భద్రాచలం అడవులల్ల కొండలు కోనల మధ్య కోయగూడెంల సింగిల్ స్కూల్ టీచర్‌గ పనిచేసేటోడు. ఆయన ఎండాకాలం సెలవులల్ల పట్నం వచ్చినప్పుడల్ల తమ ఇంట్ల దీపావళి పండుగరాత్రి పూల్‌చెడీలు వెలిగినట్లుండేది.

మొదటిసారి తన చిట్టి పాదాలకు చెమికీల మెరుపుల చెప్పుల్ని కొన్నదీ ఆయనే. మొదటిసారి తనకు చల్లటి తియ్యటి లస్సీ తాగించిందీ ఆయనే, మొదటిసారి పలక మీద ఎబిసిడీలను దిద్దించిందీ ఆయనే. కన్నయ్య మామ సంబరాల రాంబాబు. హార్మోనియం వాయించుకుంట గొంతెత్తి కమ్మని పాటలు పాడేటోడు. రంగురంగుల కాగితాలు, అట్టలతో రకరకాల బొమ్మలు చేసేటోడు. బొమ్మలు గీసేటోడు. రాత్రుళ్లు దీపం వెలుగులల్ల లేదా వెన్నెల వెలుగులల్ల గోడల మీద తన చేతివ్రేళ్ల నీడలతో జంతువుల ఆకారాలను సృష్టించి తమాషాలు చేసేటోడు. కుక్కలు నక్కలు, గుర్రాల బొమ్మల నీడలు. కుక్కతోక ఆడిస్తున్నట్లు తలపైకెత్తి మొరుగుతున్నట్లు చూపించేటోడు. అట్లనే రకరకాల పక్షుల ఆకారాల్ని చూపిస్తూ

అవి ఆకాశంలకు ఎగిరిపోతున్నట్లు దృశ్యాలు చూపించేటోడు. దారాసింగ్, ఆక్రమ్ ముక్రమ్ పహిల్వాన్ల కతలు చెప్పేటోడు.

కన్నయ్య మామ వస్తే ఇంట్ల సందడే సందడి. ప్రతి ఎండాకాలం రెండు నెలల సెలవులన్నీ తమ ఇంట్లనే గడిపేటోడు. పట్నం వచ్చిన ప్రతిసారీ ఆయన ఏదో ఒక సంగీత పరికరమో, వాయిద్యమో కొని తనుండే పల్లెటూరుకు పట్టుకపోయేటోడు. నల్లటి గుండ్రటి రికార్డును ప్లేటు మీద జాగ్రత్తగ అమర్చి, ఆ గ్రామ్‌ఫోన్ డబ్బాకు గట్టిగ 'కుంజీ' ఇచ్చి తిరుగుతున్న రికార్డు మీద నీడిల్‌ను ఆనించేసరికి "పల్లెకు పోదాం పారును చూద్దాం చలోచలో" దేవదాసు సీన్మాల పాట వచ్చింది. అట్ల ఊహించని స్వామి ఆశ్చర్య చకితుడై పోయినాడు. ఆ పాట, మ్యూజిక్‌తో వాళ్ళ ఇల్లు ఒక వెలుగు వెలిగిపోయింది. ఆనందాల నవ్వుల పువ్వులు అంతట వెల్లివిరిసినై. కన్నయ్యమామ స్వామికి అద్భుతమైన మాంత్రికుడిలాగ కనిపించేటోడు. అతను మాట్లాడే ఖమ్మం జిల్లా 'యాసభాషలు' బాగా ఆకర్షించేవి. ఆయన 'వెధవా' అని తిట్టినా తనకు ఆనందంగనే ఉండేది. తిడితే తిట్టాడుగని మహాగొప్పగ తిట్టినాడని బోలెడంత సంబరమేసేది.

నైజాం రాచరిక, భూస్వామ్య వ్యవస్థకు వ్యతిరేకంగ ఖమ్మం జిల్లాల జరిగిన తెలంగాణా రైతాంగ సాయుధ పోరాటం గురించి వైనవైనాలుగ వర్ణిస్తూ కథలు చెప్పేటోడు. ఆయన ద్వారనే స్వామికి మొదటిసారి అరుణ పతాకం గురించి, కమ్యూనిస్టుల గురించి తెలిసింది. వాళ్ల త్యాగాలు వాళ్లు పడిన కష్టాలు, వాళ్లు చేసిన సాహసాలు బాగా ఆకర్షించినై. ఆ చిన్నారి హృదయంల కమ్యూనిస్టుపార్టీ మీద ప్రేమ జనించింది. అంతరంతరాలల్ల అది పాతుకపోయింది.

భద్రాచలం దట్టమైన అడవులల్ల సంచరించే పెద్దపులులూ, చిరుతపులులూ, ఎలుగుబంట్లు, రేచుకుక్కల గురించి కతలు చెప్పేటోడు. వాటి స్వభావాలను ఆహారపు అలవాట్లను వర్ణించేటోడు. వరంగల్ జిల్లాలోని ములుగు దాటి ఏటూరు నాగారం వరకు బస్సు ప్రయాణం చేసి తరవాత వచ్చే గోదావరి నదిని తెప్ప మీద దాటి అక్కడ్నుంచి ఒంటెద్దు బండిల రెండు మూడు రోజులు అరణ్యయాత్ర చేసి తానుండే కోయగూడానికి చేరుకునేటోడు. హైద్రాబాదు నుంచి ఆ అడవిల ఉన్న 'గుండాల' కుగ్రామానికి చేరుకోవటం కంటే అమెరికాకు పోవడం చాలా ఈజీ అని జోకులు వేసేటోడు. రెండు మూడు రోజులు చేసే ఆ అరణ్య ప్రయాణంల ఎదురయ్యే పెద్ద పులులు, రేచు కుక్కల గురించి ఒళ్లు జలదరించేలాగ సంగతులు చెప్పేటోడు. చీకటిపడిన తరవాత ప్రయాణం చేస్తుంటే ఆ బండికింద వ్రేలాడే కందీల్ వెలుగును చూసి పెద్దపులి రోడ్డుకు అడ్డంగ ఎట్ల నిలుచునేదో చెప్పేటోడు. అది అరగంట, గంట సేపు అట్లనే నిలుచుని ఆ కందీల్ వెలుగుని చూసేసి చివరికి నెమ్మదిగ వెళ్లిపోయేదని మేము మాత్రం దానిని అదిలించేవారం కాదని ఒక వేళ

అట్ల చేస్తే తమ మీద దాడిచేసి తమను చంపి తినేసేదని చెప్తుంటే శ్రోతలందరూ నోర్లు వెళ్లబెట్టుకొని ఆశ్చర్య చకితనయనాలతో భీరిపోయేటోళ్ళు. ఆ అనుభవాలతో ఆయనే గనుక కథలు రాస్తే ఆంధ్రా 'రుథ్‌యార్డ్ కిప్లింగ్' అనిపించుకునేటోడు. అరణ్యామార్గంల దొరికే ఇప్పసారా, కోయపడుచుల గురించి రహస్యంగ బావ చెవిల గుసగుసలాడేటోడు.

కన్నయ్య మామ స్వతహాగ అందగాడే అయినా ఇంక అందంగా కనబడటానికి చాల జాగ్రత్తలు తీసుకునేటోడు. ప్రాథమికంగ ఆయనొక కళాత్మక జీవి. ఓపికగ నున్నగ గడ్డం గీసుకున్న తరవాత చిన్న కత్తెరతో మీసాలు సుతారంగ కత్తిరించుకునేసరికి సరిగ్గ అర్థగంట పట్టేది. ఆ తర్వాత స్నానానికి బావిగచ్చు మీద కూచుంటే బావిలోపలి సగం నీళ్లు కల్లాస్. సబ్బు సగానికి సగం ఐసుక్రీములాగ కరిగిపోయే వరకు వొళ్లు రుద్దుకుని, బుడుంగుబుడుంగుమని నాలుగు బక్కెట్ల నీళ్లు వొంటిమీద గుమ్మరించుకునేటోడు.

ఆ తర్వాత అద్దం ముందుకూచుంటే, ఆడవాళ్ల కన్నా అన్యాయం, అదో అర్ధగంట. వొత్తుగ ఉండే నల్లటి వొంకీల, జులపాల జుట్టుకు తెల్లటి బ్రిల్‌క్రీమ్‌ను దట్టంగ పట్టించి స్త్రీల మాదిరిగ మధ్యపాపిట తీసి పక్కలకు దువ్వేటోడు. అది ఆ కాలం నాటి బెంగాలీ బాబుల హేర్‌స్టైల్. ముఖానికి రెమీ స్నో రాసి పాండ్స్ పౌడర్ అద్దుకునేటోడు. ఆ బిల్‌క్రీములు, స్నోలు, పౌడర్లతో ఇల్లంత పరిమళభరితమయ్యేది. గుమగుమలాడేది. సన్నటి దావణగిరి పంచెను సింగులు పోసి కట్టి దాని మీద మల్లెపూవులాంటి లాల్చీ ధరించేటోడు. ఆయన ఎల్లప్పుడు ధవళకాంతుల శ్వేత వస్త్రధారి. కొత్త రూపాయి నోటులాగ ఫెళఫెళలాడుతుండేటోడు. కన్నయ్య 'కన్నయ్య' మాదిరిగనే జీవించినాడు.

అతని విలాసాల కులాసాల జీవితమే అతడిని వ్యసనపరుడిగ మార్చివేసింది. నిత్యాగ్నిహోత్రుడు. చార్మినార్ సిగరెట్ నిరంతరం వేళ్ల మధ్య వెలుగుతుండేది. రాత్రయ్యేసరికి సారా కోడిమాంసం లేనిదే భోజనం సయించేది కాదు. "చార్మినార్ భరండీ మదీనా బిర్యానీ" కోసం బావను సతాయించేటోడు. పట్నం వచ్చిన పదిరోజులల్లనే తెచ్చుకున్న పైసలన్నీ కల్లాస్. అక్కను, బావను పైసలు 'బదులు' ఇవ్వమని బతిమాలుకునేటోడు. ఎందుచేతనో అతనికి – భార్యకు సఖ్యత కుదరలేదు. ఆమె ఎప్పుడూ పుట్టింట్లనే ఉండేది. పిల్లలు లేరు. "పిల్లలుంటే వీడు ఇట్ల తెగిన పతంగిలా ఉండకపోయేది" అని స్వామి అమ్మ అంగలార్చేది. వీడు తాగి తాగి ఎన్నడో చస్తడు అని ఆమె ఏడ్చేది.

కనపడని విషాదం ఏదో అతడిని వెన్నాడుతుంటే సంగీతం సహారాతో సారా ఆసరాతో, పరస్త్రీల సాంగత్యంతో తెగిన పతంగంలాగే బతికినాడు. చివరికి ఉద్యోగం ఊడిపోయింది. పెన్షన్ కూడ రాలేదు. చిన్న వయస్సులనే కాళ్లకు గాంగ్రిన్ వచ్చి పుండ్లు పడిన పాదాలతో నడవలేక నేల మీద దేకేటోడు. బీడీలు తాగుతూ, సారాకోసం అలమటించేటోడు. సారా ఇప్పించమని అందర్నీ బ్రతిమాలెటోడు. మల్లెపువ్వు లెక్క గుభాళించిన మనిషి

శుచిశుభ్రతలకు దూరమై భార్య చీత్కారాలను భరిస్తూ, పక్షవాతం కమ్ముకురాగా ఆ మారుమూల గ్రామంలోనే పూరిగుడిసెలో కుక్కిమంచంల వెలియై ఒంటరియై కుంగి కృశించి మరణించినాడు.

"దిల్ పే మర్నేవాలే మరేంగే బికారీ"

స్వామి మొదటిసారి చూసిన సీన్మా ఆలిబాబా నలభై దొంగలు. ఆ హాలు లోపలికి పోయేసరికి చిమ్మనిచీకట్లు. తనను ఎవరో ఎత్తుకున్నారు. తెరమీద ఆడవాళ్లు డాన్సు చేస్తున్నరు. నిజంగ మనుష్యులే అనుకున్నడు. వాళ్లు మాట్లాడుతుంటే తననే ఏదో పలకరిస్తున్నారని భ్రమపడ్డడు. ఇంతల స్వామిని ప్రక్కనున్న ఖాళీ కుర్చీల కూచోబెట్టినారు. ఆ కుర్చీ చెక్క అటుఇటూ ఊగుతుంటే కింద పడిపోతానేమోనని భయపడ్డడు. ముండ్లమీద కూచున్నట్లు కుర్చీమీద కూచున్నడు. ఇంటర్వెల్‌లో తెల్లని తెర కనబడింది. అందులోపల మనుషులుంటరేమోనని ఇంకో భ్రమ. ఆ సీన్మా పేరేమిటో ఇంటికొచ్చినంక పెద్దవాళ్లు మాట్లాడుకొంటుంటే తెలిసింది. కొండడు తిరపతికి పోయి దేవుడిని చూడకుండనే తిరిగివచ్చినట్లయింది స్వామి పని.

స్వామి తరవాత చూసిన రెండో సీన్మా 'రత్నగిరి రహస్యం'. చాదర్‌ఘాట్ కమల్ టాకీసుల పెద్దబావ, అక్కలతో కలిసిపోయినాడు. ఖాళీ వెండితెరని చూస్తుంటే దాని వెనక ఏదో నిగూఢరహస్యం దాక్కుందనిపించింది. సీన్మా నడుస్తున్నంతసేపు తెరమీదికి చూడకుండ మెడవెనక్కు తిప్పి రంధ్రాలల్ల నుంచి వస్తున్న పొగ వెలుతురునే చూసినాడు. తెర మీద బొమ్మలకన్న ఆ వెలుతురు పొగనే తనను ఆకర్షించింది. ఇంటికి వచ్చిన తరవాత ప్రతి తెల్లని గోడ సీన్మాతెర మాదిరిగనే కనిపించసాగింది. గుడ్డి దీపం వెలుగులల్ల రాత్రుళ్లు గోడలమీద పడే తన నీడలనే సీన్మా బొమ్మలుగ భావించి వాటితో ఆడుకునేవాడు స్వామి.

మూడోసారి చూసిన సీన్మా జిస్‌దేశ్‌మే.....

అప్పుడు సరిగ్గ స్వామి వయస్సు తొమ్మిదేళ్లు. ఆ రోజు ఇంట్ల తాతగారి తిరవధ్యయనం[1] జరిగింది. మధ్యాహ్నం ఆలస్యంగ సాపాట్లు ముగిసిన తరవాత అమ్మాబాపులు కునుకుతీస్తుంటె అక్కలు ముగ్గురూ ముస్తాబులు మొదలుపెట్టినారు. అద్దాల కుంకుమ పెట్టెను ముందు పెట్టుకుని అండ్ల నుంచి స్నో పౌడర్ కాటుక డబ్బాలను ఇవతలికి తీసినారు. సుశక్క సబ్బు సగం అరగదీసి ముఖం కడుక్కుని ముఖానికి మందంగ పౌడరేసుకుని రంగుల రిబ్బన్లతో రెండు జడలు వేసుకుని చెవులకు లోలక్కులను బిగించుకుంటుంది. చిన్నక్క ఇత్తడి చెంబుల భగభగలాడే బొగ్గుకణికల్ని వేసి లంగావోణీ

---

1. తద్దినం

ఇస్త్రీ ప్రారంభించింది. ఇంట్ల అప్పటికి ఇస్త్రీ పెట్టె లేదు. పెద్దక్క శకుంతల పూలపూల ఫుల్ వాయిల్ చీరకట్టుకుని సవరంపెట్టి జడవేసుకుంటుంది. వాళ్ల హడావుడిని స్వామి అప్పటికే గమనించినాడు. స్వామి పసిగట్టిన సంగతి వాళ్లకు తెలిసిపోయి లోలోపలే గుసగుసగ మాట్లాడుకుంట జాగ్రత్తపడుతున్నరు. డాక్టరు దగ్గరికి వెళ్లి ఇంజెక్షను వేయించుకోవాలంటూ స్వామికి వినబడేలాగ పైకి బిగ్గరగ మాట్లాడుకుంట నటనలు మొదలుపెట్టినారు.

స్వామికి ఉక్రోషం ముంచుకొచ్చింది. కొద్ది రోజుల కింద ఇట్లనే డాక్టరు దగ్గరకు పోయి రావాలంటూ అబద్ధాలు చెప్పి చీకటి పడినంక ఇంటికి వచ్చినారు. ఆ మర్నాటి నుంచి వారంరోజుల వరకూ ఆ నాగేశ్వర్రావు సీన్మా ముచ్చట్లనే చెప్పుకున్నరు. అమ్మ ముందు సుశక్క సీన్మాల నాగేశ్వర్రావు చేసిన డాన్సు కూడ చేసి చూపించింది. వాళ్లు తనను మోసం చేసినారని లోలోపల స్వామి ఎంత దుఃఖించినాడో! రాత్రుళ్లు నిద్రపోయే ముందు తను వెళ్లని ఆ సీన్మాను తలుచుకుని తలుచుకుని లోలోపలే కుమిలికుమిలి ఏడ్చేటోడు. కన్నీళ్లతో దిండు తడిచిపోయేది. ఈసారి మాత్రం స్వామి మోసపోదల్చుకోలేదు. ఆ రోజు వాళ్లసంగతేదో తేల్చుకోవాలని నిర్ణయించుకున్నడు.

అవతల తమ గల్లీ మలుపుల కాపు కాసినాడు. వాళ్లు రిక్షా ఎక్కేది అక్కడే. ముగ్గురక్కలు స్వామి సంగతే మరిచిపోయి హుషారుషారుగ ఇంట్ల నుండి బయటికి వచ్చి తమ గల్లీ మలుపు దాటంగనే పదహారుపండ్లు కనబడేలా ఇగిలిచ్చుకుంట స్వామి శనిగ్రహంలాగ ఎదురొచ్చినాడు. వాళ్లు కొంచెంసేపు తికమకపడినారు. బతిమిలాడినారు. రకరకాల అబద్ధాల వాగ్దానాలు చేసినారు. స్వామి మాత్రం రిక్షా ఎక్కుతనని మొండికేసినాడు. వాళ్లు ముగ్గురూ కండ్లతోనే మాట్లాడుకుని ఓకే అంటె ఓకే అని సైగలు చేసుకున్నరు. సుశక్క చెంగుచెంగున పరిగెత్తుకుంట ఇంట్లకి పోయి తమ్ముణ్ణి కూడా సీన్మాకు తీసుకుపోతున్నమని చెప్పింది.

ఇక స్వామి ఆనందానికి హద్దులేదు. లోపలి బాధ పొగమంచు లెక్క కరిగిపోయి అక్కల మీద ప్రేమ ముంచుకొచ్చింది. సుశక్క స్వామి కన్న రెండేండ్లు మాత్రమే పెద్ద. ఆమెతో స్వామికి మంచి దోస్తీ. చిన్నక్క పేరు వెంకటమ్మ. ఆమె టీచర్ ట్రేనింగ్ చేస్తుంది. నిజానికి ఆమె రెండో అక్క. సుశక్క ఆమెను 'చిన్నక్కా' అని పిలవటం వలన స్వామి కూడ ఆమెను చిన్నక్కా అనే పిలుస్తాడు. పెద్దక్క పెళ్లి అయిపోయింది. ఆమెకు ఒక పాప. రిక్షాల పెద్దక్క చిన్నక్క పైన కూచున్నరు. స్వామి సుశక్క వాళ్ల పాదాల దగ్గర కింద కూచున్నరు. రిక్షా శాలిబండా ఉతార్ నుంచి గుల్జార్‌హౌజ్‌ల కృష్ణాటాకీసుకు జోరుగ బయలుదేరింది. స్వామి మనస్సు ఆకాశంల ఎగురుతున్న రంగుల పతంగమయ్యింది.

భూమ్మీద గిరగిర తిరుగుతున్న రంగురంగుల బొంగరమయ్యింది. అప్పుడే కడాయి నుంచి తీసిన రసాలూరే తియ్యని జిలేబీ అయ్యింది.

అంతకు ముందు కొద్ది రోజుల క్రిందటే స్వామి 'జిస్‌దేశ్‌మే' సీన్మాకథ కొంచెం విని ఉన్నడు. ఎండాకాలం సెలవులల్ల బాపు 'తన డొక్కలోని కంతి' సతాయిస్తుంటె నాంపల్లి సర్కారీ దవాఖానాల షరీకైనాడు. చుట్టాలల్ల అదొక సంచలనవార్త. ఆయన్ని చూసి పరామర్శించటానికి అందరూ క్యూలు కట్టి పట్నం వచ్చినారు. అందరి కన్న ముందు పట్నంల వాలింది కన్నయ్య, అప్పయ్య మామలు. అప్పయ్య మామ పూర్తిపేరు వెంకటప్పయ్య. ఒక ప్రభుత్వశాఖల పెద్ద గుమాస్తా. అమ్మకు ఆయన వరుసకు తమ్ముడు. వరంగల్ జిల్లాల మానుకోట ఆయన స్వగ్రామం. తన చిన్న మేనత్తకు భర్త.

ఆ ఇద్దరూ జొగడు బాగడుగ, అక్కన్నమాదన్నలుగ కలిసి తిరగేటోళ్ళు. ప్రతిరోజు దవాఖానాల ఉన్న బాపుకు అన్నం, బట్టలు పట్టుకపోవడం వాళ్ల డ్యూటీ. బాపును దవాఖానాల పలకరించిన తరవాత మిగిలిన సమయంల పట్నమంతా బలాదూర్‌గ తిరిగేటోళ్ళు. జుమ్మేరాత్ బజారుకు పోయి పాతసామానులను అగ్గువసగ్గువకు కొనేటోళ్ళు. పచ్చళ్లు నిల్వచేసే పాతరాతిచిప్పలు మొదలుకొని సైకిలుకు వేలాడే పాత గ్యాసు నూనె కందీల్ వరకూ అన్నీ అడ్డికి పావుసేరుగ బేరంచేసి అప్పయ్యమామ కొనేటోడు. ఆరోజులల్ల హైద్రాబాదుకు వచ్చిన ప్రతివారు జుమ్మేరాత్ బజారును సందర్శించనిదే తమ ఊళ్లకు తిరిగివెళ్లేటోళ్ళుకాదు. హర్‌ఏక్ మాల్ బహుత్ సస్తామాల్‌గ ఆ బజార్‌ల దొరికేది. మరొక రోజు బాగేఆంకు పోయి అండ్ల 'జూ' ను చూసేటోళ్ళు. ముఫత్‌గ చార్మినార్ ఎక్కేటోళ్ళు. కాళ్ల పిక్కలు నొప్పులు పెట్టితే పక్కనే ఉన్న మక్కామసీదులోపలి నల్లరాళ్ల బండల మీద కూచొని అక్కడ టపటపా ఎగురుతున్న తెల్లపావురాళ్లను చూసేటోళ్ళు.

దివాన్ దేవిడీల సాలార్‌జంగ్ మ్యూజియంకు పోయి అండ్ల గంటల గడియారాన్ని చూసి తరించేటోళ్లు. పైసలుంటే మదీనా హోటల్ల మటన్‌బిర్యానీ, జేబు గరంగరం లేక లాచార్ కండీషన్‌ల ఉంటే 'ఆలూటమాట – ఫీకాపరాట' తిని పౌనా తాగి కృష్ణా టాకీసుల సిన్మా చూసేటోళ్ళు. అట్ల ఆ రోజు సాయంత్రం వాళ్లు కృష్ణా టాకీసుల జిస్ దేశ్‌మే... సీన్మా చూసి ఇంటికి వచ్చినారు. రాత్రి సాపాట్లు అయిన తరవాత ఇంట్ల అందరి పర్మాయిషీ మీద ఆ సీన్మాకథ చెప్పటానికి సిద్ధం అయినారు. ఒకరు కాదు ఇద్దరూ జంట కవుల మాదిరిగ!

సీన్మాను చూసి వచ్చిన అదృష్టవంతులు ఆరోజు రాత్రి అన్నాలు తిన్న తర్వాత సిన్మా కత చెప్పబొతున్నారని సాయంత్రం నుండే చాటింపు వేయబడేది. అట్ల చెప్పబొయే కథకు నేపథ్యంగ ఒక ఉత్సాహకర వాతావరణం సృష్టించబడేది. త్వరత్వరగ అందరూ ఆముదం నూనెలు పోసిన ప్రమిదల ముందో, గ్యాసునూనెతో వెలిగే చిమ్నీబుగ్గల ముందో అన్నాలు

ముగించేటోళ్ళు. ఎండాకాలం కావున ఇండ్లల్ల పండుకునే ప్రసక్తేలేదు. వాకిలి విశాలంగ ఉండేది. పైన పెద్ద వేపచెట్టు ఆకాశంల నిండు పున్నమి చల్లని వెన్నెల. లేకపోతే అమావాస్య కటిక చీకటి రాత్రి శ్యామలాకాశంల మిణుకు మిణుకుమని వెలిగే లక్షలలక్షల నక్షత్రాలు. ఏదైతేనేం ఆకాశం పందిరికిందర మంచాలని వాటి పై పరుపుల్ని వేసేటోళ్ళు. చాలకపోతే నేలపై ఈతచాపలని పరిచేటోళ్ళు. పక్కన్నే బావి గచ్చు. దాని మీద మంచమేసుకుని నడుం వాలిస్తే దాని సుఖం ముందు ఏసి రూము సుఖం బలాదూర్. బావి ప్రక్కనే మల్లెపూల పందిరి. ఆ వెన్నెల వెలుగులకు తోడు మల్లెపూల పరిమళాలు. రెండూ కలిసి శ్రోతల్ని, ఆనంద ఆహ్లాదకర వాతావరణంల ముంచితేల్చేవి. పెద్దలందరూ మంచాలల్ల, పిల్లలందరూ చాపలమీదకు చేరంగనే దీపాలను పూర్తిగ ఆర్పేసేటోళ్ళు. ఇక వాళ్ల మధ్య వెన్నెల రాజ్యమేలేది. పై నుంచి వేపచెట్టు సన్నసన్నగ వింజామరలు వీచేది. అందరూ 'లాహిరి లాహిరి లాహిరి'ల తేలిపోయేటోళ్ళు.

అప్పుడు 'కథక చక్రవర్తులు' కొంచెంసేపు బతిమాలించుకున్న తర్వాత గొంతు సవరించుకుని కథ చెప్పడం ప్రారంభించేటోళ్ళు.

ఆ రోజులల కథలు చెప్పడంల అందరూ 'తీస్ మార్‌ఖాన్లే'. ఒకళ్లను మించి మరొకళ్లు కళ్లకు గట్టినట్లు 'దృశ్యమానంగ' కతలు చెప్పేటోళ్ళు. తెర మీద పేర్లు వేసేది మొదలుకొని చివరికి 'శుభం' వరకూ పొల్లుపోకుండ డైలాగులతో సహా వినోదం, విషాదం సీన్లను వర్ణిస్తూ కతలు చెప్పేటోళ్ళు. శ్రోతలు నిజంగ సీన్మాచూస్తున్నట్లే ఆ కథల పూర్తిగ లీనమై నవ్వేటోళ్లు. ఏడ్చేటోళ్లు. ఎక్కువా లేదు తక్కువా లేదు. మూడుగంటల సీన్మాకథను సరిగ్గ మూడుగంటలల్ల చెప్పి ముగించేటోళ్లు. అంత అమోఘమైన జ్ఞాపకశక్తి అరుదుగ చూసే సీన్మాలవల్లనే వచ్చిందేమో! చూసే ప్రతి సీన్మాను అన్యమనస్కంగ కాక హృదయంలోకి ఇంకించుకోవటం వల్లనే, అనుభూతి చెందటం వల్లనే వచ్చిందేమో! సీన్మా చూసి వచ్చిన తరవాత ఇక వైనవైనాలుగ దాని గురించి ఒక వారం రోజుల వరకూ చెప్పుకునేటోళ్లు. ఆ కథను అండ్ల ఉన్న వినోద విషాదఘట్టాలను తమ జీవితాలకు, అనుభవాలకు అన్వయించుకొని సంతోషపడేటోళ్ళు. బాధపడేటోళ్ళు. స్ఫూర్తి, ఉత్తేజం పొందేటోళ్ళు. సీన్మాను ఒక్కరేచూసినా పదిమందికి ఆ ఆనందాన్ని పంచేటోళ్ళు. అట్లా ఆ ఆనందాన్ని తిరిగి పదింతలు రెట్టింపు చేసుకునేటోళ్ళు. ఏమి వెన్నెలకతలవి! ఎటువంటి బంగారు రోజులవి!

ఒక సీన్మాకథలేకాదు. ఇతర కథలు అనేకం చెప్పేటోళ్ళు. స్వామి ఇంటిపక్కన ఉండే ఔద్ల వెంకయ్యతాత 'బిగబిగతాడు సొంటెసొంటె కట్టె' లాంటి జానపద కథలను, చుక్కల పర్వతం మీదికి తను పని కోసం పోయినప్పుడు అక్కడి మన్యంల ఎదురైన మెకాల గురించి, ఆ అనుభవాల గురించి కథలు చెప్పేటోడు. చెప్పుకోవటానికి కథలు

ఏమి లేకపోతే లోకం మీది ముచ్చట్లనే కథలుగా చెప్పుకునేటోళ్ళు. ముచ్చట్లు అండ్ ముచ్చట్లు. ఏ మ్యాటర్ ఆఫ్ నొ ఇంపార్టెన్సు ముచ్చట్లు. ముట్టుకుంటే అంటుకునే ముచ్చట్లు.

కథలన్నీ కంచికి వెళ్లిన తరవాత చెప్పుకోవటానికి కథలు ఏమీ లేకపోతే ఆ పండు వెన్నెల్ల పెద్దలు అష్టాచెమ్మా, పచ్చీస్, పామునిచ్చెన వైకుంఠపాళీ ఆటలు ఆడుతుంటే పిన్నలు వామన గుంటల పీటనో, చెక్కబొమ్మలతోనో ఆడుకునేటోళ్ళు. రేడియోలు వచ్చిన తర్వాత పండు వెన్నెల పున్నమి రాత్రుళ్లల్ల అందరూ కలిసి అందులో వచ్చే వింజమూరి సీతా, అనసూయ పాడే జానపదగీతాలనో, ఈ మాసపు పాట లలిత సంగీతాన్నో, నాటికలనో, సీన్మాపాటలనో వినేటోళ్ళు. ఏం చేసినా, ఏం విన్నా సమైక్యజీవన సామూహిక ఆనందమే. వారివి ఒంటరి ద్వీపాలు ఒకట్ల అంకెల జీవితాలు కావు. పంచుకొని పెంచుకునే సంతోషం వారిది.

ఆ రాత్రి కన్నయ్య - అప్పయ్య మాములు జిన్‌దేశ్‌మే... కథ చెప్పటం ప్రారంభించినారు. ఆ సీన్మాల హీరో రాజ్‌కపూర్ ఆహార్యం, రూపురేఖా విలాసాలను వర్ణించి ఆ పాత్రధారిని మా కండ్ల ముందు రంగ ప్రవేశం చేయించినారు. ఆ వర్ణన వినకుంటనే స్వామి నిద్రలోకి జారుకున్నడు. తెల్లవారగట్ల కోళ్లుకూసే సమయానికి ఆ కథ ముగిసిందట.

ముగ్గురక్కలతో స్వామి కూర్చున్న రిక్షా కృష్ణాటాకీసులకు పోయి ఆగింది.

ఆ రోజులల్ల సీన్మాటాకీసులల్ల స్త్రీలకు ప్రత్యేకమైన గ్యాలరీ ఉండేది. కృష్ణా టాకీసుల మేడ మీద స్త్రీల గ్యాలరీ. అది నగరంలనే పురాతనమైన సినిమాహాలు. 1926ల దానిని నిర్మించినారు. తర్వాత అది ఎటువంటి మార్పులకు గురికాలేదు. యాఖుత్‌మహల్, నూర్ మహల్, తాజ్‌మహల్, స్టేట్ టాకీస్, జగత్ టాకీస్‌లు ఆ రోజులల్ల పాతనగరంల ప్రధానమైన సీన్మాటాకీసులు. కాలగర్భంల అవన్నీ కనుమరుగైనా “కిష్టా” ఇప్పటికీ కృష్ణానదిలాగా తన పురాపయనాన్ని కొనసాగిస్తుంది. కాల ప్రవాహానికి ఎదురీదుతూ ప్రవహిస్తనే ఉంది.

టిక్కట్లు తీసుకుని ఆ చీకటి హాలులోపలికి ప్రవేశించే సరికి రాజ్‌కపూర్ ‘మేరానామ్ రాజు’ అన్న పాటతో తనని తాను పరిచయం చేసుకుంటున్నడు. పవిత్ర గంగానది జలాలల్ల తెప్పమీద నిలబడి ‘ఢక్లీ’ కొట్టుకుంట, నోటిలో తాళం వాయించుకుంట, పాట పాడుతున్నడు. నేపథ్యంల కాశీస్నానఘట్టాలు. గుళ్లుగోపురాలు. తీర్థయాత్ర కొచ్చిన రకరకాల ప్రయాణీకులు కనబడుతున్నరు. “రాజులు పోయినా రాజ్యాలు మారినా పాట మాత్రం నాశనం కాదని - చివరికి పాట మాత్రమే నిలబడుతదని - పాట ద్వారానే ప్రేమను పంచుతానని, పెంచుతానని - పనిలేనపుడు పాటలరాగాలు కట్టుతనని కట్టిన పాటల్ని అందరికీ వినిపిస్తనని - వినేటోళ్లు ఎవరూ లేనపుడు తనలో తనే తనకోసమే పాడుకుంటనని పాట పాడుకుంటనే దేశదేశాలు సంచరిస్తనని - చివరికి ప్రాణమైనా పోనీ పాట మాత్రం

మాననని" ఆ పాట సారాంశం. ఆ లోకసంచారి చేసే లక్ష్యం గమ్యంలేని నిరంతర యాత్రల అతను నమ్ముకున్న నేస్తం, అతని శరీరంల ఒక ముఖ్యమైన భాగం అతని 'డక్లీ' మాత్రమే.

రాజు పాత్ర యాంటీహీరో లక్షణాలు కలిగి ఉంటది. రాజు మధ్యప్రదేశ్ మారుమూలల బుందేల్‌ఖండ్ నివాసి. తల్లితండ్రులెవరో తెలియని అనాథ. అనాథాశ్రయంల పెరిగిన అతని చదువు నాలుగవ తరగతి మాత్రమే. దేశ సంచారానికి బయలుదేరిన ఆ ముసాఫిర్ ఆకారం, ఆహార్యం, అమాయకత్వం అన్నీ భారతదేశానికి చెందిన గ్రామీణ సగటు మనిషి అంతర్‌బాహ్య లక్షణాలేగాక అతనిల నిగూఢంగ ప్రాచీన బౌద్ధబిక్షువుల, సాధుసంతు మత ప్రచారకుల తాత్వికత, జీవన విధానం కూడ ఇమిడి ఉంటది. భారతదేశంలో రాజులు, రాజ్యాలు సంక్షోభంల ఉన్నప్పుడు, సమాజం అల్లకల్లోలంగ ఉన్నప్పుడు సాధు, సంతు, ఫకీర్లే నావను గట్టెక్కించే ఆశాజ్యోతులుగ నిలబడ్డరు. నానక్, కబీర్, రామానంద్, చైతన్య, వేమన, పోతులూరి వీరబ్రహ్మంలు ఎవరైనా కావొచ్చు. వారి లక్షణాలన్నీ కథానాయకుడు రాజుల నిక్షిప్తమై ఉంటాయి. అతను ధరించే నల్లటి 'అంగరఖా' బౌద్ధబిక్షువుకు సంకేతంగ ఉంటది.

రాజు పాత్రధారి తల అంటకత్తెర వేసిన తల. దాదాపు బౌద్ధభిక్షువు తలకు దగ్గరగ ఉంటది. ఒక చెవికి పెద్ద రింగు. అది సూఫీ ఫకీర్లకు సంకేతం.

పసితనం వీడని అమాయకమైన ముఖం. పసితనానికి సంకేతాలైన పరిశుభ్ర నిర్మల హృదయం, పెదాలపై కల్తీలేని స్వచ్ఛమైన చిరునవ్వు ఆ రెండూ అతని ఆభరణాలు. మోకాళ్ల క్రిందికి ఉండే నల్లని లాగు మీద చేతి మణికట్టుల దాకా తెల్లని లాల్చీ మళ్లీ దాని మీద నడుము వరకూ కాలర్ లేని పక్క గుండీల నల్లని అంగరఖా. ఇంగ్లీషువాళ్లు వచ్చేవరకూ మనదేశంల పురుషులు ధరించినది ఆ కాలర్‌లేని బనీను లాంటి అంగరఖానే. కాళ్ల చీలమండల నుండి మోకాళ్లదాకా చుట్టబడిన మేజోళ్లు – కాళ్లకు పాదరక్షలు. బుజానికి వేలాడే ఓ జోలెసంచీ. అందులో ఒక జత దుస్తులు. నల్లటి జంపఖానా. ఆ జోలెకే తగిలించిన ఓ కందీల్ మరియు నల్లటి గొడుగు. చేతిలో 'డక్లీ'. ఇదీ రాజు ఆకారం, ఆహార్యం. ఆ సీన్మాల ప్రారంభం నుంచి చివరి వరకూ రాజు ఆ ఆకారంలోనే ఆ దుస్తులతోనే ఉంటడు. అందులో ఎటువంటి మార్పు ఉండదు.

ఆ బాటసారి తన ప్రమేయం లేకుండనే చంబల్‌లోయల బందిపోటు దొంగల ముఠాకు బందీగా చిక్కుతడు. తన అమాయకత్వం, స్వచ్ఛమైన హృదయం, ఆటపాటలతో ఆ దొంగలనాయకుడి ఏకైక కూతురు, వెన్నెల సోనెలు జాలువారే ఆ ముద్దుగుమ్మ హృదయాన్ని దోచుకుంటడు. ఆమెను 'బార్బాద్ చేసే లుటేరా'గ మారుతడు. ఆమె కూడా రామపాదం సోకిన అహల్యగ మారి అతణ్ణి ప్రేమిస్తుంది. బందిపోట్లు అతణ్ణి నానా

హింసలు పెట్టి కత్తులు, కటార్లతో నరకటానికి – తుపాకులతో కాల్చటానికి సిద్ధమైతే తన డక్లీ ద్వారా పాటల ద్వారా వారిల హృదయ పరివర్తనం తీసుకొచ్చి వారిని జనజీవన స్రవంతిల చేరుస్తడు. భారతదేశం యొక్క శాంతిని, సహజీవనాన్ని, గొప్పతనాన్ని, తాత్వికతను ప్రతి దృశ్యంల దర్శింపచేస్తడు.

ఆ సీన్మాను చూసి ఇంటికి వచ్చిన తెల్లారి నుండి స్వామికి రాజ్‌కపూర్ జ్వరం పట్టుకుంది. బియ్యం డబ్బా మీద గుండ్రటి మూత అచ్చంగా డక్లీలాగనే ఉండేది. దాన్ని చేతులతో వాయిస్తూ ఆ సీన్మా పాటలు పాడుతూ అందర్నీ నవ్వించేటోడు. పక్కింటి రేడియోల ఆ పాటలు వస్తుంటే పరిగెత్తి ఆ కిటికీ దగ్గర నిలబడి వినేటోడు. హిందీ భాష స్వామికి అర్థం కాకున్న ఆ 'ధున్' మాత్రం హృదయంలకు ఇంకిపోయింది. రాజ్‌కపూర్ అన్న పేరు వినబడంగనే స్వామి హృదయం చలించిపోయేది.

ఏదో ఒకరోజు తను పెద్ద ఉద్యోగం చేసి బాగ డబ్బులు సంపాదించి అదే కృష్ణాటాకీసుల ప్రత్యేక షో వేయించి ముగ్గురక్కలతో కలిసి ఆ సీన్మా మళ్లీ చూడాలె. ఆ హాలుల తాము నలుగురే తప్ప వేరే ఎవరూ ఉండరాదు. తమ మధ్య దూరమైన ప్రేమలన్నీ మళ్లీ ఆ సీన్మాద్వారా అతికించుకోవాలె.... అనుకుంటున్నడు స్వామి.

'హలో ఆబ్సెంట్ మైండెడ్ ప్రొఫెసర్' అన్న కేకతో స్వామి ఉలికిపడి ఈ లోకంలోకి ఊడిపడినాడు. ఎదురుగ నరేష్, వేణులు నవ్వుతూ స్వామినే చూస్తున్నరు. 'ఇన్హైతో సప్నోంకా సౌదాగర్ హై' అని వేణు మరో చెణుకు చెణికినాడు. తన పరాకుతనానికి, నిలుచుండే గతంలోకి జారిపోయే తత్వానికి స్వామి సిగ్గుపడినాడు. నిమ్మపండు పసిమి ఛాయల ఉండే నరేష్ లేత పసుపు పచ్చ షర్టుల ఇంకా అందంగ ఉన్నడు. వేణు తెల్లని చుడీదార్ పైజామా, తెల్లటి లక్నో చికెన్ కుర్తాల బిల్కుల్ సొలానా లఖ్నవీ షాయెర్ లెక్క కనబడుతున్నడు. టిక్కట్లు ఇవ్వటం మొదలైనట్లుంది. లైనుల 'దక్కండక్కీ' తోపులాటలు. చుట్టాబీడీ సిగరెట్ పొగవాసనలు. పాన్ల ఉమ్మివేతలు. కూతలు బూతులు. కుస్తీ పట్లతో టిక్కట్లను చేజిక్కించుకుని హాలులోపలికి దూరినారు.

❖ ❖ ❖

సీన్మా ముగిసిన తరవాత రాయల్ టాకీస్ సందుల ఉన్న చాట్ బండీ మీద గప్‌చుప్, రగడా సమోసాలను తిని బాలాజీ భవన్‌ల చాయ్‌లు తాగినారు. విడిపోయే సమయంల నరేష్ స్వామి చేతికి ఒక పాకెట్ ఇచ్చినాడు. లోపల ఏదో పుస్తకం ఉన్నట్టుంది.

"దీనిని చదివిన తరవాత మనం కొన్ని సంగతులు మాట్లాడుకోవాలె. వచ్చే సోమవారం సాయంత్రం ఆరు గంటలకు కోఠీ ఫిరోజ్‌గాంధీ పార్కుల కలుసుకుందాం. తప్పక వస్తవు కదా" అన్నాడు నరేష్ స్వామిని ఉద్దేశించి.

"సరే" అన్నాడు స్వామి ఆ పాకెట్ అందుకుని

"నేనూ ఆఫీసు నుండి అటే వస్త" అన్నడు వేణు.

ముగ్గురు ఓకే అంటె ఓకే అనుకున్న తరవాత స్వామి కోఠీ బస్సుస్టాండు దిక్కు అడుగులేసినాడు.

❖ ❖ ❖

ఆ రాత్రి సాపాటు అయిన తరవాత బావి గచ్చు మీద ఆరాం కుర్చీల పుర్సత్‌గ పండుకుని టేబుల్ లాంపు వెలుతురుల నరేష్ ఇచ్చిన పాకెట్ విప్పినాడు. ఒక చిన్న పుస్తకం 'తిరుగబడు' కవితా సంకలనం. 'అట్ట'హాసం లేకుండ చాల సాదాసీదా కవితల పుస్తకం. ముఖచిత్రం తిప్పి వెనుక ప్రచురణ వివరాలు చూసినాడు. 1969 డిసెంబర్ నెలల అంటే ఈ నెలలనే వరంగల్ యువకవులు ఆ పుస్తకాన్ని ప్రచురించినారు. కొత్త పుస్తకం. ఆ కవుల పేర్లన్నీ కొత్తగనే ఉన్నై. ఎప్పుడు వినలేదు. వరవరరావు, కిషన్, లోచన్, టంకశాల అశోక్, ఎక్స్‌రే సూటిగ, సులభంగ అర్థమయ్యే వచన కవిత్వం. పుస్తకం శీర్షిక తిరుగబడు లాగనే ప్రతి కవిత తిరుగుబాటును, సాయుధ విప్లవాన్ని ప్రోత్సహిస్తుంది. ప్రతి కవిత ఫిరంగి గుండులాగ విస్ఫోటనం చెందుతుంది. రక్తం పరవళ్ల తొక్కుతుంది. ఉద్రేకం ఉరకలేస్తుంది. చదివిన కవితనే మళ్లా మళ్లా చదువుతున్నడు. లోచన్ రాసిన 'ట్రిగ్గర్ మీద వ్రేళ్లతో రా' కవిత స్వామిని బాగ ఆకర్షించింది. దానిని పదే పదే చదువుతున్నడు. దాదాపు అది కంఠోపాఠం అవుతుంది. 'విషం కలిపిన పాయసం మన స్వరాజ్యం. డబ్బున్న బడవాపోషించే ఉంపుడు గత్తె మన ప్రజాస్వామ్యం' అన్న చరణాలు కొత్త ఆలోచనకు ఆచరణకు దారి తీస్తున్నయి. 'ఆపరేషన్' అన్న కవితల వరవరరావు కుళ్లిన వ్యవస్థకు 'శస్త్రచికిత్స' తప్ప మరోమార్గం లేదని నొక్కి చెప్పినాడు. బాయ్‌నెట్ పాయింట్ మీదనే కలుసుకుని మాట్లాడుకుందం రమ్మని లోచన్ పాఠకుణ్ణి రణరంగానికి ఆహ్వానిస్తున్నడు.

ఆ నిశ్శబ్ద నిశిరాత్రిల ప్రతి కవిత, ప్రతి అక్షరం స్వామిని రగిలించి, వెలిగించి జ్వలింప చేసింది. ఏదో తెలియని అశాంతి అతణ్ణి చలింప చేసింది. ఏదో తెలియని అశాంతి అతణ్ణి అతలాకుతలం చేసి నిద్రకు దూరం చేసింది. ఆకలితో చచ్చేకంటే పోరాటంల మరణించటం మేలన్న మాటలు అతణ్ని ఆవేదనా, ఆవేశానికి గురిచేసినై. విద్రోహానికి గురైన ప్రత్యేక తెలంగాణా ఉద్యమంల దెబ్బతిన్న హృదయం మళ్లీ మరొకసారి బగ్గుమని కొత్తదారి కోసం వెదుకుతుంది. తెల్లారగట్ల ఎప్పుడో ఆ చిన్న పుస్తకాన్ని ఎదకు హత్తుకొని ఆ ఆరాం కుర్చీల అట్లనే నిద్రలకు జారుకున్నడు.

అతని తల పక్కన టేబుల్ లాంపు వెలుగుతనే ఉంది. రాబోయే భవిష్యత్తుకు సంకేతంగ!

మర్నాడు నుండే సోమవారం ఎప్పుడు వస్తదా అని చాలా ఆత్రుతగ ఎదిరి చూసినాడు. దోస్తులతో తన ఆలోచనలు, ఆవేశం పంచుకోకపోతే భరించలేనన్న దశకు వచ్చేసినాడు. వొళ్లంతా జ్వరం వచ్చినట్లు వేడిగ మారుతుంది. ఎవరి మీదనో కోపం కోపంగ ఉంది. ఏం చేయాల్నో తోచకుండా ఉంది. ఆ చిన్న పుస్తకాన్ని మళ్లా మళ్లా చదువుకున్నడు. చదివిన ప్రతీసారి కొత్తగనే ఉంది. అండ్ల ఉన్న కవులు ప్రత్యక్షంగ తన ఎదురుగ నిలబడి తనతో సంభాషిస్తనే ఉన్నరు. ఆ కవిత్వం తనను నిలవనీయదు. నిద్రపోనీయదు. రక్తచాలనం కొత్త దారులను వెదుకుతుంది.

ఎదురుచూసిన సోమవారం రానే వచ్చింది. ఆ సాయంత్రం స్వామి కోఠీల బస్సుదిగేసరికి సమయం ఐదు అయ్యింది. వేణు నరేష్‌లు బ్యాంకు వీధిల ఉన్న ఫిరోజ్‌గాంధీపార్కుకు వచ్చేందుకు ఇంకా గంట సమయం ఉంది. స్వామి కిషోర్ కేఫ్‌ల ఛాయ్‌తాగి కోఠీ చౌరస్తల దినపత్రికలు తిరగేసి పక్కనున్న రేలింగ్స్‌పై తీరికగ కూర్చున్నడు.

స్వామి ఎదురుంగ రెసిడెన్సీ బస్‌స్టాప్‌ల 1857 సిపాయిల తిరుగుబాటు సందర్భంగ నగరంల చనిపోయిన విప్లవ వీరుల స్మారక స్థూపం. 1957ల ఆ విప్లవం వంద సంవత్సరాలు పూర్తిచేసుకున్న సందర్భంగ ఆంధ్రప్రదేశ్ ప్రభుత్వం ఆ స్థూపాన్ని నెలకొల్పింది. నాలుగు ఏనుగుల మీద నిలుచున్న అశోక స్తంభం. దానిని తీరికగ తిలకించి దాని కథ ఏమిటో తెలుసుకునే ఓపిక, శ్రద్ధ ఎవరికీ లేదు. చరిత్రను నిర్మించిన వారి గురించి కొంచెం కూడ తెలుసుకోలేని చరిత్రహీనులు.

అటు పక్క ఆంధ్రాబ్యాంకు ముందు రోడ్డు మీద మున్సిపాలిటీ వాళ్ళు పాతిన పసుపుపచ్చ సిమెంటు బోర్డు మీద నల్లటి అక్షరాలు “తుర్రెబాజ్ ఖాన్ రోడ్”. ఆంధ్రాబ్యాంకు నుంచి గౌలీగూడకు వచ్చే రోడ్డు పేరు అది. ఆ స్మారక స్థూపం ఈ రోడ్డు పేరు రెండింటికీ అవినాభావ సంబంధం. పక్కనున్న గురువును, అన్నదమ్ములను మరిచిపోయి పరిసరాలను మరిచిపోయి చేపను కూడ చూడకుండ కేవలం చేపకన్ను మీదనే చూపునిలిపిన అర్జునుడి మాదిరి స్వామి చూపు ఆ స్మారక స్థూపం మీదనే నిలిచిపోయింది. ఇప్పుడు అతని దృష్టిల జన సమ్మర్థంతో నిండిన కోఠీ చౌరస్తా ఒక నిర్మానుష్యమైన ఇసుక ఎడారి. ఆ ఇసుక ఎడారిల ఆ స్థూపం ఒక్కటే యదార్థ సత్యం. నిర్మానుష్యమైన ఆ వీధిల నఖశిఖ పర్యంతం క్షతగాత్రుడైన రోహిల్లా వీరుడు తుర్రేబాజ్‌ఖాన్ ఒక్కడే ఒంటరిగ నడుచుకుంట తను కూర్చున్న వైపు వస్తున్నడు. తన దగ్గరికి వచ్చి తనకు షేక్ హ్యాండ్ ఇస్తున్నడు. తన కళ్ళల్ల కళ్ళు కలిపి తన లోపలికి పరకాయ ప్రవేశం చేస్తున్నడు. జన్మజన్మల పురాస్మృతుల పేటిక “పండోరా బాక్స్” ఫెటిల్లున తెరుచుకొంది.

18

1857 జూన్ 13 మధ్యాహ్న సమయం.

జుహార్ నవాజుల కోసం మక్కా మసీదు ప్రాంగణంల అందరూ సమావేశమవుతున్నరు. కాని అందరి ముఖాలల్ల ప్రశాంతత కరువైంది. ఆందోళన, భయం అందర్నీ కమ్ముకొని ఉంది. దానికి కారణం మక్కా మసీదు గోడల మీద, తలుపుల మీద అంటించిన పెద్ద పెద్ద చేతిరాతల పోస్టర్లు. తెల్లని కాగితాల మీద ఆకుపచ్చ రంగుల రాతలు.

"ఫిరంగీలందరు కాఫిర్‌లు

వారికి వ్యతిరేకంగా జిహాద్[1] చేయండి."

"కిరస్తానీ సువ్వర్‌లను వధించండి

అల్లా అనుగ్రహం మన వెంట ఉంటుంది."

"ఇట్ల గోడల మీద అంటించిన పెద్ద పెద్ద కాగితాలను నేను నిన్న బేగంబజార్ల భీ చూసిన" ఒక మౌలానా మరో మౌలానా చెవిల గుసగుసగ అన్నాడు.

"అక్కడ కొంత మంది హిందూ సేఠ్‌లు, షావుకార్లు ఈ ఇంక్విలాబ్‌కు మదద్ చేస్తున్నరట. నిన్న సాయంత్రం చార్మినార్ చబూత్ర మీద కూచున్నప్పుడు అక్కడ నడుస్తున్న బాతఖానీల ఆ మాట చెవిల బడింది."

"ఆఁ సరేలే. చార్మినార్ దగ్గరి మాటలు నీటి మీది మూటలు. పని పాటా లేని బేకార్, బేరోజ్‌గార్‌లందరూ అక్కడ జమయ్యి హవామే పుకార్ పైదా కర్తే హై. అందరూ బాతాల పోతురెడ్డిలే. ఛీల్ ఉడి అంటే భైంస్ ఉడీ అనే రకాలు... చార్మినార్ దగ్గర పుకార్లు అన్న సామెత కుతుబ్‌షాహీల కాలం నుండీ ఉండనే వుంది. కట్టుకథలకు, పిట్ట కథలకు చార్మినార్ మూల కేంద్రం. అందుకే ఆ మాటలు నిజమని నేనయితే నమ్మను."

"అరే అల్లా. ఖుదా కే వాస్తే వైసా మత్ బోలో. చార్మినార్ దగ్గరి షికార్ల పుకార్లు, అక్బార్ల ఖబర్లు అన్ని అసల్ సిసల్ అవ్వల్ దర్జాగనే ఉంటవి. ఊదు కాలందే పొగ లేస్తదా? కాని అక్కడ చార్మినార్ గోడల మీద ఇంకో రకం రాతలున్నవి."

"వో క్యా హై"

"మొగల్ బాదుషా బహద్దూర్ షా జఫర్ జిందాబాద్. అంగ్రేజోఁకా హుకుం ముర్దాబాద్."

---

1. పవిత్రయుద్ధం

"ఈ కాగితాల మీది రాతలను చదువని వానిని అల్లా శిక్షిస్తాడు" అని రాసినారు.

"యా అల్లా. ఖయామత్ కా దిన్ ఆగయా" అని వెనక ఖాజీసాబ్ పక్కనున్న మరో వృద్ధునితో తన భయాన్ని పంచుకుంటున్నడు.

ఆ రాతలు కొందరిల భయాన్ని మరికొందరిల ఉత్సాహ ఉద్రేకాలను కలిగిస్తున్నయి. దానికి తగ్గట్టే ఏదో ప్రమాదం ముంచుకొస్తుందని నగర కోత్వాల్ మక్కా మసీదు అవుతల జబర్దస్త్ బందోబస్తు ఏర్పాటు చేసినాడు. అరబ్బు సైనిక పటాలం లాఠీలు, బరిసెలు పట్టుకొని కవాతులు చేస్తున్నరు. గస్తీ కాస్తున్నరు. కుఫియాలు అందించిన సమాచారం ఆధారంగ దివాన్ సాలార్జంగ్ గడ్బడ్లు జరుగుతయన్న ముందుచూపుతో 'గస్తీ నిషాన్ తిర్పన్" కూడ విధించినాడు. లష్కర్ బోయిన్పల్లి, పరిసరాలల్ల కూడా అటువంటి పోస్టర్లను గోడలకు అంటించినారు. సర్కార్ వాటన్నింటినీ తొలగించింది.

1857ల హైద్రాబాద్ల జరిగిన సిపాయిల తిరుగుబాటుకు బలమైన చారిత్రక నేపథ్యం ఉంది.

1799ల మైసూరు యుద్ధంల టిప్పుసుల్తాన్ను ఓడించి, సంహరించిన ఇంగ్లీషువారికి నైజాం నవాబు సహాయం చేయటం హైద్రాబాద్ ప్రజలకు ఇష్టంలేదు. టిప్పుసుల్తాన్ వీర మరణాన్ని వారు మరచిపోలేదు. ఆ మైసురు యుద్ధం ముగియంగనే నైజాం రాజ్యంల అంతర్భాగమైన కర్నూలు, రాయలసీమ ప్రాంతాలను బ్రిటిష్వారు మద్రాసు ప్రసిడెన్సీలో విలీనం చేయటం హైద్రాబాద్ ప్రజలు సహించలేదు. 1838లో ఆంగ్లేయులకు వ్యతిరేకంగా 'వహాబీ' రహస్య ఉద్యమం హైద్రాబాద్ పట్టణంల వ్యాపించింధి. దానికి కూడా ప్రజల మద్ధతు లభించింది. ఆ ఉద్యమ నాయకుడు నిజాం స్వంత తమ్ముడు ముబారిజుధౌలా. ఆయన ఆంగ్లేయుల పెత్తనానికి వ్యతిరేకంగ కుట్రచేస్తే అతడిని గోల్కండ కోటలో బంధించినారు. అతను అండ్లనే కృంగికృశించి మరణించినాడు. ప్రజలు అతడిని వీరుడిగ అభిమానించారు.

అగ్గిమీద గుగ్గిలం అన్నట్లు 1853లో నైజాం రాజ్యంలో అంతర్భాగమైన బీరార్ను నైజాం చెల్లించవలసిన అప్పుల కింద బ్రిటిష్వాళ్లు జప్తుచేసినారు. తమ ఇంగ్లాండులోని లాంక్షైర్ బట్టల మిల్లులకు అవసరమైన ముడిపత్తి కోసం బంగారంలాంటి పత్తిని పండించే బీరార్ను తెల్లవాళ్లు గుటుక్కున మింగేసినారు. ఆ అవమానాన్ని కూడా నగర ప్రజలు భరించలేకపోయినారు. "సరైన సమయం కోసం ఎదిరి చూస్తుంటే 1857 మే నెలల ఉత్తర భారతదేశంల సిపాయిల తిరుగుబాటు జరిగింది.

ఆ పరిణామాలన్నింటి పరాకాష్టనే 1857న హైద్రాబాద్లో జరిగిన సిపాయిల తిరుగుబాటు.

ఒక నెల ఆలస్యంగ 1857 జూన్ నెలలో హైద్రాబాద్ సంస్థానంలో తిరుగుబాట్లు తలెత్తినై. నానాసాహెబ్, తాంతియాతోపే అనుచరులు సాధువులు, సన్యాసులు, వైద్యులు ఫకీర్ల వేషాలలో హైద్రాబాద్ సంస్థానంలోని అనేక గ్రామాలలో తిరుగుతూ బ్రిటిష్ వారికి వ్యతిరేకంగా ప్రచారం చేస్తున్నారు. ప్రజల్ని సమీకరిస్తున్నారు. మసీదులలో మౌల్వీలు 'జిహద్' ప్రాముఖ్యతను భోదిస్తున్నారు. హిందువులు యక్షగానాల రూపంలో ధర్మయుద్ధాన్ని ప్రభోదిస్తున్నారు. ఈ తిరుగుబాట్ల పుణ్యమా అని వెయ్యేళ్ళ తరవాత భారతదేశంలో హిందూ ముస్లిం సమైక్యత సాధ్యమయ్యింది. హిందూ, ముస్లిం గంగా, యమునల సంగమం అందర్నీ సంతోష పరిచింది. భవిష్యత్తులో 1920లో గాంధీజీ నిర్వహించబోయే ఖిలాఫత్ ఉద్యమానికి ఈ ఐక్యత ఒక పునాదిగా దోహదపడింది.

ఇంతలో నైజాం సంస్థానంలో భాగమైన ఔరంగాబాద్‌లో అల్లర్లు చెలరేగినై. వాటిని అణచటానికి హైద్రాబాద్ నుండి ఒక సైనిక పటాలాన్ని హైదరాబాద్ రెసిడెంటు అక్కడికి పంపించినారు. మధ్య దారిలోనే ఇంగ్లీష్ అధికారులకు వాళ్ల కింద పనిచేసే సైనికులకు మధ్య గొడవలు బయలుదేరినై. సాయంత్రం ఒక నది పక్కన సంధ్యావందనం. నమాజుల కోసం ఆగిన హిందూ, ముస్లిం సైనికులను అధికారులు అడ్డుకొని ఇది ప్రార్థనలు చేసే సమయం కాదని వెంటనే ప్రయాణం ఆపకుండా కొనసాగించాలని వత్తిడి చేసినారు. చీకట్లో ఆగితే ఎక్కడ ఏ ప్రమాదం ముంచుకొస్తుందో అని వాళ్ల లోలోపలి భయం. మా మతాచారాలలో మీరు జోక్యం చేసుకున్నరని సైనికులు నిరసన తెలిపినారు. మరునాడు ఔరంగాబాద్ చేరుకోంగనే మరి కొన్ని పుకార్లు బయలుదేరినై. ఆ పటాలన్నంతటినీ ఔరంగాబాదు నుంచి ఢిల్లీకి పంపి అక్కడ జరుగుతున్న సిపాయిల తిరుగుబాటును అణచటానికి ఉపయోగిస్తారనీ, మొఘల్ చక్రవర్తి బహుద్దూర్ షా జఫర్‌ను బందీగా పట్టుకురమ్మని తమపై ఒత్తిడి చేస్తారని రకరకాల వదంతులు బయలుదేరినై.

ఆ గాలి వార్తలతో సైనికులలో కలవరం మొదలయ్యింది. అప్పటి వరకూ నిజాం ఢిల్లీ పాదుషాకు ఒక సామంతరాజు తప్ప సర్వస్వతంత్రుడు కాదు. హైద్రాబాద్ సంస్థానంలోని నాణాలు కూడా మొగల్ చక్రవర్తి పేరుతోనే చెలామణీలో ఉండేవి. ఘనత వహించిన మొగల్ చక్రవర్తికి వ్యతిరేకంగా పనిచేసే కాఫిర్లంకాదని, ఉత్తర భారతంలో తమ సైనిక సోదరులు చేసే తిరుగుబాటును తామే తమ చేతులతో అణిచివేయమని, హైద్రాబాద్‌లోని తమ కుటుంబాలను, పిల్లలను వదలి నర్మదానదిని, వింధ్యపర్వతాలను దాటి దూరంగా ఉన్న ఢిల్లీకి వెళ్లలేమని ఆ సైనిక పటాలం మొత్తం తిరుగుబాటు చేసింది.

అయితే ఆ తిరుగుబాటును క్రూరంగా అణిచివేసినారు. అందులో కొంతమంది జమేదార్ చీతాఖాన్ నాయకత్వంలో ఔరంగాబాద్ నుండి తప్పించుకుని హైద్రాబాద్ చేరి నిజాం శరణుజొచ్చినారు. నిజాం నవాబు తమని అర్థం చేసుకొని క్షమాభిక్ష ప్రసాదిస్తాడనీ,

రక్షిస్తాడని, ఈ నేల మీద సంచరించే ఆ భగవంతుని నీడ అతనేనని ఆ అమాయకులు ఆశపడినారు. కాని నిజాం ఎటువంటి కనికరం లేకుండా మీరు నా సేవకులు కాదు ఇంగ్లీషు వారి సేవకులు అని చెప్పి వారందరినీ విచారణ నిమిత్తమై కోఠీలో వున్న రెసిడెంట్‌కు అప్పజెప్పినాడు. వారి పరిస్థితి పెనం నుండి మండుతున్న పొయ్యిలోకి దుంకినట్లయింది. రెసిడెన్సీలోని నేలమాళిగలో బందీలుగా వుండి చిత్రహింసలకు గురవుతున్నారు. ఇంకా విచారణ తేదీలు నిర్ణయించబడలేదు. ప్రజలు అన్ని విషయాలను గమనిస్తూనే ఉన్నారు. లోలోపల కుమిలిపోతున్నారు. ఆ రోజు 1857 జూన్ 17. ఖయామత్ కా దిన్ రానే వచ్చింది.

ఆ రోజు శుక్రవారం. పవిత్రమైన మొహర్రం మాసం. అసర్ నమాజుల కోసం మక్కా మసీదులో అందరూ జమ అవుతున్నారు. ఇమామ్ గారి 'జమాత్' ఇంకా ప్రారంభం కాలేదు. మళ్లీ అవే రాతలు. అవే పోస్టర్లు. ఈసారి ఏకంగా నిజాంనే నిందిస్తూ పోస్టర్లు. నిజాం, దివాన్ – ఇద్దరూ అంగ్రేజీలకు వెన్నెముక లేని గులామ్‌లని నిందాపూరిత వ్యాఖ్యలు. మరో పోస్టరులో "అల్లా, మహమ్మద్ ప్రవక్త సాక్షిగా జిహాద్ కోసం ఫత్వా జారీ చేయాలని లేకపోతే నిజాం ఏడు తరాలవాళ్లు నాశనం అవుతారని" బెదిరింపులు. "ధైర్యం లేని వాళ్లు గాజులు ధరించి ఇంట్లో మూలకు కూచోవాలని" పరుష వ్యాఖ్యలు. రెసిడెన్సీలో బందీలుగా వున్న చీతాఖాన్‌ని అతని సహచరులని వెంటనే విడుదల చేయాలని నినాదాలు ఆకాశాన్ని తాకుతున్నై.

నమాజులు అయినంక అక్కడ గుమిగూడిన జన సందోహం నగరంలో, సంస్థానంలో జరుగుతున్న పరిణామాలపై తీవ్రంగా చర్చించింది. చివరికి నలుగురు మౌల్వీల ప్రతినిధి బృందాన్ని నిజాం నవాబు వద్దకు పంపి రెసిడెన్సీలోని చీతాఖాన్, ఇతర బందీల విడుదలకై విజ్ఞప్తి చేయాలని నిర్ణయం జరిగింది. ఆ నలుగురు మౌల్వీల ప్రతినిధి వర్గం అల్లా ఆశీస్సులతో మక్కామసీదు, లార్డ్ బజార్ పక్కనే వున్న 'చౌ మహల్లా' నిజాం అధికార నివాసానికి బయలుదేరిపోయినారు. ఆ నలుగురు మౌల్వీలలో సయ్యద్ అల్లా ఉద్దీన్ మౌల్వీ ఒకరు.

ఆయన మొగల్‌పురా నివాసి. మొగల్‌పురా ఆ రోజులల్ల మేధావులకు, కవులకు, కళాకారులకు నిలయం. మొగల్‌పురా కమాన్‌లోపల మసీదు ఈ మౌల్వీ అల్లాఉద్దీన్ కట్టించిందే. ఆ మసీదు పక్కనే ఆయన నివాసం.

"అయినను పోయి రావలె హస్తినకు" అన్నట్లు ఆ రాయబారం మీద మౌల్వీ అల్లావుద్దీన్‌కు మొదటి నుండి భ్రమలు లేవు. అతనూ అతని దోస్త్ తుర్రేబాజ్ ఖాన్ అనే మరో రోహిల్లా వీరుడు "చేసుకోవాల్సిన ఏర్పాట్లన్నీ ముందే పూర్తి చేసుకున్నారు" దెబ్బకు గాని దయ్యం వదలదని వారికి బాగా తెలుసు. వందలాది మంది అనుచరుల వత్తాసు,

బేగంబజారు, కోఠీలలో వున్న హిందూ ముస్లిం షావుకార్ల ఆర్థిక మద్దతూ వారికుంది. ఇంకా దూరదూరంగా వున్న జమీందార్లు, చిన్న చిన్న రాజులు ఆర్థిక, సైనిక సహకారాన్ని అందిస్తామని వాగ్దానాలు చేశారు. పై నుండి నానా సాహెబ్, రావు సాహెబ్ పీష్వా, తాంతియా తోపేల ఆశీర్వాదాలు ఉండనే ఉన్నాయి.

అనుకున్నట్లుగానే రాయబారం విఫలమయ్యింది. వేలాడే ముఖాలతో ముగ్గురు మౌల్వీలు మక్కా మసీదుకు ఉత్త చేతులతో, ఏడుపు ముఖాలతో వాపస్ వచ్చినారు. మౌల్వీ అల్లా ఉద్దీన్ మాత్రం అక్కడికి చేరుకోలేదు. అతను వీరుడు. వీరుల తీరే వేరు.

సమయం సాయంత్రం 4.45.

“అల్లా హో అక్బర్”[1] నినాదాలకి సైదాబాద్ మైదాన్ నుండి మౌల్వీ అల్లా ఉద్దీన్ నాయకత్వంలో తిరుగుబాటు వీరుల సైన్యం బయలుదేరింది. చాలా మంది చేతులలో తుపాకులు, బరిసెలు, తల్వార్లు. అశ్వంపై అగ్రభాగాన వున్న అల్లా ఉద్దీన్ చేతిలో ఆకుపచ్చ పవిత్ర పతాకం. అందులో చాంద్ సితారా గుర్తులు. ఆ పటాలం జయజయనాదాలు చేస్తూ చంపా దర్వాజా, డబీర్‌పురా దర్వాజా, ఢిల్లీ దర్వాజాలను దాటి బేగం బజారు చౌరస్తా చేరుకుంది. దారిలో అనేక మంది ప్రజలు ‘దీన్‌దీన్’[2] అని అరుస్తూ పరిగెత్తుతూ వారిని అనుసరించినారు. అప్పటికే బేగంబజార్ చౌరస్తాలో తుర్రేబాజ్‌ఖాన్ తన మూడు వందలమంది దండుతో సిద్ధంగా ఉన్నాడు. ఆ రెండు సైనిక ప్రవాహాలు కలిసిపోయి ఏకప్రవాహంగా మారి గౌలిగుడా, పుత్లీబౌలీల మీద నుండి కోఠీ చేరుకున్నాయి. బ్యాంకు స్ట్రీట్‌లో వున్న షావుకార్లు జయగోపాల్ దాస్ పిత్తీ, అబ్బైన్ సాహెబ్, పెస్తోంజీల బంగ్లాలు తిరుగుబాటుదారులకు ఆశ్రయమిచ్చినై.

జయగోపాల్ దాస్ బంగ్లా మీద తుర్రేబాజ్‌ఖాన్, అబ్బైన్ సాహెబ్ బంగ్లా మీద మౌల్వీ అల్లా ఉద్దీన్‌లు తమ అనుచరులతో చేరి ‘సుబ్హానల్లా’ అని స్మరించి తుపాకుల్ని రెసిడెంటు భవనంపైకి పేల్చారు. సంకుల సమరం మొదలయ్యింది. అల్లాహో అక్బర్ నినాదాలు అంబరాన్ని చుంబిస్తున్నై. మరో రెండు గ్రూపులు రెసిడెన్సీ రెండు గేట్ల ముందు నిలబడి లోపలున్న ముస్లిం, హిందూ స్థానికుల సైన్యాన్ని ఇవతలికి వచ్చి తమతో చేతులు కలపమని అరుస్తున్నై. వారి సహకారం లభిస్తుందని వీరు ఆశించినారు. అనుకున్నట్లుగానే గేటు తీసుకుని ఆశ్వికదళం రిసాల్‌దార్ ఇస్మాయిల్ ఖాన్ ఇవతలికి వచ్చినాడు. కాని అతను వీరితో చేతులు కలుపటానికి రాలేదు. లోపల పెద్ద పెద్ద ఫిరంగులున్నాయని వాటి ధాటికి మీరు పిట్టల్లా రాలిపోతారని హెచ్చరించటానికి వచ్చినాడు. మాట వినని తిరుగుబాటుదారులు అతనిపై కాల్పులు జరపగా అతను మళ్లీ లోపలికి పరిగెత్తినాడు. రెండు వైపుల్నుండీ కాల్పుల వర్షం. ఫిరంగీలకు వ్యతిరేకంగా అరుపులు, నినాదాలు.

---

1. God is great 2. ఇస్లాం మతం పట్ల విశ్వాసాన్ని ప్రకటించే నినాదం

ప్రజలు భయంతో ఇళ్ల తలుపులు మూసుకుని పిడుగులు పడుతున్నట్లు తుపాకుల మోతలు విని 'అర్జునా, ఫల్గుణా' అని వొణికిపోతున్నారు. చీకట్లు కమ్ముకున్నాయి. అయినా రెండు దిక్కుల నుండి తుపాకులు కాలుస్తూనే వున్నారు.

1857 జూన్ 18 శనివారం సూర్యోదయమయ్యింది.

చాదర్‌ఘాట్ వంతెనవైపు నుండి సాలార్‌జంగ్ పంపిన అదనపు అరబ్బు దళాలు కోఠీకి చేరుకున్నాయి. రెసిడెంటుకు బలం వచ్చింది. కోఠీ కోటలోపలున్న మిలిటరీ సెక్రెట్రీ మేజర్ బ్రిగ్స్ ఫిరంగుల్ని సిద్ధం చేయించినాడు. ఈలోగా బ్యాంక్ స్ట్రీట్‌లో వున్న రొహిల్లా వీరులు అజీమ్ అలీఖాన్ ఇంటి గోడను పగులగొట్టి వీధుల్లోకి వచ్చినారు. ముందుకు పరిగెత్తి కోఠీ గేట్లను బద్దలు కొట్టి నిప్పు పెట్టినారు. గేట్లు కూలినై కాని ఏం ఫాయిదా!

లోపల్నుండి మరఫిరంగులు ఆకలిగొన్న సింహాల్లా ముందుకు దూకి గర్జించటం ప్రారంభించినై. కోఠీ చౌరస్తాలో రెండు ఫిరంగులు నిలుచుని ఒకటి ఇటు బ్యాంక్ స్ట్రీట్ వైపు అటు పుత్లీబౌలీ వైపు మరొకటి మెడలు సాచుకుని గర్జిస్తున్నై. అధర్మ యుద్ధం. ఇటు మరఫిరంగులు అటేమో నాటు తుపాకులు, బరిసెలు, తల్వార్లు, రోహిల్లా వీరులు టపటపా పిట్టల్లాగ కిందికి రాలిపోయినారు. నిప్పుల్లో దూకిన శలభాలై పోయినారు. చనిపోయిన వారిని రోడ్ల మీదే వదిలిపెట్టి గాయపడ్డ వారిని మాత్రం మోసుకుపోతున్నారు. సూర్యోదయమైన తర్వాత కొన్ని క్షణాల లోపలే అంతా ఉల్టాపల్టా అయిపోయింది. కొద్ది మంది అనుచరులతో ఆ ఇద్దరు వీరులు మాత్రమే మిగిలిపోయినారు. ఓటమిని అంగీకరించని తుర్రేబాజ్ ఖాన్ బంగ్లా మీది నుండి ఇంకా కాల్పులు జరుపుతూనే ఉన్నాడు.

అబ్బెన్‌సాహెబ్ ఇంట్లో నుండి మౌల్వీ అల్లావుద్దీన్ ఇవతలికొచ్చి జయగోపాల్ దాస్ బంగ్లా మీద వున్న తుర్రేబాజ్‌ఖాన్‌ని కలిసినాడు. ఒక్క క్షణం ఇద్దరూ ఒకళ్ల కళ్లలోకి ఇంకోళ్లు సూటిగా చూసుకున్నారు. ఇద్దరి కళ్లలోనూ కూలుతున్న కలలే కనబడ్డాయి. అయినా వారి పెదాల మీద ఓడిపోని చిరునవ్వులు.

"మనం ఓడిపోయాం మిత్రమా! వాగ్దానాలు చేసిన మిత్రులంతా ఏరీ? సైన్యాలను పంపిస్తాం అన్నారు. తుపాకుల్ని అందిస్తాం అన్నారు. పైసలు పంపిస్తాం అని నమ్మించినారు. ఏరీ వారంతా ఏరీ?" అని తుర్రేబాజ్‌ఖాన్‌తో ఆవేదనతో బాధగా మౌల్వీసాబ్‌ను అడిగినాడు.

"నిజమే! నిర్మల్ నుండి, కౌలాస్ నుండి, సురపురం నుండి రాజాలు జమీందార్లు అన్ని రకాల సహాయాలను అందిస్తాం అని వాగ్దానాలు చేసినారు. కాని ఆ సహాయం అందలేదు. చివరికి మనిద్దరం మాత్రమే ఒంటరిగా మిగిలినం" విచారిస్తూ అన్నాడు మౌల్వీ.

"మనల్ని వదిలి పారిపోయిన మన అనుచరులది తప్పేం లేదు. వారి మీద నాకు కోపం లేదు. మొండిగా ఫిరంగుల గుళ్లకు బలి కావటం కంటే పారిపోవటమే మంచిది.

మనకు మాత్రం ఏం తెలుసు లోపల ఫిరంగులున్నాయని? తుపాకులకు తుపాకులే సమాధానం అనుకున్నాం. కాని చిన్న పామును పెద్ద కట్టెతో కొడతారని మనకేం తెలుసు?" నిజాయితీగా తమ పొరపాటు వ్యూహాన్ని ఒప్పుకున్నాడు ఖాన్ సాబ్.

"సరే మరేం చేద్దాం?" మౌల్వీ నిస్సహాయంగా దీనంగా అడిగినాడు.

"నేను ఇట్లనే ఈ జిహాద్ చేస్తూ ఇక్కడే చనిపోతాను. ఇంక బతికేం లాభం? ఎట్లాగూ ఇది మొహర్రం మాసం. కనీసం అట్లనైనా నాకు పవిత్రమైన చావు లభిస్తుంది" నిర్వేదంగా మాట్లాడినాడు ఖాన్‌సాబ్.

"నీ ఖుర్బానీకి[1] ఫిదాయి[2]కి సలాం చేస్తాను ఖాన్‌సాబ్! కాని ఈ ఫిరంగీలు నీ శవానికి శాస్త్రప్రకారం అంత్యక్రియలు చేస్తారని లేదా నీ మృతదేహాన్ని నీ కుటుంబానికి అప్పగిస్తారని అనుకుంటున్నావా? పవిత్రమైన చావు లభిస్తుందని ఆశపడుతున్నావా?"

"మరి?" అయోమయంగా చూసినాడు ఖాన్‌సాబ్.

"అల్లా అనుగ్రహం ప్రకారమే అంతా జరుగుతుంది ఖాన్ భాయి! విచారించకు. మనిషి జన్మ ఎత్తినందుకు మన ధర్మాన్ని మనం నిర్వర్తించినాం. మనుషుల్లా తలెత్తుకొని జీవించినాం. ఫలితం అంతా అల్లాదయ.ప్రస్తుతానికి మనం ఈ నగరం వదిలి ఏ దూర దేశమైనా ప్రవాసం పోదాం. భవిష్యత్తులో కాలం కలిసొస్తే మళ్లీ జిహాద్ చేసి ఈ రక్తాన్ని ఈ వతన్‌కే ధారపోద్దాం" అనునయంగా అన్నాడు మౌల్వీ.

తూర్పున వెలుగురేఖలు విచ్చుకుంటున్నాయి.

"పద. ఇప్పటికే 'ఫజర్' నమాజుకు సమయం మించిపోయింది. ఇక్కడే కాసేపు నమాజు చేసుకుందాం" అన్నాడు మౌల్వీ సాబ్.

ఇద్దరూ పడమర వైపు తిరిగి మోకాళ్ల పైకి వంగి కూచొని అంతా మరిచిపోయి నిష్కల్మషంగా, నిష్టగా అల్లాను ప్రార్థించుకున్నారు. తమ దుఃఖాన్ని, వేదనను శుభ్రపరుచుకొని అప్పుడే పుట్టిన నూతన శిశువుల్లా పవిత్రంగా మారినారు. అరచేతులతో ముఖాన్ని అద్దుకున్నారు. కండ్లు తెరిచి మళ్లా ఒకళ్లనొకళ్లు చూసుకొని చిరునవ్వులు నవ్వుకున్నారు. ఆలింగనాలు చేసుకున్నారు.

"అల్విదా మౌల్వీ సాబ్" ఖాన్‌సాబ్ కొంచెం శిరసు వంచి కుడిచేయిని కిందికీ పైకి ఊపుతూ మూడు సార్లు సలాం చేసినాడు. సలాం చేస్తూ చేస్తూ వెనకకు నడిచినాడు. వీడ్కోలు సమయంలో పెద్దవాళ్లకు వీపు చూపించటం మర్యాద కాదు.

"అల్లా ఆప్ కో సలామత్ రఖేం" దీవించినాడు మౌల్వీ.

---

1. త్యాగం 2. బలిదానం

ఇద్దరూ విడివిడిగా కాలినడకన గల్లీలల్ల నుండి నడుచుకుంటూ, ఎవరైనా వెంబడిస్తున్నారేమోనని చుట్టుపక్కల గమనిస్తూ బేగం బజారులోని సేఠ్ పూరణ్‌మల్ బంగ్లాకు పోయినారు. ఆ సేఠ్ అప్పటికే రెండు మేలిమి అరబ్బు గుర్రాలను కొంత నగదును సిద్ధం చేసి పెట్టినాడు. వాళ్లిద్దరూ అక్కడే వేషాలు మార్చుకొని సేఠ్‌కు షుక్రియాలు చెప్పి తెలిపి పురానాపుల్ వైపు వెళ్లిపోయినారు.

"అసలైన భూమి పుత్రులు" అంటూ రెండు చేతులూ జోడించి ఆకాశానికి దండం పెట్టినాడు సేఠ్ పూరణ్‌మల్.

❖ ❖ ❖

నైజాం ప్రభుత్వం తిరుబాటుదారులకు ఆశ్రయం కల్పించారని, కుట్రదారులకు ఆర్థిక సహాయం అందించినారని సేఠ్ జయగోపాల్ దాస్‌ను ఆయన కొడుకులను ఇంకా అబ్బన్ సాహెబ్ కుటుంబసభ్యులందరినీ అరెస్టు చేసింది. వారి ఆస్తులను జప్తు చేసింది. అరబ్బు గుండాలు వారి ఇండ్లపై దాడి చేసి సామానుల్ని లూఠీ చేసి వారి భవంతులను నేలమట్టం చేసినారు. ఆ షావుకారుల కుటుంబాలు 'అన్నమో రామచంద్ర' అని వీధిన పడ్డాయి. జీవచ్ఛవాలైనారు. నైజాం ప్రభుత్వం మౌల్వీ అల్లావుద్దీన్, తుర్రేబాజ్‌ఖాన్ తలల మీద వెలలు ప్రకటించి వారిని పట్టిచ్చిన వారికి ఐదు వేల రూపాయల చొప్పున బహుమతి ఇస్తామని తెలియజేసింది.

తుర్రేబాజ్‌ఖాన్ మారువేషంలో బెంగుళూరుకు పోతుండగా మహబూబ్‌నగర్ జిల్లా మొగిలిగిద్ద వద్ద పోలీసులకు దొరికిపోయినాడు. అతడిని అరెస్టు చేసి నగరానికి తీసుకొచ్చి విచారణ జరిపి అతనికి అండమాన్ జైలులో ఒంటరి కొట్టులో యావజ్జీవ శిక్ష విధించినారు. అతనిని అక్కడికి తరలించాలని ప్రయత్నిస్తుండగానే 1859 జనవరి 18న మళ్లా మెరుపుతీగలాగా తప్పించుకున్నాడు. కొద్ది రోజులకే మెదక్ జిల్లా తూప్రాన్ గ్రామంలో అతని ఆచూకీ దొరికింది. కుర్బాన్ అలీ అనే ద్రోహి ద్వారా అతడిని పట్టుకున్నారు. కాని పోలీసులతో జరిగిన ఘర్షణలో అతను అక్కడే వీరమరణం చెందినాడు.

అతని మృతదేహాన్ని నగరానికి తీసుకొచ్చి అదే కోఠీచౌరస్తాలో రోజుల తరబడి గొలుసులకు వేలాడదీసినారు. ఉరికొయ్యకు ఊయలలూగిన దేశభక్తుడు తుర్రేబాజ్‌ఖాన్. ఆ వీరుడి శవాన్ని చూసి నగర ప్రజలందరూ అశ్రుసిక్త నయనాలతో, శోకతప్త హృదయాలతో నివాళులు అర్పించినారు.

మౌల్వీ అల్లాఉద్దీన్ మాత్రం బెంగుళూరుకు పారిపోయి మంగళంపల్లి అనే గ్రామంలో తలదాచుకున్నాడు. చివరికి బ్రిటిష్ వారు అతనిని కూడా అరెస్టు చేసి నగరానికి తీసుకొచ్చి విచారణ జరిపినారు. కోర్టు కేసు తీర్పు 1858 జూన్ 28న వెలువడింది. అండమాన్‌లో యావజ్జీవ శిక్ష విధించినారు. ఆఖరు మొఘల్ చక్రవర్తి బహద్దూర్‌షా జఫర్‌లాగనే ఆ

వృద్ధుడు కూడ అక్కడే 1884లో అల్లాకు ప్రియతముడైనాడు. తన జాతి జనులను పెనునిద్దుర నుంచి మేల్కొల్పిన అతను పెను విశ్రాంతిలోకి వెళ్లిపోయినాడు.

ఇది కోఠీల ఉన్న "తుర్రేబాజ్‌ఖాన్‌రోడ్" వీరోచిత విషాధగాధ.

19

తిరుగుబాటు వీరుడు తుర్రేబాజ్‌ఖాన్ జ్ఞాపకాల విషాదంతో స్వామి కోఠీ చౌరస్త నుండి బయలుదేరి బ్యాంక్ స్ట్రీట్‌ల ఉన్న ఫిరోజ్‌గాంధీ పార్క్‌లకు ప్రవేశించినాడు. నరేష్, వేణు ఇంక రాలేదు.

ఎదురుగ పిల్లల గుంపు. పదిపన్నెండు సంవత్సరాల మధ్యల ఉన్నరు. పచ్చగడ్డిల ఎగురుతున్నరు. కలకల నవ్వుతున్నరు. గాలికి కదిలే పువ్వుల మాదిరి త్రుళ్లుతున్నరు. రకరకాల ఆటలు ఆడుతున్నరు. గోలగోలగ అరుస్తున్నరు. చెమటలు కారుతున్న వాండ్ల ముఖాలల్ల మిలమిల మెరుస్తున్న కండ్లు. పకపక నవ్వుతుంటే తెల్లగ మెరుస్తున్న పండ్లు. స్వామికి వాళ్లను చూస్తుంటె ముచ్చటేసింది. బాల్యం తనను వదిలిపెట్టి పోయినందుకు దిగులేసింది. మైదాన్‌ల పిసల్‌బండాలు. జూలాలు. తరాజులు. ఇసుకలో కబడ్డీలు. చోర్‌పోలీస్, చీనంచానీ, ఉచల్‌ఖూద్, ఐమౌట్‌లాంటి ఎన్నెన్నో ఆటలు. రంగు రంగుల లట్టూలు, లాయిలప్పలు, సీసపుగోటీలు, గిల్లీ దండాలు, పిట్టలను కొట్టే గులేర్లు, గిరగిరా గుండ్రంగా తిరిగే చెరక్‌లు, వేళ్లు తెగే మాంజాలు - మాంజలల్ల మళ్లా రకాలు కీంచ్‌కాట్ మాంజా, సీసం మాంజా, గీటీ మాంజా. రకరకాల పేర్లతో రంగురంగుల పతంగీలు. ఏక్‌కలం, దోకలం, జీబా, తాగేదార్ పతంగీలు. తోటమాలికి తెలియకుండ చెమన్‌లోనికి చొరబడి జింగన్నలను, బొంగన్నలను ఒడుపుగ పట్టుకుని వాటి తోకలకు దారాలు కట్టి గాలిల ఎగరేయడం, వాటి తోకలు తెగిపోతే పచ్చగడ్డి పరుపులు పరిచి వాటిని అగ్గిపెట్టలల్ల దాచిపెట్టడం అవి చచ్చిపోతే గుంతలేసి వాటిని బొందపెట్టటం. రోడ్ల మీద పారేసిన రకరకాల సిగరెట్ పెట్టెల్ని సేకరించి కత్తిరించి వాటితో పత్తాలాడటం, కూల్‌డ్రింక్ సీసాల డక్కన్‌లను ఏరుకుని వాటిని అపురూపంగ దాచిపెట్టడం, రెండు గ్రూపులుగ విడిపోయి కట్టె యుద్ధాలు, కత్తి యుద్ధాలు భారత చైనా, భారత్‌పాకిస్తాన్ యుద్ధరంగం వీరంగాలు, తుపాకుల ఆటలు. గాలిమోటరు యుద్ధాలు. గల్లీలల్ల సైకిల్ మీద దోస్తులతో డబుల్ సవారీలు. అల్లం మురబ్బాలు, శక్కరగోలీలు, కోవ్రామిఠాయిలు, చూరన్‌లు, జామూన్‌లు, జామకాయలు.

బాల్యం. సోయి లేకుండనే దోసిలిపట్టిన వేళ్ల సందులల్ల నుండి నీళ్లలాగ జర్రున జారిపోయిన బాల్యం. ఐసుక్రీములాగ కరిగిపోయిన కమ్మని కాలం. బాల్యం ఇప్పుడు ఎంతెంత దూరం. చాలా చాలా దూరం.

"కోయీ లౌటాదె మెరే బితే హుయె దిన్."

పొడుగ్గ కట్టిన పల్లీల పొట్లాన్ని చేతులల్ల పట్టుకుని పల్లీలు తింటూ వేణు పార్కులోపలికి ప్రవేశించినాడు. లోపల అగ్నిపర్వతాలు పేలుతున్న పైకి ఏమీ జరగనట్టే ప్రశాంతంగ కనబడుతుంటడు. కాసేపయిన తరవాత అతని వెనకనే నరేష్ వచ్చినాడు. ప్రొద్దుట్నుండీ ఎక్కడెక్కడో తిరిగి వస్తున్నట్లుంది. ముఖం బాగా వాడి జుట్టు రేగిపోయి ఉంది. తిండి ఎప్పుడు తిన్నడో కండ్లు లోపలికి పీక్కపోయి ఉన్నె. బట్టలు బాగ మాసిపోయి ఉన్నై. ముఖం నల్లబడి ఉంది. ఒక వారంలనే ఎంతో తేడా.

'ఎక్కడ్నుంచీ' అన్నడు వేణు డైరక్ట్‌గ ఎలాంటి ఉపోద్ఘాతం లేకుండ.

'ఉస్మానియా యూనివర్సిటీ నుంచి' అన్నడు నీరసంగ.

'అక్కడ నీకేం పని?' అన్నడు వేణు శ్రద్ధంత పల్లీల మీదనే కేంద్రీకరించి చూపు మరల్చకుండ.

'అక్కడ కొంతమందిని కలవాల్సి ఉండె' అన్నడు నరేష్.

నరేష్ సర్దార్ పటేల్ కాలేజీల డిగ్రీ స్టూడెంట్. ఏ సంవత్సరమో, ఏం కోర్సో తనకు సరిగ్గ తెలియదు. వాళ్ల కుటుంబం గురించి కూడ సరిగ్గ తెలియదు. ఏదేమైనా ప్రత్యేక తెలంగాణా ఉద్యమం ఆగిపోయినా అతను మాత్రం ఇంకా ఏదో పనిల బిజీగ ఉన్నట్లు కనబడుతున్నడు. జరుగుతున్న పరీక్షలు కూడ రాస్తున్నట్లు లేదు. తిండి మీద, ఒంటి మీద ధ్యాస ఉండదు కాని కండ్లల్ల మాత్రం మరో ప్రపపంచపు కలలేవో కనబడుతుంటై. నెమ్మదిగ ప్రశాంతంగ మాట్లాడుకుంట మాటల మంటల ఈటెలను విసురుతుంటడు. మాటను మంత్రంగ మార్చి వినేవాళ్లను కట్టిపడేస్తుంటడు. ప్రతి పదాన్ని వొత్తి వొత్తి పలుకుతూ వినేవారి కండ్లల్లకు గుచ్చి గుచ్చి చూస్తుంటడు. అతను ఉపయోగించే ప్రతి పదమూ ఎదుటివారి హృదయంలకు సూటిగ దిగుతది. 'ఉపన్యాసకుడు' అనటంకన్నా అతను మంచి 'ఉపదేశకుడు.'

నరేష్ స్వామిని చూసి, కళ్లతోనే పలకరించి, నవ్వబోయి నవ్వలేక నీరసంతో కింద గడ్డిల చతికిలబడినాడు. వేణు తన బ్యాగ్‌ల నుంచి మంచి నీళ్ల సీసా తీసి అందించినాడు.

'గటగటా' ఆ సీసా ఖాళీ అయ్యింది.

ఎంత దాహమో? వేణు తన పల్లీల పొట్లాన్ని పూర్తిగ నరేష్ కే అందించినాడు. స్వామి వేణులిద్దరూ బెంచీ దిగి అతని ముందే గడ్డిల కూచున్నరు. నరేష్ ఒకొక్క పల్లీనే పొట్టుతీస్తూ నోట్లె వేసుకుంటూ స్వామిని ప్రశ్నార్థకంగ చూసినాడు.

"తిరుగబడు" లాంటి కవిత్వాన్ని జీవితంల నేను మొదటిసారి చదివినాను" అన్నడు స్వామి.

"మహాప్రస్థానం తర్వాత మళ్లా అంతటి పవర్‌ఫుల్ పొయెట్రీ తిరుగబడు" అన్నడు వేణు స్వామితో ఏకీభవించుకుంట.

"దానికన్నా ముందే దిగంబరకవిత్వం మూడు సంపుటాలు వచ్చినై. ఆ నేపథ్యం నుండే తిరుగబడు కవితా సంకలనం వచ్చింది" అన్నాడు నరేష్.

"దిగంబరర కవిత్వమా? అదేమిటి?" అన్నడు స్వామి ఆశ్చర్యంగ.

"అంటే దాన్ని నువ్వు ఇప్పటి వరకూ చదువనేలేదా?" ఈసారి ఆశ్చర్యపోవటం నరేష్ వంతు అయ్యింది.

"నేను ఇప్పటి వరకు వచనానికే పరిమితం. కథ, నవలలే నాకిష్టం. ఆ దిగంబర కవిత్వం గురించి విననేలేదు" అన్నడు స్వామి.

"అది మంచిదే కాని దిగంబర కవిత్వం మిస్‌కావడం మాత్రం నేరమే" అన్నడు నరేష్ ఒకింత హాస్యంగ.

"సారీ! దాని గురించి నాకు ఐడియానే లేదు" అన్నడు స్వామి ఏదో కోల్పోయానన్న భావంతోటి.

"వన్ మినిట్ నరేష్, స్వామికి నిజంగనే దిగంబర కవిత్వం, దిగంబరోద్యమం గురించి తెలువదు. వచనాన్ని మాత్రం చదివినాడు. కవిత్వంలకు ఇప్పుడిప్పుడే అడుగుపెడుతున్నడు. స్వామికి మనం సాహిత్యంల దిగంబరోద్యమం గురించి కొంతైనా చెప్పాలె" అన్నడు వేణు.

"ఓకె. ఓకె. ఆ పని నువ్వు చెయ్యి. ఇంతల ఈ పల్లీల పని నేను పడుత" అన్నడు నరేష్.

"ప్లీజ్ వేణూ" అన్నడు స్వామి అభ్యర్థనగ.

వేణు చంకకు తగిలించుకున్న బ్యాగు క్రిందగడ్డిల పెట్టి కాళ్లుచేతులు ముడుచుకు సక్లంముక్లం కూచున్నడు. తన కళ్లద్దాల్ని తీసి ఒకసారి దస్తీతోటి శుభ్రంగ తుడిచి మళ్లీ పెట్టుకున్నడు. అరచేతులతో చెంపలను రుద్దుకున్నడు. గొంతు సవరించుకున్నడు.

ఆ గెస్చర్స్‌ను చూసి స్వామి ఫిజికల్‌గ, మెంటల్‌గ అలర్ట్ అయిపోయినాడు వేణు దిగంబరోద్యమం గురించి సీరియస్‌గ చెప్పబోతున్నడని.

❖ ❖ ❖

1965 ఏప్రిల్ నెలల ఒక ఆదివారం సాయంత్రం నాలుగు గంటల సమయం. నగరం నడిబొడ్డు మీద ఆబిడ్స్ ఓరియంట్ హోటల్ల ఒక మూల టేబిల్ చుట్టూ కూచున్న ఆరుగురు యువకులు అంత ఇరవై ఇరవై ఐదు వయసు లోపలి వాళ్లు. చాయ్‌ల మీద

చాయ్‌లు. సిగరెట్ల మీద సిగరెట్లు. వాడివేడి చర్చల ఆత్మల అంతరంగ మథనాలు. వర్తమాన సమాజపు పోస్ట్‌మార్టం విశ్లేషణలు. కళ్లల్లో కత్తుల ఝుళిపింపులు. గుండెల నిండ ఆందోళనా అలజడులు. జనసమ్మర్థపు ఇరానీ హోటల్ల ఆ మూలల వాళ్లదైన ఒక ప్రత్యేక సాహిత్య ప్రపంచం. ప్రతి ఆదివారం సాయంత్రం నాలుగు గంటల నుంచి రాత్రి తొమ్మిది, పది వరకూ ఆ ఆర్గురూ క్రమం తప్పకుండ అక్కడ కలుసుకుని సాహిత్యం, కవిత్వమే ప్రాణంగ జీవిస్తుంటరు. జ్వలిస్తుంటరు. కవిత్వాన్ని ఆచరణలకు అనువదించి ఆచరించాలని తపిస్తుంటరు.

వాళ్లల్ల ఒకరైన హృషికేశవరావు తన గంభీరమైన గొంతుతోటి 'ఈ నెల భారతి మాసపత్రిక ఎవరైనా చదివారా?' అని ప్రశ్నించాడు.

"మన తెలుగు రచయితలలో స్థబ్ధత అన్న వ్యాసం గురించేనా మీరు అడుగుతుంది" అన్నాడు కమ్మిశెట్టి వెంకటేశ్వర్రావు.

"సామాజిక చైతన్యం స్పృహలేని మన తెలుగు రచయితలు, కవుల గురించే ఆ వ్యాసం" అన్నాడు రాఘవాచార్యులు ఆ పత్రికను తను చదివినాను అన్న ధ్వనిని స్ఫురింపజేస్తూ.

"నేను చూడలేదు - చదవలేదు" అన్నాడు బద్ధం భాస్కరరెడ్డి.

"భారతి పత్రికల ఆ వ్యాసం గురించి మాట్లాడుకోబోయే ముందు ప్రపంచ వ్యాప్తంగ, దేశ వ్యాప్తంగ కవిత్వంల, సాహిత్యంల వస్తున్న పెను మార్పులగురించి నేను కొంచెం వివరిస్త, దయచేసి వినండి" అన్నడు యాదవరెడ్డి ఆఖరి చాయ్ గుటక పూర్తిచేసి.

"ప్లీజ్ క్యారీ ఆన్" అన్నడు మన్‌మోహన్ సహాయ్.

ఆ ఆర్గురూ సాహితీ బంధువులు, సాహితీ స్నేహితులు.

హృషికేశవరావు స్వస్థలం బందరు. అసెంబ్లీలో స్టెనోగ్రాఫర్‌గ ఉద్యోగం. చక్కటి గంభీరమైన గొంతు. అప్పటికే అతని కవితా సంపుటి "ఉదయించని ఉదయాలు" ప్రచురింపబడింది. యాదవరెడ్డి, భాస్కరరెడ్డి, రాఘవాచార్యులు టీచర్లుగ పనిచేస్తున్నరు. యాదవరెడ్డి సాహిత్య వ్యాసాలు కవితలు పత్రికలల్ల అడపాదడపా దర్శనమిస్తుంటై. కమ్మిశెట్టి వెంకటేశ్వరరావుకి ఒంగోలు జిల్లా కొత్తపట్నం సముద్రతీరాన ఒక పల్లె. అతనికి కొంచెం నత్తి. బాగ చదువుకొన్నవాడు. అతను "అగ్నిశిఖలు - మంచుజడులు" అన్న కవిత్వాన్ని ప్రచురించినాడు. మన్‌మోహన్ సహాయ్ ఓ చిరుద్యోగి. ఆ ఆర్గురికి కవిత్వం ఆరోప్రాణం. అందుకనే బాగ దగ్గరైనారు.

"గత దశాబ్ద సాహిత్య కాలాన్ని అంతర్జాతీయంగ, జాతీయంగ పరిశీలిస్తే మన వర్తమాన తెలుగు కవిత్వం, సాహిత్యం నిలవనీరులాగ నిస్తేజంగ మారిందని మనకు

తెలుస్తుంది. పదేళ్ల క్రితమే అమెరికాల బీట్నిక్స్ కవుల ఉద్యమం బయలుదేరింది. వారిలో ఒకరైన అల్లాన్ గాన్స్‌బరీ రాసిన 'ది హోల్' కవిత్వం చదివి యువత ఉగ్రూతలూగింది. అట్లనే బ్రిటన్‌ల యాంగ్రీయంగ్‌మన్‌ల సాహిత్య ఉద్యమం. దాని నాయకుడు జార్జి ఆర్వెల్. ఇంగ్లీష్ సాహిత్యానికి చుక్కానిగ, దిక్సూచిగ మారినాడు. అక్కడి యువకవులకు ఆదర్శంగ నిలిచినాడు. ఇంక మన బెంగాల్‌లో 'హంగ్రీయంగ్ మెన్‌ల' పొయెట్రీ. బెంగాల్ బీద ప్రజల కలలను, కళలను వాళ్లు రికార్డు చేస్తున్నరు. మరి మనం మన తెలుగు కవిత్వం? నేల విడిచి సాము చేస్తుంది. ప్రజలకు వారి కష్టాలకు కన్నీళ్లకు ఆమడ దూరంల ఉంది" ఆవేదనతో ముగించినాడు యాదవరెడ్డి.

"ఈ నేపథ్యం నుండే మనం భారతి వ్యాసాన్ని పరిశీలించాలి" అన్నడు హృషి కేశవరావు.

వెంకటేశ్వరరావు, మన్‌మోహన్‌లు దీర్ఘాలోచనల నిండా మునిగి ఉన్నరు.

"ఈ నిశ్శబ్దాన్ని నిస్తేజాన్ని మనం బద్దలుకొట్టాలె" అన్నడు భాస్కర్‌రెడ్డి ఆవేశంగ.

"ఈ వర్తమాన సమాజం ఒక దున్నపోతు. దీనికి బాగ షాక్ ట్రీట్‌మెంట్ ఇవ్వాలె" అన్నడు రాఘవాచార్యులు.

"మర్యాదస్తుల భాషలో కాదు సుమా – చలంగారిలా మాటల మంటల్ని, శ్రీశ్రీలా తుపాకుల తూటాలను విసరాల్సిందే" అన్నడు హృషికేశవరావు కించిత్తు హాస్యధోరణిల.

"సరికొత్త ప్రపంచాన్ని సృష్టించాలంటే ముందు సాహిత్యంల సరికొత్త ఉద్యమాన్ని సృష్టించాల్సిందే" అన్నడు మన్‌మోహన్.

చీకట్ల చిరురేఖలు విచ్చుకొంటున్నై. ఆ కొత్తకవుల ఆలోచనలు పెను తుఫానును సృష్టించబోతున్నై. వచ్చే ఆదివారం అందరూ తమ తమ ఆలోచనలతోటి, ప్రణాళికతోటి అదే స్థలంల కలిసి ఒక సమిష్టి నిర్ణయం తీసుకోవాలని అనుకొని విడిపోయినారు.

మహా ప్రస్థానంలో మరొక అడుగు ముందుకు వేయబడింది. ఏ వెలుగులకో ఆ ప్రస్థానం!

❖ ❖ ❖

ఏ ఆజాదీ జూఠీహై. దేశ్‌కి జనతా బూఖీహై అని నెహ్రూ అన్నట్లుగనే 1965 నాటికి స్వాతంత్ర్యానంతర కలలన్నీ కల్లలైనాయి. మూడు పంచవర్ష ప్రణాళికలు పూర్తి కావస్తున్నా, అభివృద్ధి ఫలాలు పేదలకు గగనకుసూమాలే అయినాయి. గ్రీన్ రెవెల్యూషన్ గ్రామాలల్ల ఆధునిక ధనిక వర్గాన్ని సృష్టించిందే తప్ప దున్నేటోనికి భూమిని ఇవ్వలేదు. భూ సమస్యను పరిష్కరించలేదు. నెహ్రూ మానస పుత్రిక మిశ్రమ ఆర్థిక పారిశ్రామిక

వ్యవస్థ టాటా బిర్లాలకు రాజకీయ నాయకులకు, ఉన్నతోద్యోగ బృందానికి ఊడిగం చేసింది. దరిద్ర నారాయణులు అన్నమో రామచంద్రా అంటున్నరు. నిరక్షరాస్యత, నిరుద్యోగం. చదువుకున్న యువత కన్న ఉద్యోగాల కలలు నేలకూలుతున్నై. గాంధీ పుట్టిన దేశం అవినీతికి ఆశ్రిత పక్షపాతానికి ఆలవాలమయ్యింది. సంజె కెంజాయ పార్టీల వాళ్లు రంగు మార్చుకుండనే దిక్కుమార్చి పోరుబాటను మరిచిపోయి ఎన్నికల ఊబిలో పీకలదాక కూరుకపోయినారు. సాహిత్యంల సర్కారీ కవులు ప్రభుత్వానికి బాకాలూదుతున్నరు. నయాగారా కవులు సొక్కిసోలి నీరసించిన జలపాతమైనారు. ఈ భూమిక నుండే దిగంబర కవిత్వ ఉద్యమం ఆవిర్భవించింది. కాలాన్ని శాసించి కాలగమనాన్ని నిర్దేశించింది.

తిరిగి మళ్లీ ఆదివారం. అదే సమయం. అదే స్థలం. నూతనావిష్కరణకు నాంది పలికిన కొలంబస్‌లా, న్యూటన్‌లా, ఐన్‌స్టీన్‌లా నూతనోత్సాహంతో ఆ ఆర్గురు యువకవులు. పరవళ్లు తొక్కే ఉత్సాహ - ఉద్రేకాలు. నూతన చరిత్రను లిఖించబోతున్నందుకు గుండెలనిండా సంతోషాలు.

“మన లోపలి ఆందోళనను, అలజడిని, కోపాన్ని పెద్దుఎత్తున కవిత్వ రూపంల ప్రకటించాలి. మన కలంపేర్లు, మన ఉద్యమం పేరు, మన వ్యక్తీకరణ పద్ధతీ, పద ప్రయోగాలు ప్రతిదీ కొత్తగా ఉండాలి” అని నాందీ ప్రస్తావనగ హృషీకేశవరావు సూచించినాడు.

“మనం ఆరుగురం ముందు మనిషిని ప్రేమించాలి. మంచికోసం, మనిషిలోని నిజమైన నిప్పులాంటి మనిషికోసం, కపటంలేని చిరునవ్వులు చిందే సమాజం కోసం మన కలాలను, గళాలను విప్పి నింగిని నేలను ఏకం చేయాలె” అని ఆవేశంగ రాఘవాచార్యులు చెప్పినాడు.

“ఈ దొంగనోట్ల దొంగవోట్ల రాజకీయ సంస్కృతిని మన కవిత్వంల ఎండగట్టాలె” అని భాస్కర్‌రెడ్డి మెరుస్తున్న కళ్లతో మాట్లాడినాడు.

ఆగండాగండాగండి అని నత్తినత్తిగ ఉక్కిరిబిక్కిరిగ వెల్లువయ్యే సంతోషంతో కమ్మిశెట్టి వెంకటేశ్వరరావు అడ్డమొస్తూ “మన ఉద్యమానికి మంచి పేరు నిర్ణయించాను” అన్నడు.

“ఏం పేరు?” అని అందరూ ముక్తకంఠంతో ఆత్రుతగ అడిగినారు.

“దిగంబర కవులు, దిగంబరోద్యమం” దిక్కుల్నే వస్త్రాలుగా ధరించి ఈ సమాజం యొక్క నగ్న స్వరూపాన్ని, నగ్న సత్యాల్ని మన కవిత్వం ద్వారా లోకానికి వెల్లడి చేయాలి అన్నడు వెంకటేశ్వరరావు. అందరూ సంతోషం పట్టలేక ‘హే’ అని అరచి చప్పట్లుకొట్టినారు. ‘ఛే’ ‘చాయ్‌లావ్ అని యాదవరెడ్డి ఆర్డరిచ్చి దిగంబరోద్యమానికి’ స్వాగతం పలికినాడు.

సరే ఇప్పుడు ఎవరి కలం పేర్లను వారే ప్రకటించుకోవాలి. మన కలం పేర్లన్నీ కుల చిహ్నాలుగా ఉండరాదు అని మన్‌మోహన్ కొత్త విషయాన్ని ప్రతిపాదించినాడు.

"ఓకే ఓకే"

అని అందరూ దీర్ఘాలోచనలో పడి, చాయ్ చప్పరించసాగినారు. కాసేపయిన తరవాత రాఘవాచార్యులు తన కుడిచేతి పిడికిలి బిగించి పైకి లేపి నా పేరు ఈ క్షణం నుండే 'జ్వాలాముఖి' అన్నడు. ఆ పేరుకు అందరూ హర్షామోదాలు తెలిపినారు.

నా పేరు 'నగ్నముని' అన్నాడు హృషికేశవరావు.

నా పేరు 'నిఖిలేశ్వర్' అన్నాడు యాదవరెడ్డి.

నా పేరు 'మహాస్వప్న' అన్నాడు కమ్మిశెట్టి వెంకటేశ్వరరావు.

నా పేరు భైరవయ్య అన్నాడు మన్‌మోహన్ సహాయ్. వారి మధ్య ఆనందాల హరివిల్లులు వెల్లివిరిశాయి.

అందరూ బద్దం భాస్కరరెడ్డి వైపు ప్రశ్నార్థకంగ చూసినారు.

"నాక్కొంచెం సమయం కావాలె" అన్నడు భాస్కరరెడ్డి.

బద్దం భాస్కరరెడ్డిది విలక్షణమైన వ్యక్తిత్వం. స్వచ్ఛమైన తెలంగాణా పల్లెటూరు పిల్లగాడు. అతను ఇరవై ఒక్క సంవత్సరాల క్రితం నల్గొండ జిల్లాల అంకుశాపురం గ్రామంల జన్మించినాడు. బాల్యంల అతనిపేరు బాలనర్సింహ. బడిల చితకబాదే పంతుళ్లకు భయపడి తోటల వెంబడి, దొడ్ల వెంబడి, గొడ్లు కాసే పసులకాపర్ల వెంబడి తిరుగుతూ ప్రకృతి ప్రేమికుడైనాడు. ఆ వీధిబడి నాల్గవ తరగతి వరకే పరిమితం. ఐదవ తరగతి చదువుకోసం పక్కూరికి పోవాలె. పేదరికంతో అమ్మానాయినలు పై చదువుకు పంపలేదు. తనే పోయి ఆ బడిల షరీకైనాడు. అక్కడ పెద్ద పంతులు అతడి పేరును భాస్కర్‌రెడ్డి అని పొరపాటుగ రాసినాడు. అదే పేరు నిలిచిపోయింది. అక్కడి చదువు మీద అతనికి మక్కువ కలిగింది. చదువుమాని గొడ్లకాడికి పోవాలని ఇంట్ల తిట్లు కొట్లు. అలిగి అన్నం బందు చేసి బడికి పోయేటోడు. రెండూ మూడు రోజుల్నుండీ తిండిలేదు. నిరాహారదీక్ష చేస్తే వాళ్ల మనస్సు మారుతదని అతని ఆశ. మూడో రోజు కాలినడకన బడి నుంచి ఇంటికి తిరిగి వస్తుంటే కండ్లు తిరిగి శోషవచ్చి కిందపడిపోయినాడు. పెద్దన్న వచ్చి సైకిల్ మీద ఇంటికి మోసుకుపోయినాడు. అట్ల నిరాహారదీక్ష సాగించి చదువుసాధించినాడు.

ఎద్దుతోపాటు కాడి మెడ మీద వేసుకుని దుక్కిదున్ని ఎంత కష్టపడినా పూటగడవడమే కష్టమైన పేద రైతు కుటుంబంల పుట్టిన అతనికి అన్నం కరువైనా పాటలకు మాత్రం కరువులేదు. వాళ్ల నాయిన శివారెడ్డి పాడేపాట అతని గుండెలల్ల గూడుకట్టుకుని నిలిచిపోయింది.

"ఏటి కేతం బెట్టి
ఎయి పుట్లు పండించి
ఎన్నడూ మెతుకెరుగరన్నా
గంజిలో మెతుకెరుగరన్నా"

ఆ పాట అతడిని జీవితాంతం వెన్నాడింది వేధించింది. ఇక అమ్మనోట విన్న పాటలకు అంతు లేదు. పాటల బాటల పెరిగిన అతనికి పాట అన్నా పాటకజనం అన్నా ప్రాణంతో సమానం. హైస్కూలుకు వచ్చేసరికి శరత్, ఠాగోర్‌లు అభిమాన రచయితలైనారు. శాంతినికేతన్‌ల చదువుకోవాలని, కళలను, సాహిత్యాన్ని ఔపోసనబట్టాలని కలలు కన్నడు. ఇంట్లో చెప్పకుండ కలకత్తాకు దెంకపోయినాడు. శాంతినికేతన్‌ల తేలినాడు. భాగ్యవంతుల పిల్లలకు మాత్రమే అక్కడ చదువు దొరుకుతుందని తెలిసి ఇంటికి తిరుగుముఖం పట్టినాడు. చదువుపట్ల మమకారం తగ్గలేదు. హెచ్.యస్.సి. పాస్ కాంగానే చౌటుప్పల్‌ల టీచర్ ఉద్యోగం దొరికింది. కొంతకాలం తరవాత హైద్రాబాద్‌కు బదిలీ చేయించుకొని ఉదయం పూట ఉద్యోగం చేస్తూ సాయం కళాశాలల పైచదువులు చదివినాడు. పట్నం వచ్చినా పేదరికమే. అప్పటికే వివాహితుడు. ఇంటి అద్దె పదిహేను రూపాయలు. పెద్ద భారం. సైకిల్ మీదనే ఉద్యోగానికి కాలేజికి పోయొచ్చేటోడు. తోటి టీచర్లంత చిట్టీల బిజినెస్‌లు, ట్యూషన్‌లు చెప్పుకొంటుంటే ఇతను మాత్రం కవిత్వం కోసం, ప్రజలకోసం, సమాజం కోసం తపించేటోడు. అధిక వడ్డీలతో లభించే అప్పులతో బతకలేని బడిపంతులుగ జీవించేటోడు.

ఒక రోజు నుమాయిష్‌ల యాదవరెడ్డి కనిపించినాడు. బడిల చదువుకొనే రోజులల్ల అతను తనకన్నా సీనియర్. అప్పటికే కవితలు రాస్తుండెటోడు. తను నగరానికి వచ్చిన తరవాత పత్రికలల్ల అతని వ్యాసాలు, కవితలు చదువుతున్నడు. చల్లని సాయంకాలం ఆ మాయాబజారుల భయపడుతనే తను అతనిని పలకరించి తనని తాను పరిచయం చేసుకున్నడు. సాహిత్యమే పునాదిగ ఇద్దరికీ గట్టి దోస్తీ కుదిరింది. యాదవరెడ్డి తనను అరిపిరాల విశ్వానికి పరిచయం చేసినాడు. ప్రతి ఆదివారం వారింట్లో జరిగే సాహిత్య సమావేశాలకు హాజరు కావటం, కవిత్వం వినటం, రాయటం, చదవటం ప్రారంభమయ్యింది. అక్కడే హృషి కేశవరావు, రాఘవాచార్యులు పరిచయం అయినారు. వారిద్దరూ యాదవరెడ్డికి పూర్వ స్నేహితులు. కుందుర్తిగారి ఫ్రీవర్స్ ఫ్రంట్ వచన కవితా ఉద్యమం కూడ ఆయనను బాగ ప్రభావితం చేసింది. కవిత్వాన్ని కేవలం కవిత్వం కోసమేగాక దాన్ని పదునైన ఆయుధంగ మార్చి సమాజరుగ్మతలను దూరం చేయాలన్న తపనతో యువకులందరూ తమ చర్చావేదికను అబిడ్స్‌ల ఓరియంట్ హోటల్‌కు మార్చినారు. అక్కడే ఆ ఆరుగురికి విడదీయరాని స్నేహం ఏర్పడి కొత్త వెలుగులకు దారితీసింది.

తన కలం పేరు నిర్ణయించుకోవటానికి భాస్కర్‌రెడ్డి చాలా రోజులు ఆలోచించినాడు. తన గత జీవితమంతా నెమరేసుకున్నడు. తన కష్టాల కడగండ్ల జీవితం కండ్ల ముందు సాక్షాత్కరించింది. రెక్కాడితే గాని డొక్కనిండని తమ పేదరికం. తన నాయిన శివారెడ్డి గుండెల నుంచి చీల్చుకుని వచ్చిన పాట "ఏటికేతం బెట్టి ఎయి పుట్లు పండించి" అతడ్ని వెంటాడి వేధించసాగింది. చదువుకోసం తన తండ్లాట. ఉప్పులు ఉపోషాలు, తిట్లు కొట్లు. గతించని జ్ఞాపకాల గాయాలు మళ్ల సలపరించసాగినై. అతను హఠాత్తుగ తన పుట్టుకలకు వెళ్లిపోయినాడు. తన పురాగాథలోకి వెనక్కి ఇంకా వెనక్కి నడుస్తూ వెళ్లిపోయినాడు. అమ్మ చెప్పిన జ్ఞాపకాల్ని నెమరేసుకున్నడు. తనని కనడం కోసం అమ్మ పడిన పురుటినొప్పుల ప్రసవవేదన. ఆ వేదన పది పదిహేను రోజులపాటు అట్లనే కొనసాగిందట. అమ్మకు వచ్చే ప్రాణం, పోయే ప్రాణం. పెద్ద ప్రాణానికే గండం దాపురించింది. ఆ నొప్పుల్ని చూసి భరించలేక ఎంతటి గట్టి పిండమో అని ముసలమ్మలు ముక్కు మీద వేలువేసుకున్నరట. ఇక లాభంలేదని అమ్మరెండు చేతులు దూలానికి కట్టి ఆమెను కోదండం వేయించినారు. అప్పుడు తను భూమ్మీద పడ్డాడట. పదిపదిహేను రోజులు బాధపెట్టి, చెరపెట్టి పుట్టినాడు. కావున ఎవరో "చెరబండరాజు" అని పిలిచినారట. ఆ పేరు గురించి తనకు ఎన్నోసార్లు అమ్మనాయినలు కథలు కథలుగ చెప్పినారు. చెరబడ్డరాజు అని ఒకరంటే కాదు చెరబండరాజు అని మరొకరు అనేవారట.

'ఆ నిశీధి నిద్రాణ సమయంలో మానిసి మేల్కొంచినాడు' అన్నట్లు భాస్కరరెడ్డి తటాలున తన కలం పేరు నిర్ణయం చేసుకున్నడు. తృప్తిగ గుండెల నిండ గాలిపీల్చి ఆ రాత్రి హాయిగ నిద్రపోయినాడు. ఆ తర్వాత వచ్చిన ఆదివారం సాయంత్రం ఓరియంట్ హోటల్ల తన మిత్రులందరికీ తన జన్మవృత్తాంతపురాగాథను పూర్తిగ వివరించి ఇక నుండి తన కలం పేరు "చెరబండరాజు" అని ప్రకటించినాడు. అందరూ అర్ద్రమయిన హృదయాలతో తమ సమ్మతిని తెలిపినారు. ఆ దిగంబర కవులు ఆరుగురూ తమ కొత్త పేర్లతో దిగంబరోద్యమానికి శంఖారావం పూరించినారు.

దిగంబరోద్యమం మొదటి సంపుటి 1965 మే 6వ తేదీ అర్ధరాత్రి హైద్రాబాద్‌ల నాంపల్లి పాండు అనే రిక్షా పుల్లర్‌తో ఆవిష్కరింపజేసినారు. అధోజగత్ సహోదరులే తమ కవిత్వానికి మూలస్తంభాలని దిక్కులు పిక్కటిల్లేలా ప్రకటించి సంచలనం సృష్టించినారు. 'మనిషి కోసం తపన పడి అతని కోసం వెక్కి వెక్కి ఏడ్చి పిచ్చెత్తి ప్రవచించిన కవిత' అని తమ మొదటి సంపుటిల తెలియచేసినారు. ఈ కుష్టు వ్యవస్థను నాశనం చేయడమే మా లక్ష్యం అని ప్రకటించుకున్నరు. మొదటి సంపుటిలనే చెరబండరాజు "నన్నెక్కనివ్వండి బోను" అని పవర్‌ఫుల్ కవిత్వం రాసి సత్యం వైపే సాక్ష్యం పలికినాడు.

రెండవ సంపుటి 1966 డిసెంబర్ 8వ తేదీన విజయవాడల జంగాల చిట్టి అనె హోటల్ క్లీనర్‌తోటి ఆవిష్కరింపచేసినారు. ఈ రెండో సంపుటం మూఢ విశ్వాసాల మీద దొంగ బాబాల మీద పీఠాధిపతులపైన యుద్ధం ప్రకటించింది.

మూడవ సంపుటిని 1968 సెప్టెంబర్ 14వ తేదీ అర్ధరాత్రి 12 గంటలకు విశాఖపట్టణంల యడమనూరి యశోద అనే ఇరవై సంవత్సరాల వేశ్యచేత ఆవిష్కరింపచేసినారు. ఈ మూడో సంపుటి స్పష్టంగ తమ కవిత్వ బాణాలను ప్రభుత్వం మీద ఎక్కుపెట్టి ప్రజలను తిరుగుబాటుకు సిద్ధంకమ్మని పురికొల్పింది.

మానవత్వం రెండు కండ్లు మూసుకుని గాఢనిద్రల ఉన్నపుడు త్రినేత్రం తెరుచుకుని రుద్రనేత్రంగ మారి ప్రజలను పెనునిద్దుర నుండి మేల్కొల్పిందే దిగంబరోద్యమం. ఆ ఆరుగురు దిగంబర కవులు తమ పదునైన కలాలను కత్తులుగ ఝుళిపించి దిక్కులను, దిగంతాలను ఒక ఊపు ఊపినారు.

దిగంబరోద్యమం గురించి సుదీర్ఘంగ వివరించిన వేణు మౌనసముద్రంగ మిగిలిపోయినాడు. అలసటతో పచ్చికల వెల్లకిల పండుకుని ఆకాశం దిక్కు దృష్టి సారించినాడు. మళ్లా మరోసారి మంచినీళ్లు తాగిన నరేష్ గొంతు సవరించుకుని మాట్లాడటం ప్రారంభించినాడు. 'ప్రజల గుండె చప్పుళ్లను పట్టించుకునే యువకవులకు దిగంబర కవిత్వం ఒక ధిక్కార స్వభావాన్ని అలవాటు చేసింది. తెలుగు కవిత్వంల పేరుకుపోయిన జడత్వాన్ని స్తబ్దతను బద్దలుకొట్టింది. కాని ప్రజలకు ఒక స్పష్టమైన లక్ష్యాన్ని, గమ్యాన్ని చూపెట్టలేకపోయింది. ఆ లోపాన్ని 1969 డిసెంబర్‌ల వరంగల్ యువకవులు 'తిరుగబడు' కవితా సంకలనాన్ని ప్రచురించి పూరించినారు. వసంతకాల మేఘ ఘర్జనలను సృష్టిస్తున్న నక్సల్‌బరీ శ్రీకాకుళం వైపు తమ కవిత్వాన్ని మార్గనిర్దేశనం చేసినారు" అన్నడు నరేష్.

స్వామి కళ్లముందు కొత్త లోకాలు తలుపులు తెరుచుకుంటున్నై.

❖ ❖ ❖

1970 జనవరి చివరివారంలో పి.యు.సి. ఫలితాలు వచ్చినై. స్వామి పాసైనాడు. డిగ్రీ అడ్మిషన్లు మళ్లీ జూన్, జూలై నెలలో ఉంటై. అప్పటి వరకూ తను స్వేచ్ఛా విహంగమే. సుదీర్ఘమైన ఆటవిడుపు.

ఒక రోజు పోస్టుల నరేష్ దగ్గర్నుండి స్వామికి ఒక కవర్ వచ్చింది. స్వామి ఆత్రంగ ఆ కవర్ చింపినాడు. ఒక పెద్ద ఉత్తరం. దానితో పాటు ఒక కరపత్రం. ఆ కరపత్రం శీర్షిక "రచయితలకు సవాల్."

"రచయితలారా, కళాకారులారా మీరెటు వైపు?" ఆ కరపత్రాన్ని ఎవరు, ఎప్పుడు వేసినారో తెలుసుకుందామని స్వామి దానిని త్రిప్పి వెనుకవైపు క్రింద చూసినాడు. "విశాఖ విద్యార్థులు" తేదీ 1-2-1970 అని ఉంది. ఆ కరపత్రాన్ని పక్కనపెట్టి ముందు నరేష్ రాసిన ఉత్తరాన్ని చదవసాగినాడు.

ప్రియమైన స్వామీ!

చరిత్ర రథచక్రాలు జగన్నాథుని రథచక్రాల లాగే చాలా వేగంగ కదులుతున్నట్లనిపిస్తుంది. పుడమి తల్లి పురుటి నొప్పులతోటి ఈ నేల అతలాకుతలం అవుతున్నట్లనిపిస్తుంది.

ఆ రోజు మనం... ఫిరోజ్‌గాంధీ పార్కుల దిగంబరోద్యమం గురించి, దాని నేపథ్యం గురించి వరంగల్ యువకవులు కవితా సంకలనం 'తిరుగబడు' గురించీ మాట్లాడుకున్నం కదా! ఆ పరంపరల భాగంగనే విశాఖ విప్లవ విద్యార్థులు చరిత్ర రథచక్రాలను మరొక్క త్రోపు తోసి ముందుకు తీసుకుపోయినారు.

మొన్న శ్రీశ్రీకి షష్ఠిపూర్తి సభ 1-2-1970న విశాఖపట్టణంల జరిగింది. ఆ సభ తెలుగుభాషా సాహిత్య చరిత్రనే కాక రాజకీయ చరిత్రనూ ఒక మలుపు తిప్పుతుందని కొంత మంది మిత్రులం ముందే ఊహించినాం. చరిత్ర నిర్మాణంల మనం కూడ భాగస్వాములమవుదాం అన్న ఆలోచనతోటి నేను మరికొంత మంది వరంగల్ విద్యార్థులం విశాఖపట్నానికి పోయినం.

అక్కడికి జ్వాలాముఖి, నిఖిలేశ్వర్, వరవరరావు కూడ వచ్చినారు. అక్కడి విద్యార్థులు తాము ప్రచురించిన కరపత్రాన్ని ఆ సభల చదివినారు. రచయితలల్ల పేరుకపోయిన స్థబ్దతను వారు ప్రశ్నించినారు. దేశం గుండెచప్పుళ్లకు, జనజీవన కష్టాలకు, కడగండ్లకు రచయితలు, కవులూ, కళాకారులూ స్పందించనవసరం లేదా? సాహిత్యాన్ని సమాజ మార్పుకు ఒక సాధనంగ, ఆయుధంగ సృష్టించరా? అని అనేక రకాల సవాళ్లను విసిరినారు. రచయితలందరినీ నిలదీసినారు. శ్రీకాకుళం రైతాంగ సాయుధ పోరాటంల అమరుడైన విప్లవకవి సుబ్బారావు పాణిగ్రాహి వారసత్వాన్ని అనుసరించి మరో ప్రపంచం కోసం సాహిత్యాన్ని మలుపుతిప్పాలని రచయితలను హెచ్చరించినారు. మహాకవి శ్రీశ్రీ కూడ వారి పిలుపుకు స్పందించినాడు.

ఆ మరునాడు ఫిబ్రవరి రెండున శ్రీశ్రీ అధ్యక్షతన కవి సమ్మేళనం జరిగింది. రక్తాన్ని సలసల మరిగించే కవితలు చదివినారు. త్వరలోనే సాహిత్య ధోరణులల్ల పెనుతుఫాను రాబోతుందని నేను ఊహిస్తున్న. నీ పరిశీలనకోసం ఈ కరపత్రాన్ని ఉత్తరానికి జత చేస్తున్నాను.

మనం కలలుగన్న ప్రత్యేక తెలంగాణా విద్రోహానికి గురైంది. అయినా ఎత్తిన జెండా దించకుండా పోరాటాన్ని ఆపకుండా మరో ఉన్నత సమాజం కోసం కృషి చేయాలని ఆశిస్తూ....

నీ

నరేష్

ఉత్తరంల నరేష్ చెప్పినట్లు కాల చక్రాలు వడివడిగనే నడిచినై. వీటన్నింటికీ స్వామి సాక్షిగ నిలిచినాడు. ఆ తరవాత నాలుగు నెలలకు జులై నెలల హైద్రాబాద్‌ల సెవెన్ స్టార్స్ సిండికేట్ అనే సాంస్కృతిక సంస్థ శ్రీశ్రీకి సన్మానం చేసి పర్సు బహుకరించాలని నిర్ణయించింది. ఆ సత్కార్యం వెనుక ఏలిన వారి ఆశీస్సులు, ఆ మహాకవిని పట్టుశాలువా, పూలదండలు, పొగడ్తలతో కుదించి మరుగుజ్జును చేసే కుతంత్రమూ ఉంది.

ఆ సదస్సును, సన్మానాన్ని బహిష్కరించాలని ఉస్మానియాకు చెందిన విప్లవ విద్యార్థులు, వరంగల్ విద్యార్థులు, రచయితలు, కవులు, కళాకారులు శ్రీశ్రీకి విజ్ఞప్తులు చేసినారు. ప్రజలు విప్లవ సాహిత్యాన్ని కోరుకుంటున్నరని కొడవటిగంటి కుటుంబరావు, రాచకొండ విశ్వనాథశాస్త్రి లాంటి పెద్దలు దిశానిర్దేశనం చేసినారు. చివరికి శ్రీశ్రీ ప్రజాకవుల పక్షమే నిలిచినాడు. దిగంబరకవులను, వరంగల్ 'తిరుగబడు' కవులను, కరీంనగర్ 'విద్యుల్లత' కవులను, ఇంకా ఇతరులను కలుపుకొని విప్లవ రచయితల సంఘం ఆవిర్భవించింది.

నాంపల్లి హోటల్ ఇంపీరియల్ల అర్ధరాత్రి వరకూ అనేక మంది చర్చలు జరిపిన తరవాత 1970 జులై నాలుగున విరసం జన్మించింది.

ఆ జూలై నాలుగు జనగామ జిల్లా కడివెండిల దొడ్డి కొమరయ్య నేలకొరిగి తెలంగాణా రైతాంగ సాయుధ పోరాటానికి నాంది పలికిన రోజు.

ఆ జూలై నాలుగు అమెరికా స్వాతంత్ర్యాన్ని సాధించిన రోజు.

విప్లవ రచయితల సంఘానికి శ్రీశ్రీని అధ్యక్షునిగ ఎన్నుకున్నరు. దేశానికి అధ్యక్షుడు కావటం కన్న విరసానికి అధ్యక్షుడు కావడమే తనకు గర్వంగ ఉందని ఆయన ప్రకటించినాడు. దిగంబర కవులల్ల భైరవయ్య, మహాస్వప్న మాత్రం విరసానికి దూరంగ ఉండిపోయినారు.

ఒకరోజు సాయంత్రం వేణు చుక్కతెగిపడ్డట్టు శాలీబండాల స్వామి ఇంటికి వచ్చినాడు. అతని రాక స్వామికి ముందు ఆశ్చర్యాన్ని తర్వాత ఆనందాన్ని కలిగించింది. అకస్మాత్తుగ అనుకోకుండ వచ్చిన స్నేహితుని రాక స్వామిని ఉక్కిరిబిక్కిరి చేసి చక్కిలిగింతలు కలిగించింది. కాని వేణు ఎందుకో ముభావంగ ఉన్నడు. ఏదో పెద్ద సంగతే ఉందని ఊహించిన స్వామి అంగీలాగూ వేసుకొని వేణుతో నడుస్తూ లాల్ దర్వాజా మోడ్‌ల ఉన్న

ఆనంద్ మిల్క్ బండార్‌కు పోయినాడు. తియ్యని చిక్కటి మిగడ పాలల్ల ఫైన్ బిస్కట్లు ముంచుకుని తిన్న తర్వాత స్వామి వేణు ముఖంలకు నింపాదిగ చూసినాడు.

'స్వామి! నీకో సంగతి చెప్పాలె. సంతోషంతో కూడిన విషాదం' అన్నడు వేణు తలదించుకుని.

'ఏంటది వేణూ' అన్నడు స్వామి గుండెలదురుతుంటే.

'నాకు కేంద్ర ప్రభుత్వం ప్రావిడెంటు ఫండ్ శాఖల ఉద్యోగం వచ్చింది'.

'హుర్రె' అని గట్టిగ అరిచి "ఇది విషాదవార్త ఎట్లయితది వేణూ! సంతోషమైన వార్తే కదా' అన్నడు స్వామి.

'ఉద్యోగం ఇక్కడ కాదు. గుంటూర్ల. కనీసం మూడు నాలుగేళ్లయినా అక్కడే పనిచేయాలె. చిన్న చిన్న తమ్ముళ్లు, చెల్లెళ్లు. అమ్మ అనారోగ్యం. నీలాంటి మంచి సాహితీ మిత్రుల ఎడబాటు' చెప్పసాగినాడు వేణు.

'నిజమే వేణూ, కాని కేంద్ర ప్రభుత్వంల ఉద్యోగం కదా. అసలే ఉద్యోగాలు లేని గడ్డురోజులు' సాలోచనగ అన్నడు స్వామి.

'నిజమే! తప్పదు. పోవాలె. కాని దీన్ని మించిన మరొక సంగతి ఉంది' అన్నడు వేణు విచారంగ.

'మళ్లీ అదేంది?' అన్నడు స్వామి ఆందోళనగ.

'నరేష్' అని మాటలు రాక ఆగిపోయినాడు వేణు.

'ఏమైంది నరేష్‌కు? మొన్న నాకు లెటరు కూడ రాసినాడే' అన్నడు స్వామి ఆత్రంగ.

వేణు చెప్పసాగినాడు. అతను చెప్తున్నంత సేపు స్వామి రెప్పవాల్చకుండ చూసుకుంట వినసాగినాడు.

నాకు ఉద్యోగం వచ్చిన వార్త నిన్ననే తెలిసింది. సంతోషం పట్టలేక ఆ వార్తను ముందు నరేష్‌కే చెప్పాలని ఉత్సాహంగ వారింటికి పోయిన. నేను పోయేసరికి వాళ్ల ఇల్లంత నిశ్శబ్దంగ ఉంది. నా మనస్సేదో కీడును శంకించింది. నన్ను చూడంగనే వాళ్లమ్మ బోరుమని ఏడవసాగింది.

ఇంతల వాళ్ల నాన్న లోపలి నుండి నేనున్న గదిలోకి వచ్చినాడు. నన్ను చూడంగనే కోపంతోటి కంపించిపోయినాడు. "గెటవుట్. ముందు అవతలికి పో" అని గట్టిగ అరిచినాడు. ఒక్కసారే నేను బెదిరిపోయినాను.

'ఏమయ్యింది?' అని వొణుకుతున్న గొంతుతోటి అడిగిన.

'ఏం కావాలె? ఇంకేం కావాలె? నీలాంటివాళ్ల స్నేహాలు, పుస్తకాలు, మీటింగ్‌లే మా కొంప ముంచినై. మా వాణ్ణి మాకు దూరం చేసినై' అన్నాడు గట్టిగ అరుచుకుంట.

నాకేదో స్ఫురించింది. నాకు నరేష్ కనబడక దాదాపు వారం రోజులవుతుంది. వాడు ఎక్కడెక్కడ తిరుగుతున్నడో, ఏం చేస్తున్నడో, ఎవరెవర్ని కలుస్తున్నడో నాకు కూడ తెలువదు.

అంతలనే వాళ్లమ్మ ఏడుచుకుంటనే విషయమంత చెప్పింది. నరేష్ ఒక ఉత్తరం రాసి ఇంట్ల పెట్టి పోయినాడట. తను ప్రజలకోసం ప్రజలల్ల కలవటానికి పోతున్ననని, మళ్లీ కనబడనని, తనకోసం వెదకవద్దని, తనను క్షమించమని ఆ ఉత్తరం రాసినాడట.

విషయమంతా చెప్పి వేణు నిట్టూర్చి 'నరేష్ అట్లా వెళ్లి ఉద్యమంల చేరుతడని నేను కూడ ఊహించలేదు స్వామీ!" అన్నాడు వేణు విచారంగ తలవంచుకుని.

ఆ మాటలు వినంగనే స్వామికి షాక్ కొట్టినట్లయ్యింది. వేణు ముఖం ఎందుకు చిన్నబోయి ఉందో అప్పుడు అర్థం అయ్యింది. నరేష్ ఇక తమకు ఎప్పుడూ కనబడడన్న నిజాన్ని జీర్ణించుకోలేకపోతున్నడు. అయినా నరేష్ అంటే తనకు ఏదో గౌరవభావం ఏర్పడుతుంది. ప్రజలకోసం పనిచేయటానికి వెళ్లిన అతను నిజమైన ప్రజల మనిషిగ కనబడుతున్నడు.

ఇంక వేణు కూడ తనకు దూరం అవుతున్నడు. అది కూడ భరించలేని వేదనే. బ్రతుకు బాటల మీద విడిపోతున్న, దూరమవుతున్న స్నేహాలు. ఇక గడిచిన స్నేహాలకు గ్యారంటీ లేదు. ఆ రోజులు మళ్లీ రావు. స్వామికి హఠాత్తుగ జెఫ్రీ అకాల మరణం జ్ఞాపకం వచ్చింది. మట్టిమనిషిగ మారిన అశోక్, యంత్రాల మధ్య మరమనిషిగ మారిన గోపి గుర్తొచ్చినారు. ఆ ముగ్గురి ఎడబాటు ఇంకా పచ్చిగ ఉండంగనే మళ్లా ఈ దెబ్బ. దూరమైన నరేష్, ఉద్యోగరీత్యా దూరం కాబోతున్న వేణు. అన్ని స్నేహాలూ విడిపోవటానికే ఏర్పడుతయేమో!

ఇద్దరి మధ్య చాలసేపు నిశ్శబ్దం.

'నరేష్ మన స్నేహితుడైనందుకు మనం గర్వించాలి వేణూ' అన్నడు స్వామి నెమ్మదిగ.

'నిజమే! సిద్ధార్థుడిలాగా అన్నింటినీ అందర్నీ వదిలి అడవులకు వెళ్లిపోయినాడు' అన్నడు వేణు.

'ఇక నరేష్ మనకు ఎప్పుడూ కనపడడా?' ఆవేదనగ అడిగినాడు స్వామి.

'ఏమో నాకైతే నమ్మకం లేదు' అంటూ 'స్వామీ! మనకు చాలా పరిమితులు ఉన్నయ్. ఉదాహరణకు నన్నే తీసుకో. నా బాధ్యతలు నీకు తెలుసు కదా! మన ఆశయాలు ఎట్లున్నా ఆచరణలో మనకు చాలా పరిమితులు ఉన్నై" అన్నాడు వేణు.

స్వామి తలెత్తి వేణు కండ్లల్లకు చూసినాడు ఏమి మాట్లాడకుండనే.

'నీ గురించే నాకు ఒకింత బెంగగ ఉంది, స్వామీ! మీ బాపు ఇంకో రెండు మూడు సంవత్సరాలల్ల రిటైర్ అవుతడని నువ్వే చెప్పినవు. ఇంటికి నువ్వే పెద్దోడివి. ఇంకా ఇద్దరు తమ్ముళ్లు. నువ్వు కూడ డిగ్రీ పూర్తిచేసి ఏదో ఒక ఉద్యోగం సంపాదించాలె. నువ్వు మరీ ఆదర్శవాదివి. నీ గురించే నా బెంగ" అన్నడు వేణు.

స్వామి ఏమీ మాట్లాడలేదు.

"ఉత్తరాలు రాస్తుండు స్వామీ! నీకైతే తెలుసు కదా నేనైతే ఉత్తర కుమారుణ్ణి" అని నవ్వించ ప్రయత్నించినాడు వేణు.

స్వామికి నవ్వురాలేదు. విచారం అతణ్ణి నిలువెల్లా కమ్ముకుంది.

వేణు స్వామికి గట్టిగ షేక్ హాండ్ ఇచ్చి, కావలించుకుని రిక్షా ఎక్కి వెనక్కి తిరిగి చూస్తూ, చూస్తూ కనుమరుగైనాడు.

ఒంటరొంటరిగ మిగిలిన ఏకైక స్వామి.

❖ ❖ ❖

ఆ తెల్లారి ఉదయం నిద్రలేవంగనే స్వామి మనస్సంత ఖాళీగ అనిపించింది. వేణు నరేష్‌లు లేని ఒంటరి జీవితం జ్ఞాపక మొచ్చింది. ఆ వాక్యూమ్ నుండి తప్పించుకోవాలని దబ్బదబ్బలేచి బ్రష్ చేసుకొని ముఖం కడుక్కొని అమ్మ అందించిన చాయ్‌తాగి తయారై గుణవర్ధక్ సంస్థ లైబ్రరీ దారి పట్టినాడు. లైబ్రరీ అప్పుడే తెరిచినట్టుంది. రష్ అంతగ లేదు. చక్కగ దిన పత్రికల సెక్షన్‌లకు పోయి టేబుల్ ముందు కూచుని ఆనాటి దినపత్రిక ఆంధ్రభూమిని అందుకున్నడు. తాటికాయలంత అక్షరాలతోటి పేపరుల పతాక శీర్షిక.

"నక్సలైట్ అగ్ర నాయకులు వెంపటాపు సత్యనారాయణ, ఆదిభట్ల కైలాసంల కాల్చివేత."

1970 జులై 10

శ్రీకాకుళం

నిన్న శ్రీకాకుళం జిల్లా పార్వతీపురం తాలూకా ఏజెన్సీ ప్రాంతంలోని బోరికొండలలో పోలీసులతో జరిగిన ఎదురుకాల్పులలో శ్రీకాకుళం గిరిజన రైతాంగ సాయుధ పోరాట అగ్రనాయకులు సత్యం, కైలాసంలు మరణించారు. వీరిద్దరూ ఒకప్పుడు ఆ జిల్లాలోని గిరిజన ప్రాంతాలలో ప్రాథమిక పాఠశాల ఉపాధ్యాయులుగా పనిచేసేవారు. ప్రజలు సత్యనారాయణను "కొండబారిడి మాష్టారు" అని ప్రేమగా పిలుచుకునే వారు. జిల్లాలో నక్సలైట్ ఉద్యమానికి శ్రీకారం చుట్టిన వైతాళికులు వీళ్లు.....

స్వామి ఆ వార్తా విశేషాలను దీక్షగ చదువసాగినాడు. దినపత్రికల కొసలు స్వామి గుప్పిట్ల నలిగిపోతున్నై. మనసు కకావికలమైపోయింది. తెలంగాణా గల్లీలల్ల నుండి శ్రీకాకుళం అడవుల వరకూ నెత్తురు కారుతున్న అక్షరాలు. హృదయం తుత్తునియలై పోయింది. స్వామికి హఠాత్తుగ నరేష్ జ్ఞాపకం వచ్చినాడు. ఏదో ఒక రోజు ఇట్లనే నరేష్ కూడ 'ఎన్‌కౌంటరయ్యి' పేపర్ల కనబడుతడేమో అన్న ఆలోచన వచ్చి అతని శరీరం భయంతోటి గజగజ వణికింది. రక్తాక్షరాలతో చేతులు తడవడం ఇష్టం లేక దినపత్రికను టేబిల్ మూలకు విసిరేసి చటుక్కున కుర్చీల నుంచి లేచి నిలుచున్నడు. తన మీద తనకే కోపం. మరెవరిమీదనో కోపం. పాత గాయాలు మళ్లీ కొత్తగ సలుపుతున్నై. చరచర నడుచుకుంట లైబ్రరీ సిడీలు దిగి సడక్ మీదికి వచ్చినాడు. Every Road has a friend and every friend has a road. హరీబౌలి దిక్కు సడక్ మీద నడక. నడక-నడక నడుస్తున్న చరిత్ర. నడక నడుస్తున్న చదువు. నడక నమ్మకమైన నేస్తం. నడక నడుస్తున్నపాట. చల్నా జీవన్ కీ కహానీ, రుఖ్నా మౌత్ కీ నిషానీ. ఆ ఉదయం హరీబౌలీ తోవ ఖాళీ ఖాళీగ ఉంది. భూమి కోసమే నడు. భుక్తికోసమే నడు. విముక్తికోసమే నడు. భయంగియం విడు నడు. నడు-నడు.

స్వామి నడుస్తున్నడు. అతని కుడి ఎడమల వెంపటాపు సత్యనారాయణ, ఆదిభట్ల కైలాసంలు. ఇప్పపువ్వులలో నిప్పురవ్వల్ని రగిలించిన సత్యం. వెనుక సుబ్బారావు పాణిగ్రాహి. కమ్యూనిస్టులం మేము కష్టజీవులం – ఔనన్న కాదన్న, అదే ఇష్టులం. పాణిగ్రాహి పాట ఎత్తుకున్నడు. డాక్టర్ చాగంటి భాస్కరావ్, డాక్టర్ దేవినేని మల్లిఖార్జున్, పంచాది కృష్ణమూర్తి, పంచాది నిర్మల, రెంజిం, రెడ్డి అప్పల స్వామి, తామాడ గణపతి, దున్న అంకమ్మ, యం.వి. రమణమూర్తి ఇంక మరెందరో కదం తొక్కుకుంట ఆ పాట కోరస్‌గ పాడుతున్నరు. స్వామితో వారందరు – వారందరితో స్వామి.

హరీబౌలీ చౌరస్తాల అక్కన్న మాదన్నలు కట్టించిన మాతా మహంకాళీ దేవాలయాన్ని దాటి మొగల్‌పురా లోపలికి నడక. అల్లా కో ప్యారీ హై ఖుర్బానీ అని పాట పాడుకుంట ఢక్లీ బజాయించుకుంట సయ్యద్ మౌల్వీ అల్లాఉద్దీన్, తుర్రేబాజ్‌ఖాన్‌లు ఎదురొచ్చిండ్రు. వారి వెనుక చీతాఖాన్, అబ్బన్‌సాహెబ్, సేర్ జయగోపాల్ దాస్‌లు. ఇంక కొద్ది దూరం పోంగనే సందు మలుపుల షోయబుల్లాఖాన్, మగ్దూంలు దర్శనమిచ్చిండ్రు. మగ్దూం తన విలక్షణమైన గొంతుతోటి – "యే జంగ్ హై జంగే – ఆజాదీ" అని తను స్వయంగ రచించిన పాట పాడుతున్నడు.

మొగల్‌పురా కమాన్ దాటంగనే ఫుట్‌పాత్ మీద నిలబడ్డ బాపు కనబడ్డడు. "భద్రం రా బాపూ!" అని దిగులుగ హెచ్చరిస్తున్నడు. ఆయన పక్కన్నే కన్నయ్య మామ. "నడుస్తున్న

దారి మధ్యల పెద్దపులి అడ్డం వస్తే దాన్నుండి ఎట్ల తప్పించుకోవాల్నో" జాగ్రత్తలు చెప్పుతున్నడు. కమాన్ దాటి పాంచ్ మహల్లా ముందుకొచ్చింది. అక్కడ ఆ హవేలీ ముందు వాకిట్ల మట్టిల అటూ ఇటూ కింద పడి పొర్లుతున్న అలనాటి పర్షియన్ గుల్ మొహర్ పుష్పం ఖైరున్నిసా. తన దీర్ఘ శిరోజాలను తన చేతులతోనే పీక్కుంట, దోసిళ్లతో మన్ను తన నడినెత్తిన పోసుకుంటున్నది. స్వామిని చూసి తన ఇద్దరు ముద్దుబిడ్డల తస్వీర్లను తెచ్చివ్వమని చేతులెత్తి ప్రాధేయపడుతున్నది. కనుకొలుకులలో నిలిచిన కన్నీటిని అక్కడే నిలుపుకుంట స్వామి ముందుకు, మున్ముందుకే నడుస్తున్నడు.

మక్కా మసీదు ముందు చిన్నారి చెల్లె చాదర్‌ఘాట్ రేణుక కనబడింది. సినుకు సినుకుల వాన ఉయ్యాలో సిత్తారి వానల ఉయ్యాలో అని బతుకమ్మ పాట పాడుకుంట ఎదురొచ్చింది. ఆమె వెనుకనే గరీబోళ్ల బిడ్డ అందాల బిడ్డ ఇసామియా బజార్ ప్రేమ్‌కిశోర్ ఇవతలికి పడుతున్న పొత్తి కడుపు పేగుల్ని రెండు చేతులతో లోపలికి అదుముకొంట కనబడ్డడు. కవాడీగుడా పిల్లగాడు ఆకుల నరేందర్ నడుసుకుంటనే రాబోయే పరీక్షల కోసం పుస్తకాలను చదువుతున్నడు. కంచరిబస్తీ ప్రకాశ్ ముసి ముసి నవ్వులు నవ్వుతున్నడు. ప్రకాశ్‌కుమార్ జైన్, సర్వారెడ్డిలు ఇంజనీరింగ్ పట్టాలు చేతులల్ల పట్టుకుని విముక్త తెలంగాణల సాగునీరు, తాగునీరు కోసం ప్రణాళికలు సిద్ధం చేస్తున్నరు. న్యాయవాది వేంకటేశ్వరరావు అంతర్జాతీయ న్యాయస్థానంలో తెలంగాణా న్యాయం కోసం వాదిస్తున్నడు. సదాశివపేట తొలి అమరవీరుడు శంకర్‌తో పాటు రాములు, ఉపేందర్, వేణుగోపాల్, ఆనంద్, వినోద్‌కుమార్ పటేల్, డేవిడ్, నారాయణ, తుకారాం, మోజెస్, మహమ్మద్ షఫీక్ అహమ్మద్‌లతో సహా అందరూ 360 మంది తెలంగాణా అమరవీరులు మక్కామసీదు కాడ స్వామిని కలుసుకున్నరు. స్వామి నడిచి నడిచి లార్డ్ బజార్ సందు మలుపుల ఉన్న ఇక్బాల్ హోటల్లకి పోయినాడు. లోపల ఒక టేబుల్ ముందు జోసెఫ్ మార్క్వెజ్ జెఫ్రీ తల వంచుకొని సిగరెట్ తాక్కుంట ఆనాటి దినపత్రికల తెలంగాణా విముక్తి వార్తల కోసం దేవులాడుతున్నడు. "బోలో సాబ్ క్యా హుకుం హై" అన్న సర్వర్ ప్రేమపూరిత పలకరింపు స్వామికి వినిపిస్తనే లేదు.

అశ్రుసిక్త నయనాలతో, శోకతప్త హృదయంతో భవిష్యత్ చిత్రపటాన్ని మనసుల నింపుకున్న తన బిడ్డను నాలుగు చేతులు చాచిన చార్మినార్ తన చల్లని ఒడిలకు తీసుకున్నది. చార్మినార్ చల్లని ఛత్రచ్ఛాయలల్ల అశాంతంగ స్వామి. సత్యపథం మీద, కంటకావృతమైన కష్టాల బాట మీద నిరంతర యాత్రికుడు స్వామి. ఇంకా మంజిల్‌కు చేరుకోని ముసాఫిర్ స్వామి. చల్తె చలో చల్తె చలో చల్తె చలో. ఏ వక్త్ కీ ఆవాజ్ హై చల్తె చలో.......